ലെസ്ബോസ്

മലയാളത്തിലെ ലെസ്ബിയൻ കഥകൾ

lesbose
malayalathile lesbion kadhakal
queer politics

•

editors
anilkumar k s & dr. resmi g

•

first edition
november 2017

•

revised second edition
april 2019

•

typesetting & published
chintha publishers, thiruvananthapuram

•

cover
vinod

വിതരണം

ദേശാഭിമാനി ബുക്ക് ഹൗസ്

H O തിരുവനന്തപുരം-695 035
Ph: 0471-2303026, 6063020
www.chinthapublishers.com
chinthapublishers@gmail.com

ബ്രാഞ്ചുകൾ

ഹെഡ്ഡാഫീസ് ബ്രാഞ്ച് കുന്നുകുഴി • സ്റ്റാച്ച്യു തിരുവനന്തപുരം • കെ എസ് ആർ ടി സി ബസ് സ്റ്റേഷൻ ആലപ്പുഴ • കെ എസ് ആർ ടി സി ബസ് സ്റ്റേഷൻ എറണാകുളം • മച്ചിങ്ങൽ ലെയ്ൻ തൃശൂർ • ഐ ജി റോഡ് കോഴിക്കോട് • മാവൂർ റോഡ് കോഴിക്കോട് • എൻ ജി ഒ യൂണിയൻ ബിൽഡിങ് കണ്ണൂർ • സെൻട്രൽ ബസ് ടെർമിനൽ കോംപ്ലക്സ് താവക്കര കണ്ണൂർ

CR - 2096 / 5018
ISBN - 978-93-86637-20-8

ലെസ്ബോസ്

മലയാളത്തിലെ ലെസ്ബിയൻ കഥകൾ

(സ്ത്രീ സ്വവർഗ്ഗാനുരാഗകഥകളുടെ സമാഹരണവും പഠനവും)

എഡിറ്റേഴ്സ്

അനിൽകുമാർ കെ എസ്

ഡോ. രശ്മി ജി

ചിന്ത പബ്ലിഷേഴ്സ്

തിരുവനന്തപുരം-695 035

ഡോ. രശ്മി ജി

തിരുവനന്തപുരം നേമത്ത് വിജയകുമാരൻ നായരുടെയും ഗിരിജകുമാരിയുടെയും മകൾ. സ്വാമി വിവേകാനന്ദ സെൻട്രൽ സ്കൂൾ, ഗവൺമെന്റ് ഗേൾസ് ഹയർ സെക്കന്ററി സ്കൂൾ കരമന എന്നിവിടങ്ങളിൽ സ്കൂൾ വിദ്യാഭ്യാസം. കരമന എൻ എസ് എസ് വിമൻസ് കോളേജിൽനിന്നും മലയാളത്തിൽ ബിരുദം. കാര്യവട്ടം മലയാള വിഭാഗത്തിൽ നിന്ന് എം എ, എം ഫിൽ ബിരുദങ്ങൾ. കേരള സർവ്വകലാശാലയിൽ നിന്നും ഡോ. വത്സലാ ബേബിയുടെ മേൽനോട്ടത്തിൽ ഡോക്ടറേറ്റ്.

അനിൽകുമാർ കെ എസ്

കോട്ടയം കറുകച്ചാലിൽ കെ ആർ സുകുമാരന്റെയും പൊന്നമ്മയുടെയും മകൻ. എൻ എസ് എസ് ഹൈസ്കൂൾ പരിപ്പ്, ഗവൺമെന്റ് മോഡൽ ഹയർ സെക്കന്ററി സ്കൂൾ കോട്ടയം, ഗവൺമെന്റ് കോളേജ് നാട്ടകം, എൻ എസ് എസ് ഹിന്ദു കോളേജ് ചങ്ങനാശ്ശേരി, കാര്യവട്ടം കാമ്പസ്, ശ്രീനാരായണ കോളേജ് ഓഫ് എഡ്യൂക്കേഷൻ മൂവാറ്റുപുഴ, എം ജി സർവ്വകലാശാല, കേരളസർവ്വകലാശാല എന്നിവിടങ്ങളിൽ വിദ്യാഭ്യാസം.

പുരസ്കാരങ്ങൾ:

2014 ലെ മികച്ച ചലച്ചിത്രലേഖനത്തിനുള്ള ഫിലിം ക്രിറ്റിക്സ് അവാർഡ്, 2017 ലെ മികച്ച ചലച്ചിത്രലേഖനത്തിനുള്ള സംസ്ഥാന അവാർഡ് (സ്പെഷ്യൽ ജൂറി), ചലച്ചിത്രഅക്കാദമി നവതി ഫെലോഷിപ്പ്.

കൃതികൾ: *മലയാളം റാങ്ക്ഫയൽ, കഥയുടെ കാലാന്തരങ്ങൾ, ചെറുകഥയുടെ രാഷ്ട്രീയം.*
ചലച്ചിത്ര പഠനഗ്രന്ഥങ്ങൾ: *ജനകീയ സിനിമ, തിരക്കാഴ്ചകളുടെ സൗന്ദര്യദർശനങ്ങൾ - ലെനിൻ രാജേന്ദ്രന്റെ ചലച്ചിത്രം, ജീവിതം, രാഷ്ട്രീയം (എഡി), സുവർണ്ണ ചലച്ചിത്രങ്ങൾ, തിരവെളിച്ചം - കാലം ജീവിതം സമൂഹം.*
ക്വീയർപൊളിറ്റിക്സ് ഗ്രന്ഥപരമ്പര: *വിമതലൈംഗികത: ചരിത്രം സിദ്ധാന്തം രാഷ്ട്രീയം, ട്രാൻസ്ജന്റർ: ചരിത്രം സംസ്കാരം പ്രതിനിധാനം, ലെസ്ബോസ് - മലയാളത്തിലെ ലെസ്ബിയൻ കഥകൾ* (എഡി.), *സോദോം മലയാളത്തിലെ ഗേ കഥകൾ* (എഡി).

വിലാസം : വിജയഗിരി, കൊടുവാറ,
ഇടയ്ക്കോട്, നേമം പി ഒ
തിരുവനന്തപുരം 695020
ഫോൺ : 9605421086,9645600692
email/fb : resmianil2009@gmail.com

ഉള്ളടക്കം

അനുബന്ധം

പ്രസാധകക്കുറിപ്പ്

സ്വാതന്ത്ര്യമെന്നാൽ ലൈംഗിക സ്വാതന്ത്ര്യം കൂടിയാണ്. സ്ത്രീയും സ്ത്രീയും തമ്മിലുള്ള അനുരാഗം അസംബന്ധ മെന്നു ഗണിച്ചിരുന്നൊരു കാലമുണ്ട്. ഇപ്പോഴും അങ്ങനെ കരുതുന്നവരുമുണ്ട്. ലൈംഗികതയിലെ ഭിന്നാഭിരുചികളെ ജനാധിപത്യപരമായി അഭിസംബോധന ചെയ്യേണ്ടത് പരി ഷ്കൃത സമൂഹങ്ങളുടെ ഉത്തരവാദിത്വമാണ്. മനുഷ്യശരീ രത്തെയും മനുഷ്യകാമനകളെയുംപറ്റി കൂടുതൽ ശാസ്ത്രീയ ധാരണകൾ ഇന്നുണ്ട്. എതിർലിംഗങ്ങളോടുതന്നെ ലൈംഗി കാഭിനിവേശം ഉടലെടുക്കണമെന്നില്ല എന്നും ഭിന്നാഭിരുചി കൾ സ്വാഭാവികമാണെന്നും ഇന്നു തിരിച്ചറിയുന്നു. ഈ ജീവിതാവസ്ഥകളോട് മലയാളത്തിലെ ചെറുകഥാ പ്രതിഭ കൾ തങ്ങളുടെ രചനകളിലൂടെ പ്രതികരിച്ചിട്ടുണ്ട്. 1947 ൽ മാധവിക്കുട്ടി, *മാതൃഭൂമി* ആഴ്ചപ്പതിപ്പിൽ എഴുതിയ 'സ്ത്രീ' വായനക്കാരെ ഞെട്ടിച്ചുവെങ്കിലും ലെസ്ബിയൻ കഥയെന്ന പേരിൽ അതു തിരിച്ചറിയപ്പെട്ടോയെന്നു സംശയമാണ്. എന്നാൽ മാധവിക്കുട്ടിയുടെ *ചന്ദനമരങ്ങൾ* ആ രീതിയിൽ ചർച്ച ചെയ്യപ്പെട്ടു. തുടർന്ന് സ്ത്രീ സ്വവർഗ്ഗാനുരാഗത്തെ കേന്ദ്രീകരിച്ചുകൊണ്ട് നിരവധി ചെറുകഥകൾ എഴുതപ്പെട്ടു. അവയുടെ സമാഹാരമാണ് ലെസ്ബോസ് എന്ന ഈ ഗ്രന്ഥം. വായനയുടെ പുതിയ തലങ്ങൾ സമ്മാനിക്കുന്ന ഈ ഗ്രന്ഥം വായനക്കാർക്കായി സമർപ്പിക്കുന്നു.

ചിന്ത പബ്ലിഷേഴ്സ്

ആമുഖം

മലയാളത്തിലാദ്യമായിട്ടാണ് ലെസ്ബിയൻ കഥകൾ പുസ്തകരൂപ ത്തിൽ സമാഹരിക്കപ്പെടുന്നത്. പ്രധാനമായും ലെസ്ബിയനിസത്തെ വിഭിന്ന തലങ്ങളിലൂടെ വീക്ഷിക്കുകയും സാമാന്യമായി വായനക്കാരിൽ ഭിന്നവർഗ്ഗലൈംഗികതയിൽനിന്നും വ്യതിരിക്തമായ സ്വവർഗ്ഗലൈംഗിക തയുടെ പ്രശ്നാധിഷ്ഠിത സംവാദമണ്ഡലങ്ങൾ സൃഷ്ടിക്കുകയും ചെയ്ത കഥകളാണ് ഈ സമാഹാരത്തിൽ ഉൾപ്പെടുത്തിയിരിക്കുന്നത്. സ്ത്രീ സ്വവർഗ്ഗാനുരാഗത്തിന്റെ, ലെസ്ബിയനിസത്തിന്റെ സൂചനകളും കേവല പരാമർശങ്ങളുള്ള കഥകളെ സ്വാഭാവികമായും ഒഴിവാക്കിയിട്ടുണ്ട്. ജന സാമാന്യത്തിനു മുമ്പിൽ അവതരിപ്പിക്കുകയും തലമുറ തലമുറകളിലൂടെ പിന്തുടർന്നു പോരുകയും ചെയ്ത സ്ത്രീ പുരുഷ ബന്ധത്തിന്റെ വാർപ്പു മാതൃകകളെ നിരാകരിക്കുന്ന ലെസ്ബിയൻ കഥകൾക്ക് രാഷ്ട്രീയ പ്രസ ക്തിയുണ്ട്.

സങ്കുചിത മനോഭാവങ്ങൾ മാറ്റിവെച്ച് ലൈംഗിക ന്യൂനപക്ഷങ്ങളുടെ നിലവിളികൾ ശ്രദ്ധിച്ചാൽ അവരനുഭവിക്കുന്ന പ്രതിസന്ധികൾ തിരിച്ചറി യാനാകും. തിരസ്കാരത്തിന്റെ ഇരുണ്ടയിടങ്ങളിൽനിന്നും അദൃശ്യതയുടെ കൽഭിത്തികൾക്കു പുറകിൽനിന്നും വെളിച്ചം തേടുന്ന ലൈംഗിക ന്യൂന പക്ഷങ്ങളുടെ യാഥാർത്ഥ്യങ്ങൾ ചർച്ച ചെയ്യപ്പെടേണ്ടതുണ്ട്. അവരു യർത്തുന്ന രാഷ്ട്രീയത്തെ വിദ്യാസമ്പന്നരായ ഒരു ജനസമൂഹത്തിനു കണ്ടി ല്ലെന്നു നടിക്കാനാവില്ല. ക്രിയാത്മകമായി ചർച്ചകൾക്കും സംവാദങ്ങൾക്കു മുള്ള സാദ്ധ്യതകളെ തുറന്നിടുവാൻ ലൈംഗിക ന്യൂനപക്ഷങ്ങളെ കേന്ദ്ര സ്ഥാനത്തു നിർത്തിയ സാഹിത്യത്തിനു കഴിയും. അത്തരം സാദ്ധ്യതക ളിലൊന്നാണ് ലെസ്ബിയൻ കഥകൾ ഉയർത്തിക്കാട്ടുന്നത്.

'എഴുത്തുകാരനെ ഭയപ്പെടുത്തി നിശ്ശബ്ദനാക്കുന്ന, വ്യവസ്ഥാപിത

രീതിശാസ്ത്രങ്ങളിൽനിന്നും വേർപെട്ടു നില്ക്കുന്നവരെ ഭരണകൂട, മത, മാധ്യമ സ്ഥാപനങ്ങളിലൂടെ ഇല്ലായ്മ ചെയ്യുന്ന പുതിയ കാലത്ത് ലെസ്ബി യൻ കഥകൾ വായിച്ചെടുക്കുമ്പോൾ കേരളീയ സമൂഹത്തിന്റെ അദൃശ്യവും അപ്രഖ്യാപിതവുമായ നിയന്ത്രണങ്ങളെയും സാഹിത്യ ചരിത്രങ്ങളുടെ തമസ്കരണങ്ങളെയും പ്രതിരോധിക്കുന്ന വ്യാപകമായ ലെസ്ബിയൻ രച നകൾ എന്തുകൊണ്ട് മലയാള ഭാഷയിലുണ്ടായില്ല എന്ന ചോദ്യത്തിനു ത്തരം കണ്ടെത്തേണ്ടതുണ്ട്. തികച്ചും വ്യത്യസ്തമായ ഈയൊരു സമാ ഹാരത്തിലേക്ക് കഥകൾ അനുവദിച്ചു തന്ന മലയാളത്തിന്റെ പ്രിയപ്പെട്ട എഴുത്തുകാർക്കെല്ലാം ഞങ്ങളുടെ നന്ദി രേഖപ്പെടുത്തുന്നു. ഒപ്പം പുസ്ത കത്തിന്റെ പ്രസാധനം ഏറ്റെടുത്തു നിർവ്വഹിക്കുന്ന ചിന്ത പബ്ലിഷേഴ്സി നോടുള്ള നന്ദിയും കടപ്പാടും രേഖപ്പെടുത്തുന്നു.

അനിൽകുമാർ കെ എസ്
ഡോ. രശ്മി ജി

നേർരേഖകൾ ലംഘിക്കപ്പെടുമ്പോൾ

പ്രണയകാമനകളുടെ നേർരേഖകളെ അതിലംഘിച്ചുകൊണ്ട് സഞ്ചരിക്കുന്നവരാണ് ലൈംഗികന്യൂനപക്ഷങ്ങൾ (ഗേ/ലെസ്ബിയനുകൾ). മറ്റൊരു ജീവിതം സാധ്യമാണ് എന്നു തെളിയിച്ച ലെസ്ബിയനുകളെ ചിത്രീകരിച്ച കഥകളുടെ സമാഹാരമാണ് *ലെസ്ബോസ്*. 'അദൃശ്യരായി' കഴിയേണ്ടിവരുന്ന ലെസ്ബിയനുകളുടെ ജീവിതത്തെ അടുത്തുനിന്നും (അകലെനിന്നും) പരിചയപ്പെടുത്തുവാനുള്ള ശ്രമങ്ങൾ നടത്തിയ ഈ കഥകൾ ഭാഷയിലും ആഖ്യാനത്തിലും നടത്തിയ പരീക്ഷണങ്ങൾ ശ്രദ്ധേയമാണ്.

ക്വീയർ പൊളിറ്റിക്സ് എന്ന പഠനമേഖലയെ കേന്ദ്രീകരിച്ചുകൊണ്ടുള്ള ഞങ്ങളുടെ മൂന്നാമതു ഗ്രന്ഥമാണ് *ലെസ്ബോസ്: മലയാളത്തിലെ ലെസ്ബിയൻ കഥകൾ*. *വിമതലൈംഗികത ചരിത്രം സിദ്ധാന്തം രാഷ്ട്രീയം* (ഗേ/ലെസ്ബിയനുകളുടെ ചരിത്രം, രാഷ്ട്രീയം കലാസാഹിത്യാദി മേഖലകളിലെ സാന്നിധ്യങ്ങൾ എന്നിവയെ വിശകലനവിധേയമാക്കുന്ന പഠനഗ്രന്ഥം) *ട്രാൻസ്ജന്റർ ചരിത്രം സംസ്കാരം പ്രതിനിധാനം* (ജന്റർ ന്യൂനപക്ഷങ്ങളായ ട്രാൻസ്ജന്റർ/ട്രാൻസ്മെൻ/ട്രാൻസ്വുമൺ/ട്രാൻസ് സെക്ഷ്വൽസ്, ഇന്റർസെക്ഷ്വൽസ് എന്നിവരുടെ ജീവിതവും സംസ്കാരവും രാഷ്ട്രീയവുമെല്ലാം പഠനവിധേയമാക്കുന്ന ഗ്രന്ഥം) എന്നിവയാണ് ആദ്യത്തെ ഗ്രന്ഥങ്ങൾ.

*ലെസ്ബോസി*ന്റെ തുടർച്ചയെന്ന നിലയിൽ ആൺ സ്വവർഗ്ഗാനുരാഗികളുടെ ജീവിതം പ്രമേയമായ കഥകൾ *കനി മലയാളത്തിലെ പുരുഷ സ്വവർഗ്ഗാനുരാഗ കഥകൾ* എന്ന പേരിൽ സമാഹരിച്ച് ചിന്ത പബ്ലിഷേഴ്സ് പ്രസിദ്ധീകരിക്കുന്നു. ആൺ സ്വവർഗ്ഗാനുരാഗത്തിന്റെ തീക്ഷ്ണ തലങ്ങളെ അനാവരണം ചെയ്യുന്ന കഥകളുടെ സമാഹാരം കൂടിയാണിത്.

സ്വവർഗ്ഗാനുരാഗികൾ പ്രണയക്കുറ്റവാളികളായി മുദ്ര ചാർത്തപ്പെട്ടിരുന്ന കാലയളവിലാണ് ലെസ്ബിയൻ കഥകളുടെ ആദ്യപതിപ്പ് പ്രസിദ്ധീകരിക്കപ്പെടുന്നത്. 2018 സെപ്റ്റംബർ 6 നു സുപ്രീംകോടതി ഉഭയ സമ്മതപ്രകാരമുള്ള സ്വവർഗ്ഗാനുരാഗബന്ധം ക്രമിനൽ കുറ്റമല്ലായെന്നു വിധിച്ചു. ലൈംഗിക ന്യൂനപക്ഷങ്ങളുടെ ജീവിതത്തിലെ വഴിത്തിരിവുകളിലൊന്നായിരുന്നു അത്.

ഇത്തരമൊരു സന്ദർഭത്തിലാണ് ലെസ്ബോസിന്റെ പരിഷ്ക്കരിച്ച പതിപ്പ് പ്രസിദ്ധീകരിക്കപ്പെടുന്നത്. ആദ്യ സമാഹാരത്തിൽ ഉൾപ്പെടാതെ പോയ കഥകളും സമീപകാലത്തായി എഴുതപ്പെട്ട കഥകളും കൂട്ടിച്ചേർത്തു കൊണ്ടാണ് പുതിയ പതിപ്പ് തയ്യാറാക്കിയിരിക്കുന്നത്. കഥകൾ അനുവദിച്ചു നല്കിയ എല്ലാ എഴുത്തുകാർക്കും നന്ദി രേഖപ്പെടുത്തുന്നു.

ഡോ. രശ്മി ജി, അനിൽകുമാർ കെ എസ്

ഭാഗം ഒന്ന്

ക്വീയർ പൊളിറ്റിക്സ്

സാങ്കേതിക പദങ്ങൾ

Sexuality - ലൈംഗികത

ഒരു വ്യക്തിക്ക് മറ്റൊരു വ്യക്തിയോടുണ്ടാകുന്ന വൈകാരികത നിറഞ്ഞ ലൈംഗിക ആകർഷണമാണ് ലൈംഗികചോദന. ലൈംഗിക ആകർഷണം എതിർലിംഗത്തിൽപ്പെട്ടവർ തമ്മിലും സ്വവർഗ്ഗത്തിൽപ്പെട്ട വർക്കിടയിലും ഉണ്ടാകാറുണ്ട്. എതിർലിംഗത്തിൽപ്പെട്ടവർ തമ്മിലുണ്ടാകുന്ന ബന്ധത്തെ ഭിന്നവർഗ്ഗലൈംഗികത (Heterosexuality) യെന്നും ഒരേ ലിംഗവർഗ്ഗത്തിൽപ്പെട്ടവർ തമ്മിലുണ്ടാകുന്ന ബന്ധത്തെ സ്വവർഗ്ഗലൈംഗികത (Homosexuality) യെന്നും അറിയപ്പെടുന്നു.

Sexual Orientation - ലൈംഗിക ആഭിമുഖ്യം

ലിംഗഭേദത്തിന്റെ അടിസ്ഥാനത്തിൽ ഒരു വ്യക്തിക്ക് മറ്റൊരാളോട് ശാരീരികവും വൈകാരികവുമായി ആകർഷണമുണ്ടാകുന്നതെങ്ങിനെയാണോ അതാണ് അയാളുടെ ലൈംഗിക ആഭിമുഖ്യം നിർണ്ണയിക്കുന്നത്. ഓരോ വ്യക്തിയുടെയും ലൈംഗികാഭിമുഖ്യം ഒന്നിനൊന്നു വ്യത്യസ്തമായിരിക്കും. ചിലർക്ക് ഭിന്നവർഗ്ഗത്തിൽപ്പെട്ടവരോടായിരിക്കും താല്പര്യമെങ്കിൽ മറ്റു ചിലർക്ക് സ്വവർഗ്ഗത്തിൽ ഉൾപ്പെടുന്നവരോടായിരിക്കും താല്പര്യം. സ്വവർഗ്ഗത്തിൽ ഉൾപ്പെടുന്നവരോടും ഭിന്നവർഗ്ഗത്തിൽ ഉൾപ്പെടുന്നവരോടും ആകർഷണമുണ്ടാകുന്ന (Bisexual) ആളുകളുമുണ്ട്.

Gender - ലിംഗഭേദം

ജന്റർ ഒരു സ്വത്വബോധമാണ്. ലൈംഗികതയിൽ നിന്നു വിഭിന്നമായി ശരീരവുമായി ബന്ധപ്പെട്ടിരിക്കുന്ന മനസ്സിന്റെ അവസ്ഥ കൂടിയാണത്. ലിംഗസ്വത്വബോധം (Gender Identity) ഒരാൾക്ക് സ്വയം തീരുമാനിച്ച്

പ്രഖ്യാപിക്കുവാൻ കഴിയുന്നതല്ല. അത് ഒരു സാമൂഹ്യനിർമ്മിതി കൂടിയാണ്. ലിംഗ സ്വത്വബോധത്തെ 'ദ്വന്ദ്വ'മായി വർഗ്ഗീകരിക്കുന്ന പ്രവണത മനുഷ്യവർഗ്ഗത്തിൽ നിലനില്ക്കുന്നു. ആൺ പെൺ വർഗ്ഗീകരണങ്ങൾക്കപ്പുറത്ത് ട്രാൻസ്ജന്റർ സ്വത്വബോധവും വർത്തമാനകാലത്ത് അംഗീകരിക്കപ്പെടുന്നു.

Gender Expression- ലിംഗസ്വത്വാവിഷ്കരാം

ഒരു വ്യക്തി ഞാൻ ഒരു സ്ത്രീ/പുരുഷൻ/ട്രാൻസ്ജന്റർ എന്നു പ്രഖ്യാപിക്കുമ്പോൾ അയാളുടെ സ്വത്വബോധത്തെയാണ് പ്രകടിപ്പിക്കുന്നത്. ആണത്തം/പൗരുഷം, പെണ്ണത്തം/സ്ത്രൈണത എന്നിവയെ സംബന്ധിച്ച് സമൂഹത്തിൽ നിർമ്മിതമായ പൊതുബോധങ്ങളുണ്ട്. വ്യക്തിയുടെ ശരീരഭാഷ, പെരുമാറ്റരീതികൾ, വസ്ത്രധാരണം, സംഭാഷണരീതികൾ എന്നിവയെയെല്ലാം അടിസ്ഥാനപ്പെടുത്തിയാണ് ലിംഗസ്വത്വാവിഷ്കാരം രൂപപ്പെടുന്നത്.

Gender Minorities - ജന്റർ ന്യൂനപക്ഷങ്ങൾ

ജന്ററിൽ ന്യൂനപക്ഷമായ വിഭാഗങ്ങളെക്കുറിക്കുന്ന പദമാണിത്. ട്രാൻസ്ജന്റർ, ട്രാൻസെക്ഷൽസ്, ട്രാൻസ്മെൻ, ട്രാൻസ് വുമൺ, ഇന്റർസെക്ഷൽസ് തുടങ്ങിയവരാണ് ജന്റർന്യൂനപക്ഷങ്ങളായി അറിയപ്പെടുന്നത്. മുഖ്യധാരാ സമൂഹത്തിൽനിന്നും ഇക്കൂട്ടർ കടുത്ത വിവേചനങ്ങൾ നേരിടുന്നു.

Sexual minorities - ലൈംഗിക ന്യൂനപക്ഷങ്ങൾ

ഭിന്നവർഗ്ഗ ലൈംഗികതയിൽ നിന്നു വിഭിന്നമായി സ്വവർഗ്ഗ ലൈംഗിക താല്പര്യങ്ങൾ പുലർത്തുന്നവരെയാണ് സെക്ഷ്വൽ മൈനോറിറ്റി എന്നു വിളിച്ചുവരുന്നത്. ഗേ, ലെസ്ബിയൻ തുടങ്ങിയവരാണ് പൊതുവിൽ ലൈംഗിക ന്യൂനപക്ഷങ്ങളായി അറിയപ്പെടുന്നത്. ഇക്കൂട്ടർ മുഖ്യധാരാ സമൂഹത്തിൽ നിന്നും വിവേചനങ്ങൾ നേരിടുന്നവരാണ്. ഐ പി സി 377-ാം വകുപ്പ് പ്രകാരം സ്വവർഗ്ഗാനുരാഗികൾ ക്രിമിനൽ കുറ്റവാളികളാണ്. 2018 ൽ സുപ്രീംകോടതി ഉഭയ സമ്മതപ്രകാരമുള്ള സ്വവർഗ്ഗരതി ക്രമിനൽ കുറ്റത്തിന്റെ പരിധിയിൽനിന്ന് ഒഴിവാക്കി.

Hetrosexuality - ഭിന്നവർഗ്ഗ ലൈംഗികത

മനുഷ്യരുൾപ്പെടെയുള്ള ജന്തുജീവജാലങ്ങളിലെ ആണും പെണ്ണും തമ്മിലുള്ള ലൈംഗികബന്ധത്തെയാണ് ഭിന്നവർഗ്ഗലൈംഗികതയെന്ന് സൂചിപ്പിക്കുന്നത്. കുടുംബ സാമൂഹ്യ ബന്ധങ്ങൾ ഭിന്നവർഗ്ഗ ലൈംഗികതയുടെ അടിസ്ഥാനത്തിലാണ് കൂടുതലായി നിർമ്മിക്കപ്പെട്ടിരിക്കുന്നത്. പ്രത്യുല്പാദനം അടിസ്ഥാനമാക്കിയുള്ള സ്ത്രീ-പുരുഷ ബന്ധങ്ങളെ ജാതി- മത സ്ഥാപനങ്ങൾ സ്വാഭാവികമായി പ്രതിഷ്ഠിക്കുന്നു.

Homo sexuality- സ്വവർഗ്ഗ ലൈംഗികത

ഒരേ ലിംഗവർഗ്ഗത്തിൽപ്പെട്ടവർ തമ്മിലുണ്ടാകുന്ന വൈകാരികമായ ബന്ധത്തെയാണ് സ്വവർഗ്ഗലൈംഗികത എന്നതുകൊണ്ട് വിവക്ഷിക്കുന്നത്. സ്വവർഗ്ഗരതി/ സ്വവർഗ്ഗാനുരാഗം എന്നീ പദങ്ങളും ഇതിനെ സൂചിപ്പിക്കുന്നതിനായി പൊതുവേ ഉപയോഗിച്ചുവരാറുണ്ട്. ഭിന്നവർഗ്ഗ ലൈംഗികതയുടെ പ്രയോക്താക്കളുടെ മുഖ്യശത്രുവാണ് സ്വവർഗ്ഗലൈംഗികത. മനുഷ്യരുൾപ്പെടെയുള്ള ജന്തുമൃഗാദികളിൽ സ്വവർഗ്ഗരതി സ്വാഭാവികമായി നിലനില്ക്കുന്നു. ലിംഗാടിസ്ഥാനത്തിൽ സ്വവർഗ്ഗരതി വെവ്വേറെ നാമധേയങ്ങളിൽ അറിയപ്പെടുന്നു.

Gay-ഗേ -പുരുഷ സ്വവർഗ്ഗാനുരാഗി

പുരുഷൻമാർ തമ്മിലുണ്ടാകുന്ന മാനസികവും ശാരീരികവുമായ അടുപ്പത്തെയാണ് പുരുഷ സ്വവർഗ്ഗാനുരാഗം/പുരുഷ സ്വവർഗ്ഗലൈംഗികത എന്നു ക്രമപ്പെടുത്തിയിരിക്കുന്നത്. സ്വവർഗ്ഗരതിയിൽ താല്പര്യം പ്രകടിപ്പിക്കുന്ന പുരുഷൻ ഗേ, പുരുഷസ്വവർഗ്ഗാനുരാഗി എന്നീ സംജ്ഞകളിൽ അറിയപ്പെടുന്നു. കേരളീയ സമൂഹത്തിൽ പ്രാദേശികമായി കുണ്ടൻ എന്ന പദമാണ് പുരുഷ സ്വവർഗ്ഗാനുരാഗികളെ സൂചിപ്പിക്കുന്നത്. ഇത് മ്ലേച്ഛവും പുരുഷ സ്വവർഗ്ഗാനുരാഗികളെ അവഹേളിക്കുന്നതുമാണ്.

Lesbian- ലെസ്ബിയൻ- സ്ത്രീ സ്വവർഗ്ഗാനുരാഗി

സ്ത്രീകൾ തമ്മിലുള്ള ശാരീരികവും വൈകാരികവുമായ അടുപ്പത്തെയാണ് ലെസ്ബിയനിസം അഥവാ സ്ത്രീ സ്വവർഗ്ഗരതിയെന്നതുകൊണ്ട് അർത്ഥമാക്കുന്നത്. സ്വവർഗ്ഗരതിയിലേർപ്പെടുന്ന സ്ത്രീയെക്കുറിക്കുന്ന പദമാണ് ലെസ്ബിയൻ. ലെസ്ബോസ് എന്ന ദ്വീപിൽ നിന്നാണ് ലെസ്ബിയൻ എന്ന പദം ആവിർഭവിച്ചത്. കേരളീയസമൂഹത്തിൽ ലെസ്ബിയനുകൾ അദൃശ്യരാണ്.

Transgenders- ട്രാൻസ്ജെന്റേഴ്സ്

ഒരു ലിംഗവിഭാഗത്തിൽ ജനിക്കുകയും അപരലിംഗവിഭാഗത്തിന്റെ താല്പര്യങ്ങളും ചേഷ്ടകളും പ്രകടിപ്പിക്കുകയും ചെയ്യുന്ന വ്യക്തികളെയാണ് ട്രാൻസ്ജെന്റർ എന്നു പറയുന്നത്. പുരുഷ രൂപത്തിനുള്ളിലെ സ്ത്രൈണത, സ്ത്രീരൂപത്തിനുള്ളിലെ പൗരുഷം എന്നിവയുടെ പ്രകടനപരതകൾ ട്രാൻസ്ജെന്ററുകളെ പൊതുസമൂഹത്തിൽ അതിവേഗം ദൃശ്യരാക്കുന്നു. ട്രാൻസ്ജെന്ററുകളിൽ ഒരു വിഭാഗം വ്യക്തികൾ ലിംഗമാറ്റ ശസ്ത്രക്രിയ നടത്തുവാൻ താല്പര്യമുള്ളവരായിരിക്കും.

LGBTQI- Lesbian, Gay, Bisexual, Transgender, Queer, Intersex

ലെസ്ബിയൻ, ഗേ, ബൈസെക്ഷ്വൽ, ട്രാൻസ്ജെന്റ റുകൾ ഉൾപ്പെടെയുള്ളവരെ ഒറ്റ ഗ്രൂപ്പായി വിശേഷിപ്പിക്കുന്നതാണ് എൽ ജി ബി റ്റി കമ്യൂണിറ്റി. ലിംഗ ലൈംഗികതാ വ്യവഹാരങ്ങളിൽനിന്നും അസ്പൃ ശ്യരായി മാറ്റി നിർത്തപ്പെട്ട വിമതലൈംഗിക വ്യക്തിത്വങ്ങളുടെ സാമൂഹ്യ പദവിയെക്കുറിച്ചുള്ള അന്വേഷണങ്ങൾ എൽ ജി ബി റ്റി കമ്യൂണിറ്റി നട ത്തിവരുന്നു. ക്യൂർ ലൈംഗികത/ജന്ററിൽ വിമതവല്ക്കരിക്കപ്പെട്ട ആളു കളെ പൊതുവിൽ അഭിസംബോധന ചെയ്യുന്ന പദമാണ്.

S R T/S R S (Sex reassignment-Therapy/Sex Reassignment Surgery) ലിംഗമാറ്റ ശസ്ത്രക്രിയ

ജന്റർന്യൂനപക്ഷങ്ങളിലൊന്നായ ട്രാൻസ്ജെന്റേഴ്സിൽ പലരും അപരലിംഗവ്യക്തിത്വം സ്വീകരിക്കുവാനാഗ്രഹിച്ചു ചെയ്യുന്ന ശസ്ത്രക്രിയ യാണ് ലിംഗമാറ്റ ശസ്ത്രക്രിയ. ഏതു ലിംഗവിഭാഗത്തിലേക്കാണോ മാറു വാനുദ്ദേശിക്കുന്നത് ആ വ്യക്തിയെ കൗൺസിലിങ്ങിനു വിധേയമാക്കിയ തിനു ശേഷം ലഭിക്കുന്ന പോസിറ്റീവ് റിസൾട്ട് അനുസരിച്ചാണ് ഹോർമോൺ ചികിത്സ നടത്തുന്നത്. ഹോർമോൺ ചികിത്സയ്ക്കു ശേഷം പുരുഷനായിട്ടുള്ള വ്യക്തിയുടെ ലൈംഗികാവയവങ്ങളെ നീക്കം ചെയ്ത് സ്ത്രീ ലൈംഗികാവയവങ്ങളും സ്ത്രീയായിട്ടുള്ള വ്യക്തിയുടെ ലൈംഗി കാവയവങ്ങളെ നീക്കം ചെയ്ത് പുരുഷ ലൈംഗികാവയവങ്ങളെയും പകരം വയ്ക്കുന്നു. നിരവധി ഘട്ടങ്ങളിലായാണ് ലിംഗമാറ്റ ശസ്ത്രക്രിയ നിർവ്വഹിക്കപ്പെടുന്നത്. സങ്കീർണ്ണവും സാമ്പത്തിക ചെലവേറിയതുമാണ് ലിംഗമാറ്റ ശസ്ത്രക്രിയ.

Transmen- ട്രാൻസ്മെൻ

ട്രാൻസ്ജെന്റേഴ്സ് ലിംഗമാറ്റ ശസ്ത്രക്രിയ നടത്തി സ്ത്രീ/ പുരു ഷനായി മാറാറുണ്ട്. ശാരീരികമായി സ്ത്രീയായ വ്യക്തി ലിംഗമാറ്റ ശസ്ത്ര ക്രിയ നടത്തി പുരുഷനായി മാറുമ്പോൾ ആ വ്യക്തിയെക്കുറിക്കുവാനു പയോഗിക്കുന്ന പദമാണ് ട്രാൻസ്മെൻ. ഇവരിൽ സ്ത്രീലൈംഗികാവയ വങ്ങൾക്കു പകരം പുരുഷ ലൈംഗികാവയവങ്ങൾ സർജ്ജറിയിലൂടെ കൃത്രിമമായി പകരം വയ്ച്ചിട്ടുണ്ടാകും.

F T M/ F2M/ F to M - Female to male

സ്ത്രീ രൂപത്തിൽനിന്നും പുരുഷനായി മാറുക. പുരുഷനായി മാറി ക്കഴിയുമ്പോൾ ട്രാൻസ്മെൻ എന്നറിയപ്പെടും

Transwomen- ട്രാൻസ്വുമൺ

ലിംഗമാറ്റശസ്ത്രക്രിയ നടത്തി പുരുഷൻ സ്ത്രീയായി മാറാറുണ്ട്.

അത്തരം വ്യക്തികളെക്കുറിക്കുന്ന പദമാണ് ട്രാൻസ് വുമൺ. ഇവരിലും പുരുഷ ലൈംഗികാവയവങ്ങൾ നീക്കം ചെയ്ത് സ്ത്രീ ലൈംഗികാവയവങ്ങളെ ചേർത്തിട്ടുണ്ടാകും. ട്രാൻസ്ജെന്ററുകൾ ശസ്ത്രക്രിയയിലൂടെ ട്രാൻസ്മെൻ/ ട്രാൻസ്വുമൺ ആയി മാറുമ്പോൾ അവരെ സ്ത്രീ/ പുരുഷൻ മാത്രമായിട്ടാണ് പലരും പരിഗണിക്കുക. യഥാർത്ഥ സ്ത്രീ/പുരുഷന്റെ പ്രത്യുല്പാദനപ്രക്രിയകൾ നിർവ്വഹിക്കുവാൻ ട്രാൻസ്മെൻ/ ട്രാൻസ്വുമണിനു കഴിയുകയില്ല.

M T F / M2F - Male to Female

പുരുഷനിൽനിന്നും സ്ത്രീയായി മാറുക. സ്ത്രീയായിക്കഴിയുമ്പോൾ ട്രാൻസ്വുമൺ എന്നറിയപ്പെടും

Bisexual- ബൈസെക്ഷ്വൽ - ദ്വിലൈംഗികർ

സ്ത്രീയോടും പുരുഷനോടും വൈകാരികവും ശാരീരികവുമായ ആകർഷണം തോന്നുന്ന വ്യക്തിയാണ് ബൈസെക്ഷ്വൽ. ഈ ഗണത്തിൽപ്പെടുന്ന വ്യക്തികൾക്ക് സ്ത്രീകളോടും പുരുഷന്മാരോടും തോന്നുന്ന താല്പര്യത്തിൽ സാഹചര്യമനുസരിച്ചുള്ള ഏറ്റക്കുറച്ചിലുകൾ ഉണ്ടാകാറുണ്ട്. ബൈസെക്ഷ്വൽസിൽ ചിലർ കുടുംബ ബന്ധത്തിനുള്ളിൽ സുരക്ഷിതരായി കഴിയുന്നവരുണ്ട്.

Intersex- ഇന്റർ സെക്സ്

ഭൂമിയിലെ വൈവിദ്ധ്യങ്ങളിലൊന്നാണ് ഇന്റർസെക്സ്. ഒരു വ്യക്തിയിൽത്തന്നെ സ്ത്രീയുടെ ആന്തരിക ഗ്രന്ഥിയായ ഓവറി (Ovary)യും പുരുഷന്റെ ടെസ്റ്റിസും (Testes) ഉള്ളവരാണ് ഇന്റർ സെക്സ്. നാലു ലക്ഷം പേരിൽ ഒരാൾ എന്ന നിലയിലാണ് ഇവരെ കണ്ടുവരുന്നത്. സാമൂഹ്യ സാഹചര്യങ്ങൾമൂലം ഈ വിഭാഗത്തിലുൾപ്പെട്ടവരിൽ ചിലർ ലിംഗമാറ്റ ശസ്ത്രക്രിയയ്ക്കു താല്പര്യപ്പെടാറുണ്ട്. കേരളത്തിൽ അങ്കമാലി സ്വദേശി ചിഞ്ചു അശ്വതി ഇന്റർസെക്സ് ഐഡന്റിറ്റിയിലുള്ള വ്യക്തിയാണ്.

kothies- കോത്തി

പുരുഷ സ്വവർഗ്ഗാനുരാഗക്കാരിലെ സ്ത്രൈണ സ്വഭാവം കൂടിയവരെ കുറിക്കുന്ന പദമാണ് കോത്തി. ഇവർ ലൈംഗിക പ്രക്രിയയിൽ പാസീവ് റോൾ കൈകാര്യം ചെയ്യുന്നു. കോത്തികളെ ഗാണ്ടു, ചക്ക, കോജാ, ഒമ്പത്, കട്ടവണ്ടി എന്നിങ്ങനെ പൊതുസമൂഹം അധിക്ഷേപിക്കുന്നു. വൈവിദ്ധ്യങ്ങളെ അംഗീകരിക്കുന്ന കാലത്ത് കോത്തികളും അംഗീകരിക്കപ്പെടും.

Panthis -പാന്തിസ്

സ്വവർഗ്ഗാനുരാഗക്കാരിൽ ലൈംഗിക പ്രക്രിയയിൽ ആക്ടീവ് റോൾ കൈകാര്യം ചെയ്യുന്നു. സെക്സിൽ മാസ്കുലിൻ പവ്വർ ഇക്കൂട്ടർ പ്രകടിപ്പിക്കുകയും ചെയ്യും.

Double Deckers - ഡബിൾ ഡക്കേഴ്സ്

ലൈംഗിക പ്രക്രിയയിൽ പാസീവ് റോളും ആക്ടീവ് റോളും കൈകാര്യം ചെയ്യുന്നവരാണ് ഡബിൾ ഡക്കേഴ്സ്. ചില സമയം മാസ്കുലിൻ പവ്വർകാട്ടുകയും മറ്റുചില സമയം ഫെമിനിറ്റി കാട്ടുകയും ചെയ്യുന്നു. ലൈംഗികതയിൽ പരസ്പരം കൊടുക്കൽ വാങ്ങലുകൾ നടത്തുന്ന കൂട്ടരാണ് ഡബിൾ ഡക്കേഴ്സ്. ബൈസെക്ഷ്വൽസിൽ ഭൂരിപക്ഷവും ഡബിൾഡക്കേഴ്സിൽ ഉൾപ്പെടുന്നു.

Asexuals- നിർലൈംഗികർ

യാതൊരുവിധ ലൈംഗിക ചോദനകളുമില്ലാത്ത വ്യക്തികളെയാണ് നിർലൈംഗികർ എന്നു വിളിച്ചുവരുന്നത്.

Homophobia - ഹോമോഫോബിയ- സ്വവർഗ്ഗഭീതി

സ്വവർഗ്ഗാനുരാഗികളുടെ യഥാർത്ഥ അവസ്ഥകൾ മനസ്സിലാക്കാതെ മുൻവിധികളോടെ അവരെ സമീപിക്കുമ്പോഴുള്ള ഭയമാണ് ഹോമോഫോബിയ (സ്വവർഗ്ഗഭീതി). സ്വവർഗ്ഗാനുരാഗികളുടെ ജീവിതരീതികൾ, ലൈംഗിക പ്രക്രിയകൾ, ശാരീരിക ശുചിത്വം എന്നിവയെ സംബന്ധിച്ചുള്ള മിഥ്യാധാരണകളാണ് സ്വവർഗ്ഗഭീതിയുടെ അടിസ്ഥാനം. സാഹിത്യ- ചലച്ചിത്രമാധ്യമങ്ങൾ ഇന്ത്യൻ സമൂഹത്തിൽ സ്വവർഗ്ഗഭീതി വളർത്തുകയാണ് ചെയ്യുന്നത്.

Transphobia - ട്രാൻസ്ജന്റർ ഭീതി

ട്രാൻസ്ജന്ററുകളോടുള്ള ഭീതിയാണ് ട്രാൻസ്ഫോബിയ. ട്രാൻസ്ജന്ററുകളുടെ രൂപം, വസ്ത്രധാരണരീതി, ശരീരഭാഷ എന്നിവയോടു വ്യക്തികൾ പുലർത്തുന്ന അകൽച്ചയുടെ അടിസ്ഥാനം ട്രാൻസ്ഫോബിയയാണ്.

Coming out- വെളിപ്പെടുത്തൽ

വിമതലൈംഗിക വിഭാഗത്തിൽപ്പെട്ട ഗേ/ ലെസ്ബിയനുകൾ തുടങ്ങിയവർ ലൈംഗികാകർഷണദിശ തിരിച്ചറിഞ്ഞ് തന്റെ ലൈംഗിക സ്വത്വം പൊതുസമൂഹത്തിനു മുമ്പിൽ തുറന്നു പറയുന്നതിനെയാണ് വെളിപ്പെടുത്തൽ എന്നു പറയുന്നത്. കേരളീയ സമൂഹത്തിൽ വെളിപ്പെടുത്തലുകൾ നടത്തിയ സ്വവർഗ്ഗാനുരാഗികൾ വളരെ ചെറിയൊരു ശതമാനമേയുള്ളൂ. ഭിന്നവർഗ്ഗ ലൈംഗികതയുടെ സാമൂഹ്യ അധികാരസ്ഥാപനങ്ങൾ നിറഞ്ഞു നില്ക്കുന്ന സമൂഹത്തിൽ സ്വവർഗ്ഗാനുരാഗിയുടെ വെളിപ്പെടുത്തൽ അങ്ങേയറ്റം അപകടകരമാണ്.

Sexual migrations- ലൈംഗിക കുടിയേറ്റങ്ങൾ

ഭിന്നവർഗ്ഗ ലൈംഗികതയുടെ അധികാരസ്ഥാപനങ്ങൾ അവയ്ക്കു ബദലാകുമെന്നു വിശ്വസിക്കുന്ന ലിംഗസ്വത്വങ്ങളെ സാമൂഹ്യ ഇടപെടലു

കളിൽനിന്നും ബോധപൂർവ്വം തിരസ്കരിക്കുന്നു. വർദ്ധിച്ചുവരുന്ന സാമൂഹ്യാതിക്രമങ്ങളിൽനിന്നും രക്ഷനേടുന്നതിനായി ലൈംഗിക ന്യൂനപക്ഷങ്ങൾ തങ്ങൾക്കനുകൂലമായ സാഹചര്യങ്ങളുള്ള നാടുകളിലേക്കു മാറിത്താമസിക്കുന്നു. ഇതിനെയാണ് ലൈംഗികകുടിയേറ്റമെന്ന് പറയുന്നത്.

Queer theory -ക്യൂർ സിദ്ധാന്തം

വിമത ലൈംഗിക വിഭാഗങ്ങളെക്കുറിച്ചുള്ള പഠനങ്ങൾ എല്ലാം തന്നെ ക്യൂർ സിദ്ധാന്തത്തിന്റെ പരിധിയിൽ ഉൾപ്പെടുന്നു. 1991 ൽ തെരേസ ഡി ലോറേറ്റിസ് എന്ന ചിന്തകയാണ് 'ക്യൂർ' (Queer theory)എന്ന വാക്ക് ആദ്യമായി ഉപയോഗിച്ചത്. അധികാര സംവിധാനങ്ങൾക്കു പുറത്ത് നില്ക്കുന്നത് എന്ന അർത്ഥത്തിൽ പ്രയോഗിക്കപ്പെട്ട ക്യൂർ അധികാര ഘടനകളോടുള്ള പ്രതിഷേധത്തെക്കുറിക്കുവാനായി ഉപയോഗിക്കുന്നു. ജൂഡിത് ബട്ട്ലർ, ലിയോ ബർസാനി, ആൻഡ്രിയൻ റിച്ച് തുടങ്ങിയവർ 'ക്യൂർ'നെ സംബന്ധിച്ചുള്ള നിലപാടുകൾ വിപുലമാക്കുകയും അവ സജീവമായ ചർച്ചകൾക്കായി അവതരിപ്പിക്കുകയും ചെയ്തു. ലൈംഗികതയിലെ അധികാര സങ്കല്പങ്ങളെ ചോദ്യം ചെയ്യുന്ന ക്യൂർ തിയറി ലിംഗസ്വത്വത്തെ സംബന്ധിച്ചുള്ള പരമ്പരാഗതധാരണകളെ പൊളിച്ചെഴുതുന്നുണ്ട്.

മഴവിൽ ലൈംഗികത ചരിത്രം വഴിമാറുമ്പോൾ

ഒരേ ലിംഗത്തിൽപ്പെട്ടവരോട് വൈകാരികാകർഷണവും ലൈംഗി കാഭിമുഖ്യവും തോന്നുന്നതിനെയാണ് സ്വവർഗ്ഗരതി എന്നു പറയുന്നത്. "ഒരേ വർഗ്ഗത്തിൽപ്പെട്ടവർ (അതായത്, പുരുഷനും പുരുഷനും; അല്ലെ ങ്കിൽ സ്ത്രീയും സ്ത്രീയും) തമ്മിലുള്ള ലൈംഗികബന്ധത്തെ സ്വവർഗ്ഗ സംഭോഗം" എന്നു *വിശ്വവിജ്ഞാനകോശം* നിർവ്വചിക്കുന്നു. വർഗ്ഗം എന്നാൽ ലൈംഗികവർഗ്ഗമെന്നാണർത്ഥം. 'Homosexuality' എന്ന പദ മാണ് ഇംഗ്ലീഷിൽ ഇതിനുപയോഗിക്കുന്നത്. മനുഷ്യൻ എന്നയർത്ഥത്തി ലല്ല പകരം same എന്നയർത്ഥത്തിൽ ഉപയോഗിക്കുന്ന പ്രാചീന ഗ്രീക്ക് പദമായ Homo, sex എന്നർത്ഥമുള്ള ലാറ്റിൻ പദമായ sexus എന്നിവ ചേർന്നാണ് Homosexuality എന്ന വാക്കുണ്ടായത്.

ഹോമോസെക്ഷ്വൽ എന്ന പദം സ്വവർഗ്ഗലൈംഗികതയെ കുറിക്കാൻ ആദ്യമായി ഉപയോഗിച്ചത് 1869 ൽ ജർമ്മൻകാരനായ Karl Maria Kertbeny ആണ്. എന്നാൽ സമൂഹത്തിൽ സ്വവർഗ്ഗാനുരാഗത്തെ കുറി ക്കാൻ ഈ പദം ഉപയോഗിച്ചു തുടങ്ങിയത് 1886-ൽ Richard von Krafft Ebing തന്റെ *Psychopathiya Sexualis* എന്ന ഗ്രന്ഥത്തിന്റെ പ്രസിദ്ധീക രണത്തോടു കൂടിയാണ്. സ്വവർഗ്ഗാനുരാഗികളുടെ അവകാശങ്ങളെ ക്കുറിച്ചു ന്യൂമാൻടിയസ് എന്ന തൂലികാനാമത്തിൽ എഴുതിയിരുന്ന ഉൾ റിച്ചസ് സ്വവർഗ്ഗരതിക്കാരെ യുർനിംഗ്/യുറേനിയൻ (uranian) എന്ന് വിളി ച്ചിരുന്നു. Homosocial, Homophillia തുടങ്ങിയ പദങ്ങളും ഇതേ അർത്ഥത്തിൽ ഉപയോഗിച്ചിരുന്നു.

സ്ത്രീകൾ തമ്മിലുള്ള വൈകാരികവും ശാരീരികവുമായ ബന്ധത്തെ സ്ത്രീസ്വവർഗ്ഗരതി (ലെസ്ബിയനിസം) എന്നും പുരുഷന്മാർ തമ്മിലുള്ള വൈകാരികവും ശാരീരികവുമായ ബന്ധത്തെ പുരുഷസ്വവർഗ്ഗരതി (ഗേയി

സം) എന്നും വിളിക്കുന്നു. ലെസ്ബിയനിസം സ്ത്രീസ്വവർഗ്ഗരതിയെ കുറിക്കുമ്പോൾ അതിലെ പങ്കാളികളെ വ്യക്തിപരമായി വിശേഷിപ്പിക്കാൻ ലെസ്ബിയൻ (lesbian) എന്ന പദവും പുരുഷസ്വവർഗ്ഗരതിയിലെ പങ്കാളിക്ക് ഗേ (Gay) യെന്ന പദവുമാണ് പൊതുവേ ഉപയോഗിക്കുക.

സ്വവർഗ്ഗരതിക്കാരെക്കുറിച്ചുള്ള വിശകലനം സമൂഹത്തിന് ആവശ്യമാണ്. സ്വവർഗ്ഗരതിയിലെ പങ്കാളികൾ ലൈംഗിക ന്യൂനപക്ഷമാണ്. അതായത് ലൈംഗികമായി വ്യത്യസ്തത പുലർത്തുന്ന ലെസ്ബിയൻ, ഗേ തുടങ്ങിയ വിഭാഗക്കാർ ലൈംഗികന്യൂനപക്ഷ (Sexual Minorities) ങ്ങളാണ്. അതേസമയം ട്രാൻസ്ജന്ററുകൾ, ഇന്റർസെക്സ് തുടങ്ങിയ വിഭാഗക്കാർ ജന്റർ ന്യൂനപക്ഷങ്ങൾ (Gender Minorities) എന്ന വിഭാഗത്തിലാണ് ഉൾപ്പെടുന്നത്. ഗേ, ലെസ്ബിയൻ തുടങ്ങിയ വ്യക്തിസ്വത്വങ്ങളെക്കുറിച്ച് വ്യക്തമായ ധാരണകളില്ലാത്ത കേരളീയസമൂഹം ട്രാൻസ്ജന്ററുകളെയും സ്വവർഗ്ഗരതിക്കാരായി കണക്കാക്കുന്നു. തന്റെ ശാരീരിക വ്യക്തിത്വത്തിൽ നിന്നു വിഭിന്നമായ മാനസികവ്യക്തിത്വം ഉള്ളവരാണ് ട്രാൻസ്ജന്ററുകൾ. പുരുഷ ശരീരത്തിനുള്ളിൽ സ്ത്രീയെയും സ്ത്രീ ശരീരത്തിനുള്ളിൽ പുരുഷനെയും വഹിക്കുന്നവരാണ് അവർ. അവരുടെ ശരീരഭാഷയിലൂടെ അതു വെളിപ്പെടുന്നതുകാരണം സമൂഹത്തിന് അവരെ അതിവേഗം തിരിച്ചറിയാൻ കഴിയും. ബാഹ്യരൂപത്തിൽ പുരുഷനായ ട്രാൻസ്ജന്ററിന്റെ തലച്ചോറിനുള്ളിൽ സ്ത്രീയുടെ ലൈംഗികാഭിലാഷങ്ങൾ നിലനിൽക്കുന്നതുകൊണ്ട് ആ വ്യക്തിയുടെ താത്പര്യം പുരുഷനോടായിരിക്കും. പ്രത്യക്ഷതലത്തിൽ രണ്ടു പുരുഷന്മാരെന്നു തോന്നിപ്പിക്കുന്ന ബന്ധം ആയതിനാലാണ് സ്വവർഗ്ഗരതിയായി ഈ ബന്ധങ്ങളെയും സമൂഹം കാണുന്നത്. ഇത് സ്ത്രീരൂപത്തിലുള്ള ട്രാൻസ്ജന്ററിന്റെ കാര്യത്തിലും സംഭവിക്കുന്നു. ഇവയെ എൽ ജി ബി റ്റി കമ്മ്യൂണിറ്റിയെന്ന (LGBT- lesbian, gay, bisexual, transgender) വിഭാഗമായി പരിഗണിക്കാം. ഭിന്നവർഗ്ഗ ലൈംഗികതയുടെ അധികാരതന്ത്രങ്ങളെ പ്രതിരോധിക്കുന്ന ലൈംഗിക ന്യൂനപക്ഷങ്ങളെയാണ് വിമതം എന്ന് അർത്ഥമാക്കുന്ന ക്യൂർ സൂചിപ്പിക്കുന്നത്. ക്യൂർ (Queer) എന്നതിനെ ക്യു എന്ന അക്ഷരംകൊണ്ട് വിവക്ഷിക്കുന്നു. സമകാലിക ലോകത്ത് എൽ ജി ബി റ്റി കൂടാതെ ഇന്റർസെക്സ് ആയ വ്യക്തികൾ വെളിപ്പെടുത്തലുകൾ നടത്തി ഈ കമ്യൂണിറ്റിയുടെ ഭാഗമാകുന്നുണ്ട്. ഇവരെ കുറിക്കുന്നതിനായി ഐ എന്ന അക്ഷരം ഉപയോഗിക്കുന്നു. അതോടുകൂടി എൽ ജി ബി റ്റി ക്യൂ ഐ എന്ന് കമ്യൂണിറ്റി വികസിക്കുകയുണ്ടായി.

സ്വവർഗ്ഗരതി പ്രാചീന സംസ്കാരത്തിൽ

ഭൂമിയിൽ മനുഷ്യൻ ഉൾപ്പെടെയുള്ള എല്ലാ ജീവജാലങ്ങളിലും സ്വവർഗ്ഗരതി നിലനിന്നിരുന്നു. ചരിത്രം എഴുതപ്പെടുന്ന കാലത്തിനുമുമ്പേ നിലനിന്നിരുന്ന സ്വവർഗ്ഗരതിയെ ആദിമകാലങ്ങളിൽ ആരും ഒരു പ്രത്യേക കാര്യമായി പരിഗണിച്ചിരുന്നില്ല. പ്രാചീന ഗ്രീസ്, റോം, സ്പെയിൻ, ഇറ്റലി,

ഇന്ത്യ എന്നിവിടങ്ങളിലെ സംസ്കാരങ്ങളിൽ സ്വവർഗ്ഗരതി ബന്ധങ്ങൾ കാണാൻ കഴിയും. പ്രാചീന സംസ്കാരങ്ങളിൽ സ്വവർഗ്ഗരതി സ്വാഭാവിക രതിയായിരുന്നു. ലൈംഗികതയിലെ ശുദ്ധി/അശുദ്ധി, സദാചാര/ദുരാചാര സങ്കൽപ്പങ്ങൾ കടന്നുവന്ന കാലഘട്ടത്തിലാണ് സ്വവർഗ്ഗരതി അസ്വാഭാവികമായും മ്ലേച്ഛമായും പ്രകൃതിവിരുദ്ധമായും മാറിയത്.

ഗ്രീക്ക് സാഹിത്യം പരിശോധിച്ചാൽ, യവന നാടകകൃത്തുക്കളായ സോഫോക്ലിസ്, യൂറിപ്പിഡീസ്, അരിസ്റ്റോഫനീസ് തുടങ്ങിയവർ സ്വവർഗ്ഗരതിയാഭിമുഖ്യം പ്രകടിപ്പിച്ചിരുന്നതായി മനസിലാക്കാം. ബി സി 800-ൽ രചിക്കപ്പെട്ട *ഇലിയഡിൽ* പുരുഷസ്വവർഗ്ഗരതി പ്രതിപാദിക്കുന്നുണ്ട്. വീരന്മാരായ അക്കിലസും പെട്രോക്ലസും തമ്മിലുള്ള ബന്ധം ഒരുദാഹരണമാണ്. അക്കാലത്ത് പൗരുഷത്തിന്റെ പ്രതീകമായി സ്വവർഗ്ഗരതിയെ കണ്ടിരുന്നു. പ്ലേറ്റോ, അരിസ്റ്റോട്ടിൽ എന്നിവരുടെ കാലഘട്ടത്തിലെത്തുമ്പോഴേക്കും സ്വവർഗ്ഗരതിയുടെ വിശകലനങ്ങൾ ആരംഭിച്ചിരുന്നു. സ്വത്തിന്റെ പിൻതുടർച്ചാവകാശം സ്വവർഗ്ഗാനുരാഗികൾക്ക് കൈമാറുന്ന രീതിയും നിലനിന്നിരുന്നു. പ്ലേറ്റോയുടെ അക്കാദമിയുടെ പിൻതുടർച്ചാവകാശം സ്വവർഗ്ഗാനുരാഗികൾക്കായിരുന്നു നൽകിയിരുന്നത്. അരിസ്റ്റോട്ടിൽ തന്റെ *പൊളിറ്റിക്സ്* എന്ന ഗ്രന്ഥത്തിൽ ജനപ്പെരുപ്പം കുറയ്ക്കാനുള്ള ഉപാധി എന്ന് സ്വവർഗ്ഗരതിയെ ക്കുറിച്ച് അഭിപ്രായപ്പെടുന്നു.

ബി സി 2400-നു മുമ്പേ ഈജിപ്റ്റിൽ സ്വവർഗ്ഗദമ്പതികൾ ഉണ്ടായിരുന്നുവെന്ന് ചരിത്രം പറയുന്നു. പല ചിത്രശില്പങ്ങളിലും മോഡലുകളായി അവർ നിന്നിരുന്നതായി കണ്ടെത്തിയിട്ടുണ്ട്. ബി സി 600 മുതലുള്ള ചൈനീസ് സാഹിത്യത്തിൽ സ്വവർഗ്ഗരതിയുടെ സൂചനകളുണ്ട്. *Dream of Red Chamber* എന്ന ക്ലാസിക് നോവലിൽ സ്വവർഗ്ഗലൈംഗികതയെപ്പറ്റി പറയുന്നു. കൂടാതെ മൂന്നാം നൂറ്റാണ്ടുമുതൽ ഭിന്നവർഗ്ഗ ലൈംഗികതയ്ക്ക് സമാന്തരമായി സ്വവർഗ്ഗലൈംഗിക ബന്ധങ്ങളും സമൂഹത്തിൽ ഉണ്ടായിരുന്നതായി ചൈനീസ് ചരിത്രകാരന്മാർ രേഖപ്പെടുത്തുന്നു. പ്രാചീന ഗനിയക്കാരും സ്വവർഗ്ഗാനുരാഗത്തെ ജീവിതത്തിന്റെ സ്വാഭാവികതയായി മാത്രമേ ചിന്തിച്ചിരുന്നുള്ളൂ.

ജൂതസംസ്കാരം പരിശോധിക്കുമ്പോൾ, പ്രത്യുത്പ്പാദനപരമല്ലാത്ത ലൈംഗികത തങ്ങളുടെ വംശത്തിന്റെ നാശത്തിനു കാരണമാകുമെന്ന് അവർ വിശ്വസിച്ചിരുന്നതായി കാണാം. അതുകൊണ്ടുതന്നെ ലൈംഗികാരാജകത്വമായാണ് സ്വവർഗ്ഗരതിയെ അവർ കണ്ടിരുന്നത്. ബി സി 550-നടുത്തു രചിക്കപ്പെട്ട *ലെവിറ്റിക്കസിന്റെ പുസ്തകത്തിൽ* സ്വവർഗ്ഗരതി പുറന്തള്ളേണ്ട മ്ലേച്ഛതയായി അവതരിപ്പിച്ചിരിക്കുന്നു. സ്വവർഗ്ഗരതി ഹീനമായ പ്രവൃത്തിയാണെന്നും അതിനു കഠിനമായ ശിക്ഷ നൽകണമെന്നും പറയുന്ന ഈ ഗ്രന്ഥം ക്രിസ്തുമതത്തിന്റെ വ്യാപനത്തോടെ ലോക സംസ്കാരങ്ങളിൽ സ്വാധീനം ചെലുത്തിത്തുടങ്ങി. ഗ്രീക്ക് ജൂത സംസ്കാരങ്ങളെ അടിസ്ഥാനമാക്കി നോക്കുകയാണെങ്കിൽ അതിൽ നിന്നും വിഭിന്നമായ നിലപാടാണ് റോമൻ സംസ്കാരം പിന്തുടർന്നിരു

ന്നതെന്നുകാണാം. സ്വവർഗ്ഗബന്ധങ്ങൾ സാമൂഹിക യാഥാർത്ഥ്യമായി റോമൻജനത അംഗീകരിച്ചിരുന്നു.

ക്രിസ്തുമത പ്രചാരണത്തോടെയാണ് സ്വവർഗ്ഗരതി പൊതുസമൂഹത്തിൽ അടിച്ചമർത്താൻ ആരംഭിച്ചത്. സ്വവർഗ്ഗരതി നൂറ്റാണ്ടുകൾക്കു മുമ്പേ നിലവിലുണ്ടായിരുന്നു എന്നതിനു വ്യക്തമായ തെളിവുകൾ *ബൈബിൾ* നല്കുന്നുണ്ട്. *ബൈബിൾ പഴയനിയമ*ത്തിലെ ഉത്പത്തി, ലേവ്യർ എന്നീ പുസ്തകങ്ങൾ, *പുതിയനിയമ* ത്തിലെ കോറിന്തോസ് എന്നിവയിൽ സ്വവർഗ്ഗരതിയും അതിന്റെ ശിക്ഷാ വിധികളും പ്രതിപാദിക്കുന്നുണ്ട്. സ്വവർഗ്ഗരതിയെക്കുറിച്ച് അന്വേഷണങ്ങൾ നടത്തുമ്പോൾ ക്രൈസ്തവ പുരോഹിതന്മാർ ഉദാഹരണമായി കാണിക്കുന്നത് സോദോം പാപമാണ്. ഉത്പത്തി പുസ്തകത്തിൽ 18,19 അധ്യായങ്ങളിലായി സോദോം നഗരത്തിന്റെ ദുർനടപ്പുകളെയും ദൈവത്തിന്റെ നടപടികളെയും വിവരിക്കുന്നു. സ്വവർഗ്ഗരതിയെ പ്രകൃതിവിരുദ്ധമായി വിലയിരുത്തുന്ന ഇസ്ലാംമതം അതിനെ കർശനമായി വിലക്കുന്നു. ലൂത്ത് നബി (അ)യുടെ പുത്രന്മാർ സ്വവർഗ്ഗരതിയുടെ ഉപാസകരായിരുന്നപ്പോൾ ലഭിച്ച ശിക്ഷകളെപ്പറ്റി *ഖുർ ആൻ* പരാമർശിക്കുന്നു. *ബൈബിൾ* പഴയ നിയമത്തിലെ സോദോം പാപത്തിന്റെ കഥയാണ് *ഖുർ ആൻ*-ലും പറയുന്നത്.

സ്വവർഗ്ഗബന്ധങ്ങൾ ജനസംഖ്യാവർദ്ധനവിനെ നിയന്ത്രിക്കുന്ന ഒന്നായിക്കണ്ടിരുന്ന യൂറോപ്യൻ സമൂഹം മൂന്നാം നൂറ്റാണ്ടുമുതൽ പുരുഷ സ്വവർഗ്ഗരതി വധശിക്ഷ കിട്ടേണ്ട ക്രിമിനൽക്കുറ്റമായി കണ്ടുതുടങ്ങി. ക്രിസ്തുമതത്തിന്റെ വ്യാപനമാണ് പ്രധാനമായും സ്വവർഗ്ഗരതിയെ പാപമായും കുറ്റകൃത്യമായും കാണാൻ സമൂഹത്തെ പ്രേരിപ്പിച്ചത്. ഹിറ്റ്ലറുടെ കാലഘട്ടത്തിൽ ജർമ്മനിയിലെ സ്വവർഗ്ഗാനുരാഗികളെ ലിംഗച്ഛേദനം നടത്തിരുന്നു. ഫ്രാൻസ്, സ്പെയിൻ, ഇറ്റലി തുടങ്ങിയ രാജ്യങ്ങളിൽ സ്വവർഗ്ഗരതിക്കാർ ആക്രമണവിധേയരാകുകയും മൃഗീയമായി കൊല്ലപ്പെടുകയും ചെയ്തു. ജൂതചിത്രകാരനായ സിമിയൽ സോളമനടക്കം പലരും നിയമപരമായ ശിക്ഷകൾക്കു വിധേയരായി. പത്തൊമ്പതാം നൂറ്റാണ്ടിന്റെ അവസാനഘട്ടങ്ങളിൽ സൈദ്ധാന്തികനായ ഓസ്കാർ വൈൽഡിനെ സ്വവർഗ്ഗരതിയുടെ പേരിൽ വിചാരണ ചെയ്യുകയും തടവിലാക്കുകയും ചെയ്തിട്ടുണ്ട്. പിൽക്കാലത്ത് സൗദി അറേബ്യ, ഇറാൻ തുടങ്ങിയ പല മുസ്ലീം രാഷ്ട്രങ്ങളും നൈജീരിയ, യമൻ, സുഡാൻ തുടങ്ങിയ രാജ്യങ്ങളും സ്വവർഗ്ഗാനുരാഗത്തിനു മരണശിക്ഷ വിധിച്ചിരുന്നു. 2007 ൽ കൊളമ്പിയ യൂണിവേഴ്സിറ്റിയിൽ നടന്ന ഒരു പ്രസംഗത്തിൽ ഇറാനിയൻ പ്രസിഡന്റ് മുഹമ്മദ് അഹ്മദിൻജാദ് സ്വവർഗ്ഗരതിക്കാർ ആരും തന്നെ ഇറാനിലില്ലെന്ന് അഭിപ്രായപ്പെട്ടു. എന്നാൽ ഇസ്ലാമിനു മുമ്പുള്ള ഇറാനിൽ പട്ടാളക്ക്യാമ്പുകളിലും സെമിനാരികളിലും സ്വവർഗ്ഗരതി സാധാരണമായിരുന്നു.

ലൈംഗികത പ്രകൃതി സഹജമാണെന്ന് കണ്ടിരുന്ന ഭാരതീയസംസ്കാരം സ്വവർഗ്ഗ ബന്ധത്തെ പാപമായോ കുറ്റകൃത്യമായോ കണക്കാക്കി

യിരുന്നില്ല എന്ന് *മഹാഭാരതം, രാമായണം* തുടങ്ങിയ പ്രാചീന കൃതികളിലൂടെ മനസിലാക്കാം. *എന്നാൽ മനുസ്മൃതിയിൽ* സ്വവർഗ്ഗരതി ബന്ധത്തിൽ ഏർപ്പെടുന്ന പുരുഷന്മാർക്ക് ഏറ്റവും ചെറിയ ശിക്ഷയായ സ്നാനവും ഒന്നാം പിഴയുമാണ് വിധിച്ചിരിക്കുന്നത്. അതേസമയം സ്ത്രീകൾ ആണെങ്കിൽ കഠിനശിക്ഷയാണ് നൽകുന്നത്. കന്യകൾ അല്ലാത്ത സ്ത്രീകൾ തമ്മിലുള്ള ലൈംഗികബന്ധത്തിന് ചെറിയ ശിക്ഷ. എന്നാൽ കന്യകയും മുതിർന്നസ്ത്രീയും തമ്മിൽ ബന്ധപ്പെടുകയോ ആ സ്വവർഗ്ഗരതി ബന്ധത്തിൽ കന്യകയുടെ കന്യകാത്വം നഷ്ടപ്പെടുകയോ ചെയ്താൽ കഠിനശിക്ഷ വിധിക്കപ്പെടും. കന്യകാത്വം നശിപ്പിക്കുന്ന സ്ത്രീയുടെ തല മുണ്ഡനം ചെയ്യുകയും വിരലുകൾ (ക്രിയയിൽ പങ്കാളി ആയതിനാൽ) ഛേദിക്കുകയും കഴുതപ്പുറത്തിരുത്തി സവാരി നടത്തിക്കുകയും ചെയ്യണം. അതുപോലെ കന്യകയുടെ വിവാഹത്തിന് ഇരട്ടി ധനം സ്ത്രീധനമായി നൽകാനും *മനുസ്മൃതി* വിധിക്കുന്നു.

സാമ്പത്തികശാസ്ത്രത്തെയും രാഷ്ട്രതന്ത്രത്തെയും സംബന്ധിച്ചുള്ള നിയമാവലികൾ പ്രതിപാദിക്കുന്ന *അർത്ഥശാസ്ത്ര*വും സ്വവർഗ്ഗരതിയുടെ ശിക്ഷാവിധികൾ പ്രതിപാദിക്കുന്നുണ്ട്. യോനിയിലൂടെയല്ലാതെയുള്ള (അയോനി) ലൈംഗികപ്രക്രിയകളെക്കുറിച്ച് വിശദമാക്കുന്നിടത്ത് സ്ത്രീസ്വവർഗ്ഗരതിക്കാർക്കും പുരുഷ സ്വവർഗ്ഗരതിക്കാർക്കുമുള്ള ശിക്ഷാവിധികൾ *അർത്ഥശാസ്ത്രം* വ്യക്തമാക്കുന്നു. അയോനി ബന്ധം സ്ത്രീകൾ തമ്മിലോ പുരുഷന്മാർ തമ്മിലോ ആണ് ഉണ്ടാകുന്നതെങ്കിൽ അവർക്കുള്ള ശിക്ഷ ഒന്നാം പിഴയാണ്. *അർത്ഥശാസ്ത്ര*ത്തിലും *മനുസ്മൃതി*യിലും പറയുന്ന ശിക്ഷകൾ സമാനമാണെങ്കിലും *അർത്ഥശാസ്ത്ര*ത്തിൽ സ്ത്രീകൾക്ക് ക്രൂരമായ ശിക്ഷ വിധിക്കുന്നില്ല. രതിശാസ്ത്രഗ്രന്ഥമായി വിലയിരുത്തപ്പെടുന്ന *കാമസൂത്ര*ത്തിൽ വാത്സ്യായനൻ സ്വാഭാവിക ലൈംഗികതയുടെ വൈവിധ്യങ്ങളിലൊന്നായി സ്വവർഗ്ഗരതിയെ കാണുകയും പ്രതിപാദിക്കുകയും ചെയ്യുന്നു. രതിജീവിതത്തിന്റെ സമസ്തതലങ്ങളെയും ശാസ്ത്രീയമായി പ്രതിപാദിക്കുന്ന *കാമസൂത്രം* രണ്ടാം അധികരണത്തിൽ (സാമ്പ്രയോഗികം) ഒമ്പതാം അധ്യായമായ ഔപരിഷ്ടക പ്രകരണത്തിലാണ് സ്വവർഗ്ഗരതി സൂചിപ്പിക്കുന്നത്.

പ്രാചീന വൈദ്യഗ്രന്ഥമായ *ചരകസംഹിത* സ്വവർഗ്ഗരതിബന്ധത്തിൽ ശിശുക്കൾ ഉണ്ടാകുമെന്ന് പറയുന്നു. പുംബീജവും സ്ത്രീബീജവും തമ്മിലുള്ള സംയോഗത്തിലൂടെ മാത്രമേ സ്ത്രീ ഗർഭിണി ആകുകയുള്ളൂയെന്ന യാഥാർത്ഥ്യത്തിനു മുമ്പിൽ *ചരകസംഹിത*യിലെ സ്വവർഗ്ഗഗർഭധാരണം തെറ്റാണെന്നു തെളിയുന്നു. *മനുസ്മൃതി*യിലും *അർത്ഥശാസ്ത്ര*ത്തിലും സ്വവർഗ്ഗരതി വിശകലനത്തിനുമപ്പുറത്ത് സ്വവർഗ്ഗരതിയിൽ പങ്കാളികളാകുന്ന സ്ത്രീകൾക്കും പുരുഷന്മാർക്കുമുള്ള ശിക്ഷയാണ് പ്രധാനമായും വിധിക്കപ്പെട്ടിരുന്നത്. ഈ ശിക്ഷാവിധികൾ മനസിലാക്കിയ സമൂഹം സ്വവർഗ്ഗരതി ശിക്ഷിക്കപ്പെടേണ്ട ഒന്നാണെന്ന് സ്ഥാപിച്ചെടുത്തു.

രാമായണത്തിലും മഹാഭാരതത്തിലും ട്രാൻസ്ജന്ററുകളെക്കുറിച്ച്

വിശദമാക്കുന്നിടത്ത് സ്വവർഗ്ഗരതിക്കാരെക്കുറിച്ച് സൂചനകളുണ്ട്. ശിവന്റെയും മോഹിനീരൂപമെടുത്ത വിഷ്ണുവിന്റെയും ബന്ധത്തിൽ നിന്നാണ് അയ്യപ്പന്റെ ജനനം എന്ന് *ശിവപുരാണം* പറയുന്നു. ഹരിഹരസുതൻ എന്ന വിശേഷണം ഹരി = വിഷ്ണു, ഹരൻ = ശിവൻ എന്നീ പുരുഷന്മാരുടെ പുത്രൻ എന്നാണർത്ഥം. അത് പുരുഷ സ്വവർഗ്ഗബന്ധമാണ് കാണിക്കുന്നത്. *രാമായണ*ത്തിൽ സ്ത്രീകളുടെ സ്വവർഗ്ഗബന്ധത്തിലാണ് ഭഗീരഥൻ ജനിച്ചതെന്ന ഒരു കഥയുണ്ട്. *സുശ്രുതസംഹിത*യിൽ സ്ത്രീകൾ തമ്മിലുള്ള ലൈംഗികബന്ധത്തിൽ ജനിക്കുന്ന ശിശുക്കൾക്ക് എല്ലുണ്ടാകില്ലെന്ന് പറയുന്നു. ഭഗീരഥന്റെ ജനനത്തിലും ഇത് പറയുന്നുണ്ട്.

സ്വവർഗ്ഗരതി - വിശദീകരണങ്ങൾ/വിശകലനങ്ങൾ

സ്വവർഗ്ഗരതിയെ മനഃശാസ്ത്രവും ജീവശാസ്ത്രവുമായ രീതിയിൽ അപഗ്രഥിക്കുന്ന പഠനങ്ങൾ വന്നിട്ടുണ്ട്. മനശാസ്ത്രപരമായ അപഗ്രഥനങ്ങളാണ് ആദ്യമുണ്ടായത്. സ്വവർഗ്ഗഭോഗികളെ താത്കാലികസ്വവർഗ്ഗഭോഗികൾ (Faculative Homosexuals), അന്തർലീനസ്വവർഗ്ഗഭോഗികൾ (Latent Homosexuals), ആർജിതസ്വവർഗ്ഗഭോഗികൾ (Acquired Homosexuals), സ്ഥിരസ്വവർഗ്ഗഭോഗികൾ (Fixed Homosexuals) എന്നിങ്ങനെ പ്രധാനമായും നാലുതരക്കാരായി മനശാസ്ത്ര വിദഗ്ദ്ധർ തിരിക്കുന്നു. ഹോസ്റ്റലുകളിലും പട്ടാളക്യാമ്പുകളിലും ജയിലുകളിലുമൊക്കെ കണ്ടുവരുന്ന സ്വവർഗ്ഗഭോഗികളെയാണ് താത്കാലികസ്വവർഗ്ഗഭോഗികൾ എന്നു പറയുന്നത്. തന്റെ സ്വവർഗ്ഗഭോഗചായ്‌വിനെക്കുറിച്ചു ബോധവാന്മാരല്ലാത്തവരാണ് അന്തർലീനസ്വവർഗ്ഗഭോഗികൾ. ആർജിതസ്വവർഗ്ഗഭോഗികൾ കൗമാരത്തിലോ യുവത്വത്തിലോ സംഭവിച്ച ഏതെങ്കിലും പ്രത്യേക സംഭവങ്ങളാൽ പ്രചോദിതരായി സ്വവർഗ്ഗസംഭോഗത്തിൽ ഏർപ്പെടുന്നവരാണ്. എന്നാൽ സ്ഥിരസ്വവർഗ്ഗഭോഗികളാവട്ടെ തന്റെ എതിർലിംഗത്തിൽപ്പെട്ടവരുമായുള്ള ലൈംഗികബന്ധം വെറുക്കുകയും സ്വവർഗ്ഗഭോഗം മാത്രം ഇഷ്ടപ്പെടുകയും ചെയ്യുന്നു

സ്വവർഗ്ഗാനുരാഗം ഒരു മനുഷ്യന്റെ വ്യതിരിക്തമായ ലൈംഗികാഭിരുചികളിൽ ഒന്നാണെന്ന് മനശാസ്ത്രജ്ഞന്മാർ അഭിപ്രായപ്പെടുന്നു. 19-ാം നൂറ്റാണ്ടിന്റെ അവസാനദശകങ്ങൾ വരെ യൂറോപ്യൻ സെക്സോളജിസ്റ്റുകൾ സ്വവർഗ്ഗാഭിമുഖ്യത്തെ രോഗാവസ്ഥയായി കണക്കാക്കിയിരുന്നു. സെക്സോളജിസ്റ്റ് ആയ Richard von Krafft Ebing 1886 ൽ രചിച്ച *Psychopathiya Sexualis* എന്ന ഗ്രന്ഥത്തിൽ ഇരുനൂറിലധികം കേസുകൾ വിശകലനം ചെയ്തുകൊണ്ട് സ്വവർഗ്ഗരതി ജന്മനായുള്ള സ്വഭാവ വൈവിധ്യമായി വിലയിരുത്തുന്നുണ്ട്. മനുഷ്യലൈംഗികതയുടെ ഒരു സാധാരണ വൈവിധ്യം തന്നെയാണ് സ്വവർഗ്ഗാഭിമുഖ്യം. അതുകൊണ്ടുതന്നെ ഇത് മനോരോഗമല്ല. ഓരോ വ്യക്തിയും വ്യത്യസ്തമായിരിക്കുന്നതുപോലെ തന്നെ അവരുടെ ലൈംഗികതയും വ്യത്യസ്തമായിരിക്കും. ആധുനിക മനഃശാസ്ത്രത്തിന്റെ പിതാവായ സിഗ്മണ്ട്ഫ്രോയിഡിന്റെ പഠനങ്ങൾ

സ്വവർഗ്ഗരതിയുടെ ഉള്ളറകളിലേയ്ക്ക് വെളിച്ചം വീശുന്നു. മനുഷ്യരുൾപ്പെടെയുള്ള ജന്തുക്കളുടെ ലൈംഗികാവശ്യത്തെ ലൈംഗികചോദന (Sexual Instinct)എന്നു ഫ്രോയിഡ് വിളിക്കുന്നു. ലൈംഗികചോദനയെ കുറിക്കാൻ ഫ്രോയിഡ് ഉപയോഗിക്കുന്ന പദം ലിബിഡോ (libido) എന്നാണ്. ലൈംഗികചോദന ആൺകുട്ടികളിലും പെൺകുട്ടികളിലും കൗമാരഘട്ടം മുതലാണ് പ്രകടമാകുന്നത്. ഇത്തരം ചോദനകൾ ലൈംഗികവേഴ്ചയിലേയ്ക്ക് നയിക്കും. ഈ അവസ്ഥയെ വിലയിരുത്തുന്നതിനായി ലൈംഗികോപാധി (Sexual object), ലൈംഗികോന്നം (Sexual aim) എന്നീ പദങ്ങൾ ഫ്രോയിഡ് ഉപയോഗിക്കുന്നുണ്ട്. ലൈംഗികാകർഷണത്തിനു വിധേയമാകുന്ന വ്യക്തിയെ ലൈംഗികോപാധിയെന്നു സൂചിപ്പിക്കുമ്പോൾ അതിലൂടെ ലക്ഷ്യം വയ്ക്കുന്ന ഇച്ഛാപൂരണത്തെ ലൈംഗികോന്നമെന്നും സൂചിപ്പിക്കുന്നു. ലൈംഗികോപാധിയിലുള്ള വ്യതിയാനമാണ് സ്വവർഗ്ഗരതിയെ സൃഷ്ടിക്കുന്നത്. ആണും പെണ്ണും തമ്മിലുള്ള ലൈംഗികാകർഷണം പ്രകൃതിസഹജമായ ഒരു പ്രക്രിയയാണ്. സമാനലിംഗക്കാർ തമ്മിലുള്ള ആകർഷണവും പ്രകൃതിയിലുണ്ട്. അവരുടെ എണ്ണം താരതമ്യേന കുറവാണെന്നുമാത്രം. അവരെ ഫ്രോയിഡ് സ്വവർഗ്ഗാനുരാഗികൾ എന്നു കണക്കാക്കി.

സ്വവർഗ്ഗരതിയെ ദ്വിലിംഗതാ സിദ്ധാന്തമുപയോഗിച്ച് നിർവ്വചിക്കാൻ മനഃശാസ്ത്രവിദഗ്ധന്മാർ ശ്രമിച്ചിരുന്നു. ആദ്യമായി അത്തരമൊരു സാധ്യത ഉപയോഗിച്ചത് ഇ. ഗ്ലേ ആണ്. 1884 ജനുവരിയിൽ പ്രസിദ്ധീകരിക്കപ്പെട്ട ഒരു പ്രബന്ധത്തിൽ ഗ്ലേ ഇത് സൂചിപ്പിക്കുന്നു. എന്നാൽ 1906-ൽ ദ്വിലിംഗതാവാദം തന്റേതാണെന്ന അവകാശവുമായി ഫ്ളെയ്സ് എന്ന ഗ്രന്ഥകാരൻ എത്തി. ഫ്ളെയ്സിന്റെ ലേഖനങ്ങളിൽ നിന്നാണ് ഫ്രോയിഡിന് ദ്വിലിംഗതയുടെ പ്രാധാന്യം വേർതിരിഞ്ഞു കിട്ടിയത്. പൊതുവേ മനുഷ്യരിൽ ആൺപെൺ വിഭാഗങ്ങളാണുള്ളത്. ചിലരിൽ ലിംഗനിർണ്ണയം വിഷമകരമാകാറുണ്ട്. ചില വ്യക്തികൾ ആണിന്റേയും പെണ്ണിന്റേയും ജനനേന്ദ്രിയങ്ങളുടെ സവിശേഷതകൾ ഉള്ളവരായിരിക്കും. അവരെയാണ് ദ്വിലിംഗികർ (Hermophrodites) എന്നു വിശേഷിപ്പിക്കുന്നത്. ഇത്തരക്കാരിൽ സ്വവർഗ്ഗലൈംഗികവാസന പ്രകടമാകുന്നു.

സ്വവർഗ്ഗാനുരാഗം ജന്മസിദ്ധമോ ആർജ്ജിതമോ എന്നുകണ്ടെത്താനുള്ള ശ്രമങ്ങൾ ഫ്രോയിഡിന്റെ പഠനങ്ങളിലുണ്ട്. അതിനുവ്യക്തമായൊരുത്തരം കണ്ടെത്തുന്നതിൽ പരാജിതനായ ഫ്രോയിഡ് ലൈംഗികത സ്വാഭാവികവും ജന്മസിദ്ധമാണെന്നും വിലയിരുത്തുന്നതിൽ വിജയിച്ചു. ഫ്രോയിഡിന്റെ പഠനങ്ങളുടെ പരിമിതികൾ ഫൂക്കോ ചൂണ്ടിക്കാണിക്കുന്നുണ്ട്. മൂന്ന് വാല്യങ്ങളിലായി ലൈംഗികതയുടെ ചരിത്രമെഴുതിയ ഫൂക്കോ *ദ ഹിസ്റ്ററി ഓഫ് സെക്ഷ്വാലിറ്റി* എന്ന ഗ്രന്ഥത്തിൽ ലൈംഗികതയെ സംബന്ധിച്ചുള്ള വിശകലനങ്ങൾക്കിടയിൽ സ്വവർഗ്ഗരതിയും വിശദമാക്കുന്നു. സ്ത്രീ പുരുഷ ലൈംഗികതയെ ഒരു ശരീരത്തിനുള്ളിൽത്തന്നെ ഏകോപിപ്പിക്കുവാനുള്ള ശ്രമമായിട്ടാണ് ഫൂക്കോ സ്വവർഗ്ഗലൈംഗിക

തയെ വിലയിരുത്തുന്നത്. ജന്തുവർഗ്ഗങ്ങളുടെ അടിസ്ഥാനസ്വഭാവമായി ഡെസ്മണ്ട് മോറിസ് തന്റെ *നഗ്നവാനരൻ, നഗ്നനാരി* തുടങ്ങിയ ഗ്രന്ഥങ്ങളിൽ സ്വവർഗ്ഗരതിയെ കണക്കാക്കുന്നു. എതിർലിംഗവുമായി ശരിയായ രീതിയിലുള്ള ലൈംഗികാഭിമുഖ്യം പുലർത്താൻ കഴിയാതെ വരുമ്പോഴാണ് സ്വവർഗ്ഗരതി താത്പര്യം ജനിക്കുന്നതെന്നു മോറിസ് അഭിപ്രായപ്പെടുന്നു. സ്വവർഗ്ഗരതി മനോരോഗമാണെന്ന കാഴ്ചപ്പാടുകൾക്ക് ആധുനിക സമൂഹത്തിൽ മാറ്റം വന്നിട്ടുണ്ട്. പ്രാചീനകാലത്ത് മനോരോഗാശുപത്രികളിൽ ഇവരെ ചികിത്സിച്ചിരുന്നു; തടവറകളിൽ അടച്ചായിരുന്നു ചികിത്സ. ഇരുപതാംനൂറ്റാണ്ടിന്റെ അവസാനകാലത്ത് മനഃശാസ്ത്ര മനോരോഗവിദഗ്ധന്മാർ പുതിയ പഠനങ്ങളിലൂടെ സ്വവർഗ്ഗരതിയെക്കുറിച്ച് നിലനിന്നിരുന്ന കാഴ്ചപ്പാടുകൾ മാറ്റിമറിച്ചു. മാനസികാരോഗ്യരംഗത്തു പ്രവർത്തിക്കുന്നവരുടെ അടിസ്ഥാന ഗ്രന്ഥമാണ് *ഡൈഗ്നോസ്റ്റിക് സ്റ്റാറ്റിസ്റ്റിക്സ് മാനുവൽ (DSM).* മാനസിക രോഗങ്ങളെയും പ്രശ്നങ്ങളെയും വിശകലനം ചെയ്ത് പുനഃപഠനങ്ങളും വിശകലനങ്ങളും DSM ൽ കൂട്ടിച്ചേർക്കാറുണ്ട്.

എഴുപതുകളുടെ ആരംഭത്തിൽ പ്രസിദ്ധീകരിച്ച ഡി എസ് എം തേർഡ് ക്ലാസിഫിക്കേഷനിൽ സ്വവർഗ്ഗ ലൈംഗികതയെ സെക്ഷ്വൽ വേരിയേഷൻ അഥവാ പ്രകൃതിവിരുദ്ധലൈംഗികത എന്നാണ് നിർവ്വചിച്ചിരിക്കുന്നത്. അതിൽ ചികിത്സിക്കേണ്ട മനോരോഗമായി സ്വവർഗ്ഗരതിയെ വിലയിരുത്തുന്നു. DSM4 എത്തുമ്പോൾ അതിനെ സംബന്ധിച്ചുള്ള കാഴ്ചപ്പാടിൽ മാറ്റം വരുന്നുണ്ട്. ലൈംഗിക വികലതയെന്നു പരിഗണിച്ച സ്വവർഗ്ഗരതിയെ മനോരോഗത്തിന്റെ പട്ടികയിൽ നിന്നും ഒഴിവാക്കി. പകരം മാനസിക പ്രശ്നങ്ങളുടെ പട്ടികയിലേയ്ക്ക് മാറ്റി. ഇത്തരമൊരു മാറ്റത്തിനു പിന്നിൽ ജീവശാസ്ത്രപരമായ മാറ്റങ്ങൾപോലെ തന്നെ ജീവിതസാഹചര്യങ്ങളും സ്വവർഗ്ഗരതിക്കു കാരണമാകുന്നുവെന്ന വിലയിരുത്തലുകളുണ്ട്. DSM5-ൽസ്വവർഗ്ഗ ലൈംഗികതയെ ആരോഗ്യകരമായ ലൈംഗികമാറ്റം എന്ന് അവതരിപ്പിക്കുന്നു. സ്വവർഗ്ഗലൈംഗികതയെക്കുറിച്ചു ലോകവ്യാപകമായി നടക്കുന്ന അന്വേഷണങ്ങളും പഠനങ്ങളും ഇതിനെ സംബന്ധിച്ചുള്ള മിഥ്യാധാരണകളെ തിരുത്തി. ലോകരാഷ്ട്രങ്ങൾ മനഃശാസ്ത്രപഠനങ്ങളിലൂടെ സ്വവർഗ്ഗരതിയുടെ വസ്തുതകളെ വിശകലനം ചെയ്ത് സ്വാഭാവികരതിയായി അംഗീകരിച്ചു. ഇന്ത്യ ഇപ്പോഴും സ്വവർഗ്ഗരതിയെ മനോരോഗമായാണ് കാണുന്നത്.

സ്വവർഗ്ഗരതിയെ ജീവശാസ്ത്രപരമായി വിശകലനം ചെയ്യാനുള്ള ശ്രമങ്ങൾ ആധുനിക വൈദ്യശാസ്ത്രത്തിന്റെ വികാസത്തോടുകൂടെത്തന്നെ ആരംഭിച്ചിരുന്നു. ജനിതകവും ജനിതകേതരവുമായ കാരണങ്ങൾ സ്വവർഗ്ഗരതിക്കു പിന്നിലുണ്ട്. സ്വവർഗ്ഗരതിക്കാരുടെ വെളിപ്പെടുത്തലുകൾ വർദ്ധിച്ചുവന്ന ഈ കാലഘട്ടത്തിലാണ് ജീവശാസ്ത്രപഠനങ്ങൾ കൂടുതലായി നിർവ്വഹിക്കപ്പെട്ടത്. സ്വവർഗ്ഗരതിയെ എതിർക്കുന്നതും അനുകൂലിക്കുന്നതുമായ പഠന റിപ്പോർട്ടുകളുണ്ട്. എന്നാൽ ഏറ്റവും കൂടുതൽ

ചർച്ചയായത് സാമൂഹിക പരിതസ്ഥിതികൾ മൂലം അഭ്യസിച്ചെടുക്കുന്ന ശീലമാണ് സ്വവർഗ്ഗരതിയെന്ന പഠനമാണ്. ഡോ. താഹിർ ഇജാസ് വ്യത്യസ്തമായ സമീപനങ്ങൾ, ജീവിതരീതികൾ, സംസ്കാരസങ്കലനങ്ങൾ എന്നിവകൊണ്ട് മനുഷ്യൻ അഭ്യസിച്ചെടുക്കുന്ന ശീലങ്ങളിലൊന്നായി സ്വവർഗ്ഗരതിയെ വിലയിരുത്തുന്നു. ലൈംഗികസാഹസികതകൾ ഇഷ്ടപ്പെടുന്നവരും സാമൂഹ്യക്രമങ്ങളെ നിഷേധിക്കുന്നവരും സ്വവർഗ്ഗരതിയിലേയ്ക്ക് തിരിയുന്നു. ആത്യന്തികമായി ലൈംഗികാഭിരുചികളിലെ വ്യതിയാനങ്ങളാണ് സ്വവർഗ്ഗരതിയുടെ അടിസ്ഥാനം. സമൂഹത്തിന്റെ അടിത്തറയായ കുടുംബവ്യവസ്ഥിതിയുടെ തകർച്ചയാണ് ലൈംഗിക വ്യതിയാനങ്ങൾക്ക് കാരണമെന്ന് ഡോ. താഹിർ വാദിക്കുന്നു.

ക്രോമസോമിന്റെ ഒരു സൂക്ഷ്മഭാഗവും ആൺ സ്വവർഗ്ഗ ലൈംഗികതയും തമ്മിൽ ബന്ധമുണ്ടെന്ന് 1993-ൽ ഡീൻ ഹാമർ എന്ന ജനിതകശാസ്ത്രജ്ഞൻ കണ്ടുപിടിച്ചു. സ്വവർഗ്ഗരതി സാമൂഹ്യപ്രവർത്തനങ്ങളുടെ ഫലമല്ല, പകരം തലച്ചോറിന്റെ പ്രവർത്തനഫലമാണെന്ന പഠനം ആദ്യമായി അവതരിപ്പിച്ചത് ലിവോ എന്ന ശാസ്ത്രജ്ഞനാണ്. 1991 ൽ സയൻസ് ജേർണലിൽ പ്രസിദ്ധീകരിച്ച പഠനത്തിൽ ഹൈപ്പോതലാമസിലെ ലൈംഗികാഭിമുഖ്യം നിയന്ത്രിക്കുന്ന ഹോർമോണുകൾ വ്യത്യസ്തമാകുന്നതെങ്ങനെ എന്ന നിരീക്ഷമാണ് അദ്ദേഹം നടത്തുന്നത്. ഈ പഠനത്തിനുശേഷം തലച്ചോറിനെ കേന്ദ്രീകരിച്ചു നിരവധി പഠനങ്ങൾ നടന്നു. അതിന്റെ അടിസ്ഥാനത്തിലാണ് സ്വവർഗ്ഗാഭിമുഖ്യം ഭ്രൂണാവസ്ഥയിലേ ഉണ്ടാകുന്ന ഒന്നായി തെളിഞ്ഞത്. എന്നാൽ ഒന്നോ രണ്ടോ ജീനുകൾ വഴി ഒരാളിൽ സ്വവർഗ്ഗരത്യാഭിമുഖ്യം ഉണ്ടാകില്ലെന്ന് വാദിച്ച ശാസ്ത്രലോകം തലച്ചോറിന്റെ രൂപീകരണത്തിൽ ക്രോമസോമുകൾ പങ്ക് വഹിക്കുന്നുണ്ടെന്ന വാദത്തെ അംഗീകരിക്കുന്നുണ്ട്. അമേരിക്കൻ സൊസൈറ്റി ഓഫ് ഹ്യൂമൻ ജനറ്റിക്സും X, Y ക്രോമസോമുകളുടെ സൂക്ഷ്മഭാഗം സ്വവർഗ്ഗരതിയെ സ്വാധീനിക്കുന്നുവെന്ന പഠനം അംഗീകരിച്ചു.

സ്വവർഗ്ഗലൈംഗികതയ്ക്ക് കാരണം ജനിതകേതരമായി (Epigenetics) ലഭിക്കുന്ന പരിണാമം ആണെന്നുള്ള പഠനങ്ങൾ സമകാലിക ലോകത്ത് ശക്തമാണ്. സാഹചര്യപരമോ പാരിസ്ഥിതികമോ ആയുള്ള സ്വാധീനങ്ങളാൽ ഡി എൻ എയിൽ വരുന്ന മാറ്റങ്ങൾ ഒരു വ്യക്തി പിൻതുടരാൻ സാധ്യതകളുണ്ടെന്നതാണ് ഈ പഠനത്തിന്റെ അടിസ്ഥാനം. ഡി എൻ എ യിൽ വരുന്ന സൂക്ഷ്മമായ മാറ്റങ്ങൾ സ്വവർഗ്ഗലൈംഗികതയ്ക്ക് സാധ്യതയേറ്റുന്നുവെന്ന നിഗമനം അതിന്റെ ജനിതക സ്വാധീനമാണ് സൂചിപ്പിക്കുന്നത്. നാഷണൽ ജിയോഗ്രാഫിയുടെ Explains the Biology of Homosexuality Epigenetics എന്ന വീഡിയോ ഇതിന്റെ ലളിതവിവരണം നൽകുന്നുണ്ട്. സ്വവർഗ്ഗരതി മുൻപറഞ്ഞ രണ്ടുകാരണങ്ങൾ കൊണ്ടുണ്ടാകുന്നതാണെന്ന പഠനങ്ങൾ ശക്തമായതോടു കൂടി അതൊരു സ്വഭാവദൂഷ്യമായി വിലയിരുത്താൻ കഴിയുകയില്ലെന്ന സ്ഥിതി വന്നു.

കമിംഗ് ഔട്ട് (ലൈംഗികസ്വത്വം വെളിപ്പെടുത്തൽ)

സ്വവർഗ്ഗരതിക്കാരുടെ ലൈംഗികവ്യക്തിത്വം അവരുടെ വെളിപ്പെടു
ത്തൽ കൂടാതെ ശാരീരിക ലക്ഷണങ്ങളാൽ സമൂഹത്തിനു തിരിച്ചറിയാൻ
കഴിയുകയില്ല. അങ്ങനെ തന്റെ ലൈംഗിക സ്വത്വം ഒരു വ്യക്തി വെളി
പ്പെടുത്തുന്നതിനെ കമിംഗ് ഔട്ട് (Coming Out- ബഹിർഗമനം) എന്നു
പറയുന്നു. ഇത്തരം വെളിപ്പെടുത്തൽ നടത്തേണ്ടി വരുന്നത് സാമൂഹ്യ
സമ്മർദ്ദങ്ങളുടെ ഫലമായിട്ടാണ്. പ്രധാനമായും മൂന്ന് ഘട്ടങ്ങളാണ്
കമിംഗ് ഔട്ടിനുള്ളത്. തന്റെ സ്വവർഗ്ഗലൈംഗികാഭിമുഖ്യം ഒരു വ്യക്തി
സ്വയം തിരിച്ചറിയുകയെന്ന ആദ്യത്തെ ഘട്ടം. രണ്ടാമത്തേതാണ് തന്റെ
ഈ സ്വത്വബോധം അടുപ്പമുള്ള സുഹൃത്തുക്കൾ, കുടുംബാംഗങ്ങൾ തുട
ങ്ങിയവരോട് തുറന്നു പറയുക എന്നത്. മൂന്നാമത്തെ ഘട്ടം തന്റെ
ലൈംഗികസ്വത്വത്തെ പൊതുസമൂഹത്തിനു മുമ്പിൽ പരസ്യപ്പെടുത്തു
കയെന്നതാണ്. കവിയും സാമൂഹ്യപ്രവർത്തകനുമായ Edward Carpenter
1916 ൽ പ്രസിദ്ധീകരിച്ച *My Days and Dreams* എന്ന ഗ്രന്ഥത്തിലാണ്
സ്വവർഗ്ഗാനുരാഗം പൊതുസമൂഹത്തിൽ തുറന്നുപറയുന്നത് സൂചിപ്പിക്കു
ന്നതിന് Come Out എന്ന പദം ആദ്യമായി ഉപയോഗിക്കുന്നത്.

ഓരോ വ്യക്തിയുടെയും തുറന്നുപറച്ചിൽ അവരുടെ സമൂഹത്തിലെ
ന്യൂനപക്ഷത്തിനെങ്കിലും പ്രചോദനവും പ്രേരകവും ആകും. പ്രമുഖ
ജേർണലിസ്റ്റ് ആയ Julie Bindel ലൈംഗികത ഒരു വ്യക്തിയുടെ തിര
ഞ്ഞെടുപ്പ് ആയതുകൊണ്ട് അതിനൊരു രാഷ്ട്രീയ പ്രാധാന്യമുണ്ടെന്ന്
അഭിപ്രായപ്പെടുന്നു. എന്നാൽ ലൈംഗികത ജനിതകമായ ഒരു സ്വഭാവ
വിശേഷമായതിനാൽ ഒരു വ്യക്തിക്ക് സ്വയം തിരഞ്ഞെടുക്കൽ സാധ്യമല്ല.
2010 മുതൽ 2016 വരെ Houston മേയറായിരുന്ന Annise Parker താനൊരു
സ്വവർഗ്ഗാനുരാഗിയാണെന്ന് തുറന്നു പറഞ്ഞ വ്യക്തിയാണ്. നവമാധ്യ
മങ്ങളുടെ കാലത്ത് ഫെയ്സ്ബുക്ക്, വാട്സ് ആപ്പ് മുതലായവ വലിയൊരു
ഇടം ഇവർക്കായി ഒരുക്കിക്കൊടുക്കുന്നു. കേരളീയസമൂഹം യാഥാസ്ഥി
തികവും സദാചാരനിഷ്ഠവുമായ സമ്പ്രദായങ്ങളെ പിൻതുടരുന്നതിനാൽ
2000-മാണ്ടുവരെയുള്ള കാലഘട്ടത്തിൽ 99% സ്വവർഗ്ഗാനുരാഗികളും വെളി
പ്പെടുത്തലുകൾ നടത്തിയിരുന്നില്ല. വർത്തമാനകാല കേരളീയാവസ്ഥ
യിലും പൊതുസമൂഹത്തിന്റെ ആക്ഷേപം, ആക്രമണം, അവഗണന
എന്നിവ ഭയക്കുന്ന സ്വവർഗ്ഗാനുരാഗികൾ വെളിപ്പെടുത്തൽ നടത്താതെ
അദൃശ്യരായി നിൽക്കുന്നു. 2000 ൽ കോഴിക്കോട് സ്വദേശിയായ കിഷോർ
കുമാർ താൻ സ്വവർഗ്ഗാനുരാഗിയാണെന്ന് പൊതുസമൂഹത്തിൽ വെളി
പ്പെടുത്തി. ഈ വെളിപ്പെടുത്തൽ ഗേ കമ്യൂണിറ്റിക്ക് ധൈര്യം പകരുകയും
സംഘടിക്കാൻ പ്രചോദനമാവുകയും ചെയ്തു.

പുരുഷസ്വവർഗ്ഗരതിക്കാരിൽ ഒരു ന്യൂനപക്ഷം സമൂഹത്തിൽ വെളി
പ്പെടുത്തൽ നടത്തിയെങ്കിൽ സ്ത്രീസ്വവർഗ്ഗരതിക്കാരിൽ ഒരു ശതമാനം
പോലും കേരളീയസമൂഹത്തിൽ വെളിപ്പെടുത്തൽ നടത്തുന്നില്ല. ഇവരുടെ
ആത്മഹത്യയുടെയും പലായനങ്ങളുടെയും കാരണങ്ങൾ അന്വേഷിച്ച്

ചെല്ലുമ്പോൾ മാത്രമാണ് പൊതുസമൂഹം അവരുടെ ലൈംഗികസ്വത്വം തിരിച്ചറിയുന്നത്. പുരുഷാധിപത്യ സമൂഹത്തിൽ സാധാരണ സ്ത്രീകൾ തന്നെ ശാരീരികമായും മാനസികമായും അടിച്ചമർത്തൽ അനുഭവിക്കുന്നു എന്നിരിക്കേ തങ്ങളുടെ ലൈംഗികസ്വത്വം തിരിച്ചറിഞ്ഞാൽ സമൂഹം കൂടുതൽ ആക്രമിക്കുമെന്ന് ലെസ്ബിയനുകൾ ഭയപ്പെടുന്നു. അതിനാൽ ലെസ്ബിയൻ സ്വത്വം വെളിപ്പെടുത്താതെ ജീവിക്കാൻ അവർ നിർബന്ധിതരാകുന്നു.

സ്വവർഗ്ഗാനുരാഗം - പാശ്ചാത്യ/ഇന്ത്യൻ സമൂഹത്തിന്റെ നിലപാടുകൾ

സ്വവർഗ്ഗരതിയെ സംബന്ധിച്ചിടത്തോളം തികച്ചും വിഭിന്നമായ നിലപാടുകളാണ് പാശ്ചാത്യ സമൂഹത്തിലും ഇന്ത്യൻ സമൂഹത്തിലുമുള്ളത്. ജീവശാസ്ത്രപരമായ പ്രത്യേകതകളെ, വൈവിദ്ധ്യങ്ങളെ പുരോഗമനാത്മകമായി ഉൾക്കൊള്ളുവാൻ പാശ്ചാത്യ സമൂഹങ്ങൾക്കു കഴിയുമ്പോൾ യാഥാർത്ഥ്യങ്ങളെ പുറന്തള്ളി സദാചാര വ്യവസ്ഥിതികളുടേയും മതവിശ്വാസങ്ങളുടേയും യാഥാസ്ഥിതികമായ വഴി പിൻതുടരുകയാണ് ഇന്ത്യൻ സമൂഹം. ഹിറ്റ്ലറുടെ കാലഘട്ടത്തിൽ ജർമ്മനിയിലെ സ്വവർഗ്ഗാനുരാഗികളെ ശിക്ഷാവിധികൾക്ക് വിധേയരാക്കുകയും ലിംഗച്ഛേദനം നടത്തുകയും ചെയ്തിരുന്നു. ഇറാൻ ഭരണകൂടത്തിന്റെ നടപടികൾ ഇത്തരം പഴയ ചരിത്രങ്ങളെ ഓർമ്മപ്പെടുത്തുന്നു. എന്നാൽ, സ്വവർഗ്ഗലൈംഗികതയ്ക്ക് അംഗീകാരം നല്കിയ നൂറ്റിപ്പതിനഞ്ച് രാജ്യങ്ങൾ പാശ്ചാത്യലോകത്തുണ്ട്. പാശ്ചാത്യലോകത്തിന്റെ പ്രാചീന ചരിത്രം പരിശോധിച്ചാൽ സ്വവർഗ്ഗരതിക്കാരെ എപ്രകാരമാണ് സമൂഹം സ്വീകരിച്ചിരുന്നതെന്നുള്ള വസ്തുതകൾ വെളിപ്പെടും. സീയൂസ്, ഹെർക്കുലീസ്, പെസിഡോൺ, അക്കിലസ് തുടങ്ങിയ യവന ദേവന്മാർ സ്വവർഗ്ഗാനുരാഗികളായിരുന്നു. ഹോമറിന്റെ വിഖ്യാതഗ്രന്ഥമായ *ഇലിയഡിൽ* അക്കില്ലസും പെട്രോക്ലസും തമ്മിലുള്ള സ്വവർഗ്ഗബന്ധം അവതരിപ്പിച്ചിട്ടുണ്ട്. കലാസാഹിത്യാദി വിഷയങ്ങളിൽ സ്വവർഗ്ഗരതിയെ പ്രമേയപരമായി പരാമർശിക്കുവാൻ ഗ്രീക്ക് സാഹിത്യം തയ്യാറായിരുന്നു. അതിനുള്ള കാരണം സ്വവർഗ്ഗരതിക്കാരായ ഗ്രീക്ക് ദേവന്മാർക്ക് സമൂഹത്തിൽ പൊതുസ്വീകാര്യത ലഭിച്ചിരുന്നതാണ്. ഗ്രീസിലേതുപോലെ റോമൻ സമൂഹവും സ്വവർഗ്ഗരതി അംഗീകരിച്ചിരുന്നു. ക്രിസ്തുമതത്തിന്റെ കടന്നുവരവോടുകൂടി സ്വവർഗ്ഗരതി ഒരു സാമൂഹ്യ പ്രശ്നമായി മാറുകയും മതാധിഷ്ഠിത കാഴ്ചപ്പാടുകളിലൂടെ അവയെ പുറന്തള്ളി പ്രശ്നപരിഹാരം നടത്തിയെടുക്കുകയും ചെയ്തു. ക്രിസ്തുമതത്തിന്റെ വളർച്ച വർദ്ധിക്കുംതോറും മതം ക്രൂരമായ രീതിയിൽ സ്വവർഗ്ഗരതിയെ അടിച്ചമർത്തുകയും അങ്ങനെ ചെയ്യേണ്ടതിന്റെ ആവശ്യകത സമൂഹത്തെ ബോദ്ധ്യപ്പെടുത്തുകയും ചെയ്തിരുന്നു. രാജ്യഭരണ കാലത്ത് ഭടൻമാർക്കിടയിലും അടിമകൾക്കിടയിലും സ്വവർഗ്ഗരതി നിലനിന്നിരുന്നു. മനുഷ്യനുണ്ടായ കാലം മുതൽക്കേ സ്വവർഗ്ഗരതി പ്രകടമായിരുന്നുവെങ്കിലും അത്

ശിക്ഷിക്കപ്പെടേണ്ടുന്ന തെറ്റായി പരിഗണിക്കുവാൻ തുടങ്ങുന്നത് പത്താം നൂറ്റാണ്ടു മുതൽക്കാണ്. ഫ്രാൻസ്, സ്പെയിൻ, ഇറ്റലി തുടങ്ങിയ രാജ്യങ്ങളിൽ സ്വവർഗ്ഗരതിക്കാർ ആക്രമണങ്ങളേല്ക്കുകയും മൃഗീയമായി കൊലചെയ്യപ്പെടുകയും ചെയ്തിട്ടുണ്ട്.

പത്താം നൂറ്റാണ്ടിൽനിന്നും ഇരുപതാം നൂറ്റാണ്ടിലേക്ക് എത്തുമ്പോൾ ഫ്രാൻസ്, ഇറ്റലി ഉൾപ്പെടെയുള്ള രാജ്യങ്ങൾ സ്വവർഗ്ഗരതി സംബന്ധമായ വിഷയത്തിൽ നിയമനിർമ്മാണം നടത്തുകയും സ്വവർഗ്ഗവിവാഹങ്ങൾ അംഗീകരിക്കുകയും ചെയ്തു. സ്വവർഗ്ഗാനുരാഗികളുടെ വിവാഹത്തെ നിയമാനുസൃതമാക്കിയ ആദ്യത്തെ ലാറ്റിൻ അമേരിക്കൻ രാജ്യം അർജന്റീനയാണ്. ബ്രസീൽ, കാനഡ, ഡെൻമാർക്ക്, ഫ്രാൻസ്, ഐസ്ലാൻഡ്, ലെക്സംബർഗ്, നെതർലാൻഡ്, ന്യൂസിലാൻഡ്, നോർവേ, പോർച്ചുഗൽ, സ്പെയിൻ, സ്വീഡൻ, സൗത്ത് ആഫ്രിക്ക തുടങ്ങിയ രാജ്യങ്ങൾ സ്വവർഗ്ഗവിവാഹത്തെ നിയമപരമായി അംഗീകരിച്ചിട്ടുണ്ട്. 1994 ൽ ഇസ്രയേലിൽ സ്ത്രീ-പുരുഷ ദമ്പതികൾക്കുള്ള അവകാശങ്ങളെല്ലാം സ്വവർഗ്ഗദമ്പതികൾക്കുമായി അനുവദിക്കപ്പെട്ടു. ഫ്രാൻസും കാലിഫോർണിയയും സ്വവർഗ്ഗദമ്പതികളെ അംഗീകരിച്ചു തുടങ്ങി. ഇസ്രയേലിന്റെ ഈ നിലപാട് ഒമ്പതുവർഷത്തിനുശേഷം ജർമ്മനി അംഗീകരിക്കുകയുണ്ടായി. സ്വവർഗ്ഗദമ്പതികൾക്ക് അർഹമായ പരിഗണനകൾ ലഭിക്കുന്നതിലേക്കായി ജർമ്മൻ സുപ്രീംകോടതി പൗരാവകാശങ്ങളിൽ ഭേദഗതി വരുത്തി. ലോകത്തിലാദ്യമായി ജനകീയ വോട്ടുവഴി സ്വവർഗ്ഗ വിവാഹത്തിനുള്ള നിയമപരമായ അവകാശം നേടിയെടുത്ത രാജ്യം അയർലന്റ് ആണ്. യാഥാസ്ഥിതിക വിശ്വാസങ്ങൾ പുലർത്തിയിരുന്ന അയർലന്റിൽ പതിനേഴുവയസ്സിനു മുകളിലുള്ളവരുടെ സ്വവർഗ്ഗ വിവാഹത്തെ നിയമവിധേയമാക്കുവാൻ ഗവൺമെന്റ് നടത്തിയ ഹിതപരിശോധനയിൽ ജനങ്ങൾ അനുകൂലമായി പ്രതികരിച്ചു. മൂന്നുകോടിയിലധികം വരുന്ന ജനങ്ങളിൽ എഴുപതു ശതമാനവും സ്വവർഗ്ഗവിവാഹത്തെ അംഗീകരിക്കുന്നതായി വോട്ടുചെയ്തു. 1993 ൽ സ്വവർഗ്ഗ വിവാഹബന്ധത്തെ നിയമപരമാക്കുന്നതിന് ന്യൂനപക്ഷം മാത്രമേ തയ്യാറുണ്ടായിരുന്നുവെങ്കിൽ 2015 ൽ അത് എഴുപതു ശതമാനത്തോളമായി മാറിയെന്നത് അയർലന്റിലെ ജനസമൂഹം യാഥാസ്ഥിതികതയിൽനിന്നും യാഥാർത്ഥ്യങ്ങളിലേക്കു മാറിയതിന്റെ തെളിവാണ്. അയർലന്റ് സർക്കാർ 67% ഭൂരിപക്ഷത്തോടെ സ്വവർഗ്ഗാനുരാഗത്തെ അംഗീകരിച്ചുകൊണ്ടുള്ള ബിൽ 2015 ൽ പാസാക്കി. സമത്വത്തിന്റെ വിജയമെന്ന് സ്പാനിഷ് പ്രധാനമന്ത്രി ഇതിനെക്കുറിച്ച് അഭിപ്രായപ്പെട്ടു (2015 മെയ് 23).

2015 ജൂണിൽ യു എസ് രാഷ്ട്രം ലോകചരിത്രത്തിന്റെ പുതിയ വഴിയിലേക്കു കടന്നു കയറി. സ്വവർഗ്ഗവിവാഹം നിയമവിധേയമാക്കി യുഎസ് സുപ്രീംകോടതി പുറപ്പെടുവിച്ച വിധി യു എസ് ജനത ചരിത്രാഘോഷമാക്കി മാറ്റി. പ്രസിഡന്റ് ബറാക് ഒബാമയുടെ ഔദ്യോഗിക വസതിയായ വൈറ്റ് ഹൗസ് മഴവിൽ വർണ്ണങ്ങളാൽ അലങ്കരിച്ചു. കോടതിവിധി രാജ്യ

ത്തിന്റെ ഐക്യം കൂടുതൽ പൂർണ്ണമാക്കിയെന്നു ബറാക് ഒബാമയും യു എസിലെ മനുഷ്യാവകാശ മുന്നേറ്റമാണ് വിധിയെന്നു ഐക്യരാഷ്ട്ര സംഘടനാ സെക്രട്ടറി ബാൻ കി മൂണും അഭിപ്രായപ്പെട്ടു. യു എസ് സുപ്രീംകോടതി വിധി ഒട്ടനവധി ലോകരാഷ്ട്രങ്ങൾ ആഹ്ലാദത്തോടെ സ്വീകരിച്ചു. സെലിബ്രേറ്റ് പ്രൈഡ് എന്ന കാമ്പയിനുമായി ഫെയ്സ് ബുക്കും യു എസിലെ ഈ വിധി ആഘോഷിച്ചു.

ക്രിമിനൽ കുറ്റകൃത്യങ്ങളുടെ പട്ടികയിൽനിന്ന് ഒഴിവാക്കി സ്വവർഗ്ഗ രതിയെ അംഗീകരിച്ച ഇംഗ്ലണ്ട് പില്ക്കാലത്ത് മറ്റുരാജ്യങ്ങളിൽ നിന്നുള്ള സ്വവർഗ്ഗദമ്പതികൾക്ക് ഇംഗ്ലണ്ടിൽ താമസിക്കുന്നതിനുള്ള സൗകര്യങ്ങളിൽ ഇളവുകൾ അനുവദിച്ചു. ഇസ്രയേൽ ഗവൺമെന്റും സ്വവർഗ്ഗദമ്പതികളുടെ കുടിയേറ്റ നിയമങ്ങളിൽ വിട്ടുവീഴ്ചകൾ വരുത്തുകയുണ്ടായി. സൗത്ത് ആഫ്രിക്ക സ്വവർഗ്ഗരതിക്കാർക്ക് ഭരണഘടനാപരമായ അവകാശങ്ങൾ അംഗീകരിച്ച് കൊടുക്കുന്നുണ്ട്. ഇന്ത്യയുടെ അയൽരാജ്യമായ നേപ്പാളിൽ സ്വവർഗ്ഗലൈംഗികത, സ്വവർഗ്ഗവിവാഹം എന്നിവയെ നിയമവല്ക്കരിച്ചിട്ടുണ്ട്. സ്വവർഗ്ഗപ്രണയിയായ സുനിൽബാബു പന്ത് എന്ന പാർലമെന്റ് നേതാവിന്റെ നേതൃത്വത്തിലാണ് നേപ്പാളിൽ സ്വവർഗ്ഗലൈംഗികത നിയമവല്ക്കരിക്കപ്പെട്ടത്. അമേരിക്കയെ സംബന്ധിച്ചിടത്തോളം 1973 ൽ അമേരിക്കൻ സൈക്യാട്രിക് അസോസിയേഷൻ സ്വവർഗ്ഗലൈംഗികതയെ ഡയഗ്നോസ്റ്റിക് ആൻഡ് സ്റ്റാറ്റിക്കൽ മാനുവൽ ഓഫ് മെന്റൽ ഡിസോർഡേഴ്സിൽ (DSM-3) നിന്നും എടുത്തുകളഞ്ഞു. സ്വവർഗ്ഗലൈംഗികത മനോരോഗമല്ലാത്തതിനാൽ അതു പരിഹരിക്കുന്നതിനുള്ള കൺവെൻഷൻ തെറാപ്പികൾ നടത്തേണ്ടതില്ലായെന്ന അഭിപ്രായ പ്രകടനങ്ങളും നടത്തി. അമേരിക്കൻ സൈക്യാട്രിക് അസോസിയേഷന്റെ നിലപാടുകൾക്കു വിരുദ്ധമായ നിലപാടുകളാണ് ഇന്ത്യൻ സൈക്യാട്രിക് അസോസിയേഷൻ വച്ചുപുലർത്തുന്നത്. ലോകാരോഗ്യ സംഘടനയുടെ ICD-10 വർഗ്ഗീകരണ പ്രകാരം സ്വവർഗ്ഗരതിയെ ഈഗോ സിന്റോണിക്, ഈഗോ ഡിസ്റ്റോണിക് എന്നിങ്ങനെ വേർതിരിച്ചിരിക്കുന്നു. ഈഗോ ഡിസ്റ്റോണിക് പ്രകാരം സ്വവർഗ്ഗരതി മനോവൈകല്യമാണ്. പ്രസ്തുത വർഗ്ഗീകരണത്തെയാണ് ഇന്ത്യ പിന്തുടരുന്നത്. നിരവധി ലോകരാജ്യങ്ങൾ സ്വവർഗ്ഗരതിയെ മാനസികരോഗങ്ങളുടെ പട്ടികയിൽനിന്ന് ഒഴിവാക്കുമ്പോഴാണ് ഇന്ത്യ അത്തരം തീരുമാനത്തിൽനിന്ന് പുറംതിരിഞ്ഞുനില്ക്കുന്നത്.

സ്വവർഗ്ഗരതിയെ പാശ്ചാത്യസമൂഹം അംഗീകരിക്കുന്നുവെന്നു പൊതുവേ പറയുമ്പോഴും അതിനു വിരുദ്ധമായ നിലപാടുകൾ പുലർത്തുന്ന രാജ്യങ്ങളുമുണ്ട്. യെമൻ, സൗദിഅറേബ്യ, സുഡാൻ തുടങ്ങിയ രാജ്യങ്ങളിൽ കഠിന ശിക്ഷ ലഭിക്കാവുന്ന ക്രിമിനൽ കുറ്റമായി ഇത് പരിഗണിക്കപ്പെടുന്നു. റഷ്യ, നൈജീരിയ, ഉഗാണ്ട തുടങ്ങിയ രാജ്യങ്ങളും അറബ് രാഷ്ട്രങ്ങളെപ്പോലെ കഠിനമായ ശിക്ഷാരീതികളാണ് സ്വവർഗ്ഗരതി വിഷയത്തിൽ സ്വീകരിച്ചിരിക്കുന്നത്. 2012 ൽ വർദ്ധിച്ചുവരുന്ന സ്വവർഗ്ഗലൈംഗികതയ്ക്കെതിരായി ശിക്ഷാവിധികൾ നിശ്ചയിച്ചുകൊണ്ട് ഉഗാ

ണ്ടൻ പാർലമെന്റ് തയ്യാറാക്കിയ ആന്റി ഹോമോസെക്ഷ്വാലിറ്റി ബില്ല്
2013 ഡിസംബർ 17 ന് പാർലമെന്റും 2014 ഫെബ്രുവരി 25 ന് പ്രസിഡന്റും
പാസാക്കി. ഈ ബില്ലിലൂടെ സ്വവർഗ്ഗരതിക്കാർക്ക് ജീവപര്യന്തം
തടവുശിക്ഷയാണ് ലഭിക്കുന്നത്. നൈജീരിയയിൽ സ്വവർഗ്ഗരതി
ശിക്ഷാർഹമാക്കിക്കൊണ്ടുള്ള ഉത്തരവിൽ നൈജീരിയൻ പ്രസിഡന്റ്
ഗുഡ്ലക്ക് ജോനാതൻ 2014 ജനുവരി 23 ന് ഒപ്പുവെച്ചു. ഇന്ത്യയിൽ സ്വവർഗ്ഗ
രതി ക്രിമിനൽ കുറ്റമാണെന്ന് സുപ്രീം കോടതിവിധിക്കുന്നത് 2013 ഡിസം
ബർ 11-നാണ്. ബ്രിട്ടീഷുകാർ ഇന്ത്യ വിട്ടുപോയിട്ട് അറുപത്തിയെട്ടുവർഷം
കഴിഞ്ഞിട്ടും ഇന്ത്യൻ ഭരണകൂടം ഇതുവരെ 377-ാം വകുപ്പ് നീക്കം ചെയ്യാ
ത്തത് അത്ഭുതകരമാണ്. അമേരിക്കയടക്കമുള്ള പാശ്ചാത്യരാജ്യങ്ങളിൽ
ഉഭയസമ്മത പ്രകാരമുള്ള സ്വവർഗ്ഗരതി കുറ്റകരമല്ലായെന്നതാണ് ഇതിന്റെ
മറുവശം.

കോടതിവിധിയുടെ നാൾവഴികൾ

സ്വവർഗ്ഗാനുരാഗികളോടുള്ള സമീപനത്തിൽ മനുഷ്യത്വപരമായ നില
പാടുകൾ സ്വീകരിച്ച ലോകരാഷ്ട്രങ്ങളുടെ മാറ്റത്തിൽ പ്രചോദിതരായ
നാസ് ഫൗണ്ടേഷൻ 2001 ൽ ഉഭയ സമ്മതപ്രകാരമുള്ള സ്വവർഗ്ഗരതി കുറ്റ
കൃത്യമല്ലാതാക്കുവാൻ ഡൽഹി ഹൈക്കോടതിയിൽ പൊതുതാല്പര്യ
ഹർജി ഫയൽ ചെയ്തു. ട്രാൻസ്ജന്ററുകളുടെയും സ്വവർഗ്ഗരതിക്കാരു
ടെയും അവകാശങ്ങൾക്കായി പോരാടുന്ന ഡൽഹി ആസ്ഥാനമായി
പ്രവർത്തിക്കുന്ന സംഘടനയാണ് നാസ് ഫൗണ്ടേഷൻ. 2004 സെപ്തം
ബറിൽ നാസ് ഫൗണ്ടേഷന്റെ ഹർജി ഡൽഹി ഹൈക്കോടതി തള്ളിക്ക
ളഞ്ഞപ്പോൾ സംഘടന റിവ്യൂഹർജി സമർപ്പിച്ചു. റിവ്യൂഹർജിയും തള്ള
പ്പെട്ടതിനെത്തുടർന്ന് നാസ്ഫൗണ്ടേഷൻ 2004 ഡിസംബറിൽ
സുപ്രീംകോടതിയെ സമീപിച്ചു. 2006 ഏപ്രിലിൽ സുപ്രീം കോടതി ഹർജി
പുനഃപരിശോധിക്കുവാൻ ഡൽഹി ഹൈക്കോടതിയോട് ആവശ്യപ്പെട്ടു.
2008 സെപ്തംബറിൽ കേസിന്റെ വിചാരണ ഹൈക്കോടതിയിൽ നടക്കുന്ന
സന്ദർഭത്തിൽ ആഭ്യന്തരവകുപ്പും ആരോഗ്യവകുപ്പും സ്വവർഗ്ഗരതി കുറ്റ
കൃത്യമല്ലാതാക്കുന്നതിനെ സംബന്ധിച്ച് പരസ്പരവിരുദ്ധമായ നിലപാ
ടുകൾ സ്വീകരിക്കുകവഴി കോടതിയുടെ ശകാരത്തിനു വിധേയമായി.
മൗലികാവകാശമായ സ്വവർഗ്ഗരതിയെ സദാചാര സംഹിതകളുടെ പേരിൽ
കുറ്റകൃത്യമായി വ്യാഖ്യാനിക്കാൻ കേന്ദ്രസർക്കാരിന് അവകാശമില്ല എന്ന
വാദത്തെ നാസ് ഫൗണ്ടേഷൻ ഉയർത്തിയപ്പോൾ സ്വവർഗ്ഗരതി സദാചാര
വിരുദ്ധവും വൈകൃതവുമാണെന്ന നിലപാടു കേന്ദ്രം സ്വീകരിച്ചു. സ്വവർഗ്ഗ
രതിയെ എതിർക്കുന്ന കേന്ദ്ര സർക്കാരിനോട് ശാസ്ത്രീയ റിപ്പോർട്ടുക
ളുടെ അടിസ്ഥാനത്തിൽ സ്വവർഗ്ഗരതിക്കുമേലുള്ള നിരോധനം വ്യക്തമാ
ക്കുവാൻ ഡൽഹി ഹൈക്കോടതി ആവശ്യപ്പെട്ടു. 2009 ജൂലൈ രണ്ടിനു
നാസ് ഫൗണ്ടേഷന്റെ വാദം അംഗീകരിച്ച ഡൽഹി ഹൈക്കോടതി
ഉഭയസമ്മത പ്രകാരമുള്ള സ്വവർഗ്ഗരതിക്ക് നിയമസാധുത നല്കി, ഇന്ത്യൻ

ഭരണഘടനയിലെ അനുച്ഛേദം 14 പൗരന്മാർക്ക് നിയമത്തിനു മുമ്പിലെ സമത്വം ഉറപ്പുനല്കുന്നുണ്ട്. 2009 ജൂലൈ 29 ലെ വിധി പ്രസ്താവിച്ച ചീഫ് ജസ്റ്റിസ് അജിത് പ്രകാശഷായും ജസ്റ്റിസ് എസ് മുരളീധരനുമടങ്ങുന്ന ബെഞ്ച് ഇന്ത്യൻ ശിക്ഷാ നിയമത്തിലെ 377-ാം വകുപ്പ് ഭരണഘടനയിലെ അനുച്ഛേദം പതിനാലിന്റെ ലംഘനമാണെന്നു വ്യക്തമാക്കി.

1861 ൽ ബ്രിട്ടീഷുകാർ വിക്ടോറിയൻ സദാചാരഭാവനയുടെ അടിസ്ഥാനത്തിൽ നിർമ്മിച്ചെടുത്തതാണ് 377-ാം വകുപ്പ്. പ്രകൃതിവിരുദ്ധമായ ലൈംഗിക ബന്ധങ്ങളെ നിയന്ത്രിക്കുന്നതിനു വേണ്ടിയാണ് ബ്രിട്ടീഷുകാർ ഇത്തരമൊരു വകുപ്പ് ഒരുക്കിയെടുത്തത്. ഈ വകുപ്പ് പ്രകാരം പ്രകൃതിയുടെ താല്പര്യങ്ങൾക്കു വിരുദ്ധമായി സ്ത്രീയോടോ പുരുഷനോടോ മൃഗത്തോടോ ലൈംഗികമായി ബന്ധപ്പെടുന്ന ഏതൊരു വ്യക്തിയും ശിക്ഷിക്കപ്പെടും. ഉഭയസമ്മതപ്രകാരമുള്ള സ്ത്രീ- പുരുഷബന്ധങ്ങളിലെ പല ലൈംഗിക പ്രവൃത്തികളേയും ഈ നിയമം കുറ്റകരമായി വിലയിരുത്തുന്നു. ബാലപീഡനം, സ്വവർഗ്ഗ ബലാൽസംഗം, മൃഗരതി എന്നിവ കുറ്റകൃത്യമായി പരിഗണിച്ച ബ്രിട്ടീഷ് ഗവൺമെന്റ് വ്യക്തിയുടെ മൗലിക അവകാശങ്ങൾ, ലൈംഗിക സ്വാതന്ത്ര്യം എന്നിവ പരിഗണിച്ചിരുന്നില്ല. 377-ാം വകുപ്പിനെ പിന്തുടർന്ന ഇന്ത്യൻ ഭരണകൂടം പ്രായപൂർത്തിയായ, ഉഭയസമ്മതപ്രകാരമുള്ള രണ്ടുവ്യക്തികളുടെ സ്വവർഗ്ഗരതിയെ ക്രിമിനൽകുറ്റമായി പരിഗണിക്കുകയാണുണ്ടായത്. പ്രസ്തുത നിലപാടിനെയാണ് ഡൽഹി ഹൈക്കോടതി തള്ളിക്കളഞ്ഞത്.

ഡൽഹി ഹൈക്കോടതിവിധിയിൽ ലൈംഗികന്യൂനപക്ഷങ്ങൾ ആഹ്ലാദിച്ചപ്പോൾ അസ്വസ്ഥരായ ഇന്ത്യൻ യാഥാസ്ഥിതിക വാദികൾ വിധിക്കെതിരായി സുപ്രീംകോടതിയിൽ ഹർജി ഫയൽ ചെയ്തു. ശിവസേന, കാത്തലിക് ചർച്ച്, ആര്യസമാജ്, ഉത്കൽ ക്രിസ്റ്റ്യൻ കൗൺസിൽ, ജമാഅത്തെ ഇസ്ലാമി, പേഴ്സണൽ ലോ ബോർഡ്, ഓൾ ഇന്ത്യ മുസ്ലീം, തമിഴ്നാട് മുസ്ലീം മുന്നേറ്റ ഘടകം തുടങ്ങിയ ജാതി - മത സംഘടനകൾ ഡൽഹി ഹൈക്കോടതിവിധിയിൽ പ്രതിഷേധമുള്ളവരും സ്വവർഗ്ഗരതിയെ പ്രകൃതിവിരുദ്ധമായി വിലയിരുത്തി അടിച്ചമർത്തുവാൻ താല്പര്യപ്പെടുന്നവരുമായിരുന്നു. സ്വവർഗ്ഗാനുരാഗത്തിനു പിന്നിൽ ജീവശാസ്ത്രപരമായ കാരണങ്ങളുണ്ടെന്നു ആധുനിക ശാസ്ത്രഗവേഷണങ്ങൾ വ്യക്തമാക്കുമ്പോൾ ഇന്ത്യൻ സമൂഹത്തിലെ മതസംഘടനാ പ്രതിനിധികൾ പ്രകൃതിവിരുദ്ധമായ സ്വവർഗ്ഗാനുരാഗം ഗുരുതരമായ രോഗങ്ങൾക്കു കാരണമായിത്തീരുമെന്നു വാദിക്കുന്നു. 2012 ഫെബ്രുവരി 23 ന് അഡീഷണൽ സോളിസിറ്റർ ജനറൽ പി പി മൽഹോത്ര സ്വവർഗ്ഗ ലൈംഗികതയെ വിമർശിക്കുകയും അത്തരം ബന്ധങ്ങളെ അനാശാസ്യമായി മാത്രമേ കാണുവാൻ കഴിയുകയുള്ളൂ എന്നഭിപ്രായപ്പെട്ടു. മതസംഘടനകളുടെ നിലപാടുകളെ പിന്തുണയ്ക്കുന്ന തരത്തിൽ സോളിസിറ്റർ ജനറൽ മാറിയതിനു പിന്നിൽനിന്നും അവരുടെ സ്വാധീനം വ്യക്തമാണ്. 2012 ഫെബ്രുവരിയിൽ സുപ്രീംകോടതി വിചാരണ തുടങ്ങി മാർച്ചിൽ പൂർത്തീകരിച്ച്

കേസ് വിധി പറയുന്നതിനായി മാറ്റിവച്ചു. 2013 ഡിസംബർ പതിനൊന്നിന് ജസ്റ്റിസ് ജി എസ് സിംഘ്‌വി, എസ് ജെ മുഖോപാധ്യായ എന്നിവരടങ്ങിയ ബെഞ്ച് ഡൽഹി ഹൈക്കോടതി വിധിയെ പുറന്തള്ളി സ്വവർഗ്ഗരതി ക്രിമിനൽ കുറ്റമാണെന്നു വിധിച്ചു. ജസ്റ്റിസ് ജി എസ് സിംഘ്‌വിയുടെ ഔദ്യോഗിക ജീവിതത്തിലെ അവസാനത്തെ വിധിയായിരുന്നു സ്വവർഗ്ഗലൈംഗികതയെ സംബന്ധിച്ച വിധി.

ഇന്ത്യൻ ശിക്ഷാനിയമത്തിലെ 377-ാം വകുപ്പ് നിലനില്ക്കുന്നിടത്തോളംകാലം സ്വവർഗ്ഗരതി ക്രിമിനൽ കുറ്റമാണെന്നു വിധിച്ച സുപ്രീംകോടതി ആ വകുപ്പിൽ മാറ്റം വരുത്തണമെങ്കിൽ അറ്റോർണി ജനറലിന്റെ നിർദ്ദേശം സ്വീകരിച്ച് അതു ചെയ്യേണ്ടതു പാർലമെന്റ് ആണെന്നു നിർദ്ദേശിച്ചു. നിലവിൽ 377-ാം വകുപ്പനുസരിച്ച് പ്രകൃതിവിരുദ്ധ ലൈംഗിക ബന്ധത്തിനു പരമാവധി ജീവപര്യന്തം ശിക്ഷവരെ ലഭിക്കാവുന്നതാണ്. ഇന്ത്യൻ സുപ്രീംകോടതിയുടെ നടപടി അന്താരാഷ്ട്ര നിയമങ്ങളുടെ ലംഘനമാണെന്നു കുറ്റപ്പെടുത്തിയ ഐക്യരാഷ്ട്രസഭ മൗലികവും രാഷ്ട്രീയവുമായ അവകാശങ്ങളുടെ ലംഘനമാണ് ഈ വിധിയെന്നും ആരോപിച്ചു. സുപ്രീംകോടതിയുടെ വിധിയിൽ സാമൂഹ്യസാംസ്കാരിക രംഗത്തെ വ്യക്തികളെല്ലാവരുംതന്നെ നിരാശയും പ്രതിഷേധവും രേഖപ്പെടുത്തി. കോടതിവിധി മനുഷ്യാവകാശ ലംഘനമാണെന്നു മൻമോഹൻസിങ് മന്ത്രിസഭയിൽ കേന്ദ്രമന്ത്രിയായിരുന്ന ചിദംബരം, ബോളിവുഡ് നടൻ അമീർഖാൻ, സി പി എം പോളിറ്റ് ബ്യൂറോ അംഗം ബൃന്ദാകാരാട്ട് തുടങ്ങിയവർ അഭിപ്രായപ്പെട്ടു. കോൺഗ്രസ് അദ്ധ്യക്ഷ സോണിയാഗാന്ധി, ഉപാദ്ധ്യക്ഷൻ രാഹുൽഗാന്ധി എന്നിവർ സ്വവർഗ്ഗാനുരാഗികളുടെ അവകാശങ്ങൾക്കുവേണ്ടി രംഗത്തുവന്നപ്പോൾ കേന്ദ്രസർക്കാർ കോടതിവിധിയെ സ്വാഗതം ചെയ്ത നിലപാടിനെ മാറ്റിമറിച്ചുകൊണ്ട് കൂടുതൽ ഉദാരമായ നിലപാടുവേണമെന്ന കാഴ്ചപ്പാട് സ്വീകരിക്കുകയുണ്ടായി.

ചരിത്രം മാപ്പുചോദിക്കുമ്പോൾ

2013 ഡിസംബർ 11നു ഡൽഹി ഹൈക്കോടതിയുടെ 2009 ലെ ഉത്തരവു റദ്ദു ചെയ്ത സുപ്രീംകോടതി 377 നിലനില്ക്കുന്നതാണെന്നു പ്രഖ്യാപിച്ചു. ഡിസംബർ 20 നു വിധി പുനഃപരിശോധിക്കണമെന്നാവശ്യപ്പെട്ട് കേന്ദ്രം സുപ്രീംകോടതിയിൽ ഹർജി നല്കി. 2013 ലെ തീരുമാനം പുനഃപരിശോധിക്കാമെന്ന് 2018 ജനുവരി എട്ടിനു പ്രസ്താവിച്ചു. 377-ാം വകുപ്പിനെ സംബന്ധിച്ച് ഒരു നിലപാടില്ലെന്നു കേന്ദ്രഗവൺമെന്റ് അറിയിച്ചതിനെത്തുടർന്ന് ഭരണഘടനാ ബെഞ്ച് തീരുമാനമെടുക്കുകയായിരുന്നു. അത്തരമൊരു തീരുമാനമാണ് 2018 സെപ്റ്റംബർ ആറിനു, പരസ്പര സമ്മത പ്രകാരമുള്ള സ്വവർഗ്ഗരതി ക്രിമിനൽ കുറ്റമല്ലായെന്ന ചരിത്രവിധിയായി പ്രസ്താവിക്കപ്പെട്ടത്. 495 പേജുകളുള്ള ചരിത്രവിധിയിൽ ചീഫ് ജസ്റ്റിസ് ദീപക്മിശ്രയും ജസ്റ്റിസ് ഖാൻവിൽക്കറും ചേർന്ന് ഒരു വിധിയും ജസ്റ്റിസുമാരായ ആർ എഫ് നരിമാൻ, ഡി വൈ ചന്ദ്രചൂഢ്,

ഇന്ദുമൽഹോത്ര എന്നിവരുടെ വിധികളും ആണ് ഉൾപ്പെടുന്നത്. ഇത്തരമൊരു വിധിക്കുവേണ്ടി നവജേത് സിങ്ങ്, കേശവ് സൂരി, റിതുഡാൽമിയ തുടങ്ങിയവരാണ് പോരാട്ടങ്ങൾ നടത്തിയത്. ഇവരുടെ ഇടപെടലിനെത്തുടർന്നാണ് ഹർജി അഞ്ചംഗ ഭരണഘടനാ ബെഞ്ചിലേയ്ക്ക് എത്തുന്നത്. ഉഭയ സമ്മതപ്രകാരമുള്ള സ്വവർഗ്ഗരതിക്ക് നിയമ സാധുത നല്കിയ ഭരണഘടനാ ബെഞ്ച് 377-ാം വകുപ്പ് ഭരണഘടനാ വിരുദ്ധമാണെന്നു അഭിപ്രായപ്പെട്ടു. ലൈംഗികത, സ്വാതന്ത്ര്യം എന്നിവയിൽ അങ്ങേയറ്റം യാഥാസ്ഥിതികമായ ഇന്ത്യൻ ജനസമൂഹത്തിൽ ലൈംഗിക ന്യൂനപക്ഷങ്ങൾ ഭയന്നു കഴിയേണ്ടതില്ലെന്ന ധീരമായ നിലപാടാണ് ഭരണഘടനാ ബെഞ്ച് പങ്കുവയ്ക്കുന്നത്. അഞ്ചംഗ ഭരണഘടനാ ബെഞ്ചിലെ ഏക സ്ത്രീ സാന്നിദ്ധ്യമായ ഇന്ദുമൽഹോത്രയുടെ വിധി പ്രസ്താവം ഏറെ ശ്രദ്ധേയമായിരുന്നു. “രാജ്യത്തു നാമമാത്രമാണ് എൽ ജി ബി ടി വ്യക്തികളെന്നതു ഭരണഘടന ഉറപ്പു നല്കുന്ന മൗലികാവകാശങ്ങൾ അവർക്കു നിഷേധിക്കുന്നതിനു കാരണമാക്കാനാവില്ല. എൽ ജി ബി ടി ലൈംഗിക ന്യൂനപക്ഷമാണെങ്കിലും, ഈ രാജ്യത്തെ പൗരന്മാർ തന്നെയാണ്, ഭരണഘടനയുടെ 14, 15, 19, 21 വകുപ്പുകൾ ഉറപ്പുനല്കുന്ന മൗലികാവകാശങ്ങൾ നടപ്പാക്കിക്കിട്ടാൻ അവർക്കു തുല്യമായ അവകാശമുണ്ട്. നൂറ്റാണ്ടുകളായി അനുഭവിച്ച മാനഹാനിക്കും അയിത്തത്തിനും പരിഹാരമുണ്ടാക്കുന്നതിലെ കാലതാമസത്തിന് എൽ ജി ബി ടി സമൂഹത്തോടും അവരുടെ കുടുംബാംഗങ്ങളോടും ചരിത്രം മാപ്പു ചോദിക്കണം. അടിച്ചമർത്തലിന്റെയും പീഡനത്തിന്റെയും ഭീതിനിറഞ്ഞതായിരുന്നു ഈ വിഭാഗത്തിന്റെ ജീവിതം.”

സ്വവർഗ്ഗാനുരാഗികളെ സംബന്ധിച്ചിടത്തോളം പോരാട്ടങ്ങൾക്കു ലഭിച്ച അംഗീകാരമാണ് സുപ്രീംകോടതിവിധി. മുമ്പോട്ടുള്ള പ്രയാണത്തിന് വിധി കരുത്തു പകരുമെന്ന് ക്വീയർ ഗ്രൂപ്പുകളിൽ ഉൾപ്പെട്ടവർ സാക്ഷ്യപ്പെടുത്തുന്നുണ്ട്. സമൂഹത്തിന്റെ ഇരുണ്ടയിടങ്ങളിൽ കഴിയാൻ വിധിക്കപ്പെട്ട സ്വവർഗ്ഗാനുരാഗികൾക്ക് വിധി ചരിത്ര നേട്ടമാകുമ്പോൾ തന്നെ ഇന്ത്യൻ ജനതയുടെ യാഥാസ്ഥിതിക പൊതുബോധത്തെ എത്രത്തോളം അട്ടിമറിക്കുവാൻ കഴിയുമെന്ന് ചോദ്യം ഉയർന്നുവരുന്നു. ഉഭയ സമ്മത പ്രകാരമുള്ള സ്വവർഗ്ഗരതി ബന്ധങ്ങളെ മാത്രമേ സുപ്രീംകോടതി 377 ൽ നിന്നും ഒഴിവാക്കിയിട്ടുള്ളു. ജാതി മത സമുദായ ബോധങ്ങളിൽ അടിത്തറ ഉറപ്പിച്ചു നില്ക്കുന്ന ഇന്ത്യൻ ജനസമൂഹത്തിന്റെ മത ബോധങ്ങളെ മറികടക്കാൻ സുപ്രീംകോടതി വിധിക്കു കഴിയണമെന്നില്ല. അതിതീവ്രമായ സാമുദായിക ബോധങ്ങളിലും അചാരാനുഷ്ഠാനങ്ങളിലും അടിയുറച്ചു നില്ക്കുന്ന ഭൂരിപക്ഷ സമൂഹത്തിന്റെ യാഥാസ്ഥിതിക നിലപാടുകളേയും അട്ടിമറിക്കുവാനും കഴിയണമെന്നില്ല.

ഉഭയസമ്മതപ്രകാരമുള്ള സ്വവർഗ്ഗലൈംഗികതയെ മാത്രമേ 377 ൽ നിന്നും കോടതി നീക്കം ചെയ്തുള്ളൂ. അതേസമയം നിർബന്ധിത സ്വവർഗ്ഗലൈംഗികതയടക്കമുള്ളവ കുറ്റകൃത്യമായി നിലനില്ക്കുകയും

ചെയ്യും. സ്വവർഗ്ഗാനുരാഗികളുടെ ബന്ധത്തെ മാത്രമാണ് സുപ്രീംകോടതി പരിഗണിച്ചത്. സ്വവർഗ്ഗാനുരാഗികൾ ആഗ്രഹിച്ചതുപോലെ അത് നിയമപരമായി അംഗീകരിച്ചു കിട്ടുകയും ചെയ്തു. അതേസമയം സ്വവർഗ്ഗാനുരാഗികൾ തമ്മിലുള്ള വിവാഹം കുഞ്ഞുങ്ങളെ ദത്തെടുത്തു വളർത്തുന്നതിനുള്ള അവകാശം, പിന്തുടർച്ചാവകാശം തുടങ്ങിയവയെ സംബന്ധിച്ചുള്ള തീരുമാനങ്ങൾ ഉണ്ടാകേണ്ടതുണ്ട്. സ്വവർഗ്ഗാനുരാഗികളുടെ ലൈംഗികത എന്ന മേഖലയിൽ മാത്രം കേന്ദ്രീകരിച്ചുകൊണ്ടാണ് കോടതിവിധി പുറപ്പെടുവിച്ചതെങ്കിലും നിലവിലുള്ള വിധിയുടെ അടിസ്ഥാനത്തിൽ സിവിൽ അവകാശങ്ങൾക്കായി സ്വവർഗ്ഗലൈംഗികർക്കു നിയമ പോരാട്ടങ്ങൾ നടത്തുവാൻ കഴിയുന്നതാണ്.

സ്വതന്ത്ര ഇന്ത്യയിൽ നിലനിന്നിരുന്ന കിരാത നിയമത്തിനെ നിരാകരിച്ചുകൊണ്ട് സുപ്രീംകോടതി പുറപ്പെടുവിച്ച വിധി, ഭ്രഷ്ട് കല്പിച്ച് തീണ്ടാപ്പാടകലെ നിർത്തിയിരുന്ന ലൈംഗിക ന്യൂനപക്ഷങ്ങൾക്ക് ആത്മവിശ്വാസം പകരുകയാണുണ്ടായത്. പ്രകൃതിവിരുദ്ധമെന്നു മുദ്ര കുത്തിയ സ്വവർഗ്ഗ പ്രണയത്തിന്റെ പേരിൽ, പ്രണയം കുറ്റകൃത്യമാക്കിയതിനാൽ ആത്മഹത്യ ചെയ്ത നിരവധി ഗേ/ലെസ്ബിയനുകളുണ്ട്. സ്വവർഗ്ഗലൈംഗികത കുറ്റകൃത്യമല്ലാതാകുന്നതോടെ 'മാന്യതയോടെ' 'മര്യാദയോടെ' 'അഭിമാനത്തോടെ' നിലകൊള്ളുവാൻ ലൈംഗിക ന്യൂനപക്ഷങ്ങൾക്കു കഴിയും. ഭൂതകാലത്തിന്റെ ഇരുണ്ടയിടങ്ങളിൽനിന്നും വെളിച്ചത്തിന്റെ തുറസുകളിലേക്ക് സജീവമായി ഇടപെടുന്നതിനുള്ള അവസരങ്ങൾ സാധ്യമാക്കുന്ന വിധി എന്ന നിലയിൽ സുപ്രീംകോടതിയുടെ വിധി ചരിത്രപരമാകുന്നു. അപരവല്ക്കരിക്കപ്പെട്ട, ഭ്രഷ്ടു കല്പിക്കപ്പെട്ട ലൈംഗിക ന്യൂനപക്ഷങ്ങളുടെ അതിജീവനത്തിന്റെ ചരിത്രപാതകളിലേയ്ക്കുള്ള പ്രയാണത്തെ ആ വിധി ത്വരിതവല്ക്കരിക്കുക തന്നെ ചെയ്യും.

ഭാഗം രണ്ട്
ലെസ്ബിയൻ കഥകൾ

സ്ത്രീ
കമല

അവൾ ഒരസാധാരണയായിരുന്നു. എന്റെ പ്രതീക്ഷകളെയാകെ തട്ടി ത്തകർത്തു. ജീവിതം നിരാശാമയമാക്കി. അതെ, അവൾ എന്തെല്ലാം ചെയ്തു! പക്ഷേ, അവളെ ഞാൻ ഒരിക്കലും കുറ്റപ്പെടുത്തുകയില്ല. മാത്ര മല്ല, ആ അസാധാരണ ജീവിതം നയിച്ച ആ സാധുയുവതിയോട് എനിക്ക് അനുകമ്പയാണ് തോന്നാറുള്ളത്.

ഇരുപത്തിയഞ്ചുകൊല്ലങ്ങൾക്കു മുമ്പാണ് പ്രസന്ന അവളെ എനിക്ക് പരിചയപ്പെടുത്തി തന്നത്. വിളറിയ തന്റെ മുഖത്ത് ഒരു മന്ദഹാസം പ്രദർശി പ്പിച്ചുകൊണ്ട് ഏതാണ്ട് അധോമുഖിയായി നിന്നിരുന്ന ആ കൊച്ചു ബാലിക ഇത്ര കുറച്ചുകാലത്തിനുള്ളിൽ എന്റെ ജീവിതത്തിൽ ഒരു വിപ്ലവം തന്നെ വരുത്തിവയ്ക്കാൻ പ്രാപ്തിയുള്ളവളായിരുന്നുവെന്ന് അന്നെനിക്ക് മനസ്സിലാക്കുവാൻ കഴിഞ്ഞിരുന്നുവെങ്കിൽ ഞാൻ അവളിൽനിന്നും കഴി യുന്നതും ഒഴിഞ്ഞുമാറാൻ ശ്രമിക്കുമായിരുന്നു. "രവീ, ഇതെന്റെ സ്നേഹിത രമണിയാണ്. രമയെപ്പറ്റി ഞാൻ പലപ്പോഴും രവിയോട് പറഞ്ഞുതന്നിട്ടു ണ്ടല്ലോ." പ്രസന്ന പറഞ്ഞു. അതെ, അങ്ങനെ രമ എന്റെ ജീവിതത്തിൽ ഒരു കൊള്ളിമീനെന്നപോലെ ചാടിവീണു.

രമയുടെ കണ്ണുകൾക്കു എന്തോ ഒരു മാന്ത്രികശക്തിയുണ്ടായിരുന്നു. അവളുടെ ആ ഉറച്ച നോട്ടത്തിൽ എന്തോ ഒരു നിർത്തുവാൻ വയ്യാത്ത വികാരത്തള്ളൽ നിഴലിച്ചിരുന്നതായി എനിക്ക് ഓർമ്മയുണ്ട്. ആ തീക്ഷ്ണ മായ നോട്ടം എന്നെ പരിഭ്രമിപ്പിച്ചിരുന്നു. എനിക്കവളെ പേടി തോന്നിയി രുന്നു. അവളുടെ ആ നോട്ടം തന്നെയായിരിക്കണം എന്നെ ഒരു ഭീരുവാ ക്കിത്തീർത്തത്.

അന്നു വൈകുന്നേരവും പതിവുപോലെ പ്രസന്ന എന്റെ ചിത്രശാല യിലേക്കു വന്നു. അസ്തമിക്കാൻ പോകുന്ന ആ സൂര്യപ്രഭയിൽ അവ

ളുടെ ഇളം പച്ചസാരി തിളങ്ങുന്നത് ഞാൻ കണ്ടു. എന്റെ മുറിയുടെ ചുമരിന്മേൽ അതൊരു പച്ചനിറം വീശി. ഞാൻ പകുതി തീർത്ത ഒരു ചിത്രം മാറ്റിവച്ച് എഴുന്നേറ്റു. പ്രസന്ന ഒരു സുന്ദരിയായിരുന്നു. ഞാനതുവരെ മനസ്സിലാക്കാത്ത ഒരു യാഥാർത്ഥ്യമായിരുന്നു അത്.

"എന്താ നിർത്തിയത്? അതു മുഴുവനാക്ക്." അവൾ കൊഞ്ചിക്കൊണ്ടു പറഞ്ഞു, "ഞാനതു നോക്കിക്കൊള്ളട്ടെ!"

അവളുടെ ഓമനച്ചുണ്ടുകളിൽ ഒരു മന്ദഹാസം പരന്നു. ഞാനവളെ ആദ്യമായി ആലിംഗനം ചെയ്തു.

പ്രസന്നയുടെ ചുമലിൽ കൈവച്ചുകൊണ്ടാണ് ഞാൻ അന്ന് ചിത്രശാലയുടെ പുറത്തേക്കിറങ്ങിയത്. "വരൂ ഞാൻ പ്രസന്നയെ ഹോസ്റ്റലിൽ കൊണ്ടുപോയാക്കാം. ഇന്നു പതിവിലധികം വൈകിയിരിക്കുന്നുവല്ലോ."

ഞാനവളുടെ കൂടെ ആ നിലാവെളിച്ചത്തിൽ ആനന്ദമഗ്നനായി നടന്നു. ആ വെട്ടുവഴിയിലെ കല്ലുകൾ ഞങ്ങളുടെ കാലടികൾക്കിടയിൽപ്പെട്ട് ഒന്നു ഞെരുങ്ങി. ഞങ്ങൾ സംസാരിച്ചില്ല. ആ മധുരമായ നിശ്ശബ്ദതയെ ഭേദിക്കുവാൻ ഞങ്ങൾക്ക് രണ്ടുപേർക്കും പേടി തോന്നിയിരിക്കണം. ഞങ്ങളുടെ പുരോഭാഗത്തുനിന്നു ഒരിളക്കം കേൾക്കാറായി.

"ആരോ അതാ ഓടിവരുന്നു." പ്രസന്ന എന്റെ കൈ വിടുവിച്ചുകൊണ്ട് പറഞ്ഞു. പറക്കുന്ന തലമുടിയോടും ജ്വലിക്കുന്ന കണ്ണുകളോടുംകൂടിയ രമ ഞങ്ങളുടെ അടുത്തേക്ക് ഓടിവന്ന്, പ്രസന്നയെ ഒരു ദീർഘനിശ്വാസത്തോടെ ആലിംഗനം ചെയ്തു.

"പ്രസന്ന ഇത്ര വൈകിയിട്ടും വരാഞ്ഞതു കണ്ടപ്പോൾ എന്തോ പറ്റിയെന്നു വിചാരിച്ചു പേടിച്ചു." അവൾ കിതച്ചുകൊണ്ടു പറഞ്ഞു. അവൾ എന്റെ നേർക്ക് നോക്കി. ആ നോട്ടത്തിൽ എനിക്ക് മനസ്സിലാക്കാൻ കഴിയാത്ത എന്തോ ഒന്നുണ്ടായിരുന്നു. അവൾ പ്രസന്നയേയും വലിച്ചുകൊണ്ട് അവിടെ നിന്നു നടന്നു. എന്തു സ്നേഹമാണവരുടേത്! എനിക്ക് അങ്ങനെ ആത്മാർത്ഥതയുള്ള ഒരു സ്നേഹിതനുണ്ടായിരുന്നുവെങ്കിൽ! എന്നിൽ നിന്നും മറഞ്ഞുപോകുന്ന ആ പെൺകുട്ടികളെ നോക്കി ഞാൻ ആലോചിച്ചു.

പൂജാ അവധിക്കാലമായി. പ്രസന്നയുടെ ഹോസ്റ്റലിലുള്ള വിദ്യാർത്ഥിനികളെല്ലാം അവരവരുടെ നാടുകളിലേക്കു മടങ്ങുന്നതു ഞാൻ കണ്ടു. പ്രസന്നയും രമയും അവരുടെ കൂട്ടത്തിലുണ്ടായിരുന്നില്ല. എന്താണിവർ രണ്ടുപേരുംകൂടി തനിയെ ചെയ്യാൻ വിചാരിക്കുന്നത്? ഞാൻ അത്ഭുതപ്പെട്ടു.

അന്നൊരു ഞായറാഴ്ചയായിരുന്നു. പതിവിലും നേരത്തെ പണിയെല്ലാം കഴിച്ചു ഞാൻ എന്റെ ചിത്രശാലയുടെ പുറത്ത് ഉലാത്തുമ്പോഴാണ് എനിക്ക് പ്രസന്നയുടെ ആ കത്തു കിട്ടിയത്.

"രവീ എനിക്ക് കലശലായ പനി കാരണം വീട്ടിലേക്കു പോകുവാൻ സാധിച്ചിട്ടില്ല. രമ എന്റെ തുണയ്ക്കായി ഇവിടെ തന്നെയുണ്ട്. രവിക്കു കഴിയുമെങ്കിൽ ഒന്നിങ്ങോട്ടു വരൂ."

അതു വായിച്ചപ്പോൾ എനിക്ക് കുറച്ച് അത്ഭുതമാണ് തോന്നിയത്. സ്ത്രീകളുടെ മൈത്രി എത്ര ആത്മാർത്ഥമാണ്! ഞാൻ അവരുടെ ഹോസ്റ്റ ലിലേക്കു നടന്നു.

പ്രസന്ന ഒരു കട്ടിലിൽ ചാരിക്കിടന്നിരുന്നു. രമ തന്റെ സ്നേഹിതയ്ക്ക് ഒരു പുസ്തകം വായിച്ചു കേൾപ്പിക്കുകയായിരുന്നു. ഞാൻ ആ മുറിയി ലേക്കു കടന്നപ്പോൾ, അവൾ എഴുന്നേറ്റ് പുറത്തേക്കോടി.

ഞാൻ പ്രസന്നയുടെ കട്ടിലിൽ ഇരുന്നു. "പ്രസന്നേ, നീയെത്ര ക്ഷീണി ച്ചിരിക്കുന്നു." അവളുടെ വിളർത്ത മുഖം തലോടിക്കൊണ്ട് ഞാൻ പറ ഞ്ഞു. ജനലിൽക്കൂടി വന്ന ഒരു മന്ദമാരുതൻ അവളുടെ തലമുടിച്ചുരുളു കളെ പറപ്പിച്ചു.

ഇടിമിന്നലെന്നോണം, രമ അവിടെ പെട്ടെന്നു പ്രത്യക്ഷമായി. അവൾ ഞങ്ങൾ രണ്ടുപേരെയും നോക്കി, അടക്കാൻ വയ്യാത്തവണ്ണം അവളുടെ വികാരങ്ങൾ കണ്ണുനീർവഴിയായി പുറത്തുവന്നു. പൊട്ടിക്കരഞ്ഞുകൊണ്ട വൾ ഒരു ഭൂമിയെപ്പോലെ പുറത്തേക്കോടി. "ഇതെന്തിനാണിതു, പ്രസന്നേ? രമയ്ക്കെന്തു പറ്റിയിരിക്കുന്നു?" ഞാൻ അത്ഭുതത്തോടെ ചോദിച്ചു.

"രവീ അവൾ ഒരസാധാരണയാണ്." വിഷാദമായ ഒരു പുഞ്ചിരി തൂകി ക്കൊണ്ട് പ്രസന്ന പറഞ്ഞു. "എനിക്കൊന്നും മനസ്സിലായില്ല. ഒരു പക്ഷേ, രമ എന്നെ സ്നേഹിക്കുന്നുണ്ടായിരിക്കാം." എനിക്കു തോന്നി.

അന്നു മടങ്ങുന്ന വഴി, രമയെ ഞാൻ കണ്ടെത്തി. അവൾ ഒരു വൃക്ഷ ത്തിന്റെ ചുവട്ടിൽ ചിന്താമഗ്നയായിരിക്കുകയായിരുന്നു. "രമേ" അവളുടെ ചുമലിൽ കൈവച്ചുകൊണ്ട് ഞാൻ വിളിച്ചു. "നിനക്കെന്നോടു സ്നേഹ മുണ്ടോ?" അവൾ പെട്ടെന്നുണ്ടായ ആ ചോദ്യം കേട്ട് കുറച്ചൊന്നു അത്ഭു തപ്പെട്ടിരിക്കാം. "ഇല്ല." തികഞ്ഞ മര്യാദക്കാരിയുടെ മട്ടിൽ അവൾ ഉത്തരം പറഞ്ഞു. ആ നിറഞ്ഞ നേത്രങ്ങളിൽ നിഷ്കളങ്കത നിഴലിച്ചിരുന്നു. കാപട്യം നിറഞ്ഞ ഹൃദയങ്ങളുള്ള സ്ത്രീവർഗ്ഗത്തിനോട് എനിക്കു ബഹു മാനം തോന്നി. "എന്തെല്ലാം മറച്ചുവയ്ക്കാം, ഇവർക്ക്." ഞാൻ അത്ഭുത പ്പെട്ടു.

ദിവസങ്ങൾ നീണ്ടുപോയി. പ്രസന്ന ബി എ പാസായി വീട്ടിലേക്കു മടങ്ങി. രമ അന്നു ഹോസ്റ്റൽ വിട്ടിട്ടില്ല. പ്രസന്നയുടെ വീട്ടുകാരുടെ സമ്മത പ്രകാരം ഞങ്ങളുടെ വിവാഹം നിശ്ചയിക്കപ്പെട്ടു. ആനന്ദത്തിന്റെ തിരത ല്ലലിൽ ഞാനെല്ലാം മറന്നു.

"ഞാൻ തീർച്ചയായും ഒരു ഭാഗ്യവാനാണ്." ഞാൻ തന്നെത്താൻ പറഞ്ഞു.

അന്നുരാത്രി എനിക്ക് ഉറക്കം വന്നില്ല. ജനവാതിലിൽക്കൂടി വെള്ള നിലാവ് എന്നെ മാടി വിളിച്ചു. ഞാൻ പുറത്തിറങ്ങി. പൂർണ്ണചന്ദ്രന്റെ ആ വെളിച്ചത്തിൽ ഞാൻ മതിമറന്നവനെപ്പോലെ അങ്ങോട്ടുമിങ്ങോട്ടും നടന്നു തുടങ്ങി.

എന്റെ ചുമലിൽ ആരോ തൊട്ടുവെന്ന് എനിക്കു മനസ്സിലായി. ഞാൻ തിരിഞ്ഞുനോക്കി. വെള്ളസാരികൊണ്ടു തല മൂടിയ ആ സ്ത്രീരൂപത്തെ

തിരിച്ചറിയുവാൻ എനിക്കത്ര വിഷമിക്കേണ്ടി വന്നില്ല. അതെ, രമ. എന്നിൽ അവളുടെ ആ കടുത്ത നോട്ടവും തറപ്പിച്ചുകൊണ്ട് ഒരു കൊലപാതകി യെപ്പോലെ അനങ്ങാതെ നിന്നിരുന്നു.

"സഹോദരാ, നിങ്ങൾ അവളെ വിവാഹം ചെയ്യരുത്." അവളുടെ ചുണ്ടുകൾ വിറച്ചു, "പ്രസന്ന എന്റേതാണ്."

എനിക്കൊന്നും മനസ്സിലായില്ല. എന്റെ മുമ്പിൽ നിശ്ചലമായി നില്ക്കുന്ന ആ സ്വത്വത്തിനെ ഞാൻ കുറച്ചൊരു പേടിയോടെ തുറിച്ചു നോക്കി. "പക്ഷേ രമ, നീയൊരു സ്ത്രീയല്ലേ?" ഞാൻ വിറച്ചുകൊണ്ടു ചോദിച്ചു.

"നിങ്ങൾക്കൊന്നും മനസ്സിലാവുന്നില്ല അല്ലേ? എന്നാൽ ഇപ്പോഴെ ങ്കിലും മനസ്സിലാക്കിക്കൊള്ളൂ അവൾ എന്റേതാണെന്ന്. ഞാനവളെ സ്നേഹിച്ചു, അവൾക്കുവേണ്ടി രാവും പകലും ഉറക്കമൊഴിച്ചു. അവളുടെ സുഖത്തിനുവേണ്ടി എന്റെ സുഖങ്ങൾ ബലികഴിച്ചു. ഞാനൊരു സ്ത്രീയാ യിരിക്കാം. പക്ഷേ, സഹോദരാ, ഒരു സ്ത്രീക്കു മറ്റൊരു സ്ത്രീയെ സ്നേഹി ച്ചുകൂടെന്നുണ്ടോ?"

അവളുടെ കണ്ണുകൾ തീക്കട്ടകൾപോലെ ജ്വലിച്ചിരുന്നു. പൂർണ്ണ ചന്ദ്രൻ അവളുടെ മുഖം പൂർവ്വാധികം ശോഭനമാക്കി. അവളോടെന്നല്ല സ്ത്രീകളോടെല്ലാം എനിക്ക് വല്ലാത്തൊരു ഭയം തോന്നി.

"നിങ്ങളെന്താണ് മൗനമായിരിക്കുന്നത്? പറയൂ സഹോദരാ, നിങ്ങൾ അവളെ എന്റെ പക്കൽനിന്നും തട്ടിപ്പറിക്കുമോ? അങ്ങനെ ചെയ്യുമെങ്കിൽ നിങ്ങളെന്നെ ഒരു ഭ്രാന്തിയാക്കും." അവളുടെ നോട്ടത്തിന്റെ മുമ്പിൽ ഞാൻ ചൂളിപ്പോയി. "അവൾ നിങ്ങളെ വിവാഹം ചെയ്താൽ ഞാൻ അവളെ...." രമയുടെ കണ്ഠമിടറി. അവൾ പൊട്ടിക്കരഞ്ഞു. ഒരു ഭ്രാന്തിയെപ്പോലെ. ബീഭത്സമായി ചിരിച്ചുംകൊണ്ട് അവളവിടെ നിന്നും ഓടിപ്പോയി.

"ഇതൊരു ചീത്ത സ്വപ്നം മാത്രമായിരുന്നെങ്കിൽ!" ഞാൻ ആശി ച്ചു. രമയുടെ ജ്വലിക്കുന്ന കണ്ണുകൾ അപ്പോഴും എന്റെ മനസ്സിൽനിന്നും മറഞ്ഞിരുന്നില്ല.

പിറ്റേദിവസം ഞാൻ പ്രസന്നയ്ക്ക് ഒരെഴുത്തെഴുതി: "സഹോദരീ, ക്ഷമിക്കണം പക്ഷേ, എനിക്ക് ഭവതിയെ വിവാഹം ചെയ്യുവാൻ സാദ്ധ്യ മല്ല- രവീന്ദ്രൻ." അങ്ങനെയുള്ള ഒരു കത്തയയ്ക്കാൻ പ്രേരിപ്പിച്ചത് എന്റെ ഭീരുത്വം മാത്രമായിരിക്കണം. എനിക്ക് സ്ത്രീകളെ പേടി തോന്നിത്തുടങ്ങി. "അവരസാധാരണ വസ്തുക്കളാണ്. അവരെ പേടിക്കണം." അന്നു മുതൽ ഞാനങ്ങനെ വിശ്വസിച്ചു തുടങ്ങി.

കൊല്ലങ്ങൾ രണ്ടുമൂന്നെണ്ണം പറന്നു പോയി. പ്രസന്ന വിഷജ്വരം പിടിച്ചു മരിച്ചുപോയ വർത്തമാനം ഞാൻ കേട്ടു. കടുത്ത നൈരാശ്യം നിറഞ്ഞ ഒരു ജീവിതമായിരുന്നു അവളുടേത്. ഒരു സാധു പെൺകുട്ടി യുടെ ആശകളെ തകർത്ത് അവളുടെ ജീവിതം നശിപ്പിച്ചവനാണ് ഞാൻ. അയ്യോ, എന്ത് ക്രൂരതയാണ് ഞാൻ കാട്ടിയത്? ഞാൻ പശ്ചാത്തപിച്ചു തുടങ്ങി.

അടുത്ത ദിവസം രമ ഗംഗാനദിയിൽ ചാടി മരിച്ച വർത്തമാനം അറിഞ്ഞു. പ്രസന്നയുടെ മരണവൃത്താന്തം അവളുടെ മനസ്സിനെ വല്ലാതെ ഇളക്കിമറിച്ചിരിക്കണം.

അവളൊരു അത്ഭുതസൃഷ്ടിയായിരുന്നു. അല്ല, സ്ത്രീകളെല്ലാവരും അത്ഭുതസൃഷ്ടികളാണ്. അവർ അസാധാരണകളാണ്, അവരെ പേടിക്കണം. ഈ വിശ്വാസം എന്നിൽ വേരൂന്നിക്കഴിഞ്ഞിരുന്നു. ഞാൻ അവരെ ആവുന്നവിധം വർജ്ജിച്ചു. അവരിൽനിന്നും ഒഴിഞ്ഞുമാറി ജീവിച്ചു. അതു കൊണ്ട് ലോകം എന്നെ ഒരു മുഴുത്ത ഭ്രാന്തനായിട്ടാണ് കണക്കാക്കിയത്. ഞാനാരെയും കുറ്റപ്പെടുത്തുന്നില്ല.

ഇന്ന് ഞാൻ ഒരു ഭ്രാന്തനാണത്രെ. എന്റെ ജീവിതം നശിച്ചിരിക്കുന്നു. എന്റെ മനസ്സ് കരിപിടിച്ച ഒരു ചില്ലുപോലെ ആയിത്തീർന്നിരിക്കുന്നു. എന്റെ ഓർമ്മശക്തി നശിച്ചു തുടങ്ങിയിരിക്കുന്നു. പക്ഷേ, എന്റെ മനസ്സിൽ ഇപ്പോഴും ഒരു ചിത്രം മായാതെ കിടക്കുന്നുണ്ട്-ഒരു "സ്ത്രീ"യുടെ ജ്വലിക്കുന്ന കണ്ണുകൾ. എന്റെ ചെവികളിൽ എല്ലായ്പ്പോഴും ചോദ്യം വന്നലയ്ക്കാറുണ്ട്- 'സഹോദരാ ഒരു സ്ത്രീക്ക് മറ്റൊരു സ്ത്രീയെ സ്നേഹിച്ചുകൂടെന്നുണ്ടോ?'

ചന്ദനമരങ്ങൾ

മാധവിക്കുട്ടി

വിമാനത്താവളത്തിലേക്ക് സ്വയം കാറോടിച്ചുപോവുമ്പോൾ ഞാൻ എന്നോടുതന്നെ ഓർമ്മിപ്പിച്ചു. അവളെ യാത്രയാക്കാൻ ഞാൻ പോവുന്നതും എന്റെ ഔദാര്യത്തിന്റെ അമിതാഭിനയമാണ്, അവൾ ഒടുവിൽ തന്റെ യഥാർത്ഥ രൂപവും വർണ്ണവും പ്രദർശിപ്പിച്ചു കഴിഞ്ഞു. എന്നെയും മരിച്ചവരും ജീവിച്ചിരിക്കുന്നവരുമായ എന്റെ കുടുംബാംഗങ്ങളെയും കലശലായി വെറുക്കുന്ന ഒരു ശത്രുവിന്റെ രൂപം... പക്ഷേ, കാറ് തിരിച്ചു വീട്ടിലേക്ക് മടങ്ങുവാനും ചിറകറ്റ കഴുകനെപ്പോലെ അവിടെ ചൂളിയിരിക്കുന്ന എന്റെ വൃദ്ധഭർത്താവിനെ വാക്കുകളാലും വിരലുകളാലും സമാധാനിപ്പിക്കുവാനും ഒരു പ്രത്യേക ദുരഭിമാനം എന്നെ അനുവദിച്ചില്ല. സ്റ്റീൽ പാത്രങ്ങളും പ്ലാസ്റ്റിക് ബക്കറ്റുകളും വർണ്ണശബളങ്ങളായ ലുങ്കികളും മറ്റും പ്രദർശിപ്പിച്ച കടകൾ കടന്ന് മൂന്നുനിരത്തുകൾ ഒത്തുചേർന്ന കവലയിൽ എത്തിയപ്പോൾ ഞാൻ പെട്ടെന്ന് എന്റെ വണ്ടി നിർത്തി. പിന്നിൽ വന്നിരുന്ന ഒരു ആട്ടോറിക്ഷ എന്റെ കാറിൽ വന്നിടിച്ച് ഒരു തേങ്ങലോടെ നിന്നു. അതിന്റെ ഡ്രൈവർ കയ്യാംഗ്യങ്ങൾ കാണിക്കുന്നതും ചുണ്ടുകൾ കോട്ടുന്നതും ഞാൻ കണ്ണാടിയിൽ കണ്ടു. വീണ്ടും ഞാനെന്റെ യാത്ര തുടർന്നു. ആവി തട്ടിയ ചില്ലുകൾപോലെയായിക്കഴിഞ്ഞിരുന്നു കണ്ണുനീർ കലക്കിയ എന്റെ കണ്ണുകൾ. വഴിപോക്കരുടെ മുഖങ്ങൾ എനിക്ക് അവ്യക്തങ്ങളായി. അവരുടെ വസ്ത്രങ്ങളുടെ വർണ്ണങ്ങൾ എന്റെ കണ്ണുകളെ നോവിപ്പിച്ചു. ഞാൻ കല്യാണിക്കുട്ടിയെ ഓർത്തുനോക്കി. പ്രതികാരദുർഗ്ഗയായി മാറിയ കല്യാണിക്കുട്ടിയെ. പക്ഷേ, എന്റെ മനസ്സിൽ തെളിഞ്ഞുവന്നത് പണ്ടത്തെ കല്യാണിക്കുട്ടിയായിരുന്നു. എന്നെ ആലിംഗനം ചെയ്ത് എന്റെ കഴുത്തിലും ചുമലിലും ചുടുകണ്ണുനീർ വീഴ്ത്തിയ ആത്മസ്നേഹിത. അന്നൊക്കെ അവൾ ഗ്രാമീണയായിരുന്നു. ചന്ദനനിറമുള്ള പെൺകുട്ടി. എന്റെ വീട്ടുവളപ്പിൽ മാവിൽ ഉയർന്ന കൊമ്പത്ത് കെട്ടിയിരുന്ന ഊഞ്ഞാ

ലിൽ ആ മെലിഞ്ഞ കുട്ടി ചവുട്ടിക്കുതിച്ചു. ശേഖരൻ മാസ്റ്ററുടെ ഏക പുത്രി. എന്റെ പഴയ പാവാടകളും ബ്ലൗസുകളും ധരിച്ച് എന്നെ സദാസമയവും അനുഗമിച്ചിരുന്നവൾ. എന്റെ സഹപാഠിയായിരുന്നുവെങ്കിലും എന്റെ ഭക്ഷണമുറിയിലോ എന്റെ കിടപ്പറയിലോ അവൾക്ക് പ്രവേശനമുണ്ടായിരുന്നില്ല. ഒരിക്കൽ എന്റെ നിർബ്ബന്ധത്തിനുവഴങ്ങി അവൾ എന്റെ കട്ടിലിൽ ഇരുന്നു. അതുകണ്ട് മുറിയിൽ വന്ന എന്റെ മുത്തശ്ശി അവളെ ശകാരിച്ച് പുറത്താക്കി.

"എങ്ങനെ ധൈര്യം കിട്ടി ഈ പെണ്ണിന് അമ്മുവിന്റെ കിടക്കയിൽക്കയറിയിരിക്കാൻ?" മുത്തശ്ശി ചോദിച്ചു. അതിനുശേഷം മൂന്നോ നാലോ ആഴ്ചകൾക്ക് കല്യാണിക്കുട്ടി എന്നെ കാണുവാൻ വന്നില്ല. അവളെ കാണാതെ എനിക്ക് ജീവിതം മുഷിപ്പനായിത്തോന്നി. ഒടുവിൽ ഞാൻ അവൾക്കുവേണ്ടി വാദിച്ചു. അവൾ എന്റെ ജാതിയിൽപ്പെട്ടവൾതന്നെയാണല്ലോ. പഠിപ്പിൽ എന്നേക്കാൾ മിടുക്കി. പിന്നെ അവളുടെ ദാരിദ്ര്യം-അത് പകർച്ചവ്യാധിയൊന്നുമല്ലല്ലോ. മുത്തശ്ശി എന്റെ വാക്കുകൾ ശ്രദ്ധിച്ചു കേട്ടു. മുജ്ജന്മപാപങ്ങൾക്ക് ശിക്ഷയായി ചിലർക്ക് ഈ ജന്മത്തിൽ മഹാദാരിദ്ര്യം അനുഭവിക്കേണ്ടിവരുമെന്ന് അവർ പറഞ്ഞു. മുജ്ജന്മസുകൃതത്തിന്റെ ഫലമായി ഞാനും എന്റെ അച്ഛനമ്മമാരും അമ്മാമന്മാരും മുത്തശ്ശിയും സുഖവും സമാധാനവും അനുഭവിക്കുന്നുവെന്ന് മുത്തശ്ശി പറഞ്ഞു. കല്യാണിക്കുട്ടിക്ക് തുടർന്നു പഠിക്കുവാൻ ധനസഹായം ചെയ്തതും എന്റെ കുടുംബമായിരുന്നു. അവൾ പഠിച്ച് ഡോക്ടറായതും എന്റെ കുടുംബാംഗങ്ങളുടെ ഔദാര്യം നിമിത്തമായിരുന്നു. പക്ഷേ, എന്റെ അച്ഛൻ മരിച്ചപ്പോൾ അവൾ എന്നോടൊപ്പം കണ്ണുനീർ പൊഴിച്ചില്ല. എന്റെ അച്ഛന്റെ ശവം തെക്കിനിയുടെ നിലത്ത് കിടന്ന് തണുത്ത് മരവിച്ച് ദുർഗ്ഗന്ധം വമിച്ചപ്പോൾ അവൾ വികാരരഹിതയായി കാണപ്പെട്ടു. ഞാൻ അവളെ കെട്ടിപ്പിടിച്ച് തേങ്ങുകയും എന്റെ ദുർദ്ദശയെപ്പറ്റി ആവലാതിപ്പെടുകയും ചെയ്തപ്പോഴും അവൾ തന്റെ കൈയുയർത്തി എന്റെ പുറം തലോടിയില്ല. പിന്നീടൊരിക്കൽ ഞാൻ അവളോട് അന്നത്തെ നിർവ്വികാരസ്ഥിതിയെപ്പറ്റി സംസാരിച്ചു.

"നിന്റെ ഫീസടച്ചിരുന്നത് എന്റെ അച്ഛനായിരുന്നുവല്ലോ. നിനക്ക് വസ്ത്രങ്ങൾ വാങ്ങാനും ഹോസ്റ്റലിൽ താമസിക്കാനും എന്റെ അച്ഛന്റെ ധനസഹായം വേണ്ടിവന്നല്ലോ. എന്നിട്ടും അച്ഛൻ മരിച്ചപ്പോൾ നീ കരഞ്ഞതേയില്ല. കണ്ടവരൊക്കെ അന്ന് പറഞ്ഞിരുന്നു നീ നന്ദികെട്ടവളാണെന്ന്."

"ആരെന്തെങ്കിലും പറയട്ടെ എനിക്കെന്തു നഷ്ടം? ഇടയ്ക്കിടയ്ക്ക് എന്നിൽനിന്നൊരു നന്ദിപ്രകടനം പ്രതീക്ഷിച്ചുകൊണ്ട് എനിക്ക് ധനസഹായം ചെയ്ത നിന്റെ അച്ഛനെ ഞാൻ വെറുത്തു. ഉപയോഗിക്കാത്ത വസ്ത്രങ്ങൾ എനിക്ക് സമ്മാനിക്കുവാൻ നിന്റെ അമ്മയും ഒരുങ്ങിയില്ല. ഞാൻ നിന്റെ നിഴലായി നിന്നെ പരിചരിക്കാനുള്ള തോഴിയായി നിന്നെ അനുഗമിക്കണമെന്ന് അവർ ആഗ്രഹിച്ചു."കല്യാണിക്കുട്ടി പറഞ്ഞു.

"നിർത്തൂ. നീ ഇങ്ങനെ സംസാരിക്കുമെന്ന് ഞാൻ സ്വപ്നത്തിൽക്കൂടി വിചാരിച്ചില്ല. നീ വാസ്തവത്തിൽ ആരാണ്? എന്റെ ശത്രുവോ?" ഞാൻ

ചോദിച്ചു.

പെട്ടെന്ന് അവളുടെ മുഖത്തെ മാംസപേശികൾ അയഞ്ഞു. അവൾ കീഴടക്കാൻ കഴിവുള്ള ആ പുഞ്ചിരി വീണ്ടും ചുണ്ടിൽ പ്രദർശിപ്പിച്ചു.

“എന്റെ വാക്കുകൾക്ക് വ്യാജമായ ഒരു പാരുഷ്യമുണ്ട്. പക്ഷേ...”

ഞാൻ അവളെ ആശ്ലേഷിച്ച് എന്റെ മുഖം അവളുടെ ചുമലിൽ വിശ്രമിപ്പിച്ചു. കല്യാണിക്കുട്ടിയുടെ മൈത്രി കൂടാതെ ജീവിതം തുടരുവാൻ എനിക്ക് കഴിയുമായിരുന്നില്ല. എന്റെ രഹസ്യങ്ങളെല്ലാം ഞാനവളോട് പങ്കിട്ടുകഴിഞ്ഞിരുന്നു, അവളോ? അവൾ തന്റെ ചിന്തകളെ ഒളിപ്പിച്ചു. അവൾ ചിരിക്കുമ്പോൾ ആ ചിരി സന്തോഷത്തിൽനിന്ന് ഉത്ഭവിച്ചതല്ലയെന്ന് ഞാൻ സംശയിച്ചു. അതുപോലെതന്നെ അവളുടെ കണ്ണുനീര് ദുഃഖത്തിൽ വേരോടിയിട്ടില്ലെന്നും. ഞാൻ മറ്റു പെൺകുട്ടികളുമായി അടുക്കുന്നത് അവൾക്കിഷ്ടമായിരുന്നില്ല. ഏതെങ്കിലുമൊരു സഹപാഠിയുമായി ഞാനടുത്താലുടനെ ആ വ്യക്തിയെപ്പറ്റി മോശമായ വിധത്തിൽ അവൾ സംസാരിച്ചുതുടങ്ങാറുണ്ടായിരുന്നു. ബന്ധങ്ങൾ തകർക്കുവാൻ അവൾക്ക് പല കൗശലങ്ങളുമുണ്ടായിരുന്നു. ഒരിക്കൽ അവൾ പറഞ്ഞു:

“ഷീലാ, നീ ഒരാൺകുട്ടിയായിരുന്നുവെങ്കിൽ നിനക്കെന്നെ സ്നേഹിച്ചുതുടങ്ങാമായിരുന്നു. എന്റെ അച്ഛൻ നിന്നെ പഠിപ്പിച്ചിട്ടുണ്ട്. അതുകൊണ്ട് ഞാൻ നിന്റെ ഗുരുപുത്രിയാണ്. ഗുരുപുത്രിമാരെ സ്നേഹിച്ച രാജകുമാരന്മാരെപ്പറ്റി നീ കേട്ടിട്ടില്ലേ? നീയെന്തുകൊണ്ട് ഒരാണായി ജനിച്ചില്ല?”

ഞങ്ങൾ രണ്ടുപേരും കുളത്തിൽ നീന്തിക്കുളിക്കുകയായിരുന്നു. അവളുടെ നോട്ടത്തിനുമുമ്പിൽ പെട്ടെന്ന് ഞാൻ ലജ്ജാവതിയായി. എന്റെ അരക്കെട്ടും എന്റെ മാർവ്വിടവും അവളുടെ ഇമവെട്ടാത്ത നോട്ടമേറ്റപ്പോൾ വിറങ്ങലിക്കുന്നതായി എനിക്കു തോന്നി.

“എന്താണിങ്ങനെ തുറിച്ചുനോക്കുന്നത്? എനിക്ക് നിന്റെ നോട്ടം തീരെ പിടിക്കുന്നില്ല. ” ഞാൻ വായിലെ വെള്ളം തുപ്പിക്കൊണ്ട് പറഞ്ഞു. അവൾ വെള്ളത്തിൽനിന്ന് കയറി അലക്കുകല്ലിൻമേൽ ഇരുന്നു. വീണ്ടും തന്റെ ഇമവെട്ടാത്ത കണ്ണുകളാൽ എന്നെ നിരീക്ഷിച്ചു. എന്റെ ഓരോ ചലനങ്ങളെയും ആ കണ്ണുകൾ അനുഗമിച്ചു. ഞാൻ കഴുത്തുവരെ വെള്ളത്തിലൊളിഞ്ഞുനിന്ന് അവളെ അഭിമുഖീകരിച്ചു.

“കല്യാണിക്കുട്ടീ, നീ ഇങ്ങനെ എന്നെ നോക്കുന്നത് എന്തിനാണ്? എനിക്ക് നിന്റെ നോട്ടം തീരെ പിടിക്കുന്നില്ല.” ഞാൻ വിളിച്ചുപറഞ്ഞു. നുണക്കുഴികൾ വെളിപ്പെടുത്തിക്കൊണ്ട് അവൾ ചിരിച്ചു.

“നിന്റെ സൗന്ദര്യം ഇത്രകണ്ട് വർദ്ധിച്ചിട്ടുണ്ടെന്ന് ഞാനിന്നാണ് കണ്ടറിഞ്ഞത്. കുറ്റമല്ല, ഗോവിന്ദൻകുട്ടിയും മറ്റും നിന്റെ പിന്നിൽ എല്ലായ്പ്പോഴും മൂളിപ്പാട്ടും പാടി നടക്കുന്നത്.” അവൾ പറഞ്ഞു.

“അസംബന്ധം പറയരുത്. എന്റെ പിന്നിൽ ആരും പാട്ടുപാടി നടക്കാറില്ല. എന്റെ പിന്നിൽ പാട്ടുപാടി നടക്കാൻ നാട്ടിൽ ആർക്കും ധൈര്യം വരില്ല.” ഞാൻ പറഞ്ഞു.

“നീ ധനികയായതുകൊണ്ടോ?” കല്യാണിക്കുട്ടി ചോദിച്ചു.

ഞാനൊന്നും പറഞ്ഞില്ല. പിന്നീട് വെള്ളത്തിൽ നീന്തുവാൻ എനിക്ക്

ഉത്സാഹം തോന്നിയില്ല. ധൃതിയിൽ വെള്ളത്തിൽനിന്ന് കരയ്ക്കു കയറി
യപ്പോൾ അവൾ എന്നെ ഗാഢമായി ആശ്ലേഷിച്ച് എന്റെ മുഖത്തും കഴു
ത്തിലും മുലകൾക്കിടയിലും ചുംബിച്ചുതുടങ്ങി. അവൾ കിതയ്ക്കുന്നു
ണ്ടായിരുന്നു.

"നിർത്തൂ കല്യാണിക്കുട്ടി. എന്തു വിഡ്ഢിത്തമാണ് ഇതൊക്കെ. ഈ
നിമിഷത്തിൽ നീ ഇത് നിർത്തണം. ഇല്ലെങ്കിൽ ഞാൻ ഇനിമേലിൽ ഒരി
ക്കലും നിന്നോടു സംസാരിക്കുകയില്ല."

ഞാൻ സ്വരം താഴ്ത്തിക്കൊണ്ട് പറഞ്ഞു. കുളപ്പുരയുടെ മുമ്പിലുള്ള
മണൽ വഴിയിൽ ആരുടെയോ കാലൊച്ച ഞാൻ കേട്ടു. അമ്മയായിരി
ക്കുമോ? കല്യാണിക്കുട്ടി എന്നെ ചുംബിക്കുന്നതു കണ്ടാൽ പിന്നീടൊരി
ക്കലും അവളെ എന്റെ വീട്ടിൽ കടത്തുകയില്ലെന്ന് എനിക്കറിയാമായിരു
ന്നു.

"പുറത്ത് ആരോ നില്ക്കുന്നുണ്ട്." ഞാൻ പിറുപിറത്തു.

കല്യാണിക്കുട്ടിയുടെ കണ്ണുകൾ ഞാനപ്പോളാണ് ശ്രദ്ധിച്ചത്. ഉയർന്ന
കൃഷ്ണമണികൾക്കിടയിൽ ഇളം നീല നിറത്തോടെ അവ തിളങ്ങി. അവ
ളുടെ മേൽച്ചുണ്ടിൽ വിയർപ്പുതുള്ളികൾ പൊടിഞ്ഞു. അവൾക്ക് തന്റെ
കൈകാലുകളുടെ മേൽ സ്വന്തമായി നിയന്ത്രണം ഇല്ലാതായിക്കഴിഞ്ഞു
എന്ന് ഞാൻ കണ്ടു പിടിച്ചു. അവൾ എന്നെ സർവ്വശക്തിയുമുപയോഗിച്ച്
കുളപ്പുരയുടെ ചാണകം മെഴുകിയ നിലത്തേക്ക് മെല്ലെ വീഴ്ത്തിയിട്ടു.
എന്റെ ശരീരത്തെ കോരിത്തരിപ്പിച്ചുകൊണ്ട് അവൾ എല്ലായിടവും
നോവുന്ന ചുംബനങ്ങളാൽ പൊതിഞ്ഞു. ഞാൻ ലജ്ജയാലും അപമാന
ഭാരത്താലും എന്റെ കണ്ണുകളടച്ചു. എത്രനേരം ഞാൻ ജീവച്ഛവമെന്നപോൽ
അവളുടെ ആക്രമണത്തിന് വഴങ്ങി അവിടെ കിടന്നു എന്ന് എനിക്കുതന്നെ
ഓർമ്മയില്ല. യുഗങ്ങളോളം ഞാൻ അവളുടെ തുടിക്കുന്ന കൈകാലുക
ളുടെ അടിമയായിരുന്നു... അതിനുശേഷം ഞാനവളുടെ പ്രേമഭാജനമായി
മാറി. അവളുടെ വായിന്റെ നനവും സ്വാദും എന്റേതായി. അവളുടെ ശരീ
രത്തിന്റെ മാർദ്ദവങ്ങളും കാഠിന്യങ്ങളും എന്റെ സഹവർത്തികളായി. ഒടു
വിൽ ഞങ്ങളെ അകറ്റുവാൻ മറ്റൊരു മാർഗ്ഗവും കാണാത്ത അമ്മ എന്നെ
ധനികനും വിദ്യാസമ്പന്നനുമായ ഒരു ബന്ധുവിന് കല്യാണം കഴിച്ചുകൊ
ടുത്തു. വിവാഹത്തിന്റെ തലേന്നാൾ കല്യാണിക്കുട്ടി എന്നെ തന്നോടടു
പ്പിച്ചുകൊണ്ട് പറഞ്ഞു:

"ഷീലാ, നമുക്ക് ഈ നാട്ടിൽനിന്ന് എങ്ങോട്ടെങ്കിലും രക്ഷപ്പെടാം.
ഞാനെന്തു ജോലി ചെയ്തും നിന്നെ സംരക്ഷിക്കാം."

"നീ എന്തു ജോലി ചെയ്യും? നിന്റെ വിദ്യാഭ്യാസം കൂടി പൂർത്തിയാ
യിട്ടില്ല. നാം പട്ടിണികിടന്ന് തെരുവിൽ കിടന്ന് മരിക്കും" ഞാൻ പറഞ്ഞു.

"ഈ ബന്ധുവിനെ നീ സ്നേഹിക്കുമോ? എന്നെ സ്നേഹിക്കുന്ന
നിനക്ക് അയാളെ തൃപ്തിപ്പെടുത്താൻ സാധിക്കുമോ? കല്യാണിക്കുട്ടി
ചോദിച്ചു. എന്റെ ഭർത്താവിന് എന്നേക്കാൾ ഇരുപത്തൊന്ന് വയസ്സ് കൂടു
തൽ പ്രായമുണ്ടായിരുന്നു. ചെവിക്കു മീതെ നര തുടങ്ങിയ ചുരുണ്ട
മുടിയും സ്വല്പം തടിച്ച ശരീരപ്രകൃതിയുമുണ്ടായിരുന്ന അയാളെ കല്യാ
ണിക്കുട്ടി ഒരു വിരൂപനായി കണക്കാക്കി.

"നിന്നെപ്പോലുള്ള ഒരു സുന്ദരിയെ ആ വിരൂപന് കൊടുത്തത് മഹാപാപമായി. നിന്റെ അമ്മയെ ദൈവം ശിക്ഷിക്കട്ടെ." അവൾ എന്നോട് പറഞ്ഞു.

കല്യാണിക്കുട്ടി പെട്ടെന്ന് തുടുത്ത, കവിളുകളോടെ എന്റെ മുറിയിൽനിന്ന് ഇറങ്ങിപ്പോയി.

മധുവിധുകാലത്ത് എന്റെ ഭർത്താവ് എന്നോടു ചോദിച്ചു.

"നിന്റെ ആ സ്നേഹിത, കല്യാണിക്കുട്ടി.. അവൾക്ക് എന്നോടെന്താണിത്ര ദേഷ്യം? എന്നോട് ഒരൊറ്റയക്ഷരം അവൾ ഇതേവരെ ഉരിയാടിയിട്ടില്ല. ഇന്നലെ നാം ബാഡ്മിന്റൺ കളിക്കാൻ അവളെ വിളിച്ചപ്പോൾ അവൾ ഓടിപ്പോയി. എന്നോട് അവൾക്ക് അസൂയയുണ്ടെന്ന് എനിക്ക് തോന്നുന്നു. ഞാൻ പറയുന്നത് ശരിയല്ലേ?"

ഞാൻ അദ്ദേഹത്തെ അവളുമായി താരതമ്യപ്പെടുത്തിക്കൊണ്ടേയിരുന്നു. ബിയറും ഉള്ളിയും സിഗരറ്റും മണക്കുന്ന അയാളുടെ വായുമായി കറുകപ്പുല്ലുകളുടെ നറുമണമുള്ള അവളുടെ വായിനെ ഞാൻ താരതമ്യപ്പെടുത്തിയപ്പോൾ അയാൾ പരാജയപ്പെട്ടു. തനിക്ക് സുഖിക്കണമെന്ന ഉദ്ദേശ്യത്തോടെ അവൾ തടവിയതും വിരലുകളാൽ മർദ്ദിച്ചതും ചുണ്ടുകളാൽ പ്രീതിപ്പെടുത്തിയതും എത്ര ശ്രമിച്ചിട്ടും എനിക്ക് മറക്കുവാൻ കഴിഞ്ഞില്ല.

വിവാഹശേഷമാണ് ഞാൻ മെഡിസിന് ചേർന്നത്. കല്യാണിക്കുട്ടിയും മറ്റൊരു നഗരത്തിലുള്ള മെഡിക്കൽ കോളേജിൽ ചേർന്നു. അവളുടെ കുടുംബത്തിനുവേണ്ട സഹായങ്ങൾ തുടർന്നും ചെയ്യുവാൻ എന്റെ അമ്മ തയ്യാറായി. ഞാൻ അതിനെപ്പറ്റി ഒരിക്കൽ ചോദിച്ചപ്പോൾ അമ്മ പറഞ്ഞു.

"നിന്റെ അച്ഛനാണ് അവരെ സംരക്ഷിക്കുന്നത്. എന്റെ അവസാനത്തെ ദിവസംവരെ ഞാനത് തുടരും. നീ ഡോക്ടറാവാൻ നിശ്ചയിച്ചു. കല്യാണിക്കുട്ടിക്കും ഡോക്ടറാവാൻ മോഹമുണ്ടാവും. അവളും പഠിച്ച് ഒരു ഡോക്ടറായി വരട്ടെ."

പിന്നീട് ആ വിഷയത്തെപ്പറ്റി ഞാൻ അമ്മയോട് സംസാരിച്ചില്ല. അമ്മയുടെ തീരുമാനങ്ങളിൽ മാറ്റം വരുത്താൻ ആര് ശ്രമിക്കുന്നതും അമ്മയ്ക്ക് വെറുപ്പായിരുന്നു. അച്ഛൻ ചെയ്തുപോന്നിരുന്ന കർമ്മങ്ങൾ തുടർന്നു നടത്താൻ അവർ ആഗ്രഹിച്ചു. കർക്കിടകമാസത്തിൽ സാധുക്കൾക്ക് കഞ്ഞി ഒഴിച്ചുകൊടുക്കുക, ദരിദ്രരായ ബാലികാബാലന്മാർക്ക് സ്കൂൾ പുസ്തകങ്ങൾ വാങ്ങിക്കൊടുക്കുക, തിരുവാതിരയ്ക്ക് വൃദ്ധന്മാർക്കും വൃദ്ധകൾക്കും കരിമ്പടങ്ങൾ സമ്മാനിക്കുക മുതലായ കാര്യങ്ങൾ അമ്മയും അനുഷ്ഠിച്ചുപോന്നു. ഒരിക്കൽ കല്യാണിക്കുട്ടി പറഞ്ഞു:

"ഷീലാ, എനിക്കൊരു തോന്നൽ- നിന്റെ അച്ഛൻ എന്റെയും അച്ഛനായിരുന്നുവെന്ന്. അദ്ദേഹത്തിന്റെ മുഖച്ഛായ എനിക്കുമില്ലേ? ആ നിറം? ആ നുണക്കുഴികൾ?"

"ഛീ അസംബന്ധം പറയരുത്. എന്റെ അച്ഛൻ ഒരിക്കലും മറ്റൊരാളുടെ ഭാര്യയെ സ്പർശിച്ചിട്ടില്ല. അച്ഛൻ സാത്വികനായിരുന്നു. ദൈവഭക്തനായിരുന്നു."ഞാൻ പറഞ്ഞു.

"ഞാൻ അദ്ദേഹത്തെ അപമാനിക്കുകയല്ല, ഷീല അദ്ദേഹം എനി

ക്കായി ഇത്രയധികം പണം ചെലവാക്കിയതിന്റെ യഥാർത്ഥ കാരണം അന്വേഷിക്കുകയായിരുന്നു. പലപ്പോഴും എനിക്ക് തോന്നിയിട്ടുള്ള ഒരു സംശയം നീയുമായി പങ്കിട്ടു. അത്ര മാത്രം."

പിന്നീട് ഞങ്ങൾ വർഷത്തിലൊരിക്കലോ രണ്ടു തവണയോ മാത്രം അന്യോന്യം കണ്ടു. അവൾ സുധാകരനെ വിവാഹം ചെയ്ത് ഞങ്ങളുടെ നഗരത്തിൽ താമസമാക്കിയപ്പോൾ വീണ്ടും അവൾ എന്റെ സുഹൃത്വലയത്തിൽ പ്രവേശിച്ചു. സുധാകരൻ അവളെപ്പോലെ ഒരു ഡോക്ടറായിരുന്നു. ആരോഗ്യദൃഢഗാത്രനും യുവാവും സുന്ദരനുമായ ഒരു ഭർത്താവിനെ കിട്ടിയതിൽ കല്യാണിക്കുട്ടി അഭിമാനം പ്രകടിപ്പിച്ചില്ല. ഒരിക്കൽ വിവാഹജീവിതത്തെപ്പറ്റി അവളുടെ അഭിപ്രായം ആരാഞ്ഞപ്പോൾ അവൾ പറഞ്ഞു

"രാത്രികളാണ് സഹിക്കാൻ വയ്യാത്തത്. അയാൾ എന്റെ ആരോഗ്യം കെടുത്തുന്നു."

"നിനക്ക് സുധാകരനോട് അശ്ലേഷം സ്നേഹമില്ല എന്നെനിക്കു തോന്നുന്നു. വാസ്തവത്തിൽ നീ അയാളെ വിവാഹം ചെയ്തത് നിനക്കൊരു സാമ്പത്തിക സുരക്ഷിതത്വം നേടിയെടുക്കാൻ മാത്രമായിരുന്നോ?"

കല്യാണിക്കുട്ടി തന്റെ ഇടത്തെ കൈകൊണ്ട് എന്റെ മുഖം പൊക്കി. ക്രോധഭാവത്തോടെ അവൾ എന്നെ തുറിച്ചുനോക്കി.

"നിന്നെ ഞാൻ സ്നേഹിച്ചുവെന്നതുകൊണ്ട് നീ ദുഃസ്വാതന്ത്ര്യം കാണിക്കുന്നു. ഇത്തരം ചോദ്യങ്ങൾ ചോദിക്കുവാൻ നിനക്കെങ്ങനെ ധൈര്യം വന്നു?" അവൾ ചോദിച്ചു.

"മാപ്പുതരണം. നിന്നോട് മാത്രമേ ഞാൻ എന്റെ മനസ്സ് തുറന്നു സംസാരിക്കാറുള്ളൂ." ഞാൻ പറഞ്ഞു.

"ശരീരത്തെപ്പറ്റി ഞാനൊന്നും പറഞ്ഞില്ല. സ്നേഹത്തെപ്പറ്റിയാണ് ഞാൻ ചോദിച്ചത്. നീ സുധാകരനെ സ്നേഹിക്കുന്നുണ്ടോ?" ഞാൻ ചോദിച്ചു.

"നീ നിന്റെ ഭർത്താവിനെ സ്നേഹിക്കുന്നുണ്ടോ?" അവൾ ചോദിച്ചു.

"തീർച്ചയായും ഞാൻ അയാളെ സ്നേഹിക്കുന്നുണ്ട്."

"നിനക്ക് പത്തുലക്ഷം രൂപയും വീടും സുന്ദരനായ ഒരു ചെറുപ്പക്കാരനെയും ഞാൻ തരാമെന്ന് ഏറ്റാൽ പകരം നീ അയാളെ ഉപേക്ഷിക്കുവാൻ തയ്യാറാവില്ലേ?" കല്യാണിക്കുട്ടി ചോദിച്ചു.

"നീ യഥാർത്ഥത്തിലും ഒരു ദുഷ്ടജീവിയാണ്." ഞാൻ പറഞ്ഞു.

"നിന്റെ ഉള്ള് ചികഞ്ഞ് നിന്റെ രഹസ്യചിന്തകളെ അന്വേഷിച്ച് കണ്ടെത്തുന്നതുകൊണ്ടാണോ നിന്റെ കണ്ണിൽ ഞാനൊരു ദുഷ്ടജീവിയായത്.? നീ ആരാണെന്ന് എനിക്കറിയാം." അവൾ ചിരിച്ചുകൊണ്ട് പറഞ്ഞു.

പിന്നീട് ഞാൻ അവളെ കണ്ടത് എന്റെ ഡിസ്പെൻസറിയിൽവച്ചാണ്. അവൾ വിയർത്തും മെലിഞ്ഞും കാണപ്പെട്ടു. എന്നെ കാണാനെത്തിയ രോഗികളെ മറന്ന് ഞാനവളെ പിടിച്ചുവലിച്ചുകൊണ്ട് എന്റെ മുറിയിലെത്തിച്ചു.

"നീ വരുന്നുണ്ടെന്ന് എന്തുകൊണ്ട് എന്നെ അറിയിച്ചില്ല? ഞാൻ എല്ലാം ഉപേക്ഷിച്ചും സ്റ്റേഷനിൽ വരുമായിരുന്നു." ഞാൻ ആവലാതിപ്പെട്ടു.

താൻ ഗർഭിണിയാണെന്നും ആ ഗർഭം അലസിപ്പിച്ചു കൊടുക്കണമെന്നും അവൾ പറഞ്ഞു. താൻ താമസിക്കുന്ന നഗരത്തിൽവച്ച് അത് നടത്തിയാൽ സുധാകരനും ബന്ധുമിത്രാദികളും ഏതുവിധത്തിലും ആ രഹസ്യം മനസ്സിലാക്കി തന്നെ ശിക്ഷിക്കുമെന്നും കല്യാണിക്കുട്ടി പറഞ്ഞു. അവൾക്ക് ഒരു കുഞ്ഞിനെ പ്രസവിക്കാൻ യാതൊരു ബുദ്ധിമുട്ടുമുണ്ടാവില്ലെന്ന് ഞാൻ പറഞ്ഞു. "ബുദ്ധിമുട്ടുണ്ടെങ്കിൽത്തന്നെ ഞാൻ ഒരു സിസേറിയൻ നടത്തി ആ കുഞ്ഞിനെ കുഴപ്പംകൂടാതെ പുറത്തെടുക്കുകയും ചെയ്യും."

"എനിക്ക് സുധാകരന്റെ കുഞ്ഞിനെ പ്രസവിക്കാനിഷ്ടമില്ല." അവൾ പറഞ്ഞു.

"പിന്നെ എന്തിനായി നീ ഈ ദാമ്പത്യജീവിതം നയിക്കുന്നു? സുധാകരന്റെ കുഞ്ഞിനെ ജീവിക്കാനനുവദിക്കാത്തത് അയാളോട് ചെയ്യുന്ന കടുംകൈയാണെന്ന് നിനക്കറിയില്ലേ?" ഞാൻ ചോദിച്ചു.

അവളെ മേശക്കട്ടിലിൽ കിടത്തി പരിശോധിക്കുകയായിരുന്നു ഞാൻ. ഇടത്തോട്ട് ചരിച്ചുവച്ച ആ മുഖം തുടുക്കുന്നത് ഞാൻ കണ്ടു.

"എന്റെ ഗർഭപാത്രം അശുദ്ധമായെന്ന ഒരു തോന്നൽ എന്നെ അലട്ടുന്നു. സുധാകരനെ ഞാനൊരിക്കലും ബഹുമാനിച്ചിട്ടില്ല. അയാളെപ്പോലുള്ള ഒരു സാധാരണ മനുഷ്യന്റെ കുഞ്ഞിനെ ഞാൻ പത്തുമാസം എന്റെ ശരീരത്തിൽ വളർത്തിയെടുക്കുകയില്ല. അയാളുടെ കുഞ്ഞിനെ ഞാൻ ഒരിക്കലും പ്രസവിക്കില്ല." അവൾ പറഞ്ഞു.

"പിന്നെ ആരുടെ കുഞ്ഞിനെയാണ് പ്രസവിക്കുവാൻ ഇഷ്ടപ്പെടുന്നത്?" ഞാൻ നീരസത്തോടെ ചോദിച്ചു.

പെട്ടെന്ന് എഴുന്നേറ്റിരുന്ന് അവൾ എന്റെ ചുണ്ടുകളിൽ ചുംബിച്ചു. അവളുടെ തൊലിയുടെ ആ പ്രത്യേക മണം എന്നെ കീഴടക്കി- പുതുമഴയെ അനുസ്മരിപ്പിക്കുന്ന സുഗന്ധം.

"നിന്റെ കുട്ടിയെ മാത്രമേ എനിക്ക് പ്രസവിക്കുവാൻ ആഗ്രഹമുള്ളൂ." അവൾ ഗദ്ഗദത്തോടെ പറഞ്ഞു.

"അത് സാദ്ധ്യമല്ലല്ലോ." ഞാൻ പിറുപിറുത്തു.

സുധാകരന്റെ സമ്മതമില്ലാതെ അയാളുടെ കുഞ്ഞിനെ നശിപ്പിക്കുവാൻ ഞാൻ തയ്യാറായില്ല. ഗർഭച്ഛിദ്രം നടത്തി നിയമങ്ങൾ ലംഘിക്കുവാൻ എനിക്ക് മനസ്സുവരുന്നില്ലെന്ന് ഞാനവളോട് പറഞ്ഞു.

"ശരി, ഞാൻ മറ്റു വല്ല സ്ഥലത്തേക്കും പോവാം. ധാരാളം പണം കൊടുത്താൽ ഇത് ചെയ്തുതരുന്ന പലരും ഈ നഗരത്തിൽത്തന്നെ കാണും. " അവൾ പറഞ്ഞു.

അത്ഭുതസ്തബ്ധയായി ഒരു പ്രതിമകണക്കെ ഞാൻ എന്റെ കസാലയിൽ ഇരിക്കുമ്പോൾ യാത്രകൂടി ചോദിക്കാതെ കല്യാണിക്കുട്ടി എന്നെ വിട്ടുപോയി. അതിനുശേഷം ഞാൻ അവളെപ്പറ്റി ഓർക്കാതിരിക്കുവാൻ ശ്രമിച്ചു. എനിക്ക് കുറ്റബോധം മാത്രം സമ്മാനിക്കുന്ന ആ വ്യക്തിയെ മറക്കുവാൻ ഞാൻ തീരുമാനിച്ചു. അവൾ എന്നെ കാണാനായി വന്നുവെന്ന് ഞാനെന്റെ ഭർത്താവിനോട് പറഞ്ഞതുമില്ല.

രണ്ടു ദിവസങ്ങൾക്കുശേഷം അർദ്ധരാത്രി സമയത്ത് എന്റെ ടെലി

ഫോൺ ശബ്ദിച്ചുതുടങ്ങി. അത് ഒരപരിചിതസ്വരമായിരുന്നു. എന്റെ സ്നേഹിത രക്തസ്രാവത്താൽ തളർന്ന് ഒരിടത്ത് കിടക്കുന്നുണ്ടെന്ന് അയാൾ പറഞ്ഞു. മേൽവിലാസവും വാങ്ങി ഞാൻ ധൃതിയിൽ കാറിൽക്കയറി. എന്റെ ഭർത്താവ് ഉറക്കച്ചടവോടെ എഴുന്നേറ്റുവന്നു.

"ഒരു കുഴപ്പം പിടിച്ച കേസാണ്. ഞാൻ മടങ്ങുവാൻ വൈകിയാലും പരിഭ്രമിക്കണ്ട." ഞാൻ കാറിൽ കയറുമ്പോൾ വിളിച്ചു പറഞ്ഞു. നഗരാതിർത്തിയിൽ ജീർണ്ണിച്ച ഒരു തെരുവിൽ സ്ഥിതിചെയ്തിരുന്ന ഒരു വീട്ടിൽ കിടക്കുകയായിരുന്നു കല്യാണിക്കുട്ടി. അബോധാവസ്ഥയിലേക്ക് നീങ്ങിക്കൊണ്ടിരുന്ന അവൾ എന്റെ ശബ്ദം കേട്ട് കണ്ണുകൾ പ്രയാസപ്പെട്ടു തുറന്നു. അവൾ കിടന്നയിടത്ത് രക്തത്തിൽ കുതിർന്ന വിരികളുണ്ടായിരുന്നു. ഞാൻ ഗൃഹനാഥ നീട്ടിയ ടോർച്ചിന്റെ വെളിച്ചത്തിൽ അവളെ പരിശോധിച്ചു. പകുതിയാക്കി അവസാനിപ്പിച്ച ഒരു ഗർഭച്ഛിദ്രം.

"ഇത് നിങ്ങളാണോ ചെയ്തത്?" ഞാൻ ചോദിച്ചു. ഗൃഹനാഥ തല കുലുക്കി.

"ഡോക്ടർ വേണമെങ്കിൽ ഇവരെ ആശുപത്രിയിലേക്ക് കൊണ്ടുപോ. എന്തോ തകരാറ് കാണാനുണ്ട്. രക്തം എന്തു ചെയ്തിട്ടും നില്ക്കുന്നില്ല." ആ സ്ത്രീ പറഞ്ഞു.

"നീ എന്തിന് ഇത് ചെയ്യിച്ചു?" ഞാൻ കല്യാണിക്കുട്ടിയോട് ചോദിച്ചു. എന്റെ കണ്ണുനീരിന്റെ ഒഴുക്കുകാരണം എനിക്കവളുടെ മുഖം അവ്യക്തമായിത്തീർന്നു. അവൾ കണ്ണുകൾ തുറന്നുവോ? അവൾ നുണക്കുഴികൾ കാണുമാറ് പുഞ്ചിരി തൂകിയോ? എനിക്കറിയില്ല. ആ വീട്ടിലെങ്ങും അലക്കിയ തുണികളോ ഐസോ ഉണ്ടായിരുന്നില്ല. ഞാൻ ആ വീട്ടുടമസ്ഥന്റെ സഹായത്തോടെ അവളെ താങ്ങിയെടുത്ത് എന്റെ കാറിൽ കിടത്തി. അവളുട രക്തം എന്റെ കാറിലേക്കൊഴുകി.

കല്യാണിക്കുട്ടിയെ വീട്ടിൽ താമസിപ്പിച്ച് ശുശ്രൂഷിച്ചത് എന്റെ ഭർത്താവിനെ ചൊടിപ്പിച്ചു. അവളെങ്ങാനും മരിച്ചിരുന്നുവെങ്കിൽ പൊലീസുകാർ എന്നെ തടവിലാക്കുമായിരുന്നുവെന്ന് അയാൾ പറഞ്ഞു.

"നിനക്ക് ആപത്ത് വരുത്തിവയ്ക്കുന്ന ഒരു മൈത്രീബന്ധമാണ് ഇത്." അയാൾ പിറുപിറുത്തു.

രാവും പകലും അവിശ്രമം ഞാനവളെ പരിചരിച്ചു. സുധാകരനെ ഫോൺ ചെയ്തു വരുത്തിയെങ്കിലും സത്യാവസ്ഥ ഞാൻ അയാളോട് പറഞ്ഞില്ല. ഗർഭച്ഛിദ്രം അവൾതന്നെ വിളിച്ചുവരുത്തിയ വിനയാണെന്ന് ഞാൻ വെളിപ്പെടുത്തിയില്ല. സുധാകരൻ എത്രയോ തവണ എന്നോട് നന്ദിപ്രകടനം നടത്തി.

"നിങ്ങളില്ലായിരുന്നുവെങ്കിൽ അവൾക്ക് വല്ല അപകടവും വന്നു ഭവിക്കുമായിരുന്നു." അയാൾ തന്റെ ഭാര്യയെ നോക്കിക്കൊണ്ട് പറഞ്ഞു.

"ബാല്യകാലത്തു തുടങ്ങിയ മൈത്രീബന്ധമാണ്. " ഞാൻ പറഞ്ഞു.

"എനിക്കറിയാം. നിങ്ങളെപ്പറ്റി ഒരിക്കലെങ്കിലും സംസാരിക്കാത്ത ദിവസങ്ങളുണ്ടായിട്ടില്ല. അവൾക്ക് നിങ്ങളോട് അത്രകണ്ട് സ്നേഹമാണ്." സുധാകരൻ പറഞ്ഞു.

ഞാൻ അസ്വസ്ഥയായി മുഖം തിരിച്ചു. സുധാകരൻ അവളെ സ്വന്തം

വീട്ടിലേക്ക് കൊണ്ടുപോയതിനുശേഷം ഞാൻ അവളുമായി അകന്നു. അവൾ എഴുതിയ കത്തുകൾക്കൊന്നും ഞാൻ മറുപടി അയച്ചില്ല. അവൾ സുധാകരനുമായി കലഹിക്കുന്നുവെന്നും അവൾ വിവാഹമോചനത്തിന് ശ്രമിക്കുന്നുവെന്നും അവളുടെ ആശുപത്രിയിൽ ജോലിയെടുത്തിരുന്ന ഒരു ഡോക്ടർ എന്നെ വന്നുകണ്ടപ്പോൾ പറഞ്ഞു.

"നിങ്ങൾ അവരെ ഉപദേശിക്കണം. നിങ്ങൾ പറഞ്ഞാൽ അവൾ ഈ കലഹങ്ങൾ അവസാനിപ്പിക്കും." അയാൾ പറഞ്ഞു.

"ഞാനെന്തിന് ഇത്തരം കാര്യങ്ങളിൽ ഇടപ്പെടുന്നു? അവൾക്ക് അയാളൊത്തു ജീവിക്കുവാൻ വയ്യെങ്കിൽ അവൾ വിവാഹമോചനം കഴിച്ച് മറ്റെ വിടെയെങ്കിലും ജോലി നോക്കട്ടെ." ഞാൻ പറഞ്ഞു..

"സുധാകരന് അവരെക്കൂടാതെ ജീവിക്കുവാൻ പ്രയാസമുണ്ടാവും. അയാൾ അവരെ അത്രകണ്ട് സ്നേഹിക്കുന്നു." അയാൾ പറഞ്ഞു.

"അർഹിക്കാത്തവർക്ക് സ്നേഹം വാരിക്കൊടുത്തിട്ടെന്തു പ്രയോജനം?" ഞാൻ ചോദിച്ചു. എന്തുകൊണ്ടോ അവളുടെ വിവാഹ ത്തിന്റെ തകർച്ചയെപ്പറ്റി അറിഞ്ഞപ്പോൾ എനിക്ക് യാതൊരു ദുഃഖവും അനുഭവപ്പെട്ടില്ല. അവളുടെ ദാമ്പത്യം തകർന്നു. എന്റെ ദാമ്പത്യം നിലനി ല്ക്കുന്നു. ഞാൻ അഭിമാനത്തോടെ ഓർത്തു. വികാരജീവികളായ സുധാ കരനും കല്യാണിക്കുട്ടിയും കലഹിച്ച് തങ്ങളുടെ ജീവിതം അലങ്കോല പ്പെടുത്തുമ്പോൾ ഞാനും എന്റെ ഭർത്താവും അന്തസ്സോടെ രമ്യതയിൽ ജീവിക്കുന്നു. മെഡിസിനിൽ ഒന്നാംറാങ്ക് വാങ്ങിച്ച കല്യാണിക്കുട്ടിക്ക് തന്റെ ദാമ്പത്യം ഒരു വിജയമാക്കുവാൻ കഴിഞ്ഞില്ല.

പിന്നീട് അവൾ വിവാഹമോചിതയായി ആസ്ട്രേലിയയ്ക്ക് പോവു ന്നതിനുമുമ്പ് എന്നോട് യാത്ര ചോദിക്കുവാൻ വന്നു. എനിക്കും ആസ്ട്രേ ലിയയിൽ ഒരു ജോലി സമ്പാദിച്ചുതരാമെന്ന് അവൾ പറഞ്ഞു.

"വേണ്ട കല്യാണിക്കുട്ടീ ഞാനിവിടത്തന്നെ കഴിഞ്ഞുകൊള്ളാം." ഞാൻ പറഞ്ഞു.

"വരൂ, ഷീലാ, ഞാൻ നിന്നെ സംരക്ഷിക്കാം. എന്റെ മരണംവരെ നീ എന്റെ ജീവനായിരിക്കും." അവൾ മന്ത്രിച്ചു.

"എന്റെ ഭർത്താവിനെ വിട്ട് ഞാനെങ്ങോട്ടും പോവില്ല." ഞാൻ പറ ഞ്ഞു.

"നിന്റെ വൃദ്ധഭർത്താവ്." അയാൾക്ക് നിന്നോട് യഥാർത്ഥത്തിൽ സ്നേഹമുണ്ടെന്ന് ഞാൻ വിശ്വസിക്കുന്നില്ല. ധനികകുടുംബാംഗമായ നിന്നെ വിവാഹം ചെയ്താൽ കുറെയധികം കൃഷിസ്ഥലങ്ങളും തെങ്ങിൻതോപ്പുകളും തനിക്ക് സ്ത്രീധനമായിട്ട് ലഭിക്കുമെന്ന് വിശ്വസി ച്ചാണ് അയാൾ നിന്നെ തേടിയെത്തിയത്."

"പോ പെണ്ണേ, അസംബന്ധം പറയാതെ." ഞാൻ പറഞ്ഞു. കല്യാ ണിക്കുട്ടി പൊട്ടിച്ചിരിച്ചു.

"പണ്ട് നീ എന്നെ എന്നും പെണ്ണേ എന്നാണ് വിളിച്ചിരുന്നത്. അത് ഓർമ്മിക്കുന്നുണ്ടോ?" അവൾ ചോദിച്ചു.

"ആ വിളി മാറ്റിക്കിട്ടാനാണ് ഞാൻ ആണായി അഭിനയിച്ചത്. നിന്റെ പെണ്ണും നിന്റെ ആണും ഞാനായിത്തീർന്നു." ഒരു വർഷം കഴിഞ്ഞാൽ

ഇന്ത്യയിലേക്ക് വരാമെന്ന് സത്യം ചെയ്തുകൊണ്ടാണ് അവൾ വിമാനം കയറിയത്. അവൾ വന്നതുമില്ല. എനിക്കും ഭർത്താവിനും മക്കളുണ്ടായില്ല. മറ്റു സ്ത്രീകളെ അമ്മമാരാവാൻ പരമാവധി സഹായിച്ച എനിക്ക് ഗർഭം ധരിക്കുവാൻ ഒരിക്കലും ഭാഗ്യമുണ്ടായില്ല. പക്ഷേ, എന്റെ ഭർത്താവ് അതിൽ ദുഃഖം പ്രകടിപ്പിച്ചതേയില്ല. അണുവായുധശേഖരത്തെ ഓർത്തു നോക്കുമ്പോൾ ഈ ലോകത്തിലേക്ക് കുട്ടികളെ ജനിപ്പിക്കുന്നവർ മഹാ പാപികളാണെന്ന് അദ്ദേഹം പല തവണ പറഞ്ഞു. ഒടുവിൽ ഞാൻ അത് ശരിയാണെന്ന് വിശ്വസിച്ചു തുടങ്ങി. കുട്ടികളെ ആരാധനാഭാവത്തോടെ സമീപിക്കുകയും അവരെ ലാളിക്കുകയും ചെയ്തിരുന്ന ഞാൻ അവരെ അവഗണിക്കുവാൻ ശീലിച്ചു. ക്ലബ്ബിൽവച്ച് തങ്ങളുടെ വളർന്നുകഴിഞ്ഞ മക്കളുണ്ടാക്കിത്തീർക്കുന്ന പ്രശ്നങ്ങൾ മറ്റു സ്ത്രീകൾ ചർച്ചചെയ്യുമ്പോൾ, അനുകമ്പയ്ക്കും സഹതാപത്തിനും വേണ്ടി സൗകുമാര്യത്തോടെ കണ്ണു നീർ പൊഴിക്കുമ്പോൾ ഞാൻ തന്നത്താൻ പറഞ്ഞു, ഷീലാ നീ ഭാഗ്യവ തിയാണ്. നിന്റെ വാർദ്ധക്യവും ശാന്തിപൂർണ്ണമായിരിക്കും.

രണ്ട്

അന്ന് നൂറിലധികം രോഗികളെ എനിക്ക് പരിശോധിക്കേണ്ടിവന്നു. എന്റെ സഹപ്രവർത്തകനായ ഡോക്ടർ വർഗ്ഗീസ് മൂന്നു ദിവസത്തിന് ലീവെടുത്ത് ചങ്ങനാശ്ശേരിയിലുള്ള തന്റെ വൃദ്ധമാതാവിനെ ശുശ്രൂഷിക്കു വാൻ പോയിരുന്നു. അവിശ്രമം അദ്ധ്വാനിക്കുമ്പോൾ സാധാരണ എനിക്ക് വന്നുപെടാറുള്ള തലവേദന ഉച്ചയ്ക്കുമുമ്പുതന്നെ എന്നെ അലട്ടിത്തുടങ്ങി. അതുകൊണ്ട് മദ്ധ്യാഹ്നഭക്ഷണം കഴിക്കുവാൻ ഞാൻ വീട്ടിലേക്ക് പോവു കയില്ലെന്നു തീരുമാനിച്ച് ഡ്രൈവറെക്കൊണ്ട് കാപ്പിയും ഒരു മസാലദോ ശയും ഒരു മൂന്നുനക്ഷത്ര ഹോട്ടലിൽനിന്ന് വാങ്ങിപ്പിച്ചു. ഞാൻ വരില്ല എന്ന് ഫോണിൽ പറഞ്ഞപ്പോൾ, വരാനായി അദ്ദേഹം നിർബ്ബന്ധിച്ചതു മില്ല. പണ്ടൊക്കെ ഞാൻ വരില്ലെന്ന് പറയുമ്പോൾ അദ്ദേഹം പറയുമായി രുന്നു:

"തലവേദനയുണ്ടെങ്കിൽ ഇവിടെവന്ന് കുറച്ച് വിശ്രമിക്കൂ. എന്നിട്ട് ചായ കുടിച്ചതിനുശേഷം ആസ്പത്രിയിലേക്ക് മടങ്ങാം. "

"എനിക്ക് തലവേദനയുണ്ട്. ഞാനിന്ന് വീട്ടിലേക്ക് ഭക്ഷണത്തിനായി വരുന്നില്ല. ഇവിടെത്തന്നെ വല്ലതും കഴിച്ചുകൊള്ളാം."

അദ്ദേഹം പതിവിന് വിപരീതമായി പറഞ്ഞു:

"ശരി. വൈകുന്നേരം അധികനേരം വൈകിക്കണ്ട. നമുക്ക് ഇന്ന് ആ റോട്ടറി സൽക്കാരമുണ്ടല്ലോ– ഏഴുമണിക്ക്."

ഞാൻ നിർവ്വീര്യമായ ഒരു സ്വരത്തിൽ പറഞ്ഞു: "ശരി വൈകുന്നേരം ഞാൻ നേരത്തേതന്നെ മടങ്ങുവാൻ ശ്രമിക്കാം." ഡ്രൈവർ കൊണ്ടുവന്ന മസാലദോശയ്ക്ക് റേഷനരിച്ചുവയുണ്ടായിരുന്നു. ഞാനത് തുറന്ന് ഉരുളൻകിഴങ്ങും ഉള്ളിയും മുളകും ചേർത്തുള്ള മിശ്രിതം മാത്രം തിന്നു. കാപ്പിക്കും സ്വാദ് തോന്നിയില്ല. ഒടുവിൽ തലവേദനയ്ക്കായി ഒരു

നൊവാൽജിൻ വിഴുങ്ങി വെള്ളം കുടിച്ച് ഞാൻ വീണ്ടും എന്റെ ക്ലിനിക്കി ലെത്തി. അപ്പോളാണ് ഞാൻ ആ സ്ത്രീയെ ശ്രദ്ധിച്ചത്. ആരോഗ്യവതിയും പരിഷ്കൃതവേഷധാരിയുമായ ഒരു മദ്ധ്യവയസ്ക. യുവത്വത്തിന്റെ തിള ക്കങ്ങൾ മുഖത്തും മുടിയിലും കൃത്രിമമായെങ്കിലും നിലനിർത്തിപ്പോരുന്ന സുന്ദരി. അവർ സങ്കോചത്തോടെ എന്റെ അടുക്കലേക്കു നീങ്ങി. അവ രുടെ ചുണ്ടിൽ ഒരർദ്ധമന്ദഹാസം മരപ്പാലം പകുതി കടന്ന ഒരാളെന്ന പോലെ വിറച്ചുകൊണ്ട് സ്ഥിതി ചെയ്തിരുന്നു.

"എന്നെ മനസ്സിലായില്ലേ?" അവർ ചോദിച്ചു.

"ആരാണ്? എന്താണ് നിങ്ങളുടെ അസുഖം?" ഞാൻ ചോദിച്ചു.

"നാം തമ്മിൽ കണ്ടിട്ട് ഇപ്പോൾ ഇരുപത്താറ് വർഷങ്ങൾ കഴിഞ്ഞു. അതുകൊണ്ടായിരിക്കാം നിനക്ക് എന്നെ മനസ്സിലാക്കാൻ കഴിയാത്തത്. ഞാൻ കല്യാണിക്കുട്ടിയാണ്. സുധാകരന്റെ ഭാര്യ."

"കല്യാണിക്കുട്ടി! നീയാകെ മാറിപ്പോയി." ഒന്നാമതായി, നിന്റെ നിറം. നീ ആകെ വെളുത്തിരിക്കുന്നു. നീ പണ്ട് തടിച്ചവളായിരുന്നു. ഇപ്പോൾ നീ കൃശഗാത്രിയാണ്. മുടിയോ? മുട്ടോളമെത്തിയിരുന്ന നിന്റെ മുടി നീ മുറിച്ചുകളഞ്ഞു. നിന്റെ പല്ലുകൾക്കും മാറ്റം വന്നിരിക്കുന്നു.

"എന്റെ പല്ലുകൾക്ക് അന്ന് ഭംഗിയുണ്ടായിരുന്നില്ല. അല്പം പുറ ത്തേക്ക് നീങ്ങി നില്ക്കുന്നവയായിരുന്നു എന്റെ മുൻവശത്തെ പല്ലുകൾ. അവ ഞാൻ കമ്പികെട്ടി താഴ്ത്തി. നിനക്കെന്നെ മനസ്സിലായില്ലല്ലോ? അപ്പോൾ സുധാകരനും എന്നെ കണ്ടാൽ മനസ്സിലാവില്ല."

അവൾ തന്റെ 'ഗുച്ചി' ബേഗിൽനിന്ന് ഒരു കറുത്ത കണ്ണട പുറത്തെ ടുത്ത് മുഖത്ത് അണിഞ്ഞു.

"ഇപ്പോൾ എന്നെ കണ്ടാൽ പണ്ടത്തെ മിത്രങ്ങൾക്കാർക്കും മനസ്സി ലാവില്ല. അല്ലേ ഷീലേ? ഞാൻ പണ്ടത്തെ കല്യാണിക്കുട്ടിയല്ല ഇപ്പോൾ. അകവും പുറവും ആകെ മാറിപ്പോയി. സത്യം പറയൂ, നിനക്ക് ഇപ്പോ ഴത്തെ എന്നെയാണോ ഇഷ്ടം, അതോ പണ്ടത്തെ എന്നെയോ?" കല്യാ ണിക്കുട്ടിയുടെ ചോദ്യത്തിന് മറുപടിയായി ഞാൻ വെറുതെ ചിരിച്ചു. അവൾ എന്റെ അടുത്തേക്ക് നീങ്ങി എന്റെ കാതിലും കഴുത്തിലും ചുംബിച്ചു.

"നിന്റെ തൊലിയുടെ സുഗന്ധം അന്നും ഇന്നും ഒരേ മട്ടിൽ നിലനി ല്ക്കുന്നു. നീ പണ്ടത്തെ 'ഈവനിങ് ഇൻ പാരിസ്' തന്നെയോ ഉപയോ ഗിക്കുന്നത്?"

"അത് ഇപ്പോൾ ലോകത്തിലെവിടെയും കിട്ടുന്നില്ല. ഞാൻ വേറെ പലതും ഉപയോഗിക്കുന്നു. ഏതെങ്കിലുമൊരു സുഗന്ധദ്രവ്യത്തോട് എനിക്ക് പ്രത്യേക പ്രതിപത്തി തോന്നുന്നുമില്ല. എന്റെ രോഗികൾ വിദേശ യാത്ര കഴിഞ്ഞ് നാട്ടിലേക്ക് മടങ്ങുമ്പോൾ എനിക്ക് ഓപ്പിയം, ജോയ്, ചാർളി മൃദുലമായ സുഗന്ധദ്രവ്യങ്ങൾ സമ്മാനിക്കാറുണ്ട്. എന്റെ ഡ്രെസിങ് മേശയ്ക്കുമീതെ പത്തോ പതിനഞ്ചോ പൊളിക്കാത്ത സെന്റ് കുപ്പികളുണ്ട്. നിനക്ക് വേണോ?" കല്യാണി വീണ്ടും എന്നെ ചുംബിച്ചു. എന്നിട്ട് വരി തെറ്റാത്തതും വെളുത്ത് തിളങ്ങുന്നവയുമായ ദന്തനിരകൾ വെളിപ്പെടുത്തി ഉറക്കെയുറക്കെ ചിരിച്ചു.

"നിനക്കൊരു മാറ്റവുമില്ല, എന്റെ ഷീലാ." നീ ഇപ്പോഴും ദാനശീലയായി നിലകൊള്ളുന്നു. നിനക്ക് കൊടുക്കാൻ അറിയാമായിരുന്നു. ബാല്യകാലം മുതല്ക്കേ നീ ദാനശീലം വളർത്തിയെടുത്തു. ഒപ്പം സഹനശക്തിയും. നീ ജനിച്ചത് അത്തരമൊരു കുടുംബത്തിലായിരുന്നു. ദാനശീലരും ധർമ്മിഷ്ഠരുമുള്ള ഒരു പുരാതനകുടുംബം. നീ കുലീനയായി ജനിച്ചു. അതുകൊണ്ടാണ് നിനക്ക് സംയമനത്തോടെ ജീവിക്കുവാൻ കഴിഞ്ഞത്. ഞാനതിൽ അസൂയപ്പെട്ടിട്ട് എന്തു പ്രയോജനം? ഞാൻ കർഷകരുടെയിടയിൽ ജനിച്ചു. രണ്ടു ജാക്കറ്റും രണ്ടു പാവാടയും മാത്രമായിരുന്നു എന്റെ വസ്ത്രശേഖരം. എന്നെ നീ പഠിച്ചിരുന്ന സ്കൂളിലും പിന്നീട് കോളേജിലും ചേർത്തത് എന്റെ ദരിദ്രനായ പിതാവായിരുന്നില്ല. യജമാനനായിരുന്നു. ആ യജമാനനും ഞങ്ങളുടെ കുടുംബവും തമ്മിൽ രഹസ്യമായി മറ്റുവല്ല ബന്ധവുമുണ്ടായിരുന്നോ എന്ന് ഞാൻ പലപ്പോഴും എന്നോടു തന്നെ ചോദിക്കാറുണ്ടായിരുന്നു. ആ യജമാനന്റെ മൂക്കുപോലെയാണ് എന്റെ മൂക്കെന്നുപോലും ഒരു കാലത്ത് ഞാൻ സംശയിച്ചു. "

കല്യാണിക്കുട്ടി വീണ്ടും വീണ്ടും ചിരിച്ചു. ചിരിക്കുമ്പോൾ ചുമലോളം നീണ്ടു കിടന്ന മുടി യാത്ര ചോദിക്കുന്ന കൈവിരലുകളെ അനുസ്മരിപ്പിച്ചു.

"നിനക്കിപ്പോൾ എന്റെ വയസ്സാണെന്ന് ആരും പറയില്ല. നിന്റെ മുടിയിൽ ഒരൊറ്റ വെള്ളിയിഴയും കാണാനില്ല." ഞാൻ പറഞ്ഞു.

"നീ പറഞ്ഞത് ശരിയാണ് ഷീലാ. എനിക്ക് അമ്പത്തിരണ്ട് വയസ്സാണെന്ന് എന്റെ പുതിയ മിത്രങ്ങൾക്ക് അറിയുകയില്ല. ഞാൻ അവരോടൊത്ത് ദിവസവും രാത്രി ടെന്നീസ് കളിക്കാറുണ്ട്. വൈകുന്നേരം നടക്കുവാൻ പോകും. ആരോഗ്യത്തെപ്പറ്റി എനിക്ക് യാതൊരുൽക്കണ്ഠയുമില്ല."

താൻ ആസ്ട്രേലിയയിലെ ഉദ്യോഗം രാജിവച്ച് ഡെൽഹിക്ക് വന്നത് രണ്ടു വർഷം മുമ്പാണെന്നും താനൊരു ആസ്ട്രേലിയക്കാരന്റെ വിധവയാണെന്നും കല്യാണിക്കുട്ടി എന്നെ അറിയിച്ചു.

"സമ്പന്നയും സന്തുഷ്ടയുമായ ഒരു വിധവ. അവൾ ഒരു പൊട്ടിച്ചിരിയോടെ പറഞ്ഞു.

"സന്തുഷ്ടയാണെങ്കിൽ നീ എന്തന്വേഷിച്ചാണ് സ്വന്തം നാട്ടിലേക്ക് മടങ്ങിയത്?" ഞാൻ ചോദിച്ചു.

അവൾ തന്റെ കറുത്ത കണ്ണട മെല്ലെ ഊരിയെടുത്ത് എന്റെ മേശയ്ക്കു മീതെ വച്ചു. എന്നിട്ട് തന്റെ കൺപോളകൾ വിരൽത്തുമ്പുകൾകൊണ്ട് തടവി. അവളുടെ മന്ദഹാസം തീരെ മാഞ്ഞുപോയിരുന്നു.

"നീ ചോദിക്കുന്നതുവരെ ഞാൻ ഈ മടക്കയാത്രയുടെ കാരണങ്ങൾ എന്നോടുതന്നെ ചോദിച്ചിരുന്നില്ല. ദരിദ്ര ബാലികയായിരുന്ന ഞാൻ ഇപ്പോൾ സമ്പന്നയും വിജയശ്രീലാളിതയുമായെന്ന് മരിക്കാതെ ഇപ്പോഴും അവശേഷിക്കുന്ന നാട്ടുകാരെ അറിയിപ്പിക്കാനാവില്ല ഞാൻ വന്നത്. നിന്നെ അസൂയപ്പെടുത്താനുമാവണമെന്നില്ല .. ഒരു പക്ഷേ, ഞാൻ സുധാകരനെ വീണ്ടും കാണുമെന്ന് പ്രതീക്ഷിക്കയാവാം. വീണ്ടും അയാളുടെ കൂടെ ചില ദിനരാത്രങ്ങൾ ചെലവഴിക്കാമെന്നും. പറയൂ ഷീലാ, അയാൾ ഇവി

ടെയെങ്ങാനുമുണ്ടോ? അയാൾ വീണ്ടും വിവാഹിതനായോ? അയാൾ എന്നെ ഓർമ്മിക്കുന്നുണ്ടോ?"

"സുധാകരൻ ഈ നഗരത്തിൽത്തന്നെയുണ്ട്. അദ്ദേഹത്തിന്റെ ഇപ്പോഴത്തെ ഭാര്യ എന്റെ ചികിത്സയിലാണ്. കഴിഞ്ഞ മാസം പ്രമേഹക്കുരുവിന്റെ ചികിത്സയ്ക്കായി ഈ ആസ്പത്രിയിൽ ഒരാഴ്ചക്കാലം അവർ താമസിച്ചു. അവർക്കു മിടുക്കനായ ഒരു മകനുമുണ്ട്. ഈ വർഷം റാങ്കും വാങ്ങി ഭോപ്പാലിൽനിന്ന് മടങ്ങിയെത്തിരിക്കുന്നു- ഒരാർക്കിടെക്ട്"

വീണ്ടും രോഗികൾ എന്നെ കാണുവാൻ വന്നെത്തിയപ്പോൾ കല്യാണിക്കുട്ടി എന്നോട് യാത്ര പറഞ്ഞ് പോയി. പിറ്റേദിവസം ഞായറാഴ്ചയായിരുന്നതുകൊണ്ട് എന്റെ വീട്ടിലേക്ക് വരാമെന്ന് അവൾ പ്രതിജ്ഞ ചെയ്തു. സുധാകരനെ വീണ്ടും കാണുവാനുള്ള തന്റെ ആഗ്രഹം അവൾ പലതവണ എന്നോട് വെളിപ്പെടുത്തി.

"വേണ്ട കല്യാണിക്കുട്ടീ. ആ പാവം ജീവിച്ചുകൊള്ളട്ടെ. അയാളുടെ ഭാര്യ ഒരു രോഗിണിയാണ്. അവർക്ക് ഇനി ദുഃഖം താങ്ങാനാവില്ല. നീ ചെന്ന് സുധാകരനെ പ്രലോഭിപ്പിച്ചാൽ ആ ദാമ്പത്യം ആകെ തകരും..." ഞാൻ പറഞ്ഞു.

"ആ ദാമ്പത്യം തകർന്നാൽ എനിക്കെന്തു ചേതം.." കല്യാണിക്കുട്ടി ചോദിച്ചു. അവളുടെ പൊട്ടിച്ചിരി എന്നിൽ വെറുപ്പു മാത്രമേ ജനിപ്പിച്ചുള്ളൂ.

മൂത്തു നരച്ച് വർഷങ്ങളോളം നീണ്ടുനില്ക്കുന്ന ഒരു ദാമ്പത്യം പരിഷ്കൃതർക്ക് നിശ്ചയമായും ദുസ്സഹമാണ്. ഒരേ കട്ടിലിൽ അടുത്തടുത്ത് ശയിച്ച് അന്യോന്യം വിയർപ്പുഗന്ധം കൈമാറുക, സൂര്യോദയത്തിൽ കക്കൂസിൽ വെള്ളമൊഴിക്കുവാൻ മറന്ന ഇണയുടെ അമേദ്ധ്യം ദർശിക്കുക, അനുഗ്രഹിക്കാൻ വേണ്ടി നിർമ്മിക്കപ്പെട്ടവയെന്ന് തോന്നിക്കുന്ന മനോഹരാംഗുലികളാൽ സ്വയംഭോഗം നടത്തുന്നത് നോക്കിക്കണ്ട് അതിന്റെ താളം ശ്രദ്ധിച്ചുകൊണ്ട് നിദ്രാഭിനയം നടത്തുക, വേണ്ട, എനിക്കു വേണ്ട, മാന്യരാൽ പുകഴ്ത്തപ്പെട്ട ഗൃഹസ്ഥാശ്രമം എനിക്കുവേണ്ട, വേണ്ട മറ്റൊരാളുടെ വായിൽനിന്ന് ഒഴുകുന്ന കൊഴുത്ത ദ്രാവകം എന്റെ വായിന്ന് ആവശ്യമില്ല, ജോലിചെയ്ത് തളർന്ന എന്റെ ശരീരത്തിന് കാമത്തിന്റെ വികൃതഭാരം സഹിക്കാനാവില്ല. ഞാൻ ആരോടെന്നില്ലാതെ പറഞ്ഞു.

"ഡോക്ടർ ഷീലാ നീ ഉറങ്ങിയില്ല, അല്ലേ?". അദ്ദേഹം തന്റെ വൃദ്ധസ്വരത്തിൽ എന്നോടു ചോദിച്ചു. ഞാൻ ഉത്തരം പറഞ്ഞില്ല. എന്നെ ഡോക്ടറെന്ന് വിളിക്കുന്ന സമ്പ്രദായം അദ്ദേഹം പതിനേഴ് വർഷങ്ങൾക്കു മുമ്പാണ് തുടങ്ങിവച്ചത്. അദ്ദേഹം തന്റെ ഗവൺമെന്റ് ഉദ്യോഗത്തിൽനിന്ന് പെൻഷൻപറ്റി പിരിഞ്ഞതിനുശേഷം. ഗൃഹഭരണത്തിനായി വീട്ടിലേക്ക് പണം കൊണ്ടുവന്നിരുന്ന കാലത്ത് അദ്ദേഹം എന്നെ ഷീലയെന്നോ അമ്മു എന്നോ വിളിച്ചുവന്നു. ഞാനൊരു ഡോക്ടറാണെന്നതിൽ അദ്ദേഹം അഭിമാനിച്ചിരുന്നുമില്ല. എന്റെ ഹോസ്പിറ്റലിൽ നടക്കുന്ന സംഭവങ്ങളെപ്പറ്റി അന്ന് അദ്ദേഹം ഒരിക്കലും എന്നോട് ചോദിച്ചിരുന്നുമില്ല. അതുകൊണ്ടായിരിക്കാം ഈയിടെയായി അദ്ദേഹത്തിന്റെ ചോദ്യങ്ങൾ എന്നെ അസ്വസ്ഥയാക്കുന്നത്. പണ്ടേ അദ്ദേഹം തന്റെ ജീവിതചര്യയിൽ കൗതുകം

പ്രദർശിപ്പിച്ചിരുന്നുവെങ്കിൽ ഞാനിന്ന് ഒരു കരിങ്കൽപ്രതിമപോലെ വികാ
രമറ്റവളായി മാറുമായിരുന്നില്ല. മൗനം ശീലിക്കുമായിരുന്നില്ല. ഞാൻ മൗനം
വളർത്തിയെടുത്തു. എന്റെയും ഭർത്താവിന്റെയും നടുവിൽ ഒരു ചന്ദനമര
മെന്നപ്പോലെ സുഖദായകമായി അത് വളർന്നുനിന്നു...

"നീ ഉറങ്ങിയിട്ടില്ല, അല്ലേ? ഇന്ന് ഓപ്പറേഷന്റെ ദിവസമായിരുന്നു
വല്ലോ. ഇന്നെന്ത് ഓപ്പറേഷനാണ് നീ നടത്തിയത്?" അദ്ദേഹം ചോദിച്ചു.
ഉറക്കച്ചടവില്ലാത്ത ആ സ്വരം ഒരു ചാട്ടവാറെന്നപോലെ എന്റെ മേൽ പതി
ക്കുന്നതായി എനിക്കു തോന്നി.

"ഇന്ന് കാര്യമായിട്ടൊന്നുമുണ്ടായില്ല. കേവലമൊരു അപ്പെൻഡിക്സ്.
വയറുവേദനയും ഛർദ്ദിയുമുണ്ടെന്ന് പരാതി. അപ്പെൻഡിസൈറ്റിസാ
ണെന്നു വിചാരിച്ചും മുറിച്ചപ്പോൾ അതിന് യാതൊരു തകരാറുമില്ല. ഏതാ
യാലും എടുത്തു നീക്കി." ഞാൻ പറഞ്ഞു.

"ഡോക്ടർമാരെ പേടിക്കണം. അവരുടെ തെറ്റുകളുടെ വില രോഗി
യാണ് കൊടുക്കേണ്ടത്."

"തെറ്റ് പറ്റാത്തവർ ഈ ലോകത്തിലുണ്ടോ?"

ഞാൻ മുഖം തിരിച്ച്, കണ്ണുകളടച്ചു. ഉറക്കം വരില്ലെങ്കിലും അദ്ദേഹ
ത്തോട് സംസാരിച്ചു കിടക്കുവാൻ താല്പര്യം തോന്നിയില്ല. അദ്ദേഹം
രോഗഗ്രസ്ഥമായ ഒരവയവം പോലെയായിക്കഴിഞ്ഞിരുന്നു. എന്നിൽനിന്ന്
മുറിച്ചു നീക്കേണ്ട ഒരവയവം. വിവാഹമോചനം നടത്തുവാൻ അദ്ദേഹം
ഒരിക്കലും തയ്യാറാവില്ലെന്ന് എനിക്കറിയാമായിരുന്നു. അദ്ദേഹത്തെപ്പറ്റി
കോടതിയിൽ പരാതിപ്പെടുവാൻ എനിക്കും വിഷമമുണ്ടായിരുന്നു.
അദ്ദേഹം എന്നെ ദേഹോപദ്രവം ചെയ്യുകയോ പരസ്ത്രീഗമനം നടത്തു
കയോ ഒരിക്കലും ഉണ്ടായിട്ടില്ല. എന്നെ ആലിംഗനം ചെയ്യുന്നുവെന്നത്
കോടതിയിൽ ഒരു കുറ്റമായി അവതരിപ്പിക്കുവാൻ സാദ്ധ്യമല്ലല്ലോ,
സ്നേഹാധിക്യം നിയമപരമായ ഒരു കുറ്റമല്ല. സ്നേഹപ്രകടനവും കുറ്റ
മല്ല.

ഒരിക്കലെങ്കിലും അദ്ദേഹം എന്നോട് കുപിതനാവുകയോ എന്നെ
മർദ്ദിക്കുകയോ ചെയ്താൽ ഞാൻ സ്വതന്ത്രയാവും എന്നെനിക്കറിയാമാ
യിരുന്നു. കുപിതനാക്കുവാൻ പരിശ്രമങ്ങൾ ഞാൻ നടത്തി. എന്നോടൊ
ന്നിച്ച് ജോലിയെടുക്കുന്ന ഒരു ഡോക്ടറെ ഞാൻ വീട്ടിലേക്ക് ക്ഷണിച്ചു
വരുത്തി. ഭർത്താവിന്റെ മുമ്പിൽ വച്ച് അയാളെ കടാക്ഷിക്കുകയും അയാ
ളുടെ അടുത്ത് ഞങ്ങളുടെ ശരീരങ്ങൾ തമ്മിൽ സ്പർശിക്കുമെന്ന മട്ടിൽ
ഇരിക്കുകയും ചെയ്തു. അദ്ദേഹം പറഞ്ഞു:

"ഇനി രണ്ടുപേരും ടി വിയിലെ ഫിലിം കണ്ടുകൊള്ളുക. ഞാനുറ
ങ്ങട്ടെ. എന്റെ പ്രായക്കാർക്ക് ഉറക്കമൊഴിക്കാൻ പ്രയാസമാണ്." അദ്ദേ
ഹത്തെ അപമാനിക്കുവാൻ ഞാൻ സൂത്രവഴികൾ തേടി. ഞാനാണ് ഗൃഹ
ഭരണം നടത്തുന്നത് എന്ന് അദ്ദേഹം മറക്കാതിരിക്കുവാൻ ഞാൻ പല
പ്പോഴും പറഞ്ഞു:

"ചെലവുകൾ ചുരുക്കണം. എല്ലാറ്റിനും വേണ്ട പണം ഞാൻ തന്നെ
ഉണ്ടാക്കണം. അത് മറക്കണ്ട." അതുകൊണ്ടാവാം അദ്ദേഹം ക്ലബ്ബിന്റെ
അംഗത്വം പുതുക്കിയില്ല. ഒരു സന്ധ്യക്ക് ഉദ്യാനത്തിൽ ചൂരൽക്കസേര

യിൽ ഇരിക്കുന്നത് ഞാൻ കണ്ടു.

"എന്താ ഇന്ന് ക്ലബ്ബിൽ പോയില്ലേ?" ഞാൻ ചോദിച്ചു.

"ഇല്ല. ഞാൻ ക്ലബ്ബിലെ അംഗത്വം പുതുക്കിയിട്ടില്ല."

"എന്തിനാണിത്ര പിശുക്ക് കാണിക്കുന്നത്? ക്ലബ്ബിലേക്ക് മാത്രമേ നിങ്ങൾ പോവാറുള്ളൂ. ആ സർക്കീട്ടും വേണ്ടെന്നു വച്ചാൽ നിങ്ങൾക്ക് ജീവിതം മുഷിപ്പനായിത്തീരും."

"ഞാനെന്തിനായി പോവണം? എന്റെ ടെന്നീസ് കളി അത്ര വിശേഷപ്പെട്ടതൊന്നുമല്ല. എന്നെങ്കിലും ഇതിലും നന്നായി കളിക്കുമെന്ന് ആശിച്ചുകൊണ്ട് ഈ കളി തുടർന്നുപോവുന്നതിൽ യാതൊരർത്ഥവുമില്ല. അവനവനെപ്പറ്റിയുള്ള വ്യാമോഹങ്ങൾ ഉപേക്ഷിക്കേണ്ട കാലം എനിക്ക് വന്നു കഴിഞ്ഞു."

"എന്നാൽപ്പിന്നെ നിങ്ങളെങ്ങനെ സമയം കഴിക്കും? നിങ്ങൾക്ക് ബോറാവില്ലേ? പുസ്തകങ്ങൾ വായിക്കാൻ താല്പര്യമുണ്ടോ? ഞാൻ ലൈബ്രറിയിൽനിന്ന് നാലെണ്ണം തിരഞ്ഞെടുത്ത് കൊണ്ടുവരാം. കൃഷ്ണമൂർത്തിയുടെ പുസ്തകങ്ങൾ വേണോ?..

"ഞാനെന്തിന് കൃഷ്ണമൂർത്തിയുടെ പുസ്തകങ്ങൾ വായിക്കണം"? എനിക്കത്തരം പുസ്തകങ്ങൾ ഉല്ലാസം പകർന്നുതരില്ല. എനിക്ക് സമയം കളയാൻ സാധാരണ കഥാപുസ്തകങ്ങൾ മതി. കുറ്റാന്വേഷണകഥകൾ." തന്റെ സർവ്വാഭിനയങ്ങളും ഉപേക്ഷിക്കുവാനുള്ള പുറപ്പാടാണ് അദ്ദേഹത്തിന്റേത് എന്ന് എനിക്കു തോന്നി. അവ്യക്തമായ ഒരു വിഷാദം എന്റെ ശരീരത്തെ തളർത്തി. ആത്മീയമായ ഒരായുധം വയ്ക്കലിന് അദ്ദേഹം തയ്യാറെടുക്കുകയായിരുന്നു. ഞാൻ ആദ്യമായി പതറി. എന്റെ കൺമുമ്പിൽ ഒരിക്കൽ തെളിഞ്ഞുകിടന്നിരുന്ന പാതകൾ അവ്യക്തങ്ങളായി. ക്രമേണ അവ അദൃശ്യങ്ങളായി.

യൗവനം കൈവിട്ട പുരുഷന്മാർ നാണമില്ലാത്തവരാകുന്നു എന്ന് അവരുടെ ഭാര്യമാർ ആവലാതിപ്പെടാറുണ്ട്. സ്ത്രീകൾക്ക് ആ പ്രായത്തിൽ നാണം വർദ്ധിക്കും. തങ്ങളുടെ ശരീരത്തിന്റെ അഭംഗികൾ വർദ്ധിച്ചുവരുന്നതോടെ അതിനെ പ്രദർശിപ്പിക്കുവാൻ അവർ മടി കാണിക്കും. എന്നാൽ തുന്നൽവിട്ട് അയഞ്ഞു കഴിഞ്ഞ ഗുഹ്യാവയങ്ങൾ വൃദ്ധർ അബദ്ധത്തിലെന്നപോലെ പ്രദർശിപ്പിക്കുന്നത് സാധാരണയാണ്. അദ്ദേഹം തന്റെ കൗപീനവുമഴിച്ച്, ചീഞ്ഞ പാവയ്ക്കയുടെ രൂപത്തിലുള്ള പൗരുഷചിഹ്നം ഒരു പെൻഡുലംപോലെ മെല്ലെയിളകുമാറ് എന്റെ മുറിയിൽ ഉലാത്തിയപ്പോൾ എനിക്ക് പലപ്പോഴും ഛർദ്ദിക്കുവാൻ തോന്നി. ഒരിക്കൽ അദ്ദേഹം ചോദിച്ചു:

"ഡോക്ടർ ഷീലാ, നീ ഛർദ്ദിക്കുന്നതെന്ത്? ആർത്തവം നിന്ന സ്ത്രീകൾക്കും ഗർഭം ധരിക്കുവാൻ കഴിവുണ്ടോ?"

തന്റെ ഫലിതപ്രയോഗത്തിൽ താൻ മാത്രമേ ചിരിക്കുകയുള്ളൂ എന്നറിഞ്ഞിട്ടും അദ്ദേഹം ഉറക്കെയുറക്കെ ചിരിച്ചു. അശ്ലീലമല്ലാതെ എന്തോ ഒന്ന് ആ ചിരിയിലുണ്ടായിരുന്നു. ഞാൻ വീണ്ടും എന്റെ വിധിയെ ശപിച്ചു. സുഭഗനായ ഒരു പുരുഷന്റെ ആശ്ലേഷത്തിലൊതുങ്ങി രാത്രികാലം കഴിച്ചുകൂട്ടുന്ന സ്ത്രീകളോട് എനിക്ക് അസൂയ തോന്നി. അസൂയ ശാരീരി

കാസ്വാസ്ഥ്യംപോലെ എന്നെ തീരെ അവശയാക്കി. എന്റെ വായിൽ ഉമിനീർ വറ്റി.

ഒരു ദിവസം അദ്ദേഹം പറഞ്ഞു:

"ഡോക്ടർ ഷീലാ നിന്റെ രോഗികൾക്കിടയിൽ നിന്നെ ആരാധിക്കുന്ന പുരുഷന്മാരുണ്ടാവണം. അവർ തങ്ങളുടെ വികാരങ്ങൾ പ്രകടിപ്പിച്ചാൽ നിന്റെ പ്രതികരണം എങ്ങനെയിരിക്കും?"

"എന്നോട് വികാരപ്രകടനം നടത്താൻ ആരും ധൈര്യപ്പെടുകയില്ല. ഞാനാരുമായും അടുക്കാറില്ലല്ലോ? രോഗികളെ കാണുന്നതും അവർക്ക് ചികിത്സ നിശ്ചയിക്കുന്നതും എന്റെ കണ്ണിൽ വെറും കൃത്യ നിർവ്വഹണം മാത്രമാണ്. അവരെ പരിശോധിക്കുമ്പോൾ ഞാൻ അവരുടെ രോഗങ്ങൾ മാത്രമേ കാണാറുള്ളൂ. അവരുടെ സ്വകാര്യജീവിതങ്ങളിൽ എനിക്കെന്ത് താല്പര്യം?"

"നിന്നെപ്പോലെയുള്ള ഒരു സ്ത്രീ ജീവിതത്തിലൊരിക്കലെങ്കിലും വികാരാധീനയാവും. നിനക്ക് വേണ്ട പുരുഷനെ നീ ഇതുവരെ കണ്ടെത്തിയിട്ടില്ല. അയാൾ ജീവിക്കുന്നുണ്ട്. എപ്പോഴാണ് അയാളുമായി നീ കൂട്ടിമുട്ടുക എന്ന് പറയുവാൻ മാത്രം എനിക്ക് കഴിവില്ല."

"നിങ്ങൾക്ക് ലജ്ജയില്ലേ എന്നോട് ഇങ്ങനെ പറയുവാൻ. ഭാര്യ മറ്റൊരു പുരുഷനുമായി വേഴ്ച നടത്തുമെന്ന് പ്രവചിക്കുവാൻ നിങ്ങൾക്ക് ലജ്ജയില്ലേ? എനിക്ക് ഇത്തരം സംഭാഷണങ്ങൾ ഇഷ്ടപ്പെടുന്നില്ല. പ്രവൃത്തിയിലെന്നല്ല വാക്കിലും കൂടി അത്തരമൊരു ബന്ധത്തിൽലേർപ്പെടുവാൻ ഞാൻ ഇച്ഛിക്കുന്നില്ല."

അദ്ദേഹം വീണ്ടും ചിരിച്ചു. ചിരിക്കുമ്പോൾ ആ വായിലെ വികൃതങ്ങളായ ദന്തങ്ങൾ തെളിഞ്ഞു. ചുവന്നും പൊട്ടിയും വികൃതങ്ങളായ ദന്തങ്ങൾ. എന്നെ അപമാനിക്കുവാനാണ് അദ്ദേഹം തന്റെ പല്ലുകളെ വൃത്തിയാക്കി സംരക്ഷിക്കാത്തത് എന്ന് എനിക്ക് തോന്നിപ്പോയി. അദ്ദേഹത്തിനെ വെറുക്കുന്നുവെങ്കിൽ ആ വെറുപ്പും അദ്ദേഹം മനഃപൂർവ്വം സൃഷ്ടിക്കുന്നതല്ലേ?

അദ്ദേഹത്തെ വഞ്ചിക്കുവാൻ, അങ്ങനെ, എന്റെ പാതിവ്രത്യം ഉപേക്ഷിക്കുവാൻ ഞാൻ ശ്രമങ്ങൾ നടത്താതിരുന്നില്ല. പക്ഷേ, എന്നോടടുക്കുന്ന ഓരോ പുരുഷനിലും ഞാൻ അദ്ദേഹത്തെ മാത്രം കണ്ടു. കണ്ടപ്പോൾ ഞാൻ പിന്മാറി. നടുക്കത്തോടെ ഞാൻ പാതിവ്രത്യത്തിലേക്കു തന്നെ വഴുതി വീണു. ഉച്ഛിഷ്ടം ഭക്ഷിക്കുന്നതുപോലെ, ഉച്ഛിഷ്ടം വീണ്ടും വീണ്ടും ഭക്ഷിക്കുന്നതുപോലെ ഞാനെന്റെ ഭാര്യാധർമ്മം അനുഷ്ഠിച്ചുപോന്നു. എനിക്കൊരു വിമ്മിട്ടം അനുഭവപ്പെട്ടു. അദ്ദേഹത്തിന്റെ ഒപ്പം ഭക്ഷണം കഴിക്കാനിരിക്കുമ്പോഴും അദ്ദേഹത്തിന്റെയൊപ്പം കട്ടിലിൽ ശയിക്കുമ്പോഴും ഞാൻ വിമ്മിട്ടപ്പെട്ടു. ഞങ്ങൾ സംസാരിച്ചപ്പോൾ വാക്കുകൾ ആസ്പത്രിയുടെ മോർഗിന്റെ വലിപ്പുകളിൽനിന്ന് ഊർന്നുവീഴുന്ന ശവങ്ങളെപ്പോലെയാണെന്ന് എനിക്ക് തോന്നി. അവയേക്കാൾ എത്രയോ ഭേദം മൗനമായിരുന്നു. അന്യോന്യം ഉണർത്തുവാൻ മൗനത്തിന് കഴിഞ്ഞു. ഉണർത്തി. പക്ഷേ, ആശ്വസിപ്പിച്ചില്ല. എന്നെത്തേടി ഞാനലഞ്ഞു. ഒടുവിൽ താണുപോയ ചുമലുകളോടെ ഞാൻ മറ്റുള്ളവരുടെ നേർക്ക്

തിരിഞ്ഞു നടന്നു...

"നമുക്ക് കുട്ടികളുണ്ടായിരുന്നുവെങ്കിൽ ഒരുപക്ഷേ, നീ ഇപ്പോഴും ചിരിക്കുമായിരുന്നു. നിന്റെ ചിരി കണ്ടിട്ട് എത്രകാലമായി, ഡോക്ടർ ഷീലാ! അത് യഥാർത്ഥത്തിൽ ഒരിക്കലുമുണ്ടായിരുന്നില്ല എന്നെനിക്ക് തോന്നിപ്പോവുന്നു. നിന്റെ ചിരി ഞാൻ പണ്ടൊരിക്കൽ സ്വപ്നത്തിൽ കണ്ട ഒരു കാഴ്ചമാത്രമാണോ?" അദ്ദേഹം ചോദിച്ചു.

ഞാൻ ആശ്ചര്യത്തോടെ അദ്ദേഹത്തിന്റെ മുഖത്ത് നോക്കി. എത്ര മധുരമധുരമായിട്ടാണ് അദ്ദേഹം സംസാരിക്കുന്നത്! അദ്ദേഹം കോമാളി യല്ല എന്നുവരുമോ? ഒടുവിൽ അദ്ദേഹം ഒരു തത്ത്വജ്ഞാനിയോ കവിയോ ആയി രൂപാന്തരപ്പെടുമോ?

ആ കണ്ണുകളിൽ മഞ്ഞിന്റെ മൂടൽ ഞാൻ ദർശിച്ചു. മൂടലിനു പിന്നിൽ അജ്ഞാതനായൊരാൾ എനിക്കുവേണ്ടി കാത്തിരിക്കുന്നുണ്ടാവുമോ? കാമ മെടുത്ത് കൈകാര്യം ചെയ്യുവാൻ താല്പര്യമില്ലാത്ത പ്രേമി? എന്റെ പ്രലോ ഭനങ്ങൾക്ക് വഴങ്ങി മനമില്ലാമനസ്സോടെ കാമത്തിന് കീഴടങ്ങുന്ന ഒരാൾ? പണ്ടൊക്കെ ഞാൻ കുട്ടികളില്ലാത്തതിനെപ്പറ്റി ദുഃഖിച്ചിരുന്നു. ഇന്ന് എനിക്ക് ആ നഷ്ടത്തെപ്പറ്റി ചിന്തിക്കുവാൻ സമയമില്ല. ഒരു കുട്ടിയോട് വാത്സല്യം പ്രകടിപ്പിക്കുവാൻ എനിക്ക് കഴിവുണ്ടോ എന്ന് ഞാൻ ശങ്കിക്കുന്നു. വാത്സ ല്യത്തിനും വേണം ഒരു പ്രത്യേക പരിശീലനം.. ഞാൻ നല്ലൊരു ഡോക്ട റാവാൻ പ്രയത്നിക്കുന്നു. മറ്റൊരു റോളും ഞാൻ കാംക്ഷിക്കുന്നില്ല.

അദ്ദേഹത്തിന്റെ ചുണ്ടുകൾ കൂടുതൽ വിളർത്തതായി എനിക്കു തോന്നി. സംസാരിച്ചപ്പോൾ ആ സ്വരം തെല്ലൊന്നിടറി.

"നല്ലൊരു ഭാര്യയാവാൻ നീ ഒരിക്കലും കാംക്ഷിച്ചിട്ടില്ലേ, ഡോക്ടർ ഷീലാ?" അദ്ദേഹം ചോദിച്ചു.

ഞാൻ ഒന്നും പറയാതെ കിടന്നു. എന്റെ മാർവിടം വർദ്ധിച്ച ശ്വാസ ഗതിക്കനുസരിച്ച് പൊങ്ങുകയും താഴുകയും ചെയ്തു. അദ്ദേഹം കുനി ഞ്ഞുനിന്ന് തന്റെ മുഖം എന്റെ മുഖത്തോട് അടുപ്പിച്ചു. പ്രമേഹരോഗിക ളുടെ ഉച്ഛ്വാസത്തിനും വിയർപ്പിനും പഴുത്ത ഗന്ധമാണ്. മധുരമെങ്കിലും മനംമടുപ്പിക്കുന്ന ഗന്ധം. ഞാൻ അസ്വസ്ഥയായി മുഖം തിരിച്ചു.

"എന്റെ ചോദ്യത്തിനു നീ എന്താണ് ഉത്തരം പറയാത്തത് ഡോക്ടർ ഷീലാ?" അദ്ദേഹം ചോദിച്ചു.

"നിങ്ങൾക്ക് എന്നേക്കാൾ ഇരുപത്തിയൊന്ന് വയസ്സിന്റെ പ്രായക്കൂ ടുതലുണ്ട്. ഞാനൊരിക്കലും നിങ്ങളെ ഒരു ഭർത്താവായി കണ്ടിട്ടില്ല." ഞാൻ പറഞ്ഞു.

"നീ പറഞ്ഞത് സത്യമല്ല. നീയും ആവേശം പ്രകടിപ്പിച്ച നാളുകൾ ഞാൻ ഓർക്കുന്നു." അദ്ദേഹം പറഞ്ഞു.

അദ്ദേഹത്തിന്റെ സ്വരത്തിൽ കലർന്ന ശൃംഗാരം എന്നെ ചൊടിപ്പി ച്ചു. ഞാൻ ധൃതിയിൽ കട്ടിലിൽനിന്ന് എഴുന്നേല്ക്കുവാൻ ശ്രമിച്ചു. അദ്ദേഹം എന്നെ കിടക്കയിൽത്തന്നെ കിടത്തുവാൻ ഒരു ശ്രമം നടത്തി. ഞാൻ കൈകൾ കുടഞ്ഞപ്പോൾ അദ്ദേഹത്തിന്റെ കണ്ണട നിലത്തുവീണു പൊട്ടി. അത് തപ്പി എടുക്കുമ്പോൾ യാതൊരു കാരുണ്യവും കൂടാതെ ഞാൻ ആ സാവധാന ചലനങ്ങളെ നോക്കിക്കണ്ടു. അദ്ദേഹത്തിന്റെ മുണ്ടി

നടിയിൽ തെളിഞ്ഞുകണ്ട കൗപീനവും എന്നിൽ വെറുപ്പുളവാക്കി. മുണ്ട് അല്പം നീങ്ങിയപ്പോൾ വാരിക്കോസ് ഞരമ്പുകൾ പ്ലാവിന്റെ വേരുകൾപോലെ വീർത്തും കെട്ടുപിണഞ്ഞും കാണപ്പെട്ടു. "വൃദ്ധൻ', പടുവൃദ്ധൻ" എന്റെ മനസ്സ് മന്ത്രിച്ചു. പക്ഷേ, എന്റെ ചുണ്ടുകൾ ചലിച്ചതേയില്ല.

"ഇന്നൊരു രസകരമായ സംഭവമുണ്ടായി. റോട്ടറിക്ലബ്ബുകാർ ഫോൺ ചെയ്തു പറഞ്ഞു. ആദർശദമ്പതികളെ തിരഞ്ഞെടുക്കാനൊരു മത്സരം അവർ ഏർപ്പെടുത്തിയിരിക്കുന്നുവെന്ന്. ഞാനും നീയും ആ മത്സരത്തിൽ പങ്കെടുക്കണമെന്ന് അവർ നിർബ്ബന്ധിക്കുന്നു. ഒന്നാം സമ്മാനം ലോക പര്യടനത്തിനുള്ള രണ്ട് വിമാനടിക്കറ്റുകളാണ്. ആദർശദമ്പതികളായി ലോകം മുഴുവനും സഞ്ചരിക്കുക! നിനക്ക് ഇഷ്ടമല്ലേ ഡോക്ടർ ഷീലാ?" അദ്ദേഹം ചോദിച്ചു.

"എന്റെ രോഗികളെ വിട്ട് ഞാനൊരു പര്യടനത്തിനും വരില്ല." ഞാൻ പറഞ്ഞു.

"ജയിച്ചാലല്ലേ ലോകപര്യടനത്തിന് പോവേണ്ടതുള്ളൂ. നമുക്ക് ഈ മത്സരത്തിൽ ജയിക്കാൻ സാധിക്കുമോ?"അദ്ദേഹം ചോദിച്ചു.

"എന്തുകൊണ്ട് ജയിക്കില്ല? ഏറ്റവുമധികം നീണ്ടുനിന്ന ഒരു ദാമ്പത്യമാണല്ലോ നമ്മുടെ ദാമ്പത്യം? ഞാൻ നിങ്ങളെ വഞ്ചിച്ചിട്ടില്ല. നിങ്ങൾ എന്നെ വഞ്ചിച്ചിട്ടില്ല. ഒരു രാത്രിയെങ്കിലും നാം പിരിഞ്ഞു കിടന്നുറങ്ങിയിട്ടുമില്ല. തീർച്ചയായും ആ മത്സരത്തിൽ നാം ജയിക്കും." ഞാൻ പറഞ്ഞു.

അദ്ദേഹം എന്റെ മുഖം മൂടൽവീണ കണ്ണുകളാൽ പരിശോധിച്ചു.

"നീ ആത്മാർത്ഥതയോടെയാണോ സംസാരിക്കുന്നത്? ചിലപ്പോൾ എനിക്ക് സംശയം തോന്നുന്നു നീ എന്നെ പരിഹസിക്കയാണെന്ന്." അദ്ദേഹം പറഞ്ഞു.

"പരിഹസിക്കയോ? എന്തിന്? തീർച്ചയായും നമ്മുടെ ദാമ്പത്യത്തെപ്പറ്റി എല്ലാവരും പുകഴ്ത്തിപ്പറയുന്നുണ്ടാവണം. നാം മറ്റു ദമ്പതിമാരെപ്പോലെയല്ല. എന്റെ സ്നേഹിത കല്യാണിക്കുട്ടി വിവാഹം കഴിഞ്ഞ് രണ്ടര വർഷം കഴിഞ്ഞപ്പോഴേക്കും വിവാഹമോചനം നേടി. അവളുടെ ദാമ്പത്യം പരാജയമായിരുന്നുവെന്ന് എല്ലാവരും പറഞ്ഞു. ഇന്ന് അവൾ എന്നെ കാണാൻ വന്നു. അവൾ തന്റെ ഭർത്താവിനെപ്പറ്റി അന്വേഷിക്കാനാണ് വീണ്ടും ഈ നഗരത്തിൽ വന്നത്. മുപ്പതു വർഷങ്ങൾക്കുമുമ്പ് താൻ ഉപേക്ഷിച്ച മനുഷ്യനെപ്പറ്റി വിവരങ്ങൾ ശേഖരിക്കുവാൻ അവൾ എന്റെ അടുത്ത് വന്നു." ഞാൻ പറഞ്ഞു.

"എന്നിട്ടോ?"

"സുധാകരന്റെ രണ്ടാംഭാര്യ എന്റെ ചികിത്സയിൽ കഴിയുകയാണെന്ന് ഞാൻ പറഞ്ഞു. അവളുടെ ദാമ്പത്യം ഒരു മഹാവിജയമായിരുന്നുവെന്ന് അവൾ പറഞ്ഞു. അയാളെപ്പറ്റി മധുരസ്മരണകൾ മാത്രമേ ഇന്ന് അവൾക്കുള്ളൂ. അന്യോന്യം വെറുപ്പ് ഉളവാക്കുന്നതിനുമുമ്പ് അവർ പിരിഞ്ഞുവല്ലോ."

"അപ്പോൾ നീ എന്തു പറഞ്ഞു."

"ഞാനെന്തു പറയാനാണ്. എനിക്ക് അവളോട് അസൂയ തോന്നി. അത്രതന്നെ."

"നീ ഒരിക്കലും എന്നെ സ്നേഹിച്ചിട്ടില്ലേ ഡോക്ടർ ഷീലാ?"

അദ്ദേഹം ചോദിച്ചു. ആ വൃദ്ധനയനങ്ങളിൽ നനവ് പരന്നപ്പോൾ ഞാൻ ലജ്ജിച്ച് തലതാഴ്ത്തി.

"നിന്റെ മനോഹരമായ മുഖംമൂടി എനിക്ക് കാണുന്നില്ല. നാളെത്തന്നെ ഞാൻ ഒരു പുതിയ കണ്ണടയ്ക്കായി ഏർപ്പാടു ചെയ്യും."

പിറ്റേദിവസം രാവിലെ പതിനൊന്നുമണിക്ക് അദ്ദേഹം ക്ലബ്ബിൽപ്പോ യിരുന്ന സമയത്താണ് കല്യാണിക്കുട്ടി വീട്ടിൽ വന്നു കയറിയത്. എന്റെ വീടിന്റെ മുൻവശത്തുള്ള പൂന്തോട്ടവും സൽക്കാരമുറിയിൽ അങ്ങിങ്ങായി പ്രദർശനത്തിനായി വച്ച ലോഹപ്രതിമകളും മനോഹരങ്ങളാണെന്ന് കല്യാണിക്കുട്ടി പ്രസ്താവിച്ചു.

"നീ കലാബോധമുള്ള ഒരു ധനികയാണ്." അവൾ പറഞ്ഞു.

"വാസ്തവത്തിൽ നീയെന്നും ഇങ്ങനെയായിരുന്നു- കലാബോധ മുള്ള ധനിക.' അവൾ കൂട്ടിച്ചേർത്തു.

"കലാബോധമുണ്ടാവുന്നതും ധനമുണ്ടാവുന്നതും ഒരു കുറ്റമാണെന്ന നാട്യത്തിലാണ് നീ സംസാരിക്കുന്നതെന്ന് എനിക്കു തോന്നുന്നു"

"അതൊക്കെ വെറും തോന്നൽ. നിന്നോട് എനിക്ക് എന്നും അസൂയ മാത്രമേ തോന്നിയിട്ടുള്ളൂ. ഇരുപതുവയസ്സ് കൂടുതലുള്ള ഒരാളെ നീ ഭർത്താവായി സ്വീകരിച്ചപ്പോഴും ഞാൻ അസൂയപ്പെട്ടു. കാരണം, എന്റെ സുധാകരനെപ്പോലൊരുത്തനായിരുന്നില്ല നിന്റെ ഭർത്താവ്. നിന്റെ ഭർത്താവ് തന്റെ നീല ഡ്രെസ്സിങ്ഗൗണും ധരിച്ച് പുറത്തെ വരാന്തയിൽ ഇരുന്ന് വർത്തമാനപത്രങ്ങൾ വായിക്കുമ്പോൾ ഞാൻ നിന്റെ ഭാഗ്യത്തെ ഓർത്ത് അസൂയപ്പെട്ടിട്ടുണ്ട്. എന്റെ സുധാകരൻ യുവാവായിരുന്നു. പൗരു ഷ്യമുള്ളവനായിരുന്നു. പക്ഷേ, തന്റെ അപകർഷതാബോധം അയാളെ ഒരു മൃഗമാക്കി മാറ്റി. പെരുമാറ്റത്തിന്റെ ഉത്തമനിയമങ്ങൾ അയാൾക്കറി യുമായിരുന്നില്ല. മാന്യരുടെ സദസ്സിൽ അയാളെ അവതരിപ്പിക്കുവാൻ ഞാൻ മടിച്ചു. അയാൾ എന്നെ എടീ, പെണ്ണേ, തേവിടിശ്ശീ എന്നും മറ്റും വിളിക്കാറുണ്ടായിരുന്നു. അയാൾക്കെന്നോട് ബഹുമാനമില്ലെന്ന് ഞാൻ തീർച്ചയാക്കി. ആദരവ് പ്രകടിപ്പിക്കുന്ന ഒരു ഭർത്താവിനെത്തേടി ഞാൻ സുധാകരനെ വിട്ടുപോയി. പക്ഷേ, എന്നുമെന്നും സുധാകരനെ മാത്രമേ ഞാൻ എന്റെ കിടക്കയിൽ പ്രതീക്ഷിച്ചുള്ളൂ... നിന്നെയും..."

കല്യാണിക്കുട്ടി കരയുവാൻ തുടങ്ങിയപ്പോൾ എനിക്ക് അവളോട് അനുകമ്പ തോന്നി. അവൾക്ക് സുധാകരനെ വീണ്ടും കാണുവാൻ അവ സരം ഉണ്ടാക്കിക്കൊടുക്കുവാൻ സന്നദ്ധയാണെന്ന് ഞാൻ പറഞ്ഞു.

"വേണമെങ്കിൽ ഞാൻ അയാളെ ഇങ്ങോട്ട് ഊണിന് ക്ഷണിക്കാം ഭാര്യയോടൊപ്പം." ഞാൻ പറഞ്ഞു.

"അയ്യോ... ഭാര്യയെ വിളിക്കരുത്. എനിക്ക് അയാളുടെ ഭാര്യയെ കാണുവാൻ തീരെ ആഗ്രഹമില്ല. " അവൾ പറഞ്ഞു.

പിറ്റേദിവസം ഞാൻ ആവശ്യപ്പെട്ടതുകൊണ്ട് സുധാകരൻ വന്നു. എന്റെ തോട്ടത്തിൽ ഒരു 'ഫെമിന'യും വായിച്ചുകൊണ്ട് കല്യാണിക്കുട്ടി ഇരുന്നിരുന്നു. അവർ മൗനംകൊണ്ടാണ് അന്യോന്യം എതിരേറ്റത്. ദാഹി ക്കുന്ന കണ്ണുകളോടെ അവർ അന്യോന്യം നോക്കി. ഞാൻ അകത്തേക്കു പോയി.

അന്ന് രാത്രി അവർ രണ്ടുപേരും ഒന്നിച്ച് ഒരു ടാക്സിയിൽ പൊയ്ക്ക
ഴിഞ്ഞപ്പോൾ അതുവരെ അവരോട് ആതിഥേയ മര്യാദകൾ പ്രദർശിപ്പിച്ച
എന്റെ ഭർത്താവ് എന്നെ ശകാരിക്കുവാൻ തുടങ്ങി.

"ഒരിക്കലും നീ ഇത് ചെയ്യേണ്ടിയിരുന്നില്ല. നിന്റെ ഒരു രോഗിണി
യായ അയാളുടെ ഭാര്യയെ ഓർത്തെങ്കിലും നീ അയാളെ ക്ഷണിക്കില്ല
എന്ന് ഞാൻ വിചാരിച്ചു. അവർ ഇതറിഞ്ഞാൽ കരഞ്ഞ് കരഞ്ഞ് കിടപ്പി
ലാവും. നിന്റെ ബാല്യകാലസ്നേഹിതയുടെ ഗ്ലാമർ ഒരു സാധു സ്ത്രീക്കി
ല്ലല്ലോ."

"എനിക്ക് കല്യാണിക്കുട്ടിയോടുള്ള കൂറ് മറ്റാരോടുമില്ല. അത് നിങ്ങൾ
മനസ്സിലാക്കണം." ഞാൻ പറഞ്ഞു.

"അപ്പോൾ അവർ സുധാകരനെ അപഹരിച്ച് തന്റെ കൂടെ ആസ്ട്രേ
ലിയയ്ക്ക് കൊണ്ടുപോയാൽ നീ സന്തോഷിക്കും, അല്ലേ? ആ പാവം
സ്ത്രീയും അവരുടെ ഏകപുത്രിയും അശരണകളായി മാറുന്നതിൽ നിന
ക്കൊരു പ്രതിഷേധവുമില്ല. സുധാകരന്റെ മകളെപ്പറ്റി നീ എത്ര തവണ
പുകഴ്ത്തി സംസാരിച്ചിരിക്കുന്നു. അവൾക്ക് ഒരച്ഛനില്ലാതാവുന്നതിൽ
നിന്റെ പങ്ക് എന്തായിരിക്കുമെന്ന് നീ ഓർത്തുനോക്കിയോ?" അദ്ദേഹം
ചോദിച്ചു.

"ഞാനെന്താണ് ചെയ്യുന്നതെന്ന് എനിക്ക് അറിയാം. വേണ്ടിവന്നാൽ
സുധാകരന്റെ ഭാര്യയുടെയും മകളായ അമ്മിണിയുടെയും ഉത്തരവാദിത്വം
ഞാനേറ്റെടുത്തുകൊള്ളാം. അവളെ പഠിപ്പിച്ച് ഒരു മാന്യമായ ഉദ്യോഗം
നേടിക്കൊടുക്കുവാൻ എനിക്ക് ബുദ്ധിമുട്ടുണ്ടാവില്ല. വേണമെങ്കിൽ ഞാൻ
അമ്മിണിയെ ഒരു ഡോക്ടറാക്കാം. നമുക്ക് മക്കളില്ലാത്തതിന്റെ കോട്ടം
അവൾ തീർക്കട്ടെ." അദ്ദേഹം പിന്നീടൊന്നും പറയാതെ അകത്തേക്ക്
പോയി.

സുധാകരന്റെ പത്തൊമ്പതു വയസ്സുകാരിയായ മകൾ ഞങ്ങൾക്ക്
പ്രിയപ്പെട്ടവളായിരുന്നു. അവൾക്ക് വാസ്തവത്തിൽ കല്യാണിക്കുട്ടിയുടെ
ഛായയായിരുന്നു. കല്യാണിക്കുട്ടിയെ കാണുകപോലും ചെയ്യാത്ത
മിസ്സിസ് സുധാകരന് അവളുടെ നിറവും അവളുടെ നുണക്കുഴികളുമുള്ള
ഒരു പെൺകുഞ്ഞിനെ എങ്ങനെ പ്രസവിക്കുവാൻ കഴിഞ്ഞു എന്ന ചോദ്യ
ത്തിന് ഉത്തരം പറയുവാൻ ആർക്കു കഴിയും? സുധാകരന് കല്യാണി
ക്കുട്ടിയോടുള്ള ആസക്തി കാരണമാവാം അങ്ങനെ ഒരു മകൾ അയാ
ളുടെ ഭാര്യക്ക് ജനിച്ചത് എന്ന് എന്റെ ഭർത്താവ് പറഞ്ഞു. സുധാകരനും
കുടുംബവും രണ്ടോ മൂന്നോ മാസം കൂടുമ്പോൾ ഞങ്ങളെ സന്ദർശിക്കാ
റുണ്ടായിരുന്നു. ആ സന്ദർശവേളകളിൽ എന്റെ ഭർത്താവ് അമ്മിണിയോട്
സംസാരിക്കുകയും അവളുടെ നേരംപോക്കുകൾ കേട്ട് ചിരിക്കുകയും
ചെയ്യുന്നത് ഞാൻ കൗതുകത്തോടെ നോക്കിക്കാണാറുണ്ടായിരുന്നു.
സുധാകരന്റെ ഭാര്യ പരിഷ്കൃതയല്ലെങ്കിലും ഒരു ഉത്തമ കുടുംബിനിയാ
ണെന്ന് അദ്ദേഹം പലതവണ അഭിപ്രായപ്പെട്ടു. എന്തുകൊണ്ടോ എനിക്ക്
ആ സ്ത്രീയെ പുകഴ്ത്തിപ്പറയുവാൻ കഴിഞ്ഞില്ല. കല്യാണിക്കുട്ടിയെ താര
തമ്യപ്പെടുത്തിനോക്കുമ്പോൾ അവരുടെ രൂപം നിഷ്പ്രഭമാവാറുണ്ടായി
രുന്നു. എനിക്ക് അവരെ സ്നേഹിക്കുവാൻ സാധിച്ചില്ല. ഒരു രോഗിണി

യോട് ഡോക്ടർക്ക് തോന്നുന്ന സാധാരണ വികാരങ്ങൾ മാത്രമേ അവർക്കായി എന്റെയുള്ളിൽ ജനിച്ചുള്ളൂ. അനുകമ്പയായിരുന്നു ആ ബന്ധത്തിന്റെ മുഖ്യഘടകം. അനുകമ്പയിൽ ചേർന്നു കലർന്ന ഒരു വെറുപ്പും. അതുകൊണ്ടാവാം കല്യാണിക്കുട്ടി സുധാകരനോടൊപ്പം ദിവസങ്ങളും രാത്രികളും ചെലവഴിച്ചുവെന്നറിഞ്ഞിട്ടും എനിക്ക് ദേഷ്യം വരാഞ്ഞത്. അവൾക്ക് മുപ്പതു വർഷങ്ങൾക്കുശേഷം അയാളുമായൊരു മധുവിധു ആവശ്യമുണ്ടെങ്കിൽ ഞാനെന്തിന് അവളെ സദാചാരനിയമങ്ങൾ ഓർമ്മിപ്പിക്കണം? കല്യാണിക്കുട്ടി വന്നിട്ട് ഏകദേശം ഒരാഴ്ച കഴിഞ്ഞപ്പോഴാണ് സുധാകരന്റെ ഭാര്യ വീണ്ടും എന്നെ കാണുവാൻ ക്ലിനിക്കിൽ വന്നെത്തിയത്. ഒരുകാലിന്റെ പെരുവിരൽ ഞാൻ മുറിച്ചുകളഞ്ഞിരുന്നു. പക്ഷേ, മറ്റേ കാലിലും പഴുപ്പ് തുടങ്ങിയിരിക്കുന്നുവെന്ന് അവർ ആവലാതിപ്പെട്ടു.

“മുറിവൊന്നും കാണാനില്ല ഡോക്ടർ ഷീലാ. പഴുപ്പും വേദനയുമുണ്ട്.” അവർ പറഞ്ഞു. ഞാൻ അവരുടെ കാലുകൾ പരിശോധിച്ചപ്പോൾ അവർ വിമ്മിട്ടപ്പെടുന്നതായി എനിക്കു തോന്നി. അവരുടെ കണ്ണുകൾ നിറഞ്ഞിരുന്നു.

“എന്തുപറ്റി? ഞാൻ ചോദിച്ചു.

“എന്റെ മനസ്സിന് തീരെ സുഖമില്ല.” അവർ പറഞ്ഞു.

“എന്താണുണ്ടായത്?”

“അവർ എന്റെ ഭർത്താവിനെയും മകളെയും വശീകരിച്ചു കഴിഞ്ഞു. എന്റെ മകളെ തന്റെയൊപ്പം ആസ്ട്രേലിയയ്ക്ക് കൊണ്ടുപോവുമെന്ന് അവർ എന്നോട് പറഞ്ഞു. അമ്മിണി കുട്ടിയാണ്. അവൾക്ക് ഏതാണ് ശരി ഏതാണ് തെറ്റ് എന്ന് അറിയില്ല. ഞാൻ ജീവിക്കുന്നതുതന്നെ അമ്മിണിക്കുവേണ്ടിയാണ്. അവളെ ആ സ്ത്രീ ആസ്ട്രേലിയയ്ക്ക് കൊണ്ടുപോയാൽ ഞാൻ വ്യസനം കൊണ്ടു മരിച്ചു പോവും.”

“സുധാകരൻ അമ്മിണിയുടെ പോക്കിനെപ്പറ്റി എന്തുപറയുന്നു?”

“അദ്ദേഹം അത് അനുകൂലിക്കുന്നു. ഒരുപക്ഷേ, താമസിയാതെ അദ്ദേഹവും അങ്ങോട്ടു പോവുമായിരിക്കാം. അവരുടെ രണ്ടാം ഭർത്താവ് മരിച്ചുവെന്നു കേട്ടു. അതുകൊണ്ട് അവൾ എന്റെ ഭർത്താവിനെത്തേടി ഇന്ത്യക്ക് വന്നതായിരിക്കാം.”

“ഛെ. കരയരുത്. സുധാകരൻ നിങ്ങളെ ഉപേക്ഷിച്ച് എങ്ങും പോവുകയില്ല. സുധാകരനും കല്യാണിക്കുട്ടിയും രണ്ടുവർഷത്തോളം ഒന്നിച്ച് ജീവിച്ചവരാണ്. സ്വരച്ചേർച്ചയില്ലെന്നു കണ്ട് പിരിഞ്ഞവർ. ഇനി ഒരിക്കലും ഒന്നിച്ച് ജീവിക്കുകയുമില്ല. കല്യാണിക്കുട്ടിക്ക് മക്കളില്ല. അതുകൊണ്ട് നിങ്ങളുടെ മകളെ കൊണ്ടുപോയി സംരക്ഷിക്കണമെന്ന് അവർ ആഗ്രഹിച്ചിരിക്കാം. നിങ്ങൾക്ക് അമ്മിണിയെ പിരിഞ്ഞ് ജീവിക്കാൻ വയ്യെന്ന് ഞാൻ അവളെ പറഞ്ഞ് മനസ്സിലാക്കാം. പോരേ?” ഞാൻ ചോദിച്ചു.

“അദ്ദേഹത്തിനോടും നല്ലത് ഉപദേശിച്ചു കൊടുക്കൂ.” അവർ പറഞ്ഞു. “നിങ്ങൾ ഭയപ്പെടണ്ട. എനിക്ക് ബാല്യകാലം മുതല്ക്കേ കല്യാണിക്കുട്ടിയെ അറിയാം. അവൾ ബുദ്ധിയില്ലാത്തവളാവാം. പക്ഷേ, ദയാശൂന്യയല്ല. ഞാൻ അവളോട് സംസാരിക്കാം.” അന്ന് സന്ധ്യക്ക് കല്യാണിക്കുട്ടി എന്നെ കാണുവാൻ വന്നു. അവൾ സന്തുഷ്ടയായി കാണപ്പെട്ടു. അമ്മി

ണിയെ ആസ്ട്രേലിയയ്ക്ക് കൊണ്ടുപോവരുതെന്ന് ഞാൻ പറഞ്ഞപ്പോൾ അവളുടെ മുഖം ചുവന്നു.

"ഈ വക കാര്യങ്ങളിൽ തലയിടാതെ കഴിയുകയാണ് നല്ലത്. എന്റെ സ്വകാര്യജീവിതത്തിൽ ആരും അനാവശ്യമായി ഇടപെടുന്നത് എനിക്ക് ഇഷ്ടമല്ല." അവൾ പറഞ്ഞു.

"അമ്മിണി നിന്റെ സ്വകാര്യ ജീവിതമാണോ?"

"അമ്മിണി എന്നെ ആരാധിക്കുന്നു. അവൾക്ക് എന്റെ കൂടെ ജീവിക്കുവാൻ ആഗ്രഹമുണ്ട്. ആ ആഗ്രഹം സാധിപ്പിക്കുവാൻ എനിക്ക് സാധിക്കുകയും ചെയ്യും."

"പക്ഷേ, അമ്മിണിക്ക് പത്തൊമ്പതു വയസ്സാണ് പ്രായം. അവളെ രോഗിണിയായ അമ്മയിൽനിന്നും വിടുവിച്ച് ആസ്ട്രേലിയയ്ക്ക് കൊണ്ടുപോവുന്നത് അവരെ ചികിത്സിക്കുന്ന ഡോക്ടറെന്ന നിലയിൽ ഞാൻ പറയുന്നു- ഒട്ടും ശരിയല്ല. അവർക്ക് മകളുമായി പിരിഞ്ഞ് ജീവിക്കുവാൻ സാദ്ധ്യമല്ല."

"അമ്മിണി വിവാഹം ചെയ്ത് വീടുവിട്ടാൽ അവളുടെ അമ്മ എന്തു ചെയ്യും? വിവാഹത്തിലും സുദൃഢമാവും ഞാനും അവളും തമ്മിലുള്ള ബന്ധം."

"എനിക്കിനി ഈ വിഷയത്തെപ്പറ്റി സംസാരിക്കുവാൻ മനസ്സില്ല. നീ അവളെ കേടുവരുത്താനുള്ള ശ്രമമാണ്."

"ഷീലാ, നീ സത്യങ്ങൾ ആവർത്തിച്ചാവർത്തിച്ച് പറയുന്നു. ഒടുവിൽ നീ തന്നെ നിന്റെ നുണകൾ വിശ്വസിക്കുന്നു. നീയാവാൻ നിനക്ക് ധൈര്യമില്ല. എന്നെ സ്നേഹിക്കുന്നുവെന്ന് തുറന്നുപറയുവാൻ നീയൊരിക്കലും ധൈര്യപ്പെട്ടിട്ടില്ല. എന്റെയൊപ്പം ജീവിക്കുമ്പോൾ മാത്രമേ നിനക്ക് വിശ്രമവും ശാന്തിയും ആനന്ദവും ലഭിക്കുള്ളൂവെന്ന് നിനക്കും അറിയാം. എന്നിട്ടും നീ പരമ്പരാഗതമായ ആ വഴി നിനക്കായി തെരഞ്ഞെടുത്തു. ജീർണ്ണതയുടെ വഴി. നിന്റെ വിരൂപനായ ഭർത്താവിനെയും അയാളുടെ ശയ്യയെയും അയാളുടെ ജീർണ്ണിച്ച വചനങ്ങളെയും ഇഷ്ടപ്പെടുന്നുവെന്ന് നീ അഭിനയിച്ചു. ഒടുവിൽ നീ ആരുമില്ലാത്തവളായി. ആർക്കും വേണ്ടാത്തവളായി. പ്രമേഹക്കുരു പഴുത്ത് ജീർണ്ണിപ്പിച്ച അവയവങ്ങളെ മുറിച്ചു നീക്കാനോ ഗർഭത്തിൽനിന്ന് സിസേറിയൻ ചെയ്ത് ശിശുവിനെ എടുക്കുവാനോ ചിലർക്ക് നിന്നെ ആവശ്യമുണ്ടായിരുന്നു. അവർക്കല്ലാതെ ആർക്കാണ് ഇന്ന് നിന്നെ ആവശ്യം?" കല്യാണിക്കുട്ടി ചോദിച്ചു. കോടി അലക്കാത്ത മുണ്ടിന്റെ ഉലച്ചിൽപോലയായിരുന്നു അവളുടെ സ്വരം. അതിൽ ആത്മവിശ്വാസം തുടിച്ചുനിന്നു. എന്റെ കണ്ണുകൾ നിറഞ്ഞു.

"എന്റെ ഭർത്താവിന് എന്നെ വേണം. അദ്ദേഹം എന്നെ തീർച്ചയായും സ്നേഹിക്കുന്നു." ഞാൻ പറഞ്ഞു.

"അദ്ദേഹം- നിന്റെ പടുവൃദ്ധനായ അദ്ദേഹം- നിന്നെ സ്നേഹിക്കുന്നെങ്കിൽ എന്തിനായി ഇന്നലെ മദ്ധ്യാഹ്നം മുഴുവൻ എന്റെ ഹോട്ടൽ മുറിയിൽ കഴിച്ചുകൂട്ടി?" എന്നോട് പ്രേമാഭ്യർത്ഥന ചെയ്തുകൊണ്ട് ആ വിഡ്ഢി എന്റെ മുറിയിൽ നാലുമണിക്കൂറോളം തങ്ങി. നിന്റെ ഭർത്താവായതുകൊണ്ടു മാത്രം ഞാനാ മനുഷ്യനെ ചവുട്ടിപ്പുറത്താക്കിയില്ല."

“അയ്യോ, നീ ഇങ്ങനെ കഥകൾ ചമച്ചുണ്ടാക്കരുത് കല്യാണിക്കുട്ടീ. നിന്നെ ദൈവം ശിക്ഷിക്കും. ഒരിക്കലെങ്കിലും മറ്റൊരു സ്ത്രീയെ നോക്കാത്ത എന്റെ ഭർത്താവ് നിന്നെ പ്രേമിക്കയോ? ഈ കഥ ആരാണ് വിശ്വസിക്കുക?” ഞാൻ ചോദിച്ചു.

“നിന്നെപ്പോലൊരു വിഡ്ഢിയെ ഞാൻ കണ്ടിട്ടില്ല. ഷീലാ അയാൾ നിന്നെ ഒരിക്കലും സ്നേഹിച്ചിട്ടില്ല. നിന്നോടുള്ള വിവാഹം അയാൾക്ക് സമൂഹത്തിൽ ഒരു മാന്യത നേടിക്കൊടുത്തു. മാന്യമായി അഭിനയിക്കാൻ അന്ന് അയാൾ തീരുമാനിച്ചു. ആ നാട്യം നിന്നെ മാത്രമല്ല കബളിപ്പിച്ചത്. ഈ നഗരത്തിലെ പ്രധാനികളെയെല്ലാം അത് കബളിപ്പിച്ചു. ഒരൊറ്റ നോട്ടം കൊണ്ട് ഞാനയാളുടെ ഹൃദയാന്തർഭാഗത്തുള്ള ഹീനാഭിലാഷങ്ങൾ കണ്ടറിഞ്ഞുവെന്ന് അയാൾക്ക് മനസ്സിലായി. അഭിനയം നിർത്തിവച്ച് കുറച്ചു നേരം എന്റെയടുത്തു കഴിയുവാൻ ആ പാവം ആശിച്ചു. പക്ഷേ, എനിക്ക് ഇത്തരം പുരുഷന്മാരെ ആവശ്യമില്ല. ഇവരെല്ലാം പടുമൃഗങ്ങളാണ്, ഷീലാ... ഞാൻ നിന്നെ വേദനിപ്പിച്ചു. ഒരിക്കൽ നീ എന്നെ വേദനിപ്പിച്ചിരുന്നു. തുടർച്ചയായി വേദനിപ്പിച്ചു. ഇനി ആ കളി കളിക്കുവാൻ എന്റെ ഊഴവുമായി, ഷീലാ.” കല്യാണിക്കുട്ടി പറഞ്ഞു.

എന്റെ ഭർത്താവ് ക്ലബ്ബിൽനിന്ന് മടങ്ങിയെത്തിയതുകൊണ്ട് ഞങ്ങളുടെ സംഭാഷണം വേറെ വിഷയങ്ങളെ തേടിത്തുടങ്ങി. എനിക്ക് അവളോട് ശാരീരികമായൊരാകർഷണം പണ്ട് അനുഭവപ്പെട്ടിരുന്നു. അത് മിഥ്യയാണെന്ന് സങ്കല്പിച്ച് ജീവിക്കുവാൻ ഞാൻ വർഷങ്ങളോളം ശ്രമിച്ചു. ഫലിച്ചില്ല. പക്ഷേ, അവൾ എന്റെ ഭർത്താവിന്റെ പ്രേമനാടകത്തെപ്പറ്റി എന്നെ അറിയിച്ച നിമിഷം മുതൽ ഞാൻ അവളുടെ കാന്തവലയത്തിൽ നിന്ന് പുറത്തായി. വർഷങ്ങളുടെ മാനസസംഘർഷങ്ങളിൽനിന്നും അപരാധബോധങ്ങളിൽനിന്നും ഞാൻ സ്വതന്ത്രയായി എന്നെനിക്ക് തോന്നി. വിമാനത്താവളത്തിലെത്തിയപ്പോൾ ഞാൻ കല്യാണിക്കുട്ടിയെ കണ്ടു. അവൾ ഒരു ടാക്സിയിൽനിന്ന് തലകുനിച്ച് ഇറങ്ങുകയായിരുന്നു. കൂടെ സുധാകരനും അമ്മിണിയും ആരുമുണ്ടായിരുന്നില്ല. ഞാൻ കാറ് പാർക്കു ചെയ്തുകഴിഞ്ഞ് വരുമ്പോഴേക്കും അവൾ അകത്തു പ്രവേശിച്ചു കഴിഞ്ഞിരുന്നു. ഞാൻ ഉറക്കെ വിളിച്ചു. “കല്യാണിക്കുട്ടി.”

അവൾ നടത്തം നിർത്തി തിരിഞ്ഞു നോക്കി. എന്നിട്ട് തന്റെ വാച്ചിലും കണ്ണോടിച്ചു.

“എനിക്ക് സമയമായിട്ടില്ല. വാ ഷീലാ നമുക്ക് പത്തോ പതിനഞ്ചോ മിനിട്ടു പുറത്തിരുന്ന് ചായകുടിക്കാം.” അവൾ പറഞ്ഞു. എന്നിട്ട് ചക്രങ്ങളുള്ള തന്റെ തോൽപ്പെട്ടി ഉരുട്ടിക്കൊണ്ടും എന്റെ ചുമലിൽ കൈവച്ചുകൊണ്ടും അവൾ നടന്നു. അവളെ എല്ലാവരും വിടർന്ന കണ്ണുകളാൽ നോക്കി. അവളുടെ കൂടെ നടക്കുമ്പോൾ എന്റെ വാർദ്ധക്യചിഹ്നങ്ങൾ പൂർവ്വാധികം പ്രകടമായെന്ന് എനിക്ക് തോന്നി. എന്റെ നരകയറിയ മുടി, എന്റെ സാവധാനത്തിലുള്ള നടത്തം, എന്റെ തോളുകൾക്ക് മുന്നോട്ടുള്ള ചായ്‌വ്.... ഒരുപക്ഷേ, ഞങ്ങളെ നോക്കിയവർ ഞാൻ അവളുടെ അമ്മയാണെന്ന് തെറ്റിദ്ധരിച്ചിരിക്കാം.

“എല്ലാവരും വിചാരിക്കും ഞാൻ നിന്റെ അമ്മയാണെന്ന്” ഞാൻ

പറഞ്ഞു. "രൂപസാദൃശ്യമുണ്ട് എന്ന് എനിക്ക് എന്നേ അറിയാമായിരുന്നു. അതിനുള്ള കാരണം ഞാനറിഞ്ഞത് നിന്റെ അച്ഛന്റെ മരണത്തിനുശേഷ മാണ്."

"നീയെന്താണ് പറഞ്ഞുവരുന്നത്?" ഞാൻ വല്ലായ്മയോടെ ചോദിച്ചു.

"നിന്റെ അച്ഛന്റെ മരണശേഷം അദ്ദേഹം എഴുതിവച്ച ഒരു കത്തും കുറച്ചു പണവും നിങ്ങളുടെ കാര്യസ്ഥൻ എന്നെ സ്വകാര്യമായി ഏല്പിച്ചു. ഒരിക്കലെങ്കിലും ഞാൻ നിന്റെ അച്ഛനായിരുന്നു എന്നു പറയുവാൻ മടിച്ച ആ മനുഷ്യനെ ഞാൻ ആ നിമിഷത്തിൽ കഠിനമായി വെറുത്തു." കല്യാ ണിക്കുട്ടി സംസാരം നിർത്തി ചായ കുടിക്കുവാൻ മുതിർന്നു.

"എനിക്കിതുമാത്രം വിശ്വസിക്കാൻ കഴിയുന്നില്ല. അച്ഛനും അമ്മയും എത്ര രമ്യതയിലാണ് കഴിഞ്ഞിരുന്നത്. അച്ഛൻ അമ്മയെ വഞ്ചിച്ചുവെന്ന് ഞാനെങ്ങനെ വിശ്വസിക്കും?" ഞാൻ ചോദിച്ചു.

"ഞാൻ ആ കത്ത് സൂക്ഷിച്ചുവച്ചിട്ടുണ്ട്. വേണമെങ്കിൽ നിനക്ക് വായി ക്കാനായി ഞാനതിന്റെ കോപ്പിയെടുത്ത് തപാലിലിടാം. നീയെന്റെ സഹോ ദരിയാണെന്ന് അറിഞ്ഞിട്ടും എനിക്ക് എന്നെത്തന്നെ നിയന്ത്രിക്കുവാൻ കഴിഞ്ഞിരുന്നില്ല. ഞാൻ നിന്നെ അത്രകണ്ട് ആരാധിച്ചിരുന്നു, ഷീലാ. നിന്നോട് തോന്നിയ സ്നേഹം എനിക്ക് മറ്റാരോടും തോന്നിയില്ല. എന്റെ രണ്ടാം ഭർത്താവ് ഒരു ശുദ്ധാത്മാവായിരുന്നു. എന്നെ ഭാര്യയായി കിട്ടിയ പ്പോൾ തനിക്ക് കോഹിന്നൂർ രത്നം കിട്ടിയെന്ന ഭാവമായിരുന്നു അയാൾക്ക്. സമ്പന്നജീവിതം നയിക്കുവാൻ അയാൾ എന്നെ പഠിപ്പിച്ചു. സകലസുഖങ്ങളും എനിക്ക് ലഭിച്ചു. പക്ഷേ, ഒരിക്കലും വിശക്കുവാൻ തര പ്പെടാതെ ജീവിക്കേണ്ടി വന്നതിൽ ഞാൻ ദുഃഖിതയായി. വിശപ്പില്ലെങ്കിൽ രുചിയെങ്ങനെ നിലനിർത്തും? ഒടുവിൽ അയാൾ മരിച്ചപ്പോൾ വീണ്ടും ഞാൻ സ്വതന്ത്രയായി. എന്റെ ദുഃഖങ്ങളിലേക്ക് തീർത്ഥയാത്രകൾ നട ത്തുവാൻ എനിക്ക് സ്വാതന്ത്ര്യം ലഭിച്ചു. എനിക്ക് കരയുവാൻ ആഗ്രഹമു ണ്ടായി. പണ്ടത്തെപ്പോലെ തലയിട്ടടിച്ച് കരയുവാൻ, പക്വത ഉപേക്ഷിച്ച് വീണ്ടും നീ അറിഞ്ഞിരുന്ന കല്യാണിക്കുട്ടി ആവാൻ ഞാനാശിച്ചു. ബാല്യ കാലത്തിന്റെ നിഷ്കളങ്കതയിലേക്ക് മടങ്ങുമ്പോൾ ഞാൻ മോഹിച്ചു." കല്യാണിക്കുട്ടി തന്റെ കവിളുകൾ കൈത്തലങ്ങളിൽ താങ്ങിക്കൊണ്ട് എന്റെ നേർക്ക് നോക്കി. അവളുടെ കണ്ണുകൾക്ക് ആഴം വർദ്ധിച്ചതായി എനിക്കു തോന്നി.

"നീ അമ്മിണിയെ കൂടെ കൊണ്ടുപോവുന്നുവെന്ന് പറഞ്ഞിരു ന്നില്ലേ?" ഞാൻ ചോദിച്ചു. അമ്മിണിയെ കൊണ്ടുപോവാൻ ഉദ്ദേശിച്ചു. പക്ഷേ, അവളുടെ യാത്ര ഉറപ്പിച്ചപ്പോൾ അവളുടെ അമ്മ ആത്മഹത്യക്ക് ശ്രമിച്ചു. സുധാകരൻ വിളിച്ചുപറഞ്ഞപ്പോൾ ഞാൻതന്നെ അമ്മിണിയുടെ യാത്ര റദ്ദാക്കി." കല്യാണിക്കുട്ടി പറഞ്ഞു.

"ഞാനൊന്നുമറിഞ്ഞില്ല."

നീ ഒന്നുമറിയുന്നില്ല. നിന്റെ ഭർത്താവ് നിന്നെ വഞ്ചിക്കുന്നതും നീ അറിയില്ല. നീ ചലിക്കുന്ന ശവം മാത്രമാണ്, ഷീലാ."

"ശരിയാണ്. എല്ലാവരും പറയുന്നു ഞാൻ ജീവിച്ചിരിക്കുന്നുവെന്ന്. കാരണം എന്റെ പേര് ഇതേവരെ വർത്തമാനക്കടലാസിലെ ചരമക്കുറി

പ്പിൽ വന്നിട്ടില്ല. സന്ദർശകർ വരുമ്പോൾ ഇപ്പോഴും ഞാനെന്റെ ഉമ്മറവാതിൽ തുറക്കുന്നു. അതുകൊണ്ട് മാത്രം ഞാനുറപ്പിക്കുന്നു. ഞാൻ ഇതുവരെ മരിച്ചിട്ടില്ലെന്ന്." ഞാൻ പറഞ്ഞു.

കല്യാണിക്കുട്ടി എഴുന്നേറ്റുനിന്നു. അവൾ വീണ്ടും പണ്ടത്തെപ്പോലെ എന്നെ ചുംബിക്കുമെന്ന് ഞാൻ പ്രതീക്ഷിച്ചു. പക്ഷേ, അവൾ പുഞ്ചിരി തൂകുക മാത്രം ചെയ്തു.

"രസകരമായ ഒരൊഴിവുകാലം കഴിഞ്ഞ് ഞാൻ പോവുന്നു. എല്ലാറ്റിനും നന്ദി. വീണ്ടും എന്നെങ്കിലും കാണാം." അവൾ തന്റെ നീളമില്ലാത്ത മുടി ചലിപ്പിച്ചുകൊണ്ട് നടന്നു പോവുന്നതും നോക്കി ഞാനൊരു പ്രതിമ കണക്കെ നിശ്ചലയായി നിന്നു. ഒടുവിൽ അവളെ കാണാതായപ്പോൾ നഷ്ടബോധത്തോടെ ഞാൻ വിമാനത്താവളത്തിന്റെ പുറത്തേക്ക് കടന്നു. എന്റെ കാലുകൾ ക്ഷീണത്താൽ തളരുന്നതായി എനിക്കു തോന്നി. എന്റെ വീടും അതിൽ നിരത്തി വച്ച മനോഹരവസ്തുക്കളും എന്റെ വൃദ്ധ ഭർത്താവും എന്റെ രോഗികളും എല്ലാമടങ്ങിയ ആ പരിചിതലോകത്തിലേക്ക് വീണ്ടും ചെന്നെത്തുവാൻ എനിക്ക് വൈമനസ്യം തോന്നി. പക്ഷേ, എനിക്ക് ജീവിക്കുവാൻ മറ്റൊരിടമില്ലല്ലോ, ഞാൻ തന്നത്താൻ പറഞ്ഞു. എന്നെ സ്നേഹിക്കുവാൻ ഇനി ആരുമില്ലല്ലോ..

ഞാൻ എന്റെ ഭർത്താവൊന്നിച്ച് സുധാകരന്റെ വീട്ടിലെത്തിയപ്പോൾ അവിടെ അമ്മിണിമാത്രമേ ഉണ്ടായിരുന്നുള്ളൂ.

"അമ്മയെ നാളെ വീട്ടിലേക്ക് കൊണ്ടുവരും." അവൾ പറഞ്ഞു.

"ബോധം തെളിഞ്ഞുവോ?'

"ഉവ്വ്."

ആസ്പത്രിയിലേക്ക് തിരിക്കുന്നതിനുമുമ്പ് അഞ്ചോ പത്തോ മിനിട്ടുനേരം അവിടെ വിശ്രമിക്കുവാൻ ഞാനാഗ്രഹിച്ചു. എന്റെ ചുമലുകൾ നോവുന്നതായി എനിക്കു തോന്നി.

"അമ്മിണി നീ എന്തിനാണ് ഇനിയും കരയുന്നത്? നിന്റെ അമ്മ മരണത്തിൽനിന്ന് രക്ഷപ്പെട്ടുവല്ലോ?" ഞാൻ അവളോട് ചോദിച്ചു.

അവൾ തന്റെ പുറംകൈകൊണ്ട് കണ്ണുനീർ തുടച്ചു.

"ഞാൻ അമ്മയെ വെറുക്കുന്നു. എന്റെയും എന്റെ അച്ഛന്റെയും ജീവിതം അവർ നശിപ്പിച്ചു." അമ്മിണി പറഞ്ഞു.

ഞാൻ അമ്പരന്നു. അവൾക്ക് സ്വബോധം നഷ്ടപ്പെട്ടുവെന്ന് ഞാൻ സംശയിച്ചു. എല്ലായ്പ്പോഴും ശാന്തശീലയായി കാണപ്പെട്ടിരുന്ന ആ പെൺകുട്ടിക്ക് എന്തുപറ്റി? ഞാൻ അവളെ വാരിപ്പുണർന്നു.

"എന്തുകൊണ്ടാണ് നീ സ്വന്തം അമ്മയെ ഇന്നിത്ര വെറുക്കുന്നത്. അവർ പാവം. നിങ്ങൾ രണ്ടുപേരുടെയും വിദ്യാഭ്യാസമൊന്നുമില്ലെങ്കിലും നിങ്ങളെ ജീവനുതുല്യം സ്നേഹിക്കുന്നവർ. അവരെ നീ ഒരിക്കലും വെറുക്കരുത്. സുധാകരനും നിനക്കും വേണ്ടി മാത്രമാണ് അവർ ജീവിക്കുന്നത്."

'അവർ ജീവിച്ചിരിക്കുമ്പോൾ ഞാനും അച്ഛനും സ്വതന്ത്രരാവില്ല, എനിക്ക് ആസ്ട്രേലിയയ്ക്ക് പോവാനും അവിടെ ഐശ്വര്യപൂർണ്ണമായ ഒരു ജീവിതം നയിക്കാനും അവസരം കിട്ടിയപ്പോൾ അവർ അതു തടയുവാൻ പരമാവധി ശ്രമിച്ചു. അവരുടെ മുഖ്യ ആയുധം കണ്ണുനീരാണ്. കണ്ണു

നീരൊലിപ്പിച്ചുകൊണ്ടുള്ള ആ മുഖം ഞാനെത്ര തവണയായി കാണുന്നു. ഉണർന്നിരിക്കുമ്പോഴും വന്നെത്തുന്ന ഒരു ദുഃസ്വപ്നംപോലെയുള്ള ആ മുഖം. അത് എന്റെ ആശകളെ കെടുത്തുന്നു. അതും കണ്ടുകൊണ്ടാണ് ഞാൻ വളർന്നത്. എന്റെ അച്ഛനും ജീവിതത്തിൽ ഒരിക്കലും സുഖമുണ്ടായിട്ടില്ല. അദ്ദേഹം ഉറക്കെ ചിരിക്കുന്നതുകൂടി ഞാൻ കണ്ടിട്ടില്ല. കാരണം അദ്ദേഹത്തിന്റെ ചിരി എന്റെ അമ്മയ്ക്ക് ഇഷ്ടമില്ല. ഇന്ന് സന്തോഷത്തിന്റെ ലക്ഷണം മുഖത്ത് കാണാനുണ്ടല്ലോ എന്ന് അമ്മ അച്ഛനോട് പാരുഷ്യത്തോടെ ചോദിക്കുന്നത് ഞാൻ കേട്ടിട്ടുണ്ട്. സന്തോഷിക്കുന്നതും ഒരു മഹാപാപമാണെന്ന് അവർ ഞങ്ങളെ വിശ്വസിപ്പിക്കുവാൻ ശ്രമിച്ചു. അവർ മരിച്ചാലും ഞാൻ കരയുകയില്ല."

അമ്മിണിയുടെ മുഖം തലോടാൻ നീട്ടിയ കൈ ഞാൻ പെട്ടെന്ന് പിൻവലിച്ചു.

"എന്റെ സന്തോഷം കെടുത്തുവാനാണ് അമ്മ ശ്രമിച്ചത്. എന്നെ ഡോക്ടർ കല്യാണിക്കുട്ടി സ്നേഹിച്ചുതുടങ്ങിയപ്പോൾ അവർ ഹിസ്റ്റീരിക്കലായി. ആ മഹതി എന്നെയും അച്ഛനെയും വശീകരിച്ചു തന്റെ കൂടെ ആസ്ട്രേലിയയ്ക്ക് കൊണ്ടുപോവാനുദ്ദേശിക്കുന്നു എന്നു പറഞ്ഞ് അമ്മ തല നിലത്തു തല്ലി ഉറക്കെ കരഞ്ഞു തുടങ്ങി. സൗന്ദര്യമില്ലാത്ത സ്ത്രീകളുടെ അസൂയപോലെ വികൃതമായ മറ്റൊരു വികാരം ഭൂമിയിലുണ്ടോ? പ്രകൃതി വിരുദ്ധമായ ബന്ധമാണ് എന്റെയും ഡോക്ടർ കല്യാണിക്കുട്ടിയുടേതും എന്നുകൂടി അമ്മ പ്രസ്താവിച്ചു. അവരോട് എനിക്ക് തോന്നുന്ന സ്നേഹം പ്രകൃതിവിരുദ്ധമാണോ? സത്യം പറയൂ."

എന്റെ മുഖത്തേക്ക് കണ്ണോടിച്ചുകൊണ്ട് പെട്ടെന്ന് എന്റെ ഭര്ത്താവ് പറഞ്ഞു: "നീ വല്ലാതെ വിളർത്തിരിക്കുന്നു. വീട്ടിൽ പോയി അല്പനേരം കിടക്കുക. പിന്നീടാവാം ആസ്പത്രിയിലേക്കുള്ള യാത്ര." ഞാൻ അനുസരിച്ചു. എനിക്ക് അമ്മിണിയുടെ കണ്ണുകളെ നേരിടുവാൻ കരുത്ത് കിട്ടിയിരുന്നില്ല അവളുടെ അവസാനത്തെ ചോദ്യം എന്റെ മനസ്സിൽ തടാകത്തിൽ ചൂണ്ടലെന്ന പോലെ വീണതായി എനിക്കു തോന്നി.

കാറിൽവച്ച് അദ്ദേഹം പറഞ്ഞു. "കഴിഞ്ഞമാസം വരെ സമാധാനമായി കഴിഞ്ഞ കുടുംബമാണ്. " അദ്ദേഹത്തിന്റെ കവിളുകൾക്കു കീഴിൽ വെളുത്ത രോമം വളർന്നുനില്ക്കുന്നത് ഞാൻ അപ്പോഴാണ് കണ്ടത്.

"നിങ്ങൾ ഇന്ന് ക്ഷൗരം ചെയ്തിട്ടില്ലേ?" ഞാൻ ചോദിച്ചു.

അദ്ദേഹം ആ രോമം തൊട്ടുകൊണ്ട് പുഞ്ചിരിച്ചു.

"ഞാൻ ക്ഷൗരം ചെയ്താലും ചെയ്തില്ലെങ്കിലും ആർക്ക് ചേതം? എന്റെ മുഖത്ത് ആരും നോക്കാതായിട്ട് കാലമെത്രയായി! അർഹിക്കുന്ന ജീവിതകാലം അതിജീവിച്ച ഒരു വൃദ്ധനാണ് ഞാൻ. സ്വന്തം ഭാര്യയുടെ കണ്ണിൽ വെറുമൊരു കോമാളിയായിക്കഴിഞ്ഞ നിർഭാഗ്യവാൻ."

എനിക്ക് അദ്ദേഹത്തിന്റെ കൈ തൊടാമായിരുന്നു. പണ്ടത്തെപ്പോലെ ആ കണ്ണുകളിലേക്ക് ചുഴിഞ്ഞുനോക്കാമായിരുന്നു. പക്ഷേ, മാപ്പുകൊടുക്കാനുള്ള സന്മനസ്സ് എനിക്കുണ്ടായില്ല. എന്നെതന്നെ ക്ഷമിക്കുവാനുള്ള സന്മനസ്സ് എനിക്കുണ്ടായില്ല. ഞാൻ ചലിക്കുന്ന ശവമായിക്കഴിഞ്ഞിരുന്നു. കല്യാണിക്കുട്ടിയുടെ വാക്കുകൾ ഞാൻ വീണ്ടും വീണ്ടും ഓർത്തു.

"ഇരുപത്തിരണ്ടു ദിവസത്തിന്റെ അവധിയിൽ അവൾ വന്നു. മടങ്ങിപ്പോവുമ്പോഴേക്കും അവൾ എല്ലാവരുടെയും ജീവിതം താറുമാറാക്കി." ഞാൻ താഴ്ന്ന സ്വരത്തിൽ പറഞ്ഞു.

"സ്ത്രീകൾ രണ്ടുതരക്കാരാണ്. ഒരു കൂട്ടർ വെറും അമ്മമാരാണ്. അവർക്ക് ആശ്വസിപ്പിക്കുവാനുള്ള കഴിവുണ്ട്. മാപ്പുകൊടുക്കുവാനും. രണ്ടാമത്തെ കൂട്ടർ നാശം വിതയ്ക്കുന്നവരാണ്. ഭദ്രകാളികൾ. നശിപ്പിക്കാതിരിക്കുവാൻ അവർക്ക് സാദ്ധ്യമല്ല." അദ്ദേഹം പറഞ്ഞു കല്യാണിക്കുട്ടി നശിപ്പിച്ച ബന്ധങ്ങൾ ഓരോന്നായി ഞാനോർത്തു. ബാല്യകാലം മുതൽ വാർദ്ധക്യകാലം വരെ അവൾ കാരണം ഞാനെത്രയോ തവണ കണ്ണുനീർ പൊഴിച്ചു!

"അവൾ ഇനി ഇന്ത്യക്ക് വരാതിരുന്നാൽ മതിയായിരുന്നു." ഞാൻ പറഞ്ഞു.

"അവൾ വരും. നിന്നെ മറക്കുവാൻ അവൾക്ക് ഒരിക്കലും സാധിക്കുകയില്ല."

"എന്നെയോ? ഏയ് അതൊന്നുമില്ല. ഇന്ന് വിമാനത്താവളത്തിൽവച്ച് അവൾ ഒരു തണുപ്പൻ മട്ടിലാണ് എന്നോടു സംസാരിച്ചു പിരിഞ്ഞത്. ഇനി ഒരിക്കലും അവൾ എന്നെ കാണുവാൻ വരില്ലെന്ന് എനിക്ക് ഉറപ്പുണ്ട്."

"നീ അവളെ സ്നേഹിക്കുന്ന കാലത്തോളം അവൾ നിന്നെ ഉപേക്ഷിക്കില്ല." അദ്ദേഹം പറഞ്ഞു.

അദ്ദേഹം ചിരിക്കുന്നുണ്ടോ എന്ന് ഞാൻ സംശയിച്ചു. നോക്കിയപ്പോൾ ഒരു ഗൗരവഭാവം മാത്രമേ ആ മുഖത്ത് എനിക്ക് കാണുവാൻ കഴിഞ്ഞുള്ളൂ.

"നിങ്ങൾ എന്നെ കളിയാക്കുകയാണോ?"

"കളിയാക്കുന്ന സ്വഭാവം എനിക്കില്ലല്ലോ. ഡോക്ടർ ഷീലാ? എനിക്ക് ഒരേയൊരു എതിരാളിയെ മാത്രമേ നേരിടേണ്ടിവന്നിട്ടുള്ളൂ ഡോക്ടർ കല്യാണിക്കുട്ടിയെ. അവൾക്ക് മാത്രമേ നിന്നെ എന്നിൽനിന്ന് അകറ്റുവാൻ സാധിക്കുകയുള്ളു എന്ന് എനിക്ക് അന്നേ മനസ്സിലായി. മധുവിധുവിന്റെ കാലത്തും അവളുടെ നിഴൽ നമുക്കിടയിൽ സ്ഥാനം പിടിച്ചിരുന്നു. എന്റെ ഓരോ പ്രേമപ്രകടനവും അവളുടേതായി താരതമ്യപ്പെടുത്തുന്നുവെന്ന് ഞാൻ മനസ്സിലാക്കി. അവളുടെ പിന്നിൽ കടന്നുവന്നവനായിരുന്നു ഞാൻ. ഒരു കൊടുങ്കാറ്റു കഴിഞ്ഞതിനുശേഷം അറച്ചറച്ച് വന്നെത്തുന്ന വെറും ചാറൽ മഴയായിരുന്നു ഞാൻ." പിന്നീട് എനിക്ക് അദ്ദേഹത്തിന്റെ മുഖത്തു നോക്കുമ്പോൾ ലജ്ജ തോന്നി. കണ്ണാടിയിൽ പ്രതിഫലിച്ച എന്റെ മുഖം ഒരപരിചിതയുടെ മുഖമാണെന്ന് എനിക്കാ നിമിഷം തോന്നിപ്പോയി. മാഞ്ഞു പോവാത്ത സിന്ദൂരപ്പൊട്ടും വെള്ളിയിഴകൾ തെളിഞ്ഞ മുടിയും തിളക്കമുള്ള കവിളുകളുമുള്ള ആ സ്ത്രീ ഞാനെന്നോ? ഒരിക്കലുമല്ല. കൂട്ടുകാരിയെ ആലിംഗനം ചെയ്തു അവളുടെ ചുംബനത്തിൽ നിർവൃതി തേടുന്ന ഒരു പെൺകിടാവ് മാത്രമായി ഞാൻ രൂപാന്തരപ്പെട്ടു. മണിക്കൂറോളം കുളത്തിൽ നീന്തിക്കുളിച്ചതിനാൽ കുളച്ചണ്ടിയുടെയും പായലിന്റെയും വെള്ളിയിലയുടെയും ചിറ്റമൃതിന്റെയും ആമ്പലിന്റെയും മണവും

സ്വാദുമുള്ള കാമുകിയുടെ ശരീരസ്പർശത്തിൽ സ്വർഗ്ഗാനുഭൂതികൾ കണ്ടെത്തിയവൾ.

"ഓ എന്റെ ഓമനേ, ഞാനിനിയെങ്ങനെ ജീവിക്കും?" ഞാൻ കാറിൽ മെല്ലെ നിറയുന്ന ഇരുട്ടിനോട് മന്ത്രിച്ചു.

"ഏ? നീ എന്നോട് വല്ലതും പറഞ്ഞോ, ഡോക്ടർ ഷീലാ?" അദ്ദേഹം ചോദിച്ചു.

"ഇല്ല. ഞാൻ നിങ്ങളോടൊന്നും പറഞ്ഞില്ല." ഞാൻ തലയാട്ടിക്കൊണ്ട് പറഞ്ഞു.

നിരത്തിന്റെ രണ്ടുവശത്തും നീലവിളക്കുകൾ ചാഞ്ചാടി. വാഹനങ്ങൾ ശബ്ദിച്ചുകൊണ്ട് ചീറിക്കൊണ്ടിരുന്നു. പാലം കടന്ന് ഫോർട്ട്കൊച്ചിയിലേക്ക് കാറോടിക്കുമ്പോൾ മത്സ്യഗന്ധം കാറ്റിലൂടെ വന്നു, ഇരുണ്ട വെളിച്ചത്തിൽനിന്ന് കല്യാണിക്കുട്ടിയുടെ ബാലിശമായ പൊട്ടിച്ചിരി ഉയർന്നു.

സ്പർശം

സിതാര എസ്

"ഇരുണ്ട മഴക്കാടുകളുടെ കുളിരിലേക്ക് കൈകോർത്തുപിടിച്ച് നടന്നു പോവാം. നനഞ്ഞ താഴ്വരകളിലെ പുൽപ്പരപ്പുകൾക്കിടയിൽ മലർന്നു കിടന്ന് ആകാശം കാണാം. കുന്നിൻ ചെരുവിലെ ചില്ലുവീട്ടിൽ ഒരു ഗസലിന്റെ ഈണത്തോടൊപ്പം ഒരുമിച്ചൊഴുകാം.."

കൈയിലെ ഡയറി താഴെവെച്ച് മാദ്രി മറിയയുടെ മടിയിൽനിന്നും തലയുയർത്തി "മതി, എനിക്കുപോണം."

ഒരു കൈകൊണ്ട് മാദ്രിയുടെ താടിയിൽ പിടിച്ചുയർത്തി മറിയ അവളുടെ അലങ്കോലപ്പെട്ട മുടി പതുക്കെ ഒതുക്കി. "യൂ ആർ ലുക്കിങ് വെരി ബ്യൂട്ടിഫുൾ." പിടയുന്ന കണ്ണുകളെ നോക്കി മറിയ മൃദുവായി ചിരിച്ചു. പിന്നെ മാദ്രിയുടെ ഇടത്തേ കവിളിൽ ചുണ്ടമർത്തി. 'ഇനി ബാക്കി വായിക്ക്.' തലചെരിച്ച് കപടദേഷ്യത്തോടെ അവളെ അല്പനേരം നോക്കിയശേഷം മാദ്രി ഒരു കളിയിലെന്ന പോലെ പൊട്ടിച്ചിരിച്ചു. -വീണ്ടും വായിക്കാനും തുടങ്ങി.

അല്പസമയം കഴിഞ്ഞ് മാദ്രി വീണ്ടും തലയുയർത്തി. "പോട്ടെ നന്ദനും മോളും എന്നെ കാണാതെ..."

"ഇല്ല" പതിഞ്ഞതെങ്കിലും മറിയയുടെ സ്വരം മൂർച്ചയുള്ളതായിരുന്നു. മാദ്രിക്ക് മനസ്സിലാവാത്ത എന്തോ ഒന്ന് അതിലുള്ളതുപോലെ തോന്നി. "അവനറിയാം നീയെവിടെയാണുണ്ടാവുക എന്ന്."

പിൻകഴുത്തിൽ മറിയയുടെ കൈവിരലുകളുടെ ചൂട് അല്പനേരം കൂടി അറിഞ്ഞ് മാദ്രി എഴുന്നേറ്റ് വാതിലിനു നേർക്ക് നടന്നു. അവൾ വാതിൽ കടക്കാറായപ്പോൾ അലസതയോടെ കാലുനീട്ടിയിരുന്ന് അവളുടെ ശരീരചലനങ്ങൾ നോക്കിയിരിക്കുകയായിരുന്ന മറിയ പൊടുന്നനെ മുന്നോട്ടാഞ്ഞു. "ഇനിയെപ്പഴാ?"

"വരും." ഇടതുകൈയിലെ ഡയറി വലതുതോളിലെ ബാഗിലേക്ക് തള്ളിക്കയറ്റുന്നതിനിടെ മാദ്രി തിരിഞ്ഞുനോക്കി ചിരിച്ചു. കളിയുടെ ബാക്കി.

"ചിലപ്പോൾ ഇന്നുതന്നെ. ഇത്തിരി കഴിഞ്ഞ് വിളിക്കണം വീട്ടിലേക്ക്, മറക്കരുത്."

മാദ്രിയുടെ സ്കൂട്ടറിന്റെ ശബ്ദം അകന്നകന്നുപോവുന്നത് കണ്ണടച്ചിരുന്ന് മറിയ കേട്ടു.

മാദ്രി വീട്ടിലെത്തിയപ്പോൾ ഓഫീസ് വേഷം അഴിച്ചുമാറ്റാതെ നന്ദൻ മോളുടെ ഉടുപ്പു മാറ്റുകയായിരുന്നു. ബാഗ് മേശപ്പുറത്തുവെച്ച് നന്ദന്റെ മുഖത്തുനോക്കാതെ അവൾ വാഷ്ബേസിന്റെ അടുത്തേക്ക് നടന്നു. മോളുടെ ഉടുപ്പിന്റെ പിന്നിലെ കെട്ട് ശരിയാക്കിയശേഷം നന്ദൻ അവളുടെ നേർക്ക് തിരിഞ്ഞു.

"വല്ലാതെ വിയർത്തു ഇല്ലേ, പൊട്ടു പരന്നിരിക്കുന്നു."

"ഉം" എന്ന് മൂളി മാദ്രി കുനിഞ്ഞ് പൈപ്പ് തുറന്ന് മുഖം കഴുകാൻ തുടങ്ങി. ഒഴുകുന്ന വെള്ളം, വെള്ളത്തിന്റെ ഉള്ളിൽ കാറ്റ്. കാറ്റിൽ നേർത്തൊതുങ്ങിയ പാട്ട് മറിയയെപ്പോലെ.

മാദ്രി സ്വപ്നം കണ്ടങ്ങനെ നില്ക്കുമ്പോൾ നന്ദൻ ഷർട്ടിന്റെ ബട്ടൺ ഊരിക്കൊണ്ട് അടുത്തു വന്നു. "മറിയയുടെ വീട്ടിലാണോ പോയത്."

"അതെ."

"മീരച്ചേച്ചീടടുത്താക്കാതെ മോളെയും കൊണ്ടോവായിരുന്നില്ലേ? മോള് നേരത്തെ വീണ് കാല് പൊട്ടി."

"ഉം."

നന്ദൻ ഊരിമാറ്റിയ മുഷിഞ്ഞ ഷർട്ടുമായി തിരിഞ്ഞ് മേശക്കരികിലൂടെ കിടപ്പുമുറിയിലേക്ക് നടന്നു. "എന്തിനാ അവിടം വരെ പോകുന്നതിന് ബാഗുകൊണ്ടുപോയത്!"

"വെറുതെ." മാദ്രി നിന്ന സ്ഥലത്തുനിന്നും ഒന്നനങ്ങി. താനിത്ര നേരവും ടാപ്പ് പിടിച്ച് നില്ക്കുകയായിരുന്നെന്ന് അപ്പോഴാണ് അവൾക്കോർമ്മ വന്നത്. ടാപ്പ് പൂട്ടി മുഖം തോർത്തുമ്പോഴേക്കും നന്ദൻ തിരിച്ചെത്തി.

"എന്തിനാ മറിയേടടുത്ത് പോയത്? കവിത വല്ലതും എഴുതിയോ? എനിക്ക് തര്വോ വായിക്കാൻ?" അയാൾ കസേരയിലിരുന്ന് മാദ്രിക്ക് ഇഷ്ടമാവാറില്ലാത്ത ഒരു ചിരി ചിരിച്ചു. ഒന്നും മിണ്ടാതെ ബാഗിൽ നിന്ന് ഡയറി എടുത്ത് അയാൾക്ക് കൊടുത്ത് മാദ്രി അടുക്കളയിലേക്ക് പോയി.

മാദ്രി ചായയുമായി തിരിച്ചുവന്നപ്പോഴേക്കും നന്ദൻ ഡയറി മടക്കി വെച്ചിരുന്നു. "ഒരു പതിനഞ്ചുകൊല്ലം മുൻപെഴുതേണ്ട കവിത പോലുണ്ട്." എതിരെ സോഫയിൽ വന്നിരുന്ന മാദ്രിയോട് അയാൾ പഴയ അതേ ചിരി ചിരിച്ചു. "എന്റമ്മേ! എന്തൊരു കാല്പനികത!"

മാദ്രിയുടെ മനസ്സിൽ വലിയൊരു കല്ലുവന്നു വീണു. പറയരുത് എന്നാഗ്രഹിച്ചുവെങ്കിലും അവൾ പറഞ്ഞു. "മറിയയ്ക്കിഷ്ടായി."

നന്ദന്റെ മുഖത്തെ ചിരി ഓരോ തുള്ളിയായി വറ്റിപ്പോകുന്നത് ചായ കുടിച്ചുകൊണ്ട് മാദ്രി കണ്ടു. അയാൾ ചായക്കപ്പിലേക്ക് കൈനീട്ടി- "അവൾക്ക് ഇഷ്ടാവും." ചായ ഒരിറക്ക് കുടിച്ച് അയാൾ മാദ്രിക്കിഷ്ടമല്ലാത്ത അയാളുടെ മറ്റൊരു ചിരി ചിരിച്ചു. "നല്ല ചായ."

ചായ കുടിച്ചു കഴിഞ്ഞ് നന്ദൻ അയാളുടെ ഓഫീസിലെ കുറേ വിശേഷങ്ങൾ പറഞ്ഞു. ദാസിന് കല്യാണം ശരിയായത്, മേലുദ്യോഗസ്ഥൻ നന്ദന്റെ ഭാര്യ കവിത എഴുതും ഇല്ലേ എന്ന് ചോദിച്ചത്... മാദ്രി എല്ലാം താല്പര്യമില്ലാതിരുന്നു കേട്ടു. കുറേ കഴിഞ്ഞപ്പോൾ നന്ദന് മടുത്തു എന്നു തോന്നി. കേൾക്കാൻ രസമുള്ള ഒന്നും പറയാനില്ലല്ലോ എന്ന ഭാവത്തിൽ അയാൾ മാദ്രിയെ നോക്കി. "ഒരു ഫിലിമിന് പോയാലോ?"

ഫോൺ ബെല്ലടിച്ചു. മേശയ്ക്കുനേരെ ധൃതിയിൽ നടന്നുചെന്ന് മാദ്രി ഫോണെടുത്തു. അങ്ങേത്തലയ്ക്കലെ തെളിഞ്ഞ സ്വരം കേട്ടപ്പോൾ മനസ്സിനുള്ളിൽ ഒരു മേഘക്കെട്ട് ഒഴുകി നീങ്ങിയതുപോലെ തോന്നി അവൾക്ക്. "മറിയാ" എന്ന് ആശ്വാസം കലർന്നൊരു സ്വരത്തിൽ വിളിച്ച് അവൾ മേശയ്ക്കരികിലെ കസേരയിൽ ഇരുന്നു.

നന്ദൻ കുനിഞ്ഞ മുഖത്തോടെ എഴുന്നേറ്റുപോവുന്നത് കൺകോണിലൂടെ കണ്ടുകൊണ്ട് മാദ്രി മറിയയോട് സംസാരിക്കാൻ തുടങ്ങി.

രഹസ്യം പറഞ്ഞും ഒതുക്കിച്ചിരിച്ചും അല്പനേരം കഴിഞ്ഞപ്പോൾ മറിയ പെട്ടെന്ന് നിശ്ശബ്ദയായി. "എന്തുപറ്റി?" മാദ്രി കനിവോടെ ചോദിച്ചു. "കാണാൻ തോന്നുന്നു മോളേ നിന്നെയിപ്പോൾ"- മാദ്രിക്ക് മറിയയുടെ മുടിയിഴകൾ ഒതുക്കിവെക്കാനും അവളുടെ നെറ്റിയിൽ തലോടി അവളെ ചിരിപ്പിക്കാനും തോന്നി.

"സാരമില്ല. ഞാൻ നാളെ ഉച്ചയ്ക്ക് വരാം" മറിയയുടെ സ്വരം വീണ്ടും തെളിഞ്ഞു. "ശരി മോളും നന്ദനും എന്തെടുക്കുന്നു?" "കളിക്കുന്നു. പുറത്ത് വരാന്തയിൽ". "പിന്നെ, നിന്റെ കവിത ഇല്ലേ. നീ പോയതിനുശേഷം ഞാനതേപ്പറ്റി കുറെ ആലോചിച്ചു. നിന്റെ പഴയ കവിതകളിൽനിന്നും ടോട്ടലി ഡിഫറന്റ്. വണ്ടർഫുൾ ഇമേജസ്- നിന്നെപ്പോലെ തന്നെ."

പതിവുപോലെ മാദ്രിയുടെ കവിളുകളിലേക്ക് ചെറിയൊരു തുടുപ്പ് കയറി വന്നു. കളി തുടങ്ങാൻ സമയമായി എന്ന് പകുതി ബോധത്തിലെന്നപോലെ വിചാരിച്ച് മാദ്രി പൊട്ടിച്ചിരിച്ചു.

"നീ ഇങ്ങനെ ചിരിക്കരുത്" മറിയയുടെ സ്വരം മാറിയിരുന്നു. കളിയിൽ സാധാരണ ആരാണ് ജയിക്കാറ് എന്ന് ഓർത്തെടുക്കാൻ വിഷമിച്ച് മാദ്രി ഒരിക്കൽക്കൂടി ചിരിച്ചു.

പിന്നെയും കുറേനേരം മറിയയോട് മനസ്സിൽ തോന്നിയതൊക്കെ പറഞ്ഞ് മാദ്രി ഫോൺ വെച്ചു. ഇത്രനേരം തന്നെ വലയം ചെയ്തിരുന്ന ഇളംചൂട് മെല്ലെ അകന്നുപോവുന്നത് അവൾ പതുക്കെ അറിയാൻ തുടങ്ങി. പെട്ടെന്നൊരു കാട്ടിൽ ചെന്ന് പെട്ടതുപോലെ. കാട്ടിൽ ഇരുട്ടാണ്. ഇരുട്ടുമാത്രമല്ല കാറ്റും. കാറ്റ് സൂചിമുനകളായി തുളച്ചുകയറുന്നു- മറിയയുടെ നോട്ടം പോലെ.

മാദ്രി മുറുക്കെ കണ്ണുപൂട്ടി. ചെറുതായൊന്ന് തലകുടഞ്ഞ് അവൾ ഒരു നെടുവീർപ്പിലേക്ക് കൺതുറന്നു. പിന്നെ എണീറ്റ് അടുക്കളയിലേക്ക് നടന്നു.

മാദ്രി ചപ്പാത്തിമാവ് കുഴച്ചുകഴിഞ്ഞപ്പോഴേക്കും നന്ദൻ അടുക്കളയിലേക്ക് വന്നു. എന്നിട്ട് ചപ്പാത്തിപ്പലകയെടുത്ത് തുടയ്ക്കാൻ തുടങ്ങി. "ഇനി ഫിലിമിന് പോയാൽ ലേറ്റാവും ഇല്ലേ!" മാദ്രി മൂളി. നന്ദൻ കുറേ നേരം ഒന്നും മിണ്ടിയില്ല. മാദ്രി ഉരുട്ടിവെച്ചുപോയ ഒരു മാവുരുള കൈയിലെടുത്ത് അയാൾ മാദ്രിയെ നോക്കി. "മറിയയോട് ഭയങ്കര കത്തിവെക്കലായിരുന്നല്ലോ ഇത്രനേരം. എന്താ എത്രപറയാൻ- ഇപ്പോ. അവിടുന്നിങ്ങു വന്നല്ലേ ഉള്ളൂ?"

മാദ്രി ധൃതിയിൽ ഗ്യാസടുപ്പ് കത്തിച്ചു. ചപ്പാത്തിക്കല്ലിനായി അടുക്കളത്തട്ടിൽ ഒരു മൂന്നുനാലു സ്ഥലത്തെങ്കിലും അന്വേഷിച്ചു. അത് കണ്ടുപിടിച്ച് കഴുകി അടുപ്പിൽ വെച്ചു. പിന്നെ ചെറുപയർ ടിന്നിനായി അന്വേഷിക്കാൻ തുടങ്ങി.

മൂന്നുനാലു ചപ്പാത്തികൾ കൂടി പരത്തിവെച്ച നന്ദൻ മാദ്രിയോട് മറിയയുടെ ഡൈവോഴ്സ് കേസ് എന്തായി എന്ന് ചോദിച്ചു. "അറിയില്ല." മാദ്രി ചെറുപയർ ടിന്നിന്റെ മൂടി ശക്തിയിൽ തുറന്നു. നന്ദൻ പഴയ ചിരി ചിരിക്കുന്നുണ്ടാവും എന്നവൾക്കറിയാമായിരുന്നു. അതുകൊണ്ട് അവൾ തലയുയർത്തിയില്ല.

"എനിക്ക് തോന്നുന്നത് മറിയ രവീടെ കൂടെത്തന്നെ പോകുംന്നാണ്." നന്ദന്റെ സ്വരത്തിൽ മാദ്രിയെ ഭയപ്പെടുത്താൻ ഉദ്ദേശിച്ചതുപോലെ എന്തോ ഉണ്ടായിരുന്നു. പക്ഷേ, മാദ്രിക്ക് ഭയം തോന്നിയില്ല. "ഇല്ല". അവൾ ഒരു തോൽപ്പിക്കലിന്റെ സുഖത്തിൽ നന്ദന്റെ കണ്ണുകളിലേക്ക് സ്വന്തം കണ്ണുകളെ ഉയർത്തി. "മറിയയെ എനിക്കറിയാം."

നന്ദൻ മുഖം താഴ്ത്തി. "എന്നാൽപ്പിന്നെ അവൾക്ക് ട്രാൻസ്ഫറോ മറ്റോവാങ്ങി നാട്ടിലേക്ക് പൊയ്ക്കൂടെ. ഇവിടെയെന്തിനാ നില്ക്കുന്നത്?"

"അവൾ പോവില്ല." വീട്ടിൽ തിരിച്ചെത്തിയതിനുശേഷം ആദ്യമായി മാദ്രി നന്ദനോട് ചിരിച്ചു. "അവൾ ഇവിടം വിട്ട് എവിടേക്കും പോവില്ല."

തല കുനിച്ചിരുന്ന് ബാക്കിയുള്ള ചപ്പാത്തികൾ കൂടി പരത്തിത്തീർത്ത് നന്ദൻ എഴുന്നേറ്റുപോയി. അല്പസമയം കഴിഞ്ഞ് മാദ്രി പുറത്തുനിന്നു മോളുടെ കൂടെ കളിക്കുന്ന അയാളുടെ സ്വരം കേട്ടു.

ചപ്പാത്തിക്കല്ലിന്റെ വേവുന്ന ചൂടിനും ഗോതമ്പുമാവും നെയ്യും ചേർന്ന കുഴമ്പുമണത്തിനും മുന്നിൽ വിയർത്തു നില്ക്കുമ്പോൾ മാദ്രിക്ക് മറിയയുടെ വീട്ടിലെ ഇരിപ്പുമുറിയുടെ കുളിർമ്മ ഓർമ്മ വന്നു. "മറിയാ." അവളുടെ ചുണ്ടുകൾ മന്ത്രിച്ചു. "മറിയാ, മറിയാ.." ചുണ്ടിന് മുകളിൽ പൊടിഞ്ഞുവന്ന വിയർപ്പുകണങ്ങൾ നാവുപൊക്കി മെല്ലെ നക്കിയെടുത്ത് മാദ്രി കരിഞ്ഞു തുടങ്ങിയ ചപ്പാത്തി മറിച്ചിട്ടു.

സന്ധ്യകഴിഞ്ഞ്, ഉറക്കം പിടിച്ചുതുടങ്ങിയ മോളെ ചുമലിലിട്ട് നന്ദൻ അകത്തേക്ക് വന്നപ്പോൾ മാദ്രി കിടക്കുകയായിരുന്നു. മോളേ കട്ടിലിന്റെ

ഒരറ്റത്തുകിടത്തി നന്ദൻ മാദ്രിയുടെ അടുത്തേക്ക് വന്നു. "തലവേദനയുണ്ടോ?" അയാൾ അവളുടെ നെറ്റിയിൽ കൈവെച്ചു. അയാളുടെ കൈപ്പത്തിക്കടിയിൽ അവളുടെ നെറ്റി മരവിച്ചൊരു കല്ലുപോലെ കിടന്നു. "ഒന്നുമില്ല" മാദ്രി എണീറ്റു. "ഒന്നു കുളിക്കട്ടെ."

രാത്രി, ഭക്ഷണം കഴിച്ച പാത്രങ്ങൾ കഴുകിവെച്ച് മാദ്രി കിടപ്പുമുറിയിലേക്ക് വന്നപ്പോൾ നന്ദൻ സിഗരറ്റ് പുകച്ചിരുന്ന് എന്തോ ആലോചിക്കുകയായിരുന്നു. അയാൾ സിഗരറ്റുകുറ്റി കുത്തിക്കെടുത്തി എണീറ്റപ്പോഴേക്കും പുറത്ത് മഴ പെയ്യാൻ തുടങ്ങി. പാറുന്ന മഴത്തുള്ളികൾ നോക്കിക്കൊണ്ട് മാദ്രി ജനലരികിൽ പോയിനിന്നു- ഏതൊക്കെയോ ഗൃഹാതുരതകളിൽ മുങ്ങിയെന്നോണം.

"എന്തെങ്കിലും പറയൂ മാദ്രീ..." നന്ദൻ അടുത്തുവന്ന് നില്ക്കുന്നത് മാദ്രി കണ്ടു. അയാൾ അവളുടെ തോളിൽക്കൂടി രണ്ട് കൈകളും ഇട്ടു. കൈകളുടെ കെട്ടിനുള്ളിൽ അവളുടെ തല നിർജ്ജീവമായി തൂങ്ങിക്കിടക്കുന്നതുകണ്ട് അയാൾ വീണ്ടും ചോദിച്ചു. "എന്തുപറ്റി നിനക്ക്?"

മാദ്രി അസഹ്യതയോടെ അയാളുടെ കൈകൾ തട്ടിമാറ്റി. "എനിക്കെന്തു പറ്റാനാണ്? ഒന്നും പറ്റിയിട്ടില്ല." നന്ദന്റെ കൈ വീണ്ടും അവളുടെ നേർക്ക് നീണ്ടു- "മാദ്രി." മാദ്രി കണ്ണുകളിൽ അടക്കിപ്പിടിച്ചൊരമർഷത്തോടെ അയാളെ തുറിച്ചുനോക്കി. "എന്നെ ഉപദ്രവിക്കാതിരിക്ക്!"

നീട്ടിയ കൈ പിൻവലിച്ച് നന്ദൻ നിശ്ശബ്ദനായി. എന്തൊക്കെയോ ഓർത്ത് എരിയാൻ തുടങ്ങിയ കനലുണ്ടായിരുന്നു അയാളുടെ കണ്ണിൽ. "എന്താ പ്രശ്നംന്നൊക്കെ എനിക്കറിയാം. നിന്റെ ഭർത്താവാണ് ഞാൻ. നിന്റെയാ നശിച്ച..."

"ഷട്ടപ്പ്." മാദ്രി അലറി.

ഒരു നിമിഷം സ്തംഭിച്ചു നിന്ന നന്ദൻ അവളുടെ തലമുടി കൂട്ടിപ്പിടിച്ചു- "ദിസ് ഈസ് ടൂ മച്ച് മാദ്രീ."

ഉറക്കത്തിലെന്നപോലെ മാദ്രി നോക്കുമ്പോൾ നന്ദൻ നിലത്ത് കട്ടിലിനോട് ചേർന്ന് കാലുമടക്കിയിരിക്കുകയായിരുന്നു. താനയാളെ തള്ളിയിട്ടു എന്ന് മാദ്രിക്ക് തോന്നി. അവിശ്വസനീയതയോടെ നോക്കുകയായിരുന്ന നന്ദനോട് അവൾ വീണ്ടും എന്തോ പറഞ്ഞു. എന്താണെന്ന് അവൾക്കുതന്നെ മനസ്സിലായില്ല. മുറി മുഴുവൻ കത്തിത്തിമർക്കുന്നൊരു ചൂളപോലെ. ചുറ്റും കാട്ടുതീ. ചെറുതും വലുതുമായ തീജ്ജ്വാലകൾ. ശ്വാസം മുട്ടിക്കുന്ന പുക. പുകയുടെ കൂടെ കാറ്റ്. കുളിരിന്റെ ഒരു തുള്ളി പോലും എവിടെയുമില്ല. മറിയയുടെ മടിയിലല്ലാതെ...

നന്ദനെയും പേടിച്ചെണീറ്റിരിക്കുന്ന മോളെയും ശ്രദ്ധിക്കാതെ, വഴി തടഞ്ഞ കസേര കൈകൊണ്ട് തട്ടിമാറ്റി വാതിൽ തുറന്ന് പുറത്തേക്കോടി. എന്നിട്ട് സ്കൂട്ടർ സ്റ്റാർട്ട് ചെയ്ത് ഇരുട്ടിലൂടെ ഓടിച്ചുപോയി.

"സാരമില്ല." മറിയയുടെ കിടപ്പുമുറിയിൽ അവളുടെ നെഞ്ചിൽ തല വെച്ച് കിടന്ന് നിർത്താതെ കരയുകയായിരുന്ന മാദ്രിയോട് മറിയ മന്ത്രിച്ചു. "സാരമില്ല മോളെ." കിടക്കവിരിയുടെ അറ്റംകൊണ്ട് അവൾ മാദ്രിയുടെ

തല തോർത്തി. പിന്നെ അവളുടെ നനഞ്ഞ വസ്ത്രങ്ങൾ അഴിച്ചുമാറ്റി.

പുതപ്പിന്റെ ഇളം ചൂടിനടിയിൽ മാദ്രിയെ ചേർത്തുപിടിച്ച് കിടന്ന് മറിയ അവളുടെ നനഞ്ഞ കൺപീലികളിൽ ചുംബിച്ചു. മറിയയുടെ കവിളിൽ മുഖം ചേർത്ത് മാദ്രി വിതുമ്പി. "നിനക്കു മാത്രമേ എന്നെ അറിയൂ മറിയാ." മാദ്രിയുടെ കഴുത്തിൽ അമർന്ന മറിയയുടെ ചുണ്ടുകൾ അവളോട് "സാരമില്ല" എന്ന് പറയാതെ പറഞ്ഞു.

"എന്നെ വേറാർക്കും അറിയില്ല മറിയ. നീ മാത്രം അറിഞ്ഞാൽ മതി എന്നെ..." സാരമില്ല, സാരമില്ല, സാരമില്ല... ചൂടുള്ള ഒരു കാറ്റുപോലെ മറിയയുടെ ചുണ്ടുകൾ അവളുടെ മുഖം മുഴുവൻ ഒഴുകി.

കുറേനേരം കഴിഞ്ഞ് തന്റെ മേൽ വരിഞ്ഞുമുറികിക്കിടന്ന മാദ്രിയുടെ കൈകൾ മെല്ലെ എടുത്തുമാറ്റി മറിയ എണീറ്റു. മാദ്രി ഉറങ്ങിക്കഴിഞ്ഞിരുന്നു. അവളെ പുതുപ്പുകൊണ്ട് ശരിക്ക് പുതപ്പിച്ച് മറിയ ഇരുപ്പുമുറിയിലേക്ക് എന്തോ ആലോചിച്ചുകൊണ്ട് നടന്നു. പുറത്ത് അപ്പോഴും മഴയായിരുന്നു.

മറിയ സോഫയിൽ വന്നിരുന്നപ്പോൾ കോളിങ് ബെല്ലടിച്ചു. എണീറ്റ് വസ്ത്രങ്ങൾ നേരെയാക്കിയിട്ട് അവൾ പോയി വാതിൽ തുറന്നു. വാതില്ക്കൽ നനഞ്ഞൊലിച്ച് നന്ദനായിരുന്നു. "മാദ്രിയുണ്ടോ ഇവിടെ?" നന്ദന്റെ സ്വരത്തിൽ എന്താണ് ശരിക്കും ഉള്ളത് എന്ന് മറിയക്ക് മനസ്സിലായില്ല. "അകത്തേക്ക് വരൂ." കൈയിലെ കുട വരാന്തയിൽ വെച്ച് നന്ദൻ അകത്തേക്ക് കടന്നപ്പോൾ മറിയ വാതിലടച്ചു.

എന്തുചെയ്യണമെന്നറിയാത്തതുപോലെ കുറച്ചു നേരം നിന്ന് നന്ദൻ പോയി സോഫയിലിരുന്നു. എന്നിട്ട് ചോദിച്ചു- "മാദ്രി"

മറിയ നന്ദനെതിരെയുള്ള സോഫയിൽ ചാരി നിന്നു. "ഇവിടെയുണ്ട്. നടന്നാണോ വന്നത്? മോളെവിടെ?"

നന്ദൻ കുറേനേരം സോഫയിൽ തലകുനിച്ചിരുന്നു. അടിഭാഗം നനഞ്ഞ പാന്റ്സിൽനിന്നും പടർന്ന തണുപ്പ് അയാളുടെ കാൽവണ്ണകളിലേക്ക് തരിപ്പായി കയറി.

"മറിയ." അയാൾ തലപൊക്കി, "കുറച്ച് സംസാരിക്കാനുണ്ട്" "ഓഹോ" എന്നൊരു ഭാവത്തിൽ മറിയ നന്ദനെ നോക്കി. "മറിയ ഇരിക്കൂ." നന്ദൻ മെല്ലെ പറഞ്ഞു. നിന്നിടത്തുനിന്നനങ്ങാതെ കൺകോണിൽ ചിരിയോടെ മറിയ കൈകെട്ടി. "പറയൂ."

മെല്ലെ എണീറ്റ് മറിയയുടെ തൊട്ടുമുന്നിൽ വന്നു നിന്ന് അയാൾ നിശ്ശബ്ദമായി. അവളുടെ കണ്ണുകളിലേക്ക് നോക്കി - എന്തോ കണ്ടുപിടിക്കാനെന്നപോലെ. "മാദ്രി ആകെ മാറിയിരിക്കുന്നു ഇപ്പോൾ." മറിയയുടെ കണ്ണിൽ അതേ ചിരിയായിരുന്നു. "വേഗം ദേഷ്യം വരുന്നു അവൾക്കിപ്പോൾ എന്നോട്. നന്ദൻ മറിയയുടെ കൂസലില്ലാത്ത കണ്ണുകളിലേക്ക് ചുഴിഞ്ഞുനോക്കി. "മോളെ അവൾ ശ്രദ്ധിക്കാതായിരിക്കുന്നു." അയാളുടെ കണ്ണുകളുടെ മൂർച്ച കൂടി. "അവളുടെയാ നാശം പിടിച്ച രണ്ടാംകിട കവിതകളെപ്പറ്റി ഞാൻ പറയുമ്പോൾ അവളെന്നെ വെറുപ്പോടെ നോക്കാൻ തുട

ങ്ങിയിരിക്കുന്നു."

മറിയയുടെ തിളങ്ങുന്ന കണ്ണുകളെ അത്രനേരവും നേരിട്ടുനിന്നതിന്റെ ക്ഷീണത്തിൽ അയാൾ കിതച്ചു. "അവൾ എന്നെ സ്നേഹത്തോടെ തൊടാതായിരിക്കുന്നു." അയാളുടെ കൈകൾ മറിയയുടെ കഴുത്തിലേക്ക് നീണ്ടു. "എന്റെ സ്പർശത്തിനടിയിൽ അവളുടെ ശരീരം ഒരട്ടയെപ്പോലെ തണുത്തു വലിയുന്നു." മറിയയുടെ വായ്ക്കോണിലെ ചുരുണ്ടുകോടിയ പരിഹാസം കണ്ടുകൊണ്ട് അയാളുടെ കൈകൾ അവളുടെ കഴുത്തിൽ മുറുകി. കരച്ചിലും അമർഷവും തിളച്ചുമറിഞ്ഞ ഒരലർച്ചയിൽ നന്ദൻ പല്ലിറുമ്മി. "നീ ഒറ്റ ഒരാളാണ് ഇതിനെല്ലാം കാരണം." അയാൾ മറിയയുടെ മുഖത്തോട് വീണ്ടും അടുത്തു. "നീ എന്റെ ജീവിതം നശിപ്പിച്ചു. കഴുത്തിലെ പിടി മുറുക്കിക്കൊണ്ട് അയാൾ അവളുടെ കവിളിൽ പൊള്ളുന്ന ചുണ്ടമർത്തി. "നിന്നെ ഞാൻ കൊല്ലും," മറിയയുടെ കഴുത്തിലെ ഞരമ്പുകളുടെ അതേ താളത്തിൽ നന്ദന്റെ ചുണ്ടുകൾ അവളുടെ മുഖത്ത് പതിഞ്ഞുകൊണ്ടിരുന്നു. "കൊന്നുകളയും നിന്നെ ഞാൻ." കിതപ്പിന്റെ അവസാനം നന്ദന്റെ കൈകൾ മെല്ലെ അയഞ്ഞു. കിതച്ചുകൊണ്ടു തന്നെ അയാൾ മറിയയുടെ ചുമലിലേക്ക് മുഖം താഴ്ത്തി.

ഒരു നേരിയ ശരീരചലനംകൊണ്ട് മറിയ നന്ദന്റെ കൈയ്ക്കുള്ളിൽ നിന്നും പുറത്തുവന്നു. നന്ദന്റെ തല തോളത്തുനിന്നും തട്ടിമാറ്റി അവൾ കഴുത്തിൽ കൈവെച്ച് ഒന്ന് ശ്വാസമെടുത്തു. എന്നിട്ട് നന്ദന് മനസ്സിലാവാത്തൊരു മുഖത്തോടെ അയാളിൽനിന്നും അകന്നുമാറി.

"വൃത്തികെട്ട ജന്തു." നന്ദന്റെ കണ്ണുകളിലേക്ക് നിർവ്വികാരം നോക്കി കൊണ്ട് മറിയ പതുക്കെ പറഞ്ഞു. "അസൂയയാണ് നിനക്കെന്നോട്."

നിവർന്നുനില്ക്കുന്ന മറിയയുടെ കണ്ണുകൾക്കിടയിൽ നന്ദൻ തളർന്നു നിന്നു. പാമ്പിൻകുഞ്ഞുങ്ങളെപ്പോലെ ഇഴയുന്ന അവളുടെ തണുത്ത നോട്ടത്തിനു മുന്നിൽ താൻ ഒരിക്കൽക്കൂടി തോറ്റുപോയല്ലോ എന്ന് തലതാഴ്ത്തി നന്ദൻ മുറിക്കു പുറത്തിറങ്ങി.

വാതിലടച്ച് മറിയ കിടപ്പുമുറിയിലെത്തുമ്പോഴും മാദ്രി ഉറങ്ങുകയായിരുന്നു. മഴയും തണുപ്പും ഉണ്ടായിരുന്നെങ്കിലും മറിയ ഫാനിട്ടു. എന്നിട്ട് മാദ്രിയുടെ അടുത്ത് പുതയ്ക്കാതെ മലർന്നു കിടന്നു.

ഏതോ സ്വപ്നത്തിന്റെ നിറവിൽ മാദ്രിയുടെ കൈ മറിയയുടെ മേൽ വന്നു വീണു. മറിയ മാദ്രിയെ ചേർത്തുപിടിക്കുകയോ കൈ എടുത്തുമാറ്റുകയോ ചെയ്തില്ല. ഫാനിന്റെ കറങ്ങിക്കറങ്ങിവരുന്ന ഇതളുകൾ നോക്കിക്കിടക്കേ മറിയയ്ക്ക് അവരുടെ കളിയെപ്പറ്റി ഓർമ്മ വന്നു. തലചെരിച്ച് നോക്കുമ്പോൾ സ്വപ്നത്തിലെന്തോ കണ്ട് ചിരിക്കുകയായിരുന്നു മാദ്രി. കളിയുടെ ബാക്കിഭാഗം .... പൂരിപ്പിക്കാൻ മറിയ മാദ്രിയുടെ നെറ്റിയിൽ ചുണ്ടമർത്തി. പിന്നെ കറങ്ങുന്ന ഫാനിന്റെ വൃത്തത്തിലേക്ക് നോക്കി കണ്ണിൽ ക്രൂരമായൊരു തിളക്കത്തോടെ പുഞ്ചിരിച്ചു.

ഒരു ലെസ്ബിയൻ പശു

ഇന്ദുമേനോൻ

പ്കയാണെന്നു തോന്നുംവിധം ചലനമുള്ള, സൂര്യപ്രകാശത്തിന്റെ ഒരു കുഴൽ വെന്റിലേറ്റർ ചില്ലിലൂടെ കുളിമുറിയിലേക്കു വീണുകിടപ്പുണ്ടായിരുന്നു. കുളിക്കുന്ന സമയത്ത് ഇടയ്ക്കെല്ലാം ഒരു കുഞ്ഞിനെപ്പോലെ മെഹ്റുന്നീസ തിരിഞ്ഞുനിന്നു. അപ്പോഴെല്ലാം അവളിലെ കൗതുകത്തെ ഉണർത്തിക്കൊണ്ട് ഒരു പൊക്കിൾക്കൊടിപോലെ ആ പ്രകാശരശ്മി അവളുടെ പൊക്കിളുമായി ചേർന്നുനില്ക്കും.

മറ്റു ചിലപ്പോൾ ഓറഞ്ച് ബക്കറ്റിലെ തണുത്ത വെള്ളത്തിനടിയിലേക്ക്, വെളിച്ചം നിറഞ്ഞ അന്തർവാഹിനിക്കുഴൽപോലെ അതു താണുകിടക്കും. അതുമല്ലെങ്കിൽ ടൈൽസ് പൊളിഞ്ഞ ചുമരിൽ മോതിരവട്ടത്തിലൊരു തിളക്കം.

ഇടയ്ക്കു മെഹ്റുന്നീസ കൈക്കൊണ്ടതിനെ തടുക്കും. അല്ലെങ്കിൽ ജലമൂറിയിറങ്ങുന്ന മുടിത്തുമ്പിലേക്കു നീട്ടും. ഇതൊന്നുമല്ലെങ്കിൽ പ്രകാശവലയത്തിലിളകിക്കൊണ്ടിരിക്കുന്ന കോടാനുകോടി പൊടിത്തന്മാത്രകളെ നോക്കിക്കൊണ്ടു നില്ക്കും. പലപ്പോഴും മെഹ്റുന്നീസയുടെ കുളിസമയം നീളുന്നതിങ്ങനെയാണ്.

എന്നാൽ അന്നു മെഹ്റുന്നീസ ധൃതിയിൽ കുളിക്കാനാരംഭിച്ചു. സൂര്യപ്രകാശത്തെപ്പറ്റി അവൾ മറന്നുപോയിരുന്നു. എങ്കിലും അവസാനത്തെ കോപ്പ ജലം ബക്കറ്റിൽനിന്നു മുക്കിയെടുത്തപ്പോൾ പ്രകാശത്തിന്റെ സുതാര്യ വിരൽ ജലത്തെ സ്പർശിക്കാനായി എത്തിയിട്ടില്ലെന്നവൾ തിരിച്ചറിഞ്ഞു.

ഞെട്ടലോടെയാണവൾ വെന്റിലേറ്ററിലേക്കു മുഖമുയർത്തിയത്. "അയ്യോ" അവൾ അലറിക്കൊണ്ട് അലക്കാനുള്ള തുണികൾ വാരിപ്പിടിച്ചു. രണ്ടു കണ്ണുകൾ ശാന്തതയോടെ തന്നെ നോക്കുന്നു. ഒരു മുഖത്തിന്റെ പാതിഭാഗം പതുക്കെ പിൻവാങ്ങുന്നു.

ഉടുപ്പു ധരിച്ചു പുറത്തിറങ്ങിയപ്പോൾ മെഹ്റുന്നീസ വിറച്ചുപോയി. അത് അവരായിരുന്നു ലെസ്ബിയൻ പശു!!!

തന്റെ മോപ്പഡിൽ, മെഹ്മൂദ് ഖാൻ മെഹ്റുന്നീസയെ കാണാൻ അവളുടെ വാടകവീട്ടിലേക്കു ചെന്നപ്പോൾ മെഹ്റുന്നീസ തുണി അലക്കുകയായിരുന്നു. മൂന്നു വർഷങ്ങൾക്കൊണ്ട് മകൾക്ക് സംഭവിച്ച മാറ്റങ്ങൾ കണ്ടു മെഹ്മൂദ് ഖാൻ അമ്പരന്നുപോയി. തന്റെ മകൾ ഏറെ മുതിർന്ന ഒരു സ്ത്രീ ആയിരിക്കുന്നുവെന്നും ശൈശവത്തിന്റേതായ യാതൊരടയാളവും കാലം, അവളിൽ അവശേഷിപ്പിച്ചിട്ടില്ലെന്നും അയാൾക്കു മനസ്സിലായി.

മെഹ്റുന്നീസയുടെ ചേച്ചി ഈദ് ആകട്ടെ വളരുംതോറും കുസൃതിയും കലപിലയും കൂട്ടി മെഹ്മൂദ്ഖാനോടു ശിശുസഹജമായ കുറുമ്പുകൾ കാണിച്ചുകൊണ്ടിരുന്ന ഒരു കാലമായിരുന്നു അത്.

വിവാഹം കഴിഞ്ഞു പത്തുവർഷങ്ങൾ കഴിഞ്ഞിട്ടും അമ്മയാവാനുള്ള ലക്ഷണങ്ങൾ ഈദ് കാണിച്ചില്ല. മരുമക്കത്തായം പുലർത്തിപ്പോന്നിരുന്ന റാവുത്തർ കുടുംബമായതിനാൽ ഈദ്കമലിന്റെ ഭർത്താവും മെഹ്മൂദ് ഖാന്റെ ഭാര്യവീട്ടിൽത്തന്നെ താമസിച്ചുപോന്നു. പെൺവീട്ടിലെ പൊറുതി കാരണമാണ് റഫ്താസ്ജുനിഷ് ഈദിനെ ഉപേക്ഷിക്കാത്തതെന്നു നാട്ടുകാർ പറഞ്ഞിരുന്നുവെങ്കിലും പനിയും പനിച്ചൂടും പോലെ വേർപെടുത്താനാവാത്ത സ്നേഹമായിരുന്നു അവരുടേത്. എങ്കിലും മകൾക്കു കുഞ്ഞുണ്ടാകാത്തത് തന്റെ കുടുംബത്തിനേറ്റ തീരാശാപമായി അദ്ദേഹം കരുതി.

എന്നാൽ കാമുകനോടൊത്ത് ഒളിച്ചോടി മൂന്നാം വർഷമായപ്പോഴേക്കും ഇളയമകൾ മെഹ്റുന്നീസ ഗർഭിണിയായിരിക്കുന്നുവെന്ന ശുഭവാർത്ത ഖാന്റെ സകല ദേഷ്യങ്ങളെയും ഉരുക്കിക്കളഞ്ഞു.

തുണിപിഴിഞ്ഞു തോളിലിട്ടു തിരിഞ്ഞപ്പോഴാണ് മെഹ്റുന്നീസ ആ കാഴ്ച കണ്ടത്. അവൾ ആകെ ഞെട്ടിത്തരിച്ചുപോയി. ആദ്യകാഴ്ചയിൽ അഞ്ചാറുദിവസമായി മതിൽ കടന്ന് അകത്തു വന്നുകൊണ്ടിരുന്ന ലെസ്ബിയൻ പശുവാണ് അതെന്നവൾ കരുതി. ശ്രീഹരി വെങ്കിടേഷ് ദൂരയാത്രയ്ക്ക് പോയെന്നറിഞ്ഞതു മുതൽ 'ലെസ്ബിയൻ പശു' വല്ലാത്തൊരു ധൈര്യം പ്രകടിപ്പിച്ചിരുന്നു.

മെഹ്റുന്നീസയ്ക്ക് അത്ഭുതം തോന്നി. ആറടി ഉയരത്തിൽ പാറമനുഷ്യനെപ്പോലെ അത്തയാണു മോപ്പഡിനടുത്തു നില്ക്കുന്നത്. അവൾ സാരിയുടെ മടിക്കുത്ത് വലിച്ചുതാഴ്ത്തി. മൂന്നു വർഷങ്ങൾക്കുശേഷം അത്ത ഒരു ഉച്ചസ്വപ്നംപോലെ ചിരിക്കുന്നു. മെഹ്റുന്നീസയും ചിരിച്ചു. ചെമ്പുകണ്ണുകൾ വിടർത്തി ചെമ്പൻ പീലികൾ ഇളക്കി മെഹ്റുന്നീസ തൊണ്ണുകാട്ടി ചിരിച്ചു.

മെഹ്മൂദ് ഖാൻ പെട്ടെന്നു പ്രത്യാശാരഹിതനും നിരാശാഭരിതനുമായിത്തീർന്നു. മെഹ്റുന്നീസയുടെ കരച്ചിൽ കേൾക്കാൻ അയാൾക്കു കൊതിതോന്നിയിരുന്ന കാരണം അത്രയും മനോഹരമായി കരയാനറിയുന്ന മറ്റൊരു പെൺകുട്ടിയെ മെഹ്മൂദ്ഖാന് അറിയുമായിരുന്നില്ല.

എന്നാൽ മെഹ്റുന്നീസ അത്തയെ പുഞ്ചിരിയോടെ അകത്തേക്കു വിളിച്ചു. വാടകവീടിന്റെ പടികൾ കയറുമ്പോൾ ശ്രീഹരി വെങ്കിടേഷ് മൂന്നു ദിവസങ്ങൾക്കു മുൻപു വരച്ചിട്ട ലക്ഷ്മണക്കോലത്തിൽ അത്ത ചവിട്ടു

ന്നത് അവൾ കണ്ടു. മൂന്നു വർഷങ്ങൾക്കുശേഷം, അവൾ പരിഭവത്തോടെ കൊഞ്ചി "മാറൂ അത്താ" എന്നു പറഞ്ഞു.

സുലൈമാനിയിലെ നാരങ്ങാ പുളിപ്പുകാരണം അത്തയുടെ മുഖം ചുളിഞ്ഞു. ഒരു റാവുത്തർ കുടുംബത്തിലെ പെൺകുട്ടിക്ക് സുലൈമാനി നന്നായി ഉണ്ടാക്കാൻ അറിയില്ലെങ്കിൽ അവൾ എത്ര ഉയരത്തിലെത്തിയിട്ടും കാര്യമില്ലെന്ന് അത്ത പറഞ്ഞപ്പോൾ അവൾ കരയാനാരംഭിച്ചു.

"അവൻ ചിത്രകാരനാണോ?"

മെഹ്റുന്നീസയുടെ കരച്ചിൽ ആസ്വദിച്ചുകൊണ്ട് മെഹ്മൂദ്ഖാൻ കോലത്തിലേക്കു നോക്കി.

"അല്ല."

"അവന്റെ പേരെന്താണ്?"

"ശ്രീഹരി വെങ്കിടേഷ് പൈ."

"എപ്പോൾ വരും?"

"വൈകുന്നേരമാകും"

മെഹ്മൂദ് ഖാൻ ഗൗരവത്തോടെ തലയിളക്കി.

"അയാളുടെ ഫോട്ടോ ഒന്നും?"

"ഇല്ല"

"നിങ്ങളുടെ കല്യാണ ആൽബമോ?"

"ഞങ്ങൾ കല്യാണം കഴിച്ചിട്ടില്ല."

മെഹ്മൂദ്ഖാൻ അസാധാരണമായതൊന്നും കേൾക്കാത്തതുപോലെ തലയിളക്കിക്കൊണ്ടിരുന്നു.

"നീ മതം മാറിയോ?"

"ഇല്ല"

പെട്ടെന്നു മെഹ്മൂദ്ഖാന്റെ മുഖം ചുവന്നു കനൽക്കട്ടപോലെ പഴുക്കുന്നതു മെഹ്റുന്നീസ കണ്ടു. അയാളുടെ നരച്ച താടിരോമങ്ങൾ ജുബ്ബയുടെ നെഞ്ചിൽ ശക്തിയോടെ ഇടിച്ചു.

"മതം മാറാമായിരുന്നു. ഇപ്പോൾ ചെയ്തതിലും അന്തസ്സുണ്ട് അതിന്." അയാൾ സുലൈമാനിക്കപ്പ് തിണ്ടിൽ വച്ചു.

"ഇത്രയും നാശം പിടിച്ചാണ് നീ ജീവിക്കുന്നതെന്നും ഞാനറിഞ്ഞില്ല."

അയാൾ കോലത്തിനു മീതെ കൂർത്ത പാദുകം അമർത്തി നിന്നു. കട്ടിയുള്ള കഞ്ഞിപ്പശയുടെ ഗന്ധം കാറ്റിൽ നിറഞ്ഞു. "അഭിമാനമെന്നൊന്ന് ഉണ്ട് മെഹ്റു." അയാൾ മോപ്പഡ് സ്റ്റാർട്ടാക്കി.

മെഹ്റുന്നീസ ഒന്നു പകച്ചു. ഒരു സ്വപ്നത്തിലെന്ന വണ്ണം അവൾ അനങ്ങാതെ നിന്നു.

ഉറങ്ങാതെ കണ്ണടയ്ക്കാതെ നിന്ന ഉമ്മറത്തെ ഫ്ളൂറസെന്റ് ബൾബാണ് ശ്രീഹരിക്കു കോലമൊരു കോലാഹലമായതു കാണിച്ചുകൊടുത്തത്. അതിന്റെ പഞ്ചാരത്തരികളിൽ ഷൂസടയാളങ്ങൾ പാപം പോലെ പതിഞ്ഞു കിടന്നു.

ദീർഘയാത്ര അയാളെ തളർത്തിയിരുന്നുവെങ്കിലും അയാൾ അടു

ക്കളയിൽ കയറി ഒരു ചായയിട്ടു. മെഹ്റുന്നീസയുടെയും ശ്രീഹരിയുടെയും നിയമാവലികൾ എത്രയും നിയതവും കൃത്യമായി പാലിക്കപ്പെടുന്നതുമായിരുന്നു. അവർ പരസ്പരം പുലർത്തിയിരുന്ന ഔപചാരികതയിൽപ്പോലും ഒരു ഗൗരവവും അച്ചടക്കവുമുണ്ടായിരുന്നു.

ചായ കുടിച്ചുകൊണ്ടിരിക്കുമ്പോൾ ശ്രീഹരി മെഹ്റുന്നീസയോട് ഒരു ചോദ്യം ചോദിക്കണമെന്ന് തീർച്ചയാക്കി. കാരണം ശ്രീഹരി ലക്ഷണങ്ങളിൽ വിശ്വസിച്ചിരുന്നു. വന്നു കയറിയപ്പോൾ കണ്ട അടയാളങ്ങൾ മൂന്നു പേരുടെ സാന്നിദ്ധ്യത്തെ സൂചിപ്പിച്ചു.

“ആരൊക്കെയാണ് അതിഥികൾ?”

“അത്ത”

“അത്ത!” ശ്രീഹരിക്കു ലജ്ജ തോന്നി. നഗരത്തിലെ പണക്കാരനായ രത്ന വ്യാപാരിയാണ് മെഹ്റുന്നീസയുടെ അത്ത എന്നയാൾക്കറിയാമായിരുന്നു. മകൾ താമസിക്കുന്ന വാടകവീടിന്റെ ദയനീയതകണ്ട് അയാൾ പുച്ഛിച്ചിട്ടുണ്ടാകുമെന്ന് ശ്രീഹരിക്കു തോന്നി.

അതിനു മറ്റൊരു കാരണം കൂടിയുണ്ടായിരുന്നു. ശ്രീഹരിയെ കാണാൻ ഇടയ്ക്കൊക്കെ അയാളുടെ ഒരു മാമി വാടകവീട്ടിൽ വരാറുണ്ട്. വലതു മൂക്കിൽ രത്ന മൂക്കുത്തിയിട്ട, നല്ല ഉയരവും കടഞ്ഞെടുത്ത ഉടലും വെള്ളാമ്പൽ പ്രകൃതിയുള്ള മെഹ്റുന്നീസയെ മാമിക്ക് ഇഷ്ടമായിരുന്നു. അവളുടെ മതം പോലും മാമിയെ ചൊടിപ്പിച്ചില്ല. കാരണങ്ങൾ അതിനു മാമി നിരത്താറുണ്ട്. ഒരു ജി എസ് ബി സ്ത്രീയേക്കാളും വഴക്കത്തോടെ ഒടിച്ചുമടക്കി അവൾ ഉപയോഗിച്ചിരുന്ന കൊങ്കിണി ഭാഷയായിരുന്നു അതിലൊന്ന്. കൊഞ്ചലിന്റെ ചുവയുള്ള മനോഹരമായ കിളികൊങ്കിണിയായിരുന്നു അത്.

എങ്കിലും വാടകവീടിന്റെ ചിതലു കയറിയ വാതിൽപ്പാളികളും എലിയും ഊറാമ്പുലിയും നിറഞ്ഞ മാറാല മച്ചും മാമിയെ ഭയപ്പെടുത്തുകയും വെറുപ്പിക്കുകയും ചെയ്തു. അതിനാൽ അവർ വീടിനെച്ചൊല്ലി നിരന്തരം കലഹിക്കുകയും വ്യാകുലപ്പെടുകയും ചെയ്തു.

എന്താണ് അത്തയുടെ വിശേഷം എന്നു ശ്രീഹരി ചോദിച്ചില്ല. ഒരു സ്ത്രീക്കും പുരുഷനുമിടയിൽ സംവദിക്കപ്പെടാവുന്ന ഗ്രാമ്യവും നാഗരികവുമായ എല്ലാ അംശങ്ങളും നിയമമില്ലാതെ തന്നെ അവർ നിയന്ത്രിച്ചിരുന്നു.

ശ്രീഹരി ചോദിക്കും മുമ്പേ മെഹ്റുന്നീസ ഞൗഞ്ഞികളെക്കുറിച്ചുള്ള സ്വപ്നത്തെക്കുറിച്ച് പറഞ്ഞു തുടങ്ങി. “ഇന്നലെ രാവിലെ പത്തു മണിയോടടുത്തു ഞാൻ കട്ടിപ്പുറന്തോടില്ലാത്ത ചില ഞൗഞ്ഞികളെ സ്വപ്നം കണ്ടു. ഞൗഞ്ഞികൾ വെള്ളത്തിലേക്കു പുറന്തള്ളിയ അവയുടെ കൊഴുത്ത ശരീരസ്രവവും ആ സ്രവത്തിൽ പൊങ്ങിനില്ക്കുന്ന അനേകം ഞൗഞ്ഞിമുട്ടകളും ഞാൻ കണ്ടു. ജലത്തിൽ ഞൗഞ്ഞികൾ അവയുടെ മാംസദേഹം പുറത്തേക്കു തള്ളിക്കൊണ്ടേയിരുന്നു. ഒരേ ഞൗഞ്ഞി തന്നെ ജലത്തിൽ സഞ്ചരിച്ചുകൊണ്ട് ഒഴുക്കിൽ തെന്നിപ്പോകാതെ ഉർവ്വരമായി ഞൗഞ്ഞിമുട്ടകളുടെ വെളുപ്പു ജലത്തിനു സമ്മാനിച്ചുകൊണ്ടിരുന്നു. ചൈനാക്ലേയുടെ തിളക്കമുള്ള പൂപ്പാത്രവും പിടിച്ചായിരുന്നു ഞാൻ കര

യിലിരുന്നു കൗതുകത്തോടെ ഞൗഞ്ഞികൾ മുട്ടയിടുന്നതു നോക്കിയത്, ഞൗഞ്ഞിമുട്ടകൾ പ്ലാവിലക്കുമ്പിൾ കോരി ആ പാത്രത്തിലേക്കു നിക്ഷേപിച്ചതും പച്ച നീരാളിക്കൈപോലെ, ചാഞ്ഞുപോയ ഞാറുവെള്ളത്തിനടിയിൽ കിടന്നിളകുന്നതു ഞാൻ കണ്ടു. തിരിച്ചു പോകാൻ അത്ത വിളിച്ചപ്പോഴാണ് ഞാൻ പാടവരമ്പുമുറിച്ചു കടക്കുകയായിരുന്ന ഞൗഞ്ഞികളെ അറിയാതെ ചവിട്ടിപ്പോയത്. ക്റ്ക് എന്നൊരു വല്ലാത്തൊരു ശബ്ദം എന്നെ ശല്യപ്പെടുത്തി."

ശ്രീഹരി അത്ഭുതത്തോടെ തല ചൊറിഞ്ഞു. ഒരുമിച്ചു ജീവിക്കാൻ തുടങ്ങിയതിനുശേഷം ആദ്യമായാണു തനിക്കുണ്ടായ ഒരു സ്വപ്നത്തെ അനുഭവം പോലെ മെഹ്റുനീസ വിവരിച്ചത്.

"ശ്രീഹരി കരുതും പോലെ ഉറക്കത്തിൽ കണ്ട സ്വപ്നമല്ല ഇത്."

"പിന്നെന്താണു മെഹ്റൂ ഉച്ചക്കിനാവോ? അയാൾ സോസറിൽ ചായ പകർന്ന് അവൾക്കു നീട്ടി.

"അല്ല. മിനിയാന്ന് ഉച്ച മുതലാണെന്നു തോന്നുന്നു, എനിക്ക് വല്ലാത്തൊരസ്വസ്ഥത തോന്നിത്തുടങ്ങിയത്. ഞാൻ ഛർദ്ദിച്ചു. ഒടുവിൽ ഇന്നലെ രാവിലെ ആയപ്പോഴേക്കും ഛർദ്ദി ഒരു വെറും ആംഗ്യം പോലെയായി. ഒന്നും പുറത്തേക്കെടുക്കുവാനില്ലാത്തതുപോലെ ഇളം മഞ്ഞവെള്ളം മാത്രം പുറത്തുവന്നു. കിണറ്റുകരയിൽ നിന്നു മുഖം കഴുകുമ്പോൾ ഞാൻ അറിയാതെ മൂന്നു ഞൗഞ്ഞികളെ ചവിട്ടി ചമ്മന്തിയാക്കി. അതേ നിമിഷത്തിലാണ് പശു എന്നെ പുറകിൽനിന്നു ചേർത്തുപിടിച്ചത്, എന്റെ ബോധം പോയത്. തലകറക്കത്തിനിടയിൽ കണ്ട സ്വപ്നമാണത്."

"മെഹ്റുന്നീസാ" ശ്രീഹരി ശാഠ്യത്തോടെ വിളിച്ചു. അയാൾക്ക് ആഹ്ലാദം അടക്കാൻ സാധിച്ചില്ല. അവളുടെ നെറ്റിയിലും കൺപോളകളിലും അയാൾ ഉമ്മ വച്ചു.

മെഹ്റുന്നീസ കട്ടിലിൽ ഒരു ജൈവഘടികാരം പോലെ കിടന്നു. അവളുടെ കണ്ണുകൾ ഡിജിറ്റൽ വാച്ചെന്നവണ്ണം പ്രകാശിച്ചുകൊണ്ടിരുന്നു.

ശ്രീഹരിക്ക് ബാപ്പയുടെ വാച്ചുകടയിലാണ് താനെന്നവണ്ണം ആഹ്ലാദം തോന്നി. മരണം വരെ ഘടികാര സൂചികളും അതിനുള്ളിലെ ചെറിയ പൽച്ചക്രങ്ങളും ഭൂതക്കണ്ണാടിയിലൂടെ നോക്കിക്കൊണ്ടിരുന്ന വെങ്കിടേഷ് പൈ ആയിരുന്നു ശ്രീഹരിയുടെ ബാപ്പ. അസാമാന്യ കാഴ്ചശക്തിയുള്ള ബാപ്പയുടെ കണ്ണുകളിൽ കൂർത്ത സൂചിയുണ്ടെന്നു ശ്രീഹരിക്കു തോന്നിയിരുന്നു. കൃഷ്ണമണിയെ മേല്പോട്ടും കീഴ്പ്പോട്ടും നിയന്ത്രിച്ചുകൊണ്ട് അയാൾ കൺഘടികാരത്തെ എപ്പോഴും ചലിപ്പിച്ചു.

ആന്ധ്രാപ്രദേശിലെ ഗൗഢസാരസ്വത ബ്രാഹ്മണത്തെരുവിൽ 'പൈസ് വാച്ച് വർക്സ് വക സംഭാവന' എന്നെഴുതിയ ഘടികാരഗോപുരം പൈ സ്ഥാപിച്ചിരുന്നു. ഒരിക്കൽപ്പോലും തെറ്റി സമയം കാണിക്കുകയോ മണിയടിക്കുകയോ ചെയ്യാത്ത ആ ഭീമൻ ഘടികാരം ഒരു പുലർച്ചെ ചലനം നില്ക്കുകയും ഭീകരമായ മണിയടി ശബ്ദത്തോടെ നിലംപൊത്തുകയും ചെയ്തു.

ഇതേസമയം പൈസ് വാച്ച് വർക്സിൽ വെങ്കിടേഷ് പൈ ചലനം നിലച്ച ക്ലോക്കുപോലെ കസേരയിൽ മലർന്നു കിടപ്പുണ്ടായിരുന്നു. അയാൾ കേടുതീർത്ത ഒരു പോക്കറ്റ് വാച്ചിന്റെ ടിങ്ടോങ് സംഭാഷണം മാത്രം അവിടെ മുഴങ്ങിനിന്നു.

മെഹ്റുന്നീസയും ശ്രീഹരി വെങ്കിടേഷും 'കോഹാബിറ്റേഷൻ' ആരം ഭിച്ചപ്പോൾ ഗ്രാമവാസികൾ അസ്വസ്ഥരായി. രണ്ടു വ്യത്യസ്ത മത ത്തിൽപ്പെട്ടവർ വിവാഹം ചെയ്യാതെ ഒരു വീട്ടിൽ കഴിയുന്നതു ശരിയ ല്ലെന്നും ശരിയാണെന്നും ആളുകൾ വാദിച്ചുകൊണ്ടിരുന്നു. മെഹ്റു നീസയും ശ്രീഹരിയും തങ്ങൾ ഒരുമിച്ചു ജീവിക്കുന്നു എന്നൊരെഴുത്തെ ഴുതിവെച്ച് ആശുപത്രിയിൽനിന്നു വാടകവീട്ടിലേക്കു താമസം മാറ്റുകയാ ണുണ്ടായത്.

ആയുർവ്വേദാശുപത്രിയിലെ തർക്കപരിഹാരസമിതിയിൽ വച്ചാണ് മെഹ്റുന്നീസ ശ്രീഹരി വെങ്കിടേഷിനെ പതിനാറാം വയസ്സിൽ പരിചയ പ്പെടുന്നത്. സാമൂഹ്യക്ഷേമ ഓഫീസർ എന്നതിലുപരി നീലിച്ച മുഖമുള്ള സുന്ദരനായ ചെറുപ്പക്കാരനായിരുന്നു അയാൾ. പച്ചയും നീലയും കലർന്ന ഞരമ്പോടിയ അയാളുടെ മുഖം ഏറെ എണ്ണയിട്ടതിനാൽ വല്ലാതെ തിള ങ്ങിക്കൊണ്ടിരുന്നു.

വളരെ കുഴപ്പം പിടിച്ച ഒരു പ്രശ്നമായിരുന്നു അത്. മെഹ്റു ന്നീസയുടെ ചെറിയ പല്ലും തൊണ്ണു കാട്ടിയുള്ള പുഞ്ചിരിയും ശ്രീഹരി യിൽ ചെറിയൊരു താല്പര്യം സൃഷ്ടിച്ചു. അന്ന് അയാൾക്ക് ഏതാണ്ട് 36 വയസ്സ് പ്രായമുണ്ടായിരുന്നു.

പ്രതിയായ നഴ്സ് ആകട്ടെ അക്രമാസക്തമായ പശുവിന്റെ ഭാവ ത്തോടെ അയാളെ സൂക്ഷിച്ചു നോക്കി. അയാൾ മെഹ്റുന്നീസയെ നോക്കു ന്നത് അവർക്ക് ഏറെ അസ്സഹനീയമായിരുന്നു.

പരാലിസിസിനു ചികിത്സ തേടിയാണ് മെഹ്റുന്നീസ ആശുപത്രി യിൽ എത്തിച്ചേർന്നത്. വളരെ കഠിനമായ ചികിത്സാരീതികൾപോലും മെഹ്റുന്നീസയെ ഭയപ്പെടുത്തിയിരുന്നില്ല. എന്നാൽ പ്രതിയായ നഴ്സ് അവളെ ശുശ്രൂഷിക്കാൻ തുടങ്ങിയതോടെ ചവിട്ടിയുഴിയുന്നതിനു പകരം എന്റെ ദേഹത്ത് അവർ പലപ്പോഴും ചവിട്ടി രസിച്ചു. മെഹ്റുന്നീസ കൊടുത്ത പരാതിയുടെ പകർപ്പിൽ ശ്രീഹരി ഇങ്ങനെയൊരു വാചകം വായിച്ചു.

"ആ സ്ത്രീക്കു പശുവിന്റെ മണമാണ് സാർ. അതേ മുഖം. പശുക്കു ളമ്പു പോലെ പരുത്ത കാല്പാദങ്ങൾ. സദാ സമയവും അവരെന്നെ തുറിച്ചുനോക്കുമായിരുന്നു. എനിക്കാ ജന്തുവിനോടു അതുകൊണ്ടു മാത്രം എത്ര വെറുപ്പുതോന്നിയെന്നറിയാമോ"?

'വെറുപ്പ്' എന്ന പദം കേട്ടതും അവരുടെ മുഖം കൂടുതൽ രൂക്ഷ മായി. ശ്രീഹരി പ്രതിയെത്തന്നെ ശ്രദ്ധിച്ചു.

പ്രാചീനമായ പടക്കപ്പൽ പോലെയായിരുന്നു അവരുടെ കണ്ണുകൾ. വെടിപ്പുകയുടെയും പീരങ്കിമുഴക്കങ്ങളുടെയും ജലയാത്ര നടന്നതുപോലെ, അവരുടെ കണ്ണിൽനിന്നും ജലം ചിതറുന്നതു ശ്രീഹരി കണ്ടു. ഒരു

തോക്കിന്റെ തിരപോലെ, കടൽത്തിരപോലെ ഉരുകിയ കണ്ണാടിച്ചീളു പോലെ അത് അവരുടെ കവിളിൽ ഒട്ടിനിന്നു.

"എന്റെ ഈ നെഞ്ചിൽ അവർ ഇരുമ്പു ലാടങ്ങൾകൊണ്ട് അമർത്തിച്ചവിട്ടി." മെഹ്റുന്നീസ തന്റെ മാറിടത്തിൽ കൈകൾ വച്ചു.

"ആദ്യം മുതലേ അസ്വാഭാവികത തോന്നിയിരുന്നു. മകളുറങ്ങുമ്പോൾ അവൾ ഉമ്മ വയ്ക്കാറുണ്ട്. എന്നാൽ രോഗിണിയായ എന്റെ കുഞ്ഞി നോട് ഇവർക്കെങ്ങനെ ഇങ്ങനെ പെരുമാറാനാകുന്നു?" നിഹാദ് ബീഗം മൊഴി കൊടുത്തു.

"എന്റെ ദേഹം പച്ചക്കളിമണ്ണിനേക്കാൾ വഴക്കമുള്ളതായിത്തീർന്നു. ഓരോ ചവിട്ടി ഉഴിയലുകളുടെ അവസാനവും എണ്ണയിൽ കിടന്നു പൊരിയുന്ന മനുഷ്യമാംസംപോലെ ഞാൻ പാതിമയക്കത്തിലേക്കു വെന്തുവന്നു. ഓരോ നഴ്സുമാരും അപ്പോൾ എന്നെ കുളിപ്പിക്കുമായിരുന്നു. പക്ഷേ, രോഗാതു രമായ ഒരു ദേഹത്തോടു കാണിക്കേണ്ട ബഹുമാനവും കരുണയും അവ രെല്ലാം എനിക്കു നല്കിയിരുന്നു. വൃത്തികെട്ട ഈ പശുവൊഴിച്ച്."

"ഞാൻ നിന്റെ ശരീരത്തെ പ്രേമിക്കുകയായിരുന്നു മെഹ്റൂ."

നഴ്സ് അവളുടെ മുഖത്തേക്കു നോക്കി പ്രേമപാരവശ്യത്തോടെ പറഞ്ഞു. "ഒരു പശു മറ്റൊരു പശുവിനെ സ്നേഹിക്കുന്നപോലെ."

അവരുടെ ലജ്ജാഹീനമായ തുറന്നു പറയലുകളിൽ ശ്രീഹരിപോലും വിളറിപ്പോയി.

ഗോമാതാ കുടുംബത്തിൽനിന്നു വന്ന അവരുടെ പേരു നന്ദിനി ഗോമാതാ എന്നായിരുന്നു. അന്ന് മൂന്നുമാസത്തെ സസ്പെൻഷനും മെഹ്റുന്നീസയുടെ വാർഡിൽനിന്ന് ഒരാജീവനാന്ത വിലക്കുമാണ് അവർക്കു ശിക്ഷയായി ലഭിച്ചത്.

"പിന്നീട് ഒളിച്ചും പുതുങ്ങിയുമാണ് അവർ എന്റെ റൂമിൽ വന്നുകൊ ണ്ടിരുന്നത്. ഒരിക്കൽ ഞാനുണർന്നപ്പോൾ അവരെന്നെ വാശിയോടെ ചുംബിക്കുകയായിരുന്നു."

"ശ്രീഹരി" മെഹ്റുന്നീസ കണ്ണുതുറന്നു. "വൃത്തികെട്ട പശു എനിക്കു ബോധം തെളിഞ്ഞപ്പോൾ പ്രേമാഭ്യർത്ഥന നടത്തി."ശ്രീഹരി നെറ്റിചുളിച്ചു നിവർന്നിരുന്നു. മൂന്നാമത്തെ അതിഥി ഇവരായിരുന്നു.

ആകാശത്തു തീ നക്ഷത്രങ്ങളും തിളങ്ങുന്ന നിലാവും ഉദിച്ച സമ യത്തു ശ്രീഹരി ഞെട്ടിയുണർന്നു. ജനൽ അടയ്ക്കാതെയാണ് അവർ പതി വായി ഉറങ്ങാറ്. അതിലയാൾക്കു ഭയമുണ്ടായിരുന്നില്ല. എന്നാൽ ഇരുട്ടിന്റെ പാളി മുഖത്തു പശുവിന്റെ ചെവികളും പടക്കപ്പൽ കണ്ണുകളും തെളിഞ്ഞ പോലെ അയാൾക്കു തോന്നി. കടലാസുകൊണ്ടു പൊതിഞ്ഞ ഒരുകല്ല് അയാൾക്കു മുൻപിൽ വന്നു വീണു. മതിലിനു പുറകിലെ ഇരുട്ടിലേക്ക് ആരോ ഓടിമറഞ്ഞു. ഡയറി ഫാമിൽനിന്നു പശുക്കളുടെ അശരണമായ നിലവിളി ഉയർന്നു. കടലാസിൽ ഇങ്ങനെയെഴുതിയിരുന്നു."മെഹ്റുന്നീ സയെ വിട്ടു തരിക."

പിറ്റേന്നു മെഹ്മൂദ്ഖാൻ, നിഹാദ് ബീഗം, ഈദ്കമൽ, റഫ്താസ്ജു

നിഷ് തുടങ്ങിയവർ വീട്ടിലേക്കു കയറിവന്നപ്പോൾ ജാള്യം കാരണം ശ്രീഹരി വെങ്കിടേഷ് ഇരിക്കാൻ പറയാൻ മറന്നുപോയി.

"ഞാൻ വളരെ പ്രധാനപ്പെട്ട ഒരു സംഗതി ആവശ്യപ്പെടാനാണ് വന്നത്." മെഹ്മൂദ്ഖാൻ കണ്ണട ഊരിയപ്പോൾ തിമിരവളയങ്ങളോടു കൂടിയ നരച്ച കൃഷ്ണമണികൾ വെളിപ്പെട്ടു. വാർദ്ധക്യത്തിന്റെ മാത്ര തെറ്റിയ ഒരു കൂർത്ത പെൻഡുലം അവിടെ ആടിക്കൊണ്ടിരിക്കുന്നതു ശ്രീഹരിയെ വേട്ടയാടി.

മെഹ്റുന്നീസയെ വിവാഹം ചെയ്യണമെന്ന് അയാൾ തുറന്ന് ആവശ്യപ്പെട്ടു. എത്രയും സ്ത്രീധനം, പഠാണി ആചാരമനുസരിച്ചുള്ള പാരമ്പര്യാഭരണങ്ങൾ, സ്വത്തും മറ്റു ജംഗമവസ്തുക്കളും നല്കാമെന്നു ഖാൻ ആവർത്തിച്ചു. എന്നാൽ ശ്രീഹരി പ്രതിവചിച്ചതു മറ്റൊരു രീതിയിലായിരുന്നു. താനൊരു സ്ത്രീവാദി ആയിരിക്കുന്നിടത്തോളം കാലം വിവാഹമെന്ന സ്ഥാപനത്തെ അംഗീകരിക്കുന്ന പ്രശ്നമില്ലെന്ന് അയാൾ തുറന്നുതന്നെ പറഞ്ഞു.

"സ്ത്രീകൾക്കു പരമാവധി സ്വാതന്ത്ര്യം നല്കുക. മെഹ്റുന്നീസ അതു ധാരാളമായി അർഹിക്കുന്നു."

ഖാൻ അസ്വസ്ഥതയോടെ കാലാട്ടുകയും കവിളിറങ്ങിയ നീളൻ നീർസൂചി കൈകൊണ്ടു മറയ്ക്കുകയും ചെയ്തു. "ഓരോ മനുഷ്യാവയവങ്ങളിലും ഓരോ ക്ലോക്കുകളുണ്ട്." അങ്ങനെ പറഞ്ഞു തന്ന ബാപ്പയെ ശ്രീഹരിക്കോർമ്മ വന്നു. അയാൾ മെഹ്മൂദ്ഖാന്റെ കാലുകളെ സ്പർശിച്ചു. "ബാപ്പാ എന്നോടു പൊറുക്കണേ. എന്റെ ചില നിലപാടുകളുടെ പ്രശ്നമാണ്. ധിക്കാരമെന്നു കരുതരുത്."

അതേ സമയം അകത്തു നിഹാദ് ബീഗം പരിഭ്രാന്തിയോടെ ലെസ്ബിയൻ പശുവിന്റെ കാര്യങ്ങൾ ചോദിച്ചറിഞ്ഞു. വാടകവീട്ടിൽ വന്നതിനു ശേഷം ഒരിക്കൽപ്പോലും അവരെക്കുറിച്ചു മെഹ്റുന്നീസ ചിന്തിച്ചിരുന്നില്ല. വീടിനടുത്ത അഞ്ചേക്കർ പുരയിടത്തിലെ ഡയറിഫാമോ നന്ത്യാർവട്ടപ്പൂക്കൾ തിന്നാൻ ഗേറ്റ് കടന്നുവരുന്ന മുട്ടൻ പശുക്കളോ നന്ദിനിഗോമാതായുടെ ഓർമ്മയുണ്ടാക്കിയില്ല. ഈയിടയാകട്ടെ ലെസ്ബിയൻ പശു മറ്റു പശുക്കളോടൊപ്പം നന്ത്യാർവട്ടപ്പൂക്കൾ തിന്നാൻ വരികയും മെഹ്റുന്നീസ കുളിക്കുന്നത് ആർത്തിയോടെ എത്തിനോക്കുകയും ചെയ്യുമായിരുന്നു.

"വരു നമുക്ക് വിവാഹം ചെയ്യാം."എന്നാണവർ പറഞ്ഞിരിക്കുന്നത്.

നിഹാദ് ബീഗത്തിന് ഭയം തോന്നി. ചിലപ്പോഴെല്ലാം വിവാഹിതയായ കാമുകിക്കു പിറകെ ഭ്രാന്തുപിടിച്ചു നടക്കുന്ന, കാമുകിയുടെ നിഴൽ വീണ ഭൂമിയിൽ കിടന്നുരുളുന്ന ഏകാകിയായ കാമുകന്മാരുടെ കഥ ബീഗം കേട്ടിരുന്നു. എന്നാൽ ഒരു സ്ത്രീ മറ്റൊരു സ്ത്രീയെ പ്രേമിക്കുന്നു, കാമിക്കുന്നു എന്നെല്ലാം പറഞ്ഞു അവളുടെ പുറകെ നിന്നും മാറാതിരിക്കുന്നത് എന്തുകൊണ്ടാണെന്ന് അവർക്കു മനസ്സിലായില്ല.

"ചില രാത്രികൾ അവർ ഡയറിഫാമിന്റെ മുകളിലത്തെ താമസമുറിയിൽനിന്നും ഞങ്ങളുടെ വാടകവീടിനെ അന്വേഷിച്ചുകൊണ്ടിരിക്കുന്നതു കാണാം. അവരുടെ ചർമ്മം ഒരു പശുവിനോളം ഉറപ്പുള്ളതായും ഊറയ്ക്കിടാവുന്ന ഉണക്കത്തോൽ കണക്ക് അവരുടെ മുഖം ചുരു

ങ്ങുന്നതും ജനലടയ്ക്കുമ്പോൾ ഞാൻ കാണാറുണ്ട്."

"ഒരുപക്ഷേ, അവർ മായാവിനിയായിരിക്കാം മകളെ..."

മെഹ്റുന്നീസയും ഈദും പരിഭ്രമിച്ചു.

"പക്ഷേ, കുഴപ്പമില്ല മെഹ്റുന്നീസ കാരണം, ഇത്തരക്കാർ നിറയെ ഉണ്ടായിരുന്ന ഒരു ഗ്രാമത്തിൽ ഞാനും നിന്റെ അത്തയും അഞ്ചു മാസത്തോളം താമസിച്ചിട്ടുണ്ട്. പാണന്മാർ എന്നാണ് അവരെ ആളുകൾ വിളിച്ചുപോന്നത്. പശുമാംസം ഭക്ഷിക്കുമെന്നതിനാൽ അവരെ ഗ്രാമവാസികൾ നികൃഷ്ടജീവികളായി കരുതി വെറുത്തുപോന്നു. ആ ഗ്രാമങ്ങളിൽ പശുക്കളെ വിശദ്ധ മൃഗമായി കരുതി ആരാധിച്ചുപോന്നു. പാണരായിരുന്നു പശുക്കളെ പരിപാലിച്ചിരുന്നത്. ഏതെങ്കിലും ഒരു പശു രോഗം ബാധിച്ചു ചത്തു എന്നിരിക്കട്ടെ ഈ പരിപാലകർ ആഘോഷത്തോടെ അവയുടെ ജഡം കെട്ടിവലിച്ച് അവരുടെ കുടിലിലേക്ക് കൊണ്ടുപോകും. ആ മാംസം ചുട്ടുതിന്നും. അതു ഭക്ഷിക്കാതിരിക്കാമെന്ന് ആരെങ്കിലും കരുതിയാൽ അവരെ ചാട്ടവാറടിച്ചു ഗ്രാമവാസികൾ ശിക്ഷിക്കുന്നതു നിന്റെ അമ്മ നേരിട്ടു കണ്ടിട്ടുണ്ട്."

മെഹ്റുന്നീസയ്ക്കു ദേഹം തളരുന്നതുപോലെ തോന്നി.

"മരിച്ച പശുവിന്റെ ദിവ്യാംശം മുഴുവൻ ഈ പാണന്മാർക്കു ലഭിക്കുമെന്നാണ് എനിക്കു തോന്നുന്നത്. അതിനാൽ അവർ മന്ത്രവാദികളും മായാജാലക്കാരുമാണ്. അവർക്ക് ഓടിമറയുക എന്ന അത്ഭുതകരമായ ശക്തി സ്വായത്തമായിട്ടുണ്ട്. മകളേ ഓടിമറയുന്ന ആൾക്ക് ഏതു രൂപവും സ്വീകരിക്കാനാവും. പക്ഷേ, നഗ്നരായിരിക്കുമെന്നു മാത്രം. അവരധികവും പശുവിന്റെ രൂപത്തിലേക്ക് ഓടി മറയുന്നു. ഒടിയൻ തന്നെ ഉപദ്രവിച്ചവരോടു പ്രതികാരം ചെയ്യുന്നു."

മെഹ്റുന്നീസയ്ക്കു തല തകരുന്നതുപോലെ തോന്നി. ചെവിക്കുള്ളിൽ ഭീതിദായകമായ ഇടിമുഴക്കം. പശുവിന്റെ മുക്രയിടൽ.

"ഒടിയന്മാർ പ്രേമം തോന്നിയ സ്ത്രീകളുടെ പുറകെ പശുരൂപത്തിൽ അലയുന്നു. ഗർഭിണികളായ സ്ത്രീകളുടെ വയറ്റിൽ ചവിട്ടിക്കൊണ്ടാണത്രെ അവർ പ്രതികാരം ചെയ്യുന്നത്."

വിശ്വാസത്തിന്റെയും അവിശ്വാസത്തിന്റെയും അന്ധവിശ്വാസത്തിന്റെയും ഒടിയൻകഥ ഒരു മിത്താണ് എന്നു ചിന്തിക്കാൻ മെഹ്റുന്നീസ കിണഞ്ഞു പരിശ്രമിച്ചു. ശ്രീഹരി ജോലിക്കു പോയിക്കഴിഞ്ഞാൽ തന്റെ വീടിന്റെ ഇരുമ്പുഗേറ്റ് പിടിച്ചുകുലയ്ക്കുന്ന അക്രമകാരിയായ ലെസ്ബിയൻ പശുവിനെ അവൾ ഭയന്നു. അതിന്റെ നെറ്റിയിൽ രണ്ടിടത്തു മുഴകളുണ്ടായിരുന്നുവോ? കൊമ്പുകൾ ത്വക്കിനാൽ ഒളിപ്പിച്ചുവെച്ച രണ്ടു കൂർമ്പൻ മുഴകൾ?

അന്നു വൈകുന്നേരം ചന്തയിൽനിന്നും പാൽ വാങ്ങിവരുന്ന വഴി ശ്രീഹരിയെ ഒരു കുളമ്പടിയൊച്ച പിന്തുടർന്നു. ലെസ്ബിയൻ പശു! ശ്രീഹരി അവരെ സാകൂതം വീക്ഷിച്ചു.

പശുത്തോൽ പോലെ പരുക്കനായ പരുത്തിവസ്ത്രങ്ങളാണ് ധരിച്ചി

രുന്നത്. ദുപ്പട്ടയുടെ അറ്റം പശുച്ചെവിപോലെ മേൽപ്പോട്ടിളകുന്നു. കാലുകളിൽ ഉയർന്ന മടമ്പുള്ള ലാടച്ചെരുപ്പുകൾ. അവരുടെ കണ്ണുകൾ പടകപ്പലുകൾ. തൂവെണ്ണയേക്കാളും പതുപതുത്ത പിങ്ക് നിറമുള്ള ത്വക്ക്.

“എനിക്കു മെഹ്റുന്നീസയെ വിട്ടുതരണം. നീ അവളെ ഉപേക്ഷിക്കുക. കരാറില്ലാത്ത ബന്ധമായതുകൊണ്ടു പേർപിരിയൽ എളുപ്പമായിരിക്കും. അവൾ നിന്റെ ഭാര്യപോലുമല്ലല്ലോ.“

“ഛീ” ശ്രീഹരി വെങ്കിടേഷ് ദേഷ്യപ്പെട്ടു. “ഇനി മേലിൽ മെഹ്റുവിനെ ശല്യപ്പെടുത്തരുത്. ഞാനിനി പൊലീസിനെ വിളിക്കും.”

“നോക്കൂ ശ്രീഹരി ദേഷ്യം കൊണ്ടു ഫലമില്ല. എന്റെ വാക്കുകൾ ശ്രദ്ധിക്കൂ. നിന്നെക്കാളുമവകാശം അവളുടെ മേൽ എനിക്കാണ്. നിങ്ങൾ സ്പർശിച്ചതിനെക്കാൾ ഇരട്ടിത്തവണ ഞാനവളുടെ നെഞ്ചിൽ സ്പർശിച്ചിട്ടുണ്ട്. അവളുടെ ശരീരത്തിലെ ഓരോ അണുവും എന്റെ വിരൽത്തുമ്പുമുട്ടി തരിപ്പോടെ ഉണർന്നു നില്ക്കുന്നത് എനിക്കോർമ്മയുണ്ട്.” അവർ വികാരവായ്പോടെ പറഞ്ഞു നിർത്തി.

“ഒന്നു പോടീ” ശ്രീഹരി വെങ്കിടേഷ് ആക്രോശിച്ചു. ആ സ്ത്രീയെ പുറകോട്ടുന്തി.

അവരുടെ മുഖം മാറിയതു പെട്ടെന്നാണ്. കാമത്തിന്റെ ഉഷ്ണത്തിനു പകരം ക്രോധത്തിന്റെ അനുരണനങ്ങൾ മുഖത്തെ വികൃതമാക്കി. ചോരക്കുഴലുകളിലൂടെ വിജൃംഭിച്ച രക്തം അവരുടെ മുഖത്തേക്ക് ഇരച്ചുകയറി. വെടിമരുന്നിന്റെ മണം അവരിൽ നിന്നുയർന്നു.

“എടാ” അവർ തലകൊണ്ടു ശ്രീഹരിയുടെ നെഞ്ചിനിട്ടിടിച്ചു. കുളമ്പിട്ട നീളൻ കാലുകൾകൊണ്ടു മലർന്നുവീണ അയാളെ കരുത്തോടെ തൊഴിച്ചു. അയാളുടെ മുഖത്തു കാലുകൊണ്ടമർത്തി “കൊന്നുകളയും ഞാൻ” അവർ ഭ്രാന്ത് പിടിച്ചതുപോലെ അലറി.

ചന്തയിലെ ഗോമാംസ വില്പനശാലയുടെ മുമ്പിൽ, ഗോമൂത്രവും വിസർജ്ജ്യവും മണക്കുന്ന അതിന്റെ ഉമ്മറപ്പുറത്ത് അറവുമാംസം പോലെ കിടക്കുമ്പോൾ ശ്രീഹരി വെങ്കിടേഷ് മെഹ്റുന്നീസയെ വിവാഹം ചെയ്യണമെന്ന കാര്യം തീരുമാനിച്ചു. ലെസ്ബിയൻ പശുവാകട്ടെ ചവിട്ടിക്കുതിച്ചു തിരിഞ്ഞുനടന്നു. ശ്രീഹരി വെങ്കിടേഷ് കണ്ടു, കൃത്യം പശുവാലോളം ശുഷ്കമായ മെടഞ്ഞിട്ട അവരുടെ വാൽമുടി.

ഹിന്ദുമതാചാരപ്രകാരവും ഇസ്ലാം മതാചാരപ്രകാരവും ശ്രീഹരി വെങ്കിടേഷ് മെഹ്റുന്നീസയെ വിവാഹം ചെയ്തു. അതേ ദിവസം തന്നെയാണ് ഡയറിഫാമിന്റെ മതിലുകൾ ലെസ്ബിയൻ പശു തകർത്തത്. പൊളിഞ്ഞു വീണ ഗേറ്റിലൂടെ രണ്ടായിരത്തിലധികം പശുക്കൾ ഗ്രാമത്തിലേക്കിറങ്ങി.

ഭ്രാന്തിപ്പശു രോഗം ബാധിച്ചതു കാരണമാണ് പശുക്കളെ തുറന്നുവിട്ടതെന്ന അഭ്യൂഹം പരന്നു. നാട്ടുകാർ പരിഭ്രാന്തിയോടെ ഓടി നടന്നു. കുട്ടികളാരും സ്കൂളിൽ പോയില്ല. യുദ്ധാനന്തരമെന്നോണം ഗ്രാമം ആലസ്യപ്പെട്ടു. ചില ചെറുപ്പക്കാരാവട്ടെ നാടിനു സംഭവിച്ച ഈ മഹാവിപ

ത്തിനെതിരായി, വലിയ മരവടികളും അറ്റത്ത് ആണിയടിച്ച മുളകളും കൊണ്ട് ഗ്രാമത്തിൽ ചുറ്റിനടക്കാൻ തുടങ്ങി. അവർ കൂട്ടത്തോടെ പശു ക്കളെ മർദ്ദിക്കുകയും കല്ലുകൊണ്ടും തകരപ്പാട്ടകൾകൊണ്ടും അവയെ ആക്രമിക്കുകയും കൊല്ലുകയും ചെയ്തു.

അന്നുച്ചയ്ക്ക് ഒരു പ്രതികാരമെന്നോണം, ശ്രീഹരി മെഹ്റുന്നീസയെ നിയമപരമായിക്കൂടി വിവാഹം ചെയ്തു. രജിസ്ട്രാപ്പീസിൽ നിന്നുള്ള മട ക്കയാത്രയിൽ പലയിടങ്ങളിലും പശുക്കളുടെ ജഡം കൂട്ടിയിരിക്കുന്നത് അവർ കണ്ടു.

ഹിന്ദുക്കളും മുസ്ലിങ്ങളും തമ്മിൽ സംഘർഷമുണ്ടായേക്കാമെന്നു ശ്രീഹരിക്കു തോന്നി. കലാപഭൂമിയിലെന്നവണ്ണം റോഡിൽ ആളുകളോ വാഹനങ്ങളോ ഉണ്ടായിരുന്നില്ല. പാതിപ്രാണനായും മുറിവേറ്റും തലത കർന്നും അവശരായ പശുക്കൾ റോഡിലിഴയുകയും ദീനദീനം നിലവിളി ക്കുകയും ചെയ്തു.

ഡയറിഫാമിന്റെ പടിഞ്ഞാറുഭാഗത്ത് ആളുകൾ കൂട്ടംകൂടി നില്ക്കു ന്നതു ശ്രീഹരിയും മെഹ്റുന്നീസയും കണ്ടു. ആകാംക്ഷയോടെ ശ്രീഹരി വണ്ടി നിർത്തി അങ്ങോട്ടുപോയി. റോഡിൽ ലെസ്ബിയൻ പശു കമിഴ്ന്നു കിടപ്പുണ്ടായിരുന്നു. അവർ നഗ്നയായിരുന്നു. അവരുടെ നെഞ്ചിൽ നിന്നു ചോര ചിതറി ടാറിന്റെ ഉച്ചക്കറുപ്പിലേക്ക് ഒഴുകി ഉണങ്ങാതെ തിളയ്ക്കു ന്നതു കണ്ടു. അന്തരീക്ഷത്തിൽ നിറയെ പയ്മ്പാൽ ഗന്ധമാണെന്ന് അയാൾക്കു തോന്നി.

"ഭ്രാന്തിപ്പശു കുത്തിയതിനാൽ ആളുകൾ കല്ലെറിഞ്ഞും മുളയാണി കൊണ്ടടിച്ചും കൊന്നതാണ്."

ശ്രീഹരി വെങ്കിടേഷിന് എന്തെന്നില്ലാത്ത ആശ്വാസം അനുഭവപ്പെട്ടു. "ഓഹ് അതു ചത്തു" ഒരു പശുവിനെപ്പറ്റി പറയുന്ന അതേ ലാഘവ ത്തോടെ ശ്രീഹരി വെങ്കിടേഷ് പറഞ്ഞു.

"നിങ്ങൾ ആരുടെ കാര്യമാണു പറയുന്നത്?" മെഹ്റുന്നീസ അന്വേഷി ച്ചു. "ഒന്നുമില്ലെന്നേ, ഒരു ഭ്രാന്തിപ്പശുവിനെ ആളുകൾ തല്ലിക്കൊന്നു. അത്ര തന്നെ.."

ശ്രീഹരി കാറിന്റെ ഡോർ വലിച്ചടച്ചു.

പിറ്റേന്നു രാവിലെ, 'ദുർമ്മന്ത്രവാദിനിയെന്നു കരുതി ജനം ഡയറി ഫാമുടമയെ കല്ലെറിഞ്ഞു കൊന്നു.' എന്ന വാർത്ത അച്ചടിച്ച പത്രം ആകാംക്ഷയോടെ വായിക്കാനെടുത്ത മെഹ്റുന്നീസയെ ശ്രീഹരി വിലക്കി.

"പോയി ഒരു കപ്പ് കാപ്പി കൊണ്ടുവാടി" എന്നു പറഞ്ഞ് ഒരു ഭർത്താ വിന്റെ സകലമാന അഹന്തയോടും ഗർവ്വോടും അയാൾ ചാരുകസേരയിൽ ഞെളിഞ്ഞിരുന്നു.

ജലത്തിലൂടെ നടക്കുന്ന കന്യകമാർ

ഇന്ദുമേനോൻ

"ഗർഭിണിയാണെന്നറിഞ്ഞ രാത്രിയിൽ
ഭാര്യയായ ഒരു കന്യക ജലത്തിലൂടെ
നടക്കുന്നതായി സ്വപ്നം കണ്ടു."

റസിയയ്ക്ക് പുരുഷനെപ്പോലെ പ്രത്യുല്പാദനശേഷിയുണ്ടായിരുന്നെങ്കിൽ താനവളുടെ കുഞ്ഞിനെ വയറ്റിൽ ചുമന്ന് വേദനിച്ചു വേദനിച്ച് പ്രസവിച്ചേനേയെന്ന് മുമ്പ് അമുദ്ര എത്രയോ തവണ പറഞ്ഞിട്ടുള്ളതാണ്. നിലാവിന്റെ ചീകിയ ഇതൾക്കട്ടപോലെ, പാലപ്പൂ വിരിഞ്ഞുണർന്ന്, രാത്രിക്കാറ്റിൽ വിറച്ച് വീശിയാടുന്ന, ഹോസ്റ്റലിനരികിലെ കണ്ണൻ പാലമരം അതിനെല്ലാം സാക്ഷിയായിരുന്നു. നഗ്നനായ ഗ്രീക്കുദേവന്റെ ഓട്ടുപ്രതിമയിലെ അരഞ്ഞാണമണികൾ, ഉരുകിത്തീർന്ന മെഴുകുതിരി, അയയിലെ അയഞ്ഞ ആപ്പിൾനിറ പാന്റികൾ, സൂക്ഷ്മക്കാഴ്ച കണ്ടു രസം പിടിക്കുന്ന റസിയയുടെ ഗാന്ധിക്കണ്ണട, ശ് ശ് ശ് എന്ന് ഭീഷണിയോടെ ചുണ്ടിൽ വിരൽ ചേർത്തു പിണങ്ങിയിരിക്കുന്ന മദാമ്മക്കുട്ടിയുടെ ചിത്രം, ഇടയ്ക്കിടെ മുറിയിൽ വന്ന് എത്തിയേന്തിച്ചു പോവുന്ന പാലപ്പൂസുഗന്ധിയായ വികൃതിക്കാറ്റ്- അങ്ങനെയങ്ങനെയെന്തെല്ലാം അവരുടെ സ്നേഹം കണ്ടിരിക്കുന്നു. എന്നിട്ടും ആശുപത്രിയിൽ തങ്ങളെ കാണാൻ വന്ന പത്രക്കാരോട് അവർ പറഞ്ഞത്:

"ഞങ്ങളുടെ ഇഷ്ടം ഒരു രഹസ്യമായിരുന്നു" എന്നാണ്.

"ഇങ്ങനെയൊരു തീരുമാനമെടുക്കാൻ കാരണം?" പത്രക്കാരിലൊരാൾ അയാളുടെ വിയർപ്പുതിർന്ന മൂക്ക് ടവ്വലൊപ്പിക്കൊണ്ട് അമുദയോട് ചോദിച്ചു.

"എനിക്ക് റസിയയുടെ കുഞ്ഞിനെ പ്രസവിക്കണം. അത് എന്നുടെ ആഗ്രഹം."

പച്ച റബ്ബർഷീറ്റു വിരിച്ച കിടക്കയിലായിരുന്നു അവരിരുവരും. റബ്ബർഷീറ്റിൽ കൈവച്ചപ്പോൾ പത്തിയിൽ വിയർപ്പ് കിനിഞ്ഞു അമുദയ്ക്ക്. ശസ്ത്രക്രിയാ ഉടുപ്പിലവിടവിടങ്ങളിലായി ചോര തെറിച്ചത് പുതപ്പാൽ മറച്ചിരുന്നു റസിയ.

"ഈ തീരുമാനത്തെ റസിയയുടെ പ്രസ്ഥാനം എങ്ങനെയായിരിക്കും വിലയിരുത്തുക?"

"അണ്ഡദാനത്തെ എന്റെ പ്രസ്ഥാനം തെറ്റായി വ്യാഖ്യാനിച്ചിട്ടുണ്ടോ?" റസിയയുടെ മുഖം ചുവന്നു. കണ്ണുകൾ കുറുങ്ങി.

"നോക്കൂ, ഇത് വ്യക്തിപരമായ പ്രശ്നമാണ്. പൊലീസുകാരുടെ ചവിട്ടേറ്റ് തകർന്നതല്ലേ എന്റെ ഗർഭപാത്രം. എനിക്കെന്താ പ്രോജെനി പാടില്ലേ?"

"അല്ല ഇതിനെ അമുദയുടെ കുടുംബം?"

"കുടുംബമോ?" റസിയയ്ക്ക് ചെറുതായി ക്ഷോഭം വന്നു.

"അല്ല, അമുദയുടെ ഭർത്താവ്?"

അമുദ പെട്ടെന്ന് ഉറക്കെ ചിരിച്ചു. വെള്ളിമണികൾ സംഗീതം പൊഴിച്ചു. "ഒരു പുരുഷൻ." അമുദ ചുണ്ടുകൊണ്ട് മുരണ്ടു.

മുറുക്കിച്ചുവന്ന ചുണ്ടുകളും കുടവയറും അതിനു മുകളിൽ കെട്ടിയ വീതിയേറിയ ബെൽറ്റും നരച്ച രോമങ്ങൾ കുറ്റിക്കാടു തീർത്ത നെഞ്ചും ഓർമ്മിപ്പിക്കുന്ന ഒരോക്കാനം.

അമുദ ഓർത്തു: അയാളുടെ മൂന്നാമത്തെ ഭാര്യയായിരുന്നു അവൾ. അച്ഛന്റെ സുഹൃത്തായിരുന്ന ആ വൃദ്ധനെ അവൾ ചെറുപ്പത്തിൽ അപ്പാ എന്നുതന്നെ വിളിച്ചിരുന്നു. അയാളുടെ പെൺമക്കൾ അവളേക്കാൾ ഏറെ മുതിർന്നവരായിരുന്നു.

അവരുടെ ആദ്യ രാത്രിയിൽ തുറന്ന ജനാലയ്ക്കൽനിന്ന് അമുദ തൂത്തുക്കുടിയിലെ നെല്ലുപാടങ്ങൾ കണ്ടു. നെൽപ്പാടത്തെ വെള്ളക്കെട്ടിൽ മഴവെള്ളം വെള്ളിക്കണ്ണാടിപോലെ തിളങ്ങി. നോക്കിനില്ക്കെ പരന്ന നിലാവിൽ, കൊഴുത്ത പാൽപോലെ ഇളകിത്തുടിച്ച ജലാശയത്തിൽ, മിന്നാമിനുങ്ങുകളുടെയും നക്ഷത്രങ്ങളുടെയും ഉടൽ നിറങ്ങൾ മുങ്ങിക്കിടന്നു. അവളുടെ മണിയറയിൽ നിറയെ കനകാംബരപ്പൂക്കൾ കോർത്ത് തൂക്കിയിട്ടിരുന്നു.

"ഞാനവിടെ നിന്ന് സ്നേഹമനുഭവിച്ചുവെന്ന് നിങ്ങൾ കരുതുന്നുണ്ടോ? ഒരു ഭാര്യയുടേതായ പരിഗണനയെങ്കിലും?" അമുദ പത്രക്കാരോട് ചോദിച്ചു.

"ഞാനിപ്പോഴും കന്യകയാണ്. എന്നെ വേദനിപ്പിക്കുന്നതായിരുന്നു അയാളുടെ രതി. എന്റെ നിലവിളികളായിരുന്നു അയാളുടെ മൂർച്ഛകൾ."

മഞ്ഞിച്ച പല്ലുകളുള്ള ഒരു ഭ്രാന്തൻ ചെന്നായുടെ വിശപ്പ് അമുദയ്ക്കോർമ്മ വന്നു. തടിച്ച ബെൽറ്റുകൊണ്ട് അയാളടിച്ച മുറിപ്പാടുകളിൽ അവൾ തടവി.

"നിങ്ങളുടെ സ്നേഹം എങ്ങനെ അമുദയുടെ വീട്ടിലറിഞ്ഞു?"

"എങ്ങനെയോ?" റസിയ കണ്ണടയൂരി.

"അമ്മുവിന്റെ അച്ഛൻ അവളെ ബലമായാണ് പിടിച്ചുകൊണ്ടുപോയത്. അവളുടെ നീണ്ടുകിടന്ന മുടിയിൽ പിടിച്ചുവലിച്ച്." നെല്ലു പുഴുങ്ങിക്കൂട്ടിയിട്ട ഒരു മുറിയുടെ മൂല അമുദ ഓർത്തു. മരത്തിന്റെ പഴയ ജനൽ പാതി തുറന്ന അവസ്ഥയിൽ സ്തംഭിച്ചുനിന്നു. ഇരുട്ടിന്റെ നിഴലുകൾ പാമ്പുകളെപ്പോലെ നെൽക്കൂനയിലേക്ക് കയറിവന്നു. ചൂടും നെൽപ്പുഴുക്കച്ചൂരും ചേർന്നപ്പോൾ അവൾക്ക് ശ്വാസം തിങ്ങി. ഏലഗിരിയിലെ ആകാശം പടിഞ്ഞാറേ ഭാഗത്ത് നക്ഷത്രങ്ങളെ പ്രസവിച്ചില്ലെന്ന് അമുദയുടെ ഉള്ളിൽ സങ്കടം കുറുകി. അവൾ തല തടവി ചെറിയ തൊട്ടാവാടിക്കാട്ടിലൂടെ കൈയോടിച്ചതുപോലെ തോന്നി അവൾക്ക്.

അമുദയ്ക്ക് അമ്മാവുടെ മുടിയായിരുന്നു. സ്വർണ്ണനൂലുപോലെ വിട്ടുവിട്ട് പരന്നു കിടക്കുന്ന ചെമ്പൻ മുടി. അഴിച്ചിട്ടാൽ മുടിയിൽ ചൂടിയ കനകാംബരപ്പൂക്കൾ എട്ടുകാലികളെപ്പോലെ മുടിയിഴയിൽ ഊർന്നു താഴേക്ക് വരും. മെടഞ്ഞിട്ടാൽ തലകുത്തനെ പത്തി താഴ്ത്തിയിട്ട സ്വർണ്ണനാഗത്തെ ഓർമ്മ വരും. അമുദയുടെ ഇരു ചന്തിയിലും മൃദുവായി അത് കൊത്തും. നടക്കുമ്പോൾ തുള്ളിയാടി പത്തി മയക്കി അതങ്ങനെ കിടക്കും.

തീവണ്ടിയാപ്പീസിൽനിന്നു പിടിച്ചുകൊണ്ടുവന്ന അന്ന് അമുദയുടെ മുടിയാണ് ചിന്നപ്പച്ചെട്ടിയാർ കൈയിലടക്കിപ്പിടിച്ചത്.

"വേണ്ടാ അപ്പാ." തലയോട്ടിൽനിന്നും വേരു പിളർന്നുപോരുന്നതു പോലെ അമുദ നിലവിളിച്ചു.

"വെട്രാ സിലമ്പരസാ."

അമുദ കണ്ണുകളുയർത്തി. തെരുവിന്റെ അറ്റത്തെ ബാർബർഷോപ്പിൽ നിന്നും ആരാധനയോടെ തന്നെ നോക്കാറുള്ള ആ ചെറുപ്പക്കാരൻ ബാർബറുടെ കണ്ണുകൾ നിറഞ്ഞിരുന്നു. അമുദയുടെ മുടിയിൽ നിന്നു കൊഴിയുന്ന കനകാംബരപ്പൂക്കളും തുളസിയിലകളും പോലും പെറുക്കി സൂക്ഷിച്ചിരുന്നു സിലമ്പരസൻ.

മൊട്ടയടിക്കുമ്പോൾ അമുദ കരയുന്നുണ്ടായിരുന്നു. ചെറിയ മഴ പെയ്യുന്നതുപോലെ മുടി നിലത്ത് വീണു. ശിരസ്സിനു ഭാരം കുറയുന്നു. യൂക്കാലിക്കാട്ടിൽനിന്നൊരു കാറ്റ് നിറുകയിൽ കൈനീട്ടി സ്പർശിക്കുന്നു. വെളുത്ത ക്രീം തലയിൽ തേച്ചുപിടിപ്പിച്ചപ്പോൾ സിലമ്പരസന്റെ വിരൽത്തുമ്പു വിറച്ചു. കത്തിയിൽ ചെറുകൃമികളെപ്പോലെ മുടിക്കുറ്റികൾ നിന്നു. സിലമ്പരസൻ ഇടതുകൈപ്പത്തിപ്പുറത്ത് കത്തിയമർത്തി രാകി.

യൂക്കാലിമരങ്ങൾക്കിടയിൽ അമുദ നടന്നുവരാറുള്ള നാട്ടുവഴികളിൽ ഒളിച്ചുനിന്നത് ഓർത്തപ്പോൾ സിലമ്പരസന്റെ കൈ മുറിഞ്ഞു. പഴുക്കടയ്ക്കാനിറമുള്ള അവളുടെ മുഖം കുറ്റപ്പെടുത്തുന്നതുപോലുമില്ലല്ലോ എന്നവനു വിഷമം. കലങ്ങിച്ചുവന്ന കണ്ണുകളോടെ അവൻ നിലത്തൂർന്നു കിടന്ന മുടിച്ചുരുളുകൾ വാരി കൈസഞ്ചിയിൽ നിറച്ച് ഇറങ്ങി നടന്നു.

ചിന്നപ്പചെട്ടിയാർ പല്ലുകടിച്ചുകൊണ്ട് നിന്നു വെറുതെ. ശിരസ്സ് മുണ്ഡനം ചെയ്തതിനുശേഷം അമുദയെയിട്ട മുറിവാതിൽ അയാൾ അട

ച്ചില്ല. നരച്ച പുതപ്പുപോലെ മുമ്പിൽ കണ്ട ആകാശമോ ചിന്നപ്പച്ചെട്ടിയാരുടെ ഭീഷണശബ്ദമോ എണ്ണപടർന്ന മീശയോ ഒന്നും ഒന്നും അമുദയെ ഭയപ്പെടുത്തിയില്ല.

യൂക്കാലിച്ചെടികൾ പൂവിട്ടുതുടങ്ങിയ അതേ ആഴ്ചതന്നെ അവൾ ഒളിച്ചോടി. തണുപ്പു സൂക്ഷിച്ചുവെച്ച തേയിലത്തോട്ടത്തിനുള്ളിൽ പകൽ മുഴുവൻ ഒളിച്ചിരുന്ന് രാത്രി ബസിൽ അവൾ കോഴിക്കോട്ടേക്കു കയറി.

പുലർച്ചെ കോഴിക്കോടുനഗരം ഫ്രിഡ്ജിനകത്തു പെട്ടതുപോലെ വിറുങ്ങലിച്ചു. നേരം വെളുക്കുന്നതിനും മുമ്പേ മഴപെയ്യാൻ തുടങ്ങിയ പരിചിതവഴികളിലൂടെ അവൾ നടന്നു. വഴിവിളക്കിലെ ചത്തൊട്ടിയ ഈയാംപാറ്റകൾ അവൾ കണ്ടു. നീലിച്ചുകിടന്നിരുന്ന പുലർകാല നക്ഷത്രങ്ങൾ കറുമ്പൻ മേഘമഴയ്ക്കുള്ളിലേക്ക് പൂണ്ടുപോയി. അമുദയുടെ ഹൃദയം ജലത്തിൽ മുങ്ങിപ്പൊങ്ങിയ ഒരു മീൻകൊത്തിയുടേതുപോലെ മിടിച്ചു. യൂക്കാലിത്തൈലം പുരണ്ട അവളുടെ ദേഹത്തേക്ക് നീലത്തൂവൽപോലെ ദുപ്പട്ട നനഞ്ഞൊട്ടി.

ഹോസ്റ്റൽ മതിൽ ചാടിക്കടക്കാൻ ഏറെ പണിപ്പെടേണ്ടിവന്നു അമുദയ്ക്ക്. അവളുടെ കൈവെള്ളകളും കണങ്കാലും മതിലിനു മുകളിലെ കുപ്പിച്ചില്ലുതട്ടി മുറിഞ്ഞു. വെളുത്ത ചുരിദാറിന്റെ നീലചിത്രത്തുന്നൽ വലിഞ്ഞു കീറി. ദുപ്പട്ടയുടെ ചെണ്ട് ചില്ലിൽ കുരുങ്ങി അമുദയുടെ മൊട്ടത്തല പുറത്തേക്കു വന്ന് ചന്ദ്രവെട്ടത്തിൽ തിളങ്ങി.

റസിയയുടെ വാതില്ക്കലെത്തിയപ്പോഴേക്കും ഭയം കാരണം അമുദയുടെ ശബ്ദം മരവിച്ചുപോയി. കൊക്കുരസുന്ന കിളിയെപ്പോലെ അവൾ വാതില്ക്കൽ മുഖം ചേർത്തു പതുക്കെ നിലവിളിച്ചു.

റസിയ ഇത് അഞ്ചാമത്തെ തവണയാണ് ഉറക്കം ഞെട്ടുന്നത്. പുൽത്തലപ്പിൽ മഴ വീഴുന്നത് കേട്ടാലോ, വണ്ട് വന്ന് ജനാലയ്ക്കൽ മുരണ്ടിടിച്ചാലോ വെന്റിലേറ്റർ പാളിയിലൂടെ മിന്നൽകേറിവന്ന് കണ്ണാടിയിൽ ഒളിച്ചൊന്നു ചിരിച്ചാലോ മതിയവൾക്ക് ഉറക്കം തെറ്റാൻ. പുതപ്പിനുള്ളിലെ കഠിനമായ ഏകാന്തത അവളെ പരിഭ്രമിപ്പിച്ചു. ഇപ്പോൾ ഉറക്കത്തിൽ അവളൊരു നിലവിളിയാണു കേട്ടത്. ആരോ നഖംകൊണ്ട് വാതില്ക്കൽ മാന്തുന്നുവോ? റസിയ കണ്ണു തുറന്നു. പുറത്ത് മഴയുണ്ട്.

“റസി...യാ...” ആ വിളി സ്വപ്നമല്ല. അവൾ ചാടിയെഴുന്നേറ്റ് കതക് വലിച്ചു തുറന്നു. അമുദയെ കണ്ടപ്പോൾ റസിയ ഞെട്ടിപ്പോയി. മുണ്ഡനം ചെയ്ത ശിരസ്സ്. അതിൽ പൊടിച്ച രോഗാതുരമായ കുറ്റിരോമങ്ങൾ, ക്ഷീണിച്ച മുഖത്തെ കണ്ണീർ, കൺപോളകൾക്കിടയിലെ വിഷാദക്കറുപ്പ്. വരണ്ട ചുണ്ടുകൾക്കിടയിലെ പരുക്കൻ നീലിമ...

“അമ്മൂട്ടീ.”

റസിയ അവളെ കെട്ടിപ്പിടിച്ചു. ഏലഗിരിയുടെയും തേയിലത്തോട്ടത്തിന്റെയും ട്രാൻസ്പോർട്ട് ബസിലെയും കോടത്തണുപ്പും മഴയുടെ അസാധാരണമായ തണുപ്പും മുഴുവനായും അമുദയുടെ ഉടലിലുണ്ടായിരുന്നു. ശരീരപേശികൾ കോച്ചിപിടിച്ചതുപോലെ അമുദ ഇടയ്ക്കിടെ

വിറച്ചു.

"വാ" റസിയ കരുണയോടെ അവളുടെ നനഞ്ഞ ഉടുപ്പുകൾ ഊരാൻ തുടങ്ങി. ദുപ്പട്ട വലിച്ചപ്പോൾ അമുദ കിടുങ്ങി.

"അമ്മൂസ്സേ ഇവിടിരി." അവൾ ഒരു സ്റ്റൂൾ നീക്കിയിട്ടു. പുതപ്പുകൊണ്ട് അമുദയുടെ തല നീരൊപ്പി. അമുദയുടെ നനഞ്ഞ ബ്രേസിയറും അടിയുടുപ്പുംകൂടി റസിയ അഴിച്ചെടുത്തു. അവളുടെ ഉടലിൽ ഒഴുകിക്കൊണ്ടിരുന്ന ജലം സ്റ്റൂളിലും നിലത്തും ചെറിയ വെള്ളക്കെട്ടുകളായി രൂപാന്തരപ്പെട്ടു. അവളുടെ ചാരനിറമുള്ള രഹസ്യരോമങ്ങളിൽ വൈരപ്പൊടിപോലെ ജലകണികകൾ തുളുമ്പി നിന്നു. റസിയ അമുദയുടെ കാല്പാദങ്ങൾക്കടിവശം ഉരസി ചൂടു പിടിപ്പിച്ചു. കോച്ചിപ്പോയ തുടയിലെ പേശികൾ അമർത്തി തിരുമ്മുമ്പോൾ യൂക്കാലിമണം കൈകളിൽ ഊറുന്നതായി റസിയയ്ക്ക് തോന്നി.

അമുദയുടെ നെഞ്ച് അവൾ മൃദുവായി ഉഴിഞ്ഞുകൊടുത്തു. അവളുടെ മുലച്ചുണ്ട് സ്പർശിച്ചപ്പോൾ ഇളംമുന്തിരിങ്ങകൾ തൊട്ടപോലൊരു മിനുസം റസിയക്ക് അനുഭവപ്പെട്ടു. അമുദ കണ്ണുകൾ ഞെട്ടലോടെ വിടർത്തി റസിയയെ തുറിച്ചുനോക്കി. അവളുടെ നനഞ്ഞ ചുണ്ടുകളിൽ ചോരച്ചുവപ്പ് ചെറുങ്ങനെ പരന്നു. വിളറിയ കവിളുകളിൽ രക്തം പൊടിഞ്ഞു. നെഞ്ച്, നെഞ്ചുമാത്രം പനിക്കാലത്തെന്നപോലെ റസിയയുടെ കൈകൾ പൊള്ളിച്ചു. അമുദ എഴുന്നേറ്റ് മരയലമാരിക്കു പുറകിലെ ചെറിയ ഇടയിലേക്കു നീങ്ങി ചുമരിൽ കവിളുകൾ ചേർത്തുനിന്നു.

അവൾക്ക് മുകളിൽ ഭയങ്കരമായ ശബ്ദത്തോടെ കറങ്ങിക്കൊണ്ടിരുന്ന നാലിതൾ പങ്ക റസിയ ഓഫ് ചെയ്തു. അവൾ ചെറിയൊരു മെഴുകുതിരി കത്തിച്ചു. തുറന്നിട്ട ജനാലയ്ക്കൽ മഴയുടെ സൂചിപ്പാളികൾ, ജാലകവിരിപോലെ വീണു. നേരം പുലരുവാൻ തുടങ്ങിയിരുന്നു. ആകാശം അതിനാൽ കറുത്ത ശിശുവിന്റെ ഉള്ളങ്കാലടിപോലെ പതുപതുത്തതായി കാണപ്പെട്ടു. ഒരു മഴക്കാറ്റ് പുറത്ത് വിടർന്നുനിന്നു പാലമരത്തിന്റെ ഇലകളെ ഇളക്കി പൂക്കളെ ഇക്കിളിപ്പെടുത്തി.

"അംമൂ."

"മ് മ് ഹ്!"

"വാ."

അയഞ്ഞ നിശാവസ്ത്രത്തിന്റെ കുടുക്കുകൾ വിടർത്തി റസിയ അമുദയെ വിളിച്ചു. മേശപ്പുറത്തെ ഉരുകിത്തുടങ്ങിയ മെഴുകുതിരിയുടെ തുള്ളിപ്രകാശത്തിൽ അവളുടെ മുലകൾക്കു മീതെ വീണുകിടക്കുന്ന കണ്ണീർ മഴത്തുള്ളികൾപോലെ മിന്നി.

മൊട്ടയടിച്ച ശിരസ്സിൽ റസിയ മൃദുവായി തഴുകി. അമുദ വീണ്ടും കരഞ്ഞു.

"കരയരുത്."

ഉറക്കമണം മാറാത്ത ചുണ്ടുകൾകൊണ്ട് റസിയ അമുദയുടെ ചുണ്ടുകൾ പൂട്ടിപ്പിടിച്ചു. വലതുകൈകൊണ്ട് ചെവിത്തട്ടയിൽ അമർത്തി, ചുണ്ടു

വിടർത്തി അമുദയുടെ ചെവിക്കു താഴെ രോമങ്ങൾ പൊടിച്ചുതുടങ്ങിയ പിൻകഴുത്തിനും വലത്തായി ചുംബിച്ചു.

ആകാശത്ത് ചെറുമിന്നലുകൾ ഉറുമിത്തലപോലെ വീശിവീണു. റസിയ മുഖം പിൻവലിച്ചു. അവളുടെ കൺപീലികൾ നനവിൽ കൂമ്പി. അടുത്ത മിന്നലിൽ ഇരുവരും പരസ്പരം തങ്ങളുടെ ഉടലുകളുടെ നഗ്നത കണ്ടു. ഉറയൂരിക്കളഞ്ഞ സർപ്പങ്ങളെപ്പോലെയായിരുന്നു അവരിരുവരും. പരസ്പരം അഴിഞ്ഞും പിണഞ്ഞും.

കരച്ചിലിൽ കൊഴുത്ത ഉമിനീർ പുരണ്ട് സ്വർണ്ണ ബ്രൗൺ നിറമായിരുന്ന റസിയയുടെ ചുണ്ടുകളിൽ, കാമം തുടിച്ചുനില്ക്കുന്നത് അമുദ കണ്ടു. റസിയ മുട്ടുകുത്തിനിന്നു. അപ്പോൾ ആപ്പിൾഞെട്ടുപോലെ തുടുത്ത പൊക്കിൾച്ചുഴിയിൽ മൂക്കുരസി. അമുദ റസിയയെ കെട്ടിപ്പിടിച്ചു. റസിയയുടെ കവിളുകൾ അമുദയുടെ നെഞ്ചിൽ തട്ടിക്കൊണ്ടിരുന്നു. കുറുകുന്ന തള്ളപ്രാക്കളുടെ അടിവയർപോലെ ഇളം ചൂടാർന്നും മിടിച്ചും ഉണർന്നു നിന്നിരുന്ന അമുദയുടെ നെഞ്ച് റസിയയുടെ കവിളിനെ കോരിത്തരിപ്പിച്ചു. അവരിരുവരും വീണ്ടും കെട്ടിപ്പുണർന്നു. അവരുടെ അവയവങ്ങൾ പരസ്പരമുരസി. തീച്ചൂടു പാറി. കെണിയിൽപ്പെട്ട കാട്ടുമൃഗങ്ങളെപ്പോലെ അവർ ഇരുവരും ചീറി.

ചുളിഞ്ഞുകിടന്ന പരുത്തിവിരിപ്പിൽ മുഖം പൂഴ്ത്തിയപ്പോൾ അമുദയ്ക്ക് റസിയയുടെ വിയർപ്പിന്റെ മണം കിട്ടി. പുതുതായി പൊടിച്ച കണ്ണിമാങ്ങാച്ചുനയുടെ തീക്ഷ്ണതയും മാദകത്വവും അവൾക്കനുഭവപ്പെട്ടു. അമുദ മലർന്നുകിടന്നപ്പോൾ അവളുടെ ഇരുനിറമുള്ള നെഞ്ച് മൃദുവായി ഇളകി.

"ദോശച്ചട്ടീലെ ബുൾസൈപോലുണ്ട്." റസിയ അശ്ലീലം കുഴഞ്ഞ വായോടെ അമുദയുടെ മുലകളെ തുറിച്ചുനോക്കി. "വാ കണ്ണേ ഒറങ്ങാം." അമുദ പുതപ്പ് നിവർത്തി. സുരക്ഷിതമായ താവളംപോലെ അതവർക്കു മീതെ വിടർന്നു. ആ ഉറക്കത്തിൽ അവരിരുവരും ജലത്തിലൂടെ നടന്നു പോകുന്നതായി സ്വപ്നം കണ്ടു.

മുഖത്ത് വെയിൽ വന്നു വീണപ്പോൾ റസിയ കണ്ണു തുറന്നു. മുറിയിൽ യൂക്കാലിത്തൈലത്തിന്റേയോ പാലപ്പൂവിന്റെയോ എന്തിന്റെ ഗന്ധമാണ് നിറഞ്ഞുതിങ്ങുന്നതെന്ന് മാത്രം അവൾക്ക് മനസ്സിലായില്ല. പെട്ടെന്ന് വാതില്ക്കൽ ശക്തിയായ മുട്ടുകേട്ടു. അമുദയുടെ ഉറക്കം ചിതറിപ്പോയി.

തുറന്ന വാതില്ക്കൽ ചിന്നപ്പച്ചെട്ടിയാരുടെ കലങ്ങിയ കണ്ണുകൾ കണ്ട അമുദ വിറച്ചു.

"ഇങ്കെ വാടീ." അയാൾ ക്ഷമയോടെ വിളിച്ചു, റസിയയ്ക്കു പുറകിലൊളിച്ച അമുദയെ. മുറിക്കുള്ളിലേക്ക് ചാടിക്കയറി അയാൾ മകളുടെ കൈത്തണ്ടയിൽ പിടിത്തമിട്ടു.

"വിടമാട്ടേൻ ഡീ." ആ വാചകം മാത്രം റസിയ കേട്ടു.

അന്നുച്ചയ്ക്കാണ് റസിയയ്ക്ക് ആ അപകടം സംഭവിച്ചത്. ഹേബിയസ് കോർപ്പസ് കൊടുക്കാനായി വക്കീലിനെ കാണാൻ ചെന്ന

തായിരുന്നു റസിയ. കോടതിയുപരോധം തടയാൻ വന്ന ഒരു പൊലീസു കാരി. ഒരു തമിഴത്തി ബഹളത്തിൽ നിന്നു മാറി നിന്നിരുന്ന റസിയയ്ക്കരികിലേക്ക് ഓടി വന്നു. തമിഴ്കലർന്ന മലയാളത്തിൽ റസിയയുടെ തന്തയ്ക്കു പറഞ്ഞുകൊണ്ട് അവളുടെ അടിവയറ്റിൽ ആഞ്ഞു ചവിട്ടി.

"അമ്മാ ാ ാ ാ!"

മുറിഞ്ഞുപോയ ഒരു കരച്ചിൽ ചീള് സമരക്കാർക്കിടയിലേക്ക് വന്നു വീണു. റസിയ കുനിഞ്ഞുപോയിരുന്നു. നിവർത്താൻ സാധിക്കാതെ ഒടിഞ്ഞുപോയ ഒരു കൊന്നത്തെങ്ങുപോലെ അവൾ വിറച്ചു. ശരീരത്തിനകത്ത് അവയവങ്ങൾ കലങ്ങിപ്പൊട്ടിയതുപോലെ അവൾക്കു തോന്നി. ശ്വാസകോശങ്ങൾ കുടലുകൾ, ഗർഭപാത്രം, മൂത്രാശയം എല്ലാം ചെറിയ കൊളുത്തിലെന്ന പോലെ വിറകൊണ്ട് തൂങ്ങിക്കിടക്കുന്നു. നിവർന്നു നിന്നാൽ അവ പൊട്ടി വീണ് കലങ്ങിപ്പോകുമെന്ന് അവൾ ഭയന്നു. തുടയ്ക്കു നടുവിൽ ഒരു തടപോലെ അവൾ ദുർബ്ബലമായ ഇടതുകൈ ചേർത്തുവച്ചു. ചോര അവളുടെ വിരലുകൾക്കിടയിലൂടെ ഇറ്റിറ്റുവീണു.

ആശുപത്രി വിട്ടെഴുന്നേറ്റതിനുശേഷം റസിയ അമുദയെപ്പറ്റി ഓർത്തതേയില്ല. മൂന്നുമാസങ്ങളായി പൊട്ടിക്കാതെ കൂട്ടിയിട്ട തപാലിൽനിന്നും അമുദയുടെ വിവാഹക്കത്ത് കണ്ടെടുത്തപ്പോഴും റസിയയ്ക്കു പതർച്ച തോന്നിയില്ല. പഴുപ്പിച്ച സൂചിയാൽ ആരോ ഒന്ന് ഉള്ളിൽ കുത്തിയതു പോലെ ഒരു നിമിഷം. അത്രമാത്രം. അതിനുശേഷം അവളാ അദ്ധ്യായം പൂർണ്ണമായി മറന്നുകളഞ്ഞു. യൂക്കാലിത്തൈലങ്ങളുടെ ഒഴിഞ്ഞ കുപ്പിയോ തല മുണ്ഡനം ചെയ്ത മനുഷ്യരോ അലമാരിയിൽ അവൾ സൂക്ഷിച്ച നീലദുപ്പട്ടയോ പാലപൂത്ത് മഴകൊണ്ട് നില്ക്കുന്ന രാത്രികാഴ്ചയോ ഒന്നും അമുദയെ അവൾക്ക് ഓർമ്മിപ്പിച്ചില്ല.

അഞ്ചാമത്തെ വർഷം കൃത്യം അഞ്ചാമത്തെ വർഷം അമുദയുടെ കണ്ണീർ വീണ്, അക്ഷരങ്ങൾ പലതും പടർന്നുപോയ ഒരിളം റോസ് ഇല്ലന്റ് കിട്ടുന്നതുവരെ റസിയ ഒരു ജൈവഘടികാരംപോലെ നിത്യം ചലിച്ചു കൊണ്ടിരുന്നു. അതിന്റെ ദിശാസൂചികളിൽ ആത്മഹത്യ ചെയ്ത കാലത്തോട് അവൾ സഹതപിച്ചതേയില്ല.

"നമുക്ക് ഒരുമിച്ച് ജീവിക്കാം." ആ വാചകം വായിച്ചപ്പോൾ റസിയയ്ക്ക് വേദന തോന്നി. ഇന്നലെ, ഇന്നലെ മൊട്ടയടിച്ച ശിരസ്സുമായി, അപമാനിതയായി അമുദ ഒളിച്ചോടിവന്നത്. വിയർപ്പുണങ്ങിയ തന്റെ നെഞ്ചിൽ വീണ് ഉറക്കെ നിലവിളിച്ചത്. ഇന്നലെ, ഇന്നലെ പഴുത്ത രസമാമ്പഴംപോലെ തങ്ങൾ ഉടൽ പരസ്പരം രുചിച്ചത്. പഴയ ഓർമ്മകളിൽ റസിയയ്ക്കു ശ്വാസംമുട്ടി. എന്തും വന്നോട്ടെയെന്നു കരുതി അതുകൊണ്ടാണവൾ തൂത്തുക്കുടിയിലേക്ക് തീവണ്ടി കയറിയത്.

തൂത്തുക്കുടിയിലെ ചാലിയത്തെരുവിൽ റസിയ വരുമ്പോൾ പലനിറ ചായങ്ങൾ മുക്കിയ നൂലുകൾ അയയിൽ കാറ്റിൽ തൂങ്ങിയാടി. തറികളുടെ കട്കട് ശബ്ദത്തിൽ തെരുവ് റസിയയോട് സംസാരിച്ചു. ഏതോ ഒരു തറിക്കു പുറകിൽ കണ്ണീരുണങ്ങിയ മുഖവുമായി അമുദയുണ്ടാകുമെന്നാണ്

റസിയ കരുതിയത്. അമുദ പക്ഷേ, തെരുവിന്റെ പുറകിൽ ചാണകവറളികൾ ഉണക്കിക്കൊണ്ട് നിന്നു. നീലയും ഓറഞ്ചും പച്ചയും മഞ്ഞയും നിറങ്ങൾ വീണ കോമാളിവസ്ത്രത്തിൽ അമുദയുടെ യൗവനം പരിഹസിക്കപ്പെട്ടു കിടന്നു. വരണ്ട മുഖത്ത് കവിളോട് ചേർന്ന് കരിമംഗല്യം പടർന്നു. കണ്ണുകളിൽ, കെട്ടുപോകാറായ ഒരു പഴയ മെഴുകുതിരിവെട്ടം ചെറുതായി തിളങ്ങി. പൊട്ടിയ വിരൽ നഖങ്ങളിൽ ചാണകത്തിന്റെ അറപ്പിക്കുന്ന പച്ച നിറം ഒട്ടി നിന്നു. തഴമ്പു വീണും പഴുത്ത് പൊട്ടിയും ബലംവച്ച കൈത്തണ്ടയിൽ പോലും രക്തഞരമ്പുകൾ പാമ്പുകൾ തീർത്തു. വാടിച്ചീഞ്ഞ മുല്ലപ്പൂമണം പോലെയൊന്ന് അമുദയ്ക്കു ചുറ്റും പറ്റിനിന്നു.

"അമ്മൂ, അമ്മൂ."

മൃദുത്വം വിട്ട് ചുക്കിത്തീർന്ന അമുദയുടെ പഴയ സ്വർണ്ണമാതളത്തൊലിയിൽ റസിയ കണ്ണീരോടെ ചുംബിച്ചു. വൃശ്ചികത്തിന്റെ സൂചിക്കാറ്റുകൾ അവരിരുവരെയും പൊതിഞ്ഞു പിടിച്ചു. റസിയയ്ക്കു പെട്ടെന്നു തമിഴ് മണത്തു.

അങ്ങനെ അമുദയും റസിയയും വീണ്ടും ഒരുമിച്ചു. ഇതാ ഇപ്പോൾ വൈദ്യശാസ്ത്രത്തിന്റെ സഹായത്താൽ അവർക്കിടയിലേക്ക് ഒരു പുതിയ അതിഥികൂടി കടന്നുവരുന്നു. വിജയകരമായി പൂർത്തിയാക്കിയ ഈ അണ്ഡമാറ്റശസ്ത്രക്രിയയ്ക്കു പുറകിൽ ഡോ. ഇന്ദിര എസ്., ഡോ. നിർമ്മല ടി. വൈ., ഡോ...

അമുദയ്ക്കും റസിയയ്ക്കുമിടയ്ക്ക് ചാനൽ റിപ്പോർട്ടറുടെ ശബ്ദം നേർത്തു നേർത്തു വന്നു അവരിരുവരും ഒരേ കട്ടിലിൽ കിടന്നു.

അന്നു രാത്രി ഉറക്കത്തിൽ അവരിരുവരും ഒരേ സ്വപ്നം കണ്ടു. കണ്ണാടിപോലെ നീലമെഴുകിയ ഒരാകാശം. ഉണങ്ങിയ പാലപ്പൂമൊട്ടുപോലെ അതിൽ കൂമ്പി നില്ക്കുന്ന പ്രഭാത നക്ഷത്രങ്ങൾ. അതിനു കീഴെ, നീലശലഭജലമിളകുന്ന ആഴം കുറഞ്ഞൊരു കണ്ണീർസമുദ്രം. അതിലൂടെ അവർ നടക്കുന്നു.

അവർ നടക്കുന്നു...

പാദസരമണികൾ കിലുക്കി നീല ജലത്തിനു മുകളിലൂടെ...

അവരിരുവരും....

ആ കന്യകമാർ...

ജലത്തിലൂടെ നടക്കുന്ന കന്യകമാർ...

ലേഡീസ് കമ്പാർട്ട്മെന്റ്

സി എസ് ചന്ദ്രിക

ഈ ദിവസം പുലർന്നതു മുതല്ക്കേ ആകെ തിരക്കാണ്. വണ്ടി ഷൊർണൂർ സ്റ്റേഷനിൽ ഇനി അഞ്ചുമിനിട്ടുകൂടി കിടക്കും. തിരക്കിനിട യിലൂടെ പുറത്തേക്കൊന്ന് പാളിനോക്കിയപ്പോഴാണ് ഒന്നാമത്തെ പ്ലാറ്റ്ഫോ മിൽനിന്ന് ഓവർബ്രിഡ്ജ് കയറിയിറങ്ങി തിരക്കിട്ട് വരുന്ന ആ സ്ത്രീയെ കണ്ടത്. ഇത്രയും തിരക്കിനിടയിൽ സത്യത്തിൽ അവരെ മാത്രമാണു ഞാൻ കണ്ടത്. അല്പനിമിഷത്തിനുള്ളിൽ അവർ ലേഡീസ് കമ്പാർട്ട്മെന്റിന്റെ അരികിലെത്തുകയും ചെയ്തു. നല്ല വിലയുള്ള മെറൂൺ ഹാന്റ്ലൂം സാരിയുടുത്ത് ഒരു കൈയിൽ അത്രതന്നെ ഭംഗിയുള്ളൊരു ജൂട്ട്ബാഗും മറ്റേ കൈയിൽ കട്ടിയുള്ള രണ്ടുമൂന്ന് പുസ്തകങ്ങളുമായിട്ട് അവർ ഞാൻ നില്ക്കുന്നിടത്തേക്കുതന്നെയാണ് കയറി വന്നതും. നല്ല പാകത്തിനുള്ള ഉയരം, വണ്ണം, നിറം. കൂടി വന്നാൽ ഒരു മുപ്പത് വയസ്സു ണ്ടാകും.

ഞങ്ങളുടെ ലേഡീസ് കമ്പാർട്ട്മെന്റിൽ നിലത്ത് കാലുകുത്താൻ പഴു തുണ്ടായിരുന്നില്ല. ഞാൻ ലഗേജുകൾ കൂട്ടിവച്ചിരിക്കുന്ന മേൽത്തട്ടിലേക്ക് പിടിച്ചുകയറി. ബാഗുകൾക്കും വലിയ കടലാസുപെട്ടികൾക്കുമിടയിലിരുന്ന് ശ്വാസം നേരെവിട്ടു. താഴെ അവർ തിങ്ങിഞെരുങ്ങി നില്ക്കുകയാണ്. എനി ക്കിരിക്കാനുള്ള ഇത്തിരിയിടമൊഴിച്ച് ഈ തട്ടിൽ ഒരിഞ്ചുപോലുമില്ലാതെ ബാഗുകളും പെട്ടികളുമാണ്. പക്ഷേ, എനിക്കെതിർവശമുള്ള തട്ടിൽ ഒരു പെൺകുട്ടിമാത്രമേ കയറി സ്ഥലം പിടിച്ചിട്ടുള്ളൂ. കൂടെ ഒന്നുരണ്ട് ബാഗു കളും. വേണമെങ്കിൽ അവർക്കവിടെയിരിക്കാം. ഞാൻ പ്രതീക്ഷിച്ചിരുന്ന തുപോലെ അവർ പെൺകുട്ടിയെ നോക്കി ചോദിക്കുകയും ചെയ്തു.

"ഞാനുംകൂടി ഇരുന്നോട്ടെ!"

"ഓ! ഇരുന്നോളൂ."

ചിതറിയിരുന്ന ബാഗുകൾ ഒരറ്റത്തേക്ക് നീക്കിവച്ചുകൊണ്ട്

പെൺകുട്ടി അവർക്കിരിക്കാൻ സ്ഥലമുണ്ടാക്കി. എന്റെ നോട്ടം പെൺകുട്ടിയിലായി. ഇരുനിറത്തിൽ മഞ്ജുവാര്യരെപ്പോലെയുള്ള മുഖം ഞാൻ കയറിയപ്പോഴെ ശ്രദ്ധിച്ചതാണ്. പെൺകുട്ടി അനങ്ങുമ്പോഴൊക്കെ അവളുടെ മുഖത്ത് വെള്ളക്കല്ലുള്ള മൂക്കൂത്തി കിടന്ന് വെട്ടിത്തിളങ്ങി. തിരുവനന്തപുരത്തേക്കാവും. എന്നെപ്പോലെ പ്രൊഫഷണൽ കോളേജിലാണ് പഠിക്കുന്നതെന്നു തോന്നുന്നില്ല. നീളൻ മുടിയും മൂക്കുത്തിയുമൊക്കെ കണ്ടിട്ട് സാഹിത്യമോ ഫൈൻ ആർട്സോ മറ്റോ ആകാനാണ് സാദ്ധ്യത.

ആ സ്ത്രീ സ്വസ്ഥമായൊന്നിരുന്ന് കുറച്ചു കഴിഞ്ഞപ്പോഴാണ് പെൺകുട്ടി ചോദിക്കുന്നതു കേട്ടത്:

"എവിടേക്കാ?"

"തിരുവനന്തപുരത്തേക്ക്." പ്രസന്നമായ ചിരി.

"ഞാനും അങ്ങോട്ടാ." പെൺകുട്ടി മെല്ലെ ചോദിച്ചു.

എന്താ പേര്? എന്ത് ചെയ്യാ?" പെൺകുട്ടി മെല്ലേ ചോദിച്ചു

"അഞ്ജലി, മ്യൂസിക് കോളേജിൽ ടീച്ചറാണ്."

"മഞ്ജു, എം എ ലിറ്ററേച്ചറിന്, വിമെൻസിലാണ്" പെൺകുട്ടിയും പറഞ്ഞു. എനിക്കത്ഭുതം തോന്നി. പേരുകൾ പോലും കണ്ട മാത്രയിൽ ഞാൻ വിചാരിച്ചതുപോലെതന്നെ. ഇതെന്റെ സ്വഭാവമാണ്. ചില ആളുകളെ കാണുമ്പോഴേക്കും അവരോടൊപ്പം ചില പേരുകളും എന്റെ മനസ്സിലേക്കു കടന്നുവരും.

എന്തൊരു പ്രസരിപ്പോടുകൂടിയാണ് അവർ ഹാന്റ് ബാഗ് ഒരു ഭാഗത്തേക്കുവച്ച്കൈയിലെ പുസ്തകങ്ങളിൽ നിന്നൊരെണ്ണമെടുത്തു വായന തുടങ്ങിയത്. എന്തു പുസ്തകങ്ങളാണതെന്ന് എനിക്കു ശരിക്കും കാണാൻ കഴിഞ്ഞില്ല. പെൺകുട്ടി മറ്റ രണ്ട് പുസ്തകങ്ങളെടുത്ത് പുറംചട്ടയും പേജുകളും മറിച്ചുനോക്കി ശ്രദ്ധയോടെ തിരിച്ചുവച്ച് അവരെത്തന്നെ നോക്കിയിരുന്നു. പെൺകുട്ടി നോക്കിയിരിക്കെ അവരുടെ കൈയിൽനിന്ന് പുസ്തകം താഴേക്കൂർന്നു വീണു. അവർ പെട്ടെന്നു മയങ്ങിപ്പോയതായിരുന്നു. അവർ ഞെട്ടിയുണരുന്നതിനും മുമ്പ് പെൺകുട്ടി താഴേക്കു കുനിഞ്ഞു നോക്കി കുറ്റിപ്പുറത്തുനിന്നു കയറിയ പർദ്ദയിട്ട ഉമ്മയോട് അപേക്ഷിച്ചു.

"ഉമ്മാ, ആ പുസ്തകൊന്നെടുത്ത് തര്വോ?"

ഉമ്മ പുസ്തകമെടുത്ത് മുകളിലേക്കു കൊടുക്കുമ്പോൾ രണ്ടുകൈകൾ ഒരേ സമയം നീണ്ടു. ഉമ്മ പുസ്തകം കൊടുത്തത് പെൺകുട്ടിയുടെ കൈയിലാണ്.

"താങ്ക്സ്, പറഞ്ഞ പെൺകുട്ടിയെ നോക്കി ഉമ്മ തലയാട്ടി. അവരുടെ നീട്ടിയ കൈയിലേക്ക് പെൺകുട്ടി പുസ്തകം വച്ചുകൊടുത്തു. അവരുടെ കണ്ണുകൾ അപ്പോഴും പാതി മയക്കത്തിലായിരുന്നു.

"ഉറക്കം വര്ണുണ്ടെങ്കി എന്റെ മടീല് കെടന്നോളൂ." അവർക്ക് കിടക്കാൻ പാകത്തിന് അവൾ പെട്ടെന്ന് ചുമലിൽനിന്ന് ഇളം റോസ് ദുപ്പട്ട നീട്ടി തന്റെ മടിയിൽ വിരിച്ചു.

"അയ്യോ വേണ്ട". അവർ കണ്ണുതുറന്ന് പെൺകുട്ടിയുടെ ചുമലിൽ സ്നേഹത്തോടെ കൈവച്ചു. "ഇന്നലെ രാത്രി മുഴുവൻ ഉറങ്ങാൻ പറ്റീല്യ. അതോണ്ടാ."

അവർ പുസ്തകങ്ങളെടുത്ത് ബാഗിനടുത്ത് അടുക്കിവച്ചു. തൊട്ടടുത്ത നിമിഷം വീണ്ടും മയക്കത്തിലേക്കു വീണു. മയക്കത്തിൽ അവരുടെ മുഖം പെൺകുട്ടിയുടെ തോളിലേക്ക് മെല്ലെ ചായുന്നത് ഞാൻ നോക്കിയിരുന്നു. പെൺകുട്ടി വലതുകൈകൊണ്ട് അതീവശ്രദ്ധയോടെ അവരെ തന്റെ തോളിലേക്കു ചേർത്തുപിടിച്ചിരിക്കുന്നതും..

പുറത്ത് ഇരുട്ട് കനത്തുവന്ന ഒരു രാത്രി മുഴുവൻ അഞ്ജലിയോട് അമ്മ ആ രഹസ്യം പറഞ്ഞു.

"അഞ്ജലീ.. ഇന്ന് രാത്രി മുഴുവൻ അമ്മയ്ക്ക് മോളോട് ചില കാര്യങ്ങൾ പറയാനുണ്ട്."

അമ്മയുടെ വിളറിയ മുഖം, നേർത്ത ശബ്ദം, ഇടറുന്ന ശ്വാസം ... ഈ ലോകത്ത് അമ്മ പറയുന്ന ആളാണ് ഏതൊരാളുടെയും അച്ഛൻ എന്ന് ഒരു രാത്രികൊണ്ടറിഞ്ഞു.

വീട്ടിൽ പതിവില്ലാതെ ആളൊഴിഞ്ഞ് അമ്മയും അഞ്ജലിയും മാത്രമായിരുന്നു. അച്ഛന് തിമിരത്തിന്റെ ഓപ്പറേഷനുവേണ്ടി ഇന്നലെ ജിനേട്ടനും ഭാര്യയും അച്ഛനേയുംകൊണ്ട് കോയമ്പത്തൂർക്കു പോയിരിക്കുകയാണ്.

അഞ്ജലിയെ അമ്മ പെട്ടെന്ന് ഫോൺ ചെയ്തു വരുത്തിയതാണ്.

ഇന്നലെ രാവിലെ കോളേജിലേക്കിറങ്ങുമ്പോഴാണ് അമ്മയുടെ ഫോൺ വന്നത്. തൊട്ടുപിന്നാലെ അഞ്ജലി കിട്ടിയ ട്രെയിനിൽ ഷൊർണൂർക്കു കയറിപ്പോന്നു. ഇരുട്ടുന്നതുവരെ അമ്മ വഴിയിലേക്കു നോക്കിയിരുന്നു. ചെന്നപാടെ അഞ്ജലി അമ്മയുടെ കട്ടിലിൽ കയറി നീണ്ടുനിവർന്ന് കിടക്കുകയാണ് ചെയ്തത്. അമ്മ അഞ്ജലിയുടെ അരികിലിരുന്നു. ഒന്നു മിണ്ടാതെ.

"എന്താ അമ്മയ്ക്ക് പറയാനുള്ളത്?"

"ജനുവരിയിൽ... മോൾക്ക് മുപ്പത് വയസ്സാവും!എന്നാലും നീയിപ്പഴും അമ്മേടെ കുഞ്ഞുമോളാ."

ഒരു തുടക്കം കിട്ടാൻ വിഷമിക്കുന്നത്രയും എന്താണമ്മയ്ക്ക് പറയാനുള്ളതെന്ന് വിചാരിച്ച് അഞ്ജലി ഒറ്റശ്വാസത്തിന് എഴുന്നേറ്റിരുന്നു. അഞ്ജലിക്ക് മുപ്പതു വയസ്സാകുന്നു . കല്യാണം കഴിഞ്ഞ് ഭർത്താവിനോടൊപ്പം താമസിക്കുന്നു, കോളേജിൽ കുട്ടികളെ സംഗീതം പഠിപ്പിക്കുന്നു എന്നൊന്നും മുമ്പൊരിക്കലും അമ്മ ഓർമ്മപ്പെടുത്തിയിട്ടില്ല.

"എങ്കിലാദ്യം അമ്മ കുഞ്ഞുമോളേ ഒന്ന് കുളിപ്പിച്ചു താ. മേല് മുഴുവൻ ട്രെയിനിലെ അഴുക്കാ."

അമ്മ അഞ്ജലിയെ കുളിപ്പിക്കാനെഴുന്നേറ്റു. "വേണ്ടമ്മേ" എന്ന് പറയാൻ തോന്നിയില്ല, വെറുതെ പറഞ്ഞുപോയതാണെങ്കിലും, പതിനേഴു വയസ്സുവരെ അഞ്ജലിയെ എണ്ണ തേച്ച് കുളിപ്പിച്ചത് അമ്മയാണ്. കല്യാണ

ത്തിന്റെ തലേദിവസം അമ്മ അഞ്ജലിയെ മേലാകെ വെളിച്ചെണ്ണയും മഞ്ഞളുമിട്ട്, ഇഞ്ചയിട്ട് കുളിപ്പിച്ചിട്ടുണ്ട്.

അഞ്ജലിയെ കുളിപ്പിക്കുമ്പോൾ അമ്മ പറഞ്ഞു. "കുഞ്ഞായിരിക്കുമ്പോ നിന്നെ ഞാനൊരാൾക്കും എടുക്കാൻ പോലും കൊടുത്തിട്ടില്ല."

"അച്ഛനു പോലും?"

"ഇല്ല." അമ്മയുടെ ശബ്ദം പതറുന്നു! തല തുവർത്തുകയായിരുന്നതുകൊണ്ട് അഞ്ജലിക്ക് അമ്മയുടെ മുഖം കാണാനായില്ല.

അഞ്ജലിയെ ഭക്ഷണം കഴിപ്പിച്ച് അവളേയും കൂട്ടി മുറിയിൽ വന്ന് അമ്മ കട്ടിലിലേക്ക് തളർന്ന് കിടന്നുപോയി. കട്ടിലിൽ കിടന്ന പത്രം നെഞ്ചിലെടുത്ത് വച്ച്, എപ്പോഴും ചെയ്യാറുള്ളതുപോലെ അമ്മയുടെ പതുപതുത്ത വയറിലേക്ക് മുഖം വച്ച് കിടന്നപ്പോൾ അഞ്ജലിക്ക് മനസ്സിലായി, അമ്മയുടെ മനസ്സ് പിടയുന്ന എന്തോ സംഭവിച്ചിട്ടുണ്ട്.

"അമ്മേ!" അഞ്ജലി എഴുന്നേറ്റ് നോക്കുമ്പോൾ അമ്മ കണ്ണുകളടച്ച് കിടക്കുകയായിരുന്നു. അമ്മയുടെ ശരീരം കഷണങ്ങളായി പൊട്ടിച്ചിതറുമെന്ന് തോന്നിയപ്പോൾ അഞ്ജലി അമ്മയെ കെട്ടിപ്പിടിച്ച് ചേർന്നു കിടന്നു.

"മോൾക്ക്.,. അമ്മയോട് ദേഷ്യം തോന്ന്വോ?" അമ്മയുടെ പതിഞ്ഞ ശബ്ദം ഒരു തരം മന്ത്രിക്കുന്ന നിലവിളിയായിരുന്നു.

"എല്ലാം.. ജിനുമോന്റച്ഛനറിയാം..."

"എന്ത്?" ആകാംക്ഷയുടെ അവസാനനിമിഷത്തിലാണ് അഞ്ജലി ചോദിച്ചത്.

അമ്മയുടെ ഓരോ വാക്കും വ്യക്തമായിരുന്നു.

"എന്റെ മോൾടച്ഛൻ... ജിനുമോന്റച്ഛനല്ല."

അമ്മയുടെ അടുത്തു കിടന്ന് അഞ്ജലി ഞെട്ടിത്തെറിച്ചില്ല. ഹൃദയം പിടച്ചില്ല. ശാന്തത കൈവിട്ടില്ല.

"പിന്നെ?" അമ്മയുടെ വയറിലേക്ക് മുഖം വച്ച് അവൾ സാവധാനം കുനിഞ്ഞ് കിടന്നു...

എറണാകുളത്ത് വണ്ടി നിന്നപ്പോൾ തിക്കിത്തിരക്കി കയറി ബഹളം വച്ച കാപ്പി വില്പനക്കാരാണ് അവരെ ഒരു നിമിഷത്തേക്കുണർത്തിയത്. താൻ പെൺകുട്ടിയുടെ ചുമലിലാണ് തല വച്ചുറങ്ങിയതെന്നറിഞ്ഞ് അവർ വല്ലാതെ വിഷമിക്കുന്നത് കണ്ടു. അവരുടെ മുഖം അത്രയ്ക്ക് ക്ഷമാപണം പ്രകടപ്പിച്ചു. പക്ഷേ, മുഖത്തേക്ക് പാറിപ്പറന്ന് കിടന്ന അവരുടെ തിളക്കമുള്ള മുടിയിഴകൾ പെൺകുട്ടി സാവധാനം ഒതുക്കി വയ്ക്കുകയായിരുന്നു.

"സോറി". അവർ രണ്ടുകൈകൊണ്ടും മുഖം അമർത്തിത്തുടച്ചുകൊണ്ട് പെൺകുട്ടിയോട് പറഞ്ഞു.

".. എന്റെ മടിയിലേക്ക് കിടന്നോളൂ. കുറച്ച് നേരം കൂടി ഉറങ്ങിയാ ക്ഷീണം മാറും."

പിന്നെ അതേ മയക്കത്തോടുകൂടി അവർ പെൺകുട്ടിയുടെ മടിയിലേക്ക് തല വച്ചു കിടന്നു. കാലുകൾ ബാഗുകൾക്കു മുകളിലേക്ക് നീട്ടി വച്ചു.

ഉറങ്ങുന്ന അവരുടെ മുഖം എന്നെ കൂടുതലാകർഷിച്ചു. അവരെ മടിയിൽ കിടത്തിയിരിക്കുന്ന പെൺകുട്ടിക്കുമുണ്ട് വല്ലാത്തൊരു പ്രത്യേകത. ഞാൻ രണ്ടുപേരെയും മാറിമാറി നോക്കിക്കൊണ്ടിരുന്നു. ഈ ലഗേജ് റാക്കിന് മുകളിലിരുന്ന് ഞാൻ മറ്റെന്ത് ചെയ്യാനാണ്! ഞാൻ നോക്കിനോക്കിയിരിക്കേ പെൺകുട്ടി പെട്ടെന്ന് മുതിർന്നൊരാളെപ്പോലെ മാറിക്കൊണ്ടിരിക്കുകയാണെന്നനിക്ക് തോന്നി. അവരുടെ മേൽ അത്രമാത്രമുണ്ട് അവളുടെ ശ്രദ്ധ. അവൾ അവരുടെ പാറുന്ന മുടിയിഴകളെ തഴുകിയൊതുക്കുകയാണ്. ഞാൻ ആകാംക്ഷയോടെ രണ്ടുപേരെയും മാറി മാറി നോക്കിക്കൊണ്ടിരുന്നു. ഇതെന്തൊരു മയക്കമാണ്....

അഞ്ജലി അമ്മയുടെ വയറിന്മേൽ തുടരെത്തുടരെ ഉമ്മ വെച്ചു. കുഞ്ഞായിരിക്കുമ്പോൾ മുതൽ സങ്കടം വരുമ്പോഴും സന്തോഷം വരുമ്പോഴും അവളങ്ങനാ ചെയ്യാറ്. അതുകൊണ്ട് അമ്മ എഴുന്നേറ്റിരുന്നു. അമ്മയും മകളും മുഖത്തോടു മുഖം നോക്കി എത്ര നേരമാണിരുന്നത്.

"മറ്റൊന്നും അമ്മയോട് ചോദിക്കരുത്."

"ഇല്ല. അമ്മ പറയുന്നത് മാത്രേ ഞാൻ കേൾക്കൂ."

പക്ഷേ, അഞ്ജലിയുടെ ഹൃദയമിടിപ്പ് അമ്മയ്ക്കു കേൾക്കാമായിരുന്നു. അമ്മയൊരാളെ സ്നേഹിച്ചു. അദ്ദേഹത്തിന് അമ്മയെ ജീവനായിരുന്നു. എന്നിട്ട്, അമ്മയുടെ കുടുംബം, മകൻ... അദ്ദേഹത്തിന്റെ ഭാര്യ, മക്കൾ... ആരെയും വേദനിപ്പിക്കാനാവാതെ കണ്ണെത്താത്ത ദൂരത്തേക്കവർ വേർപിരിഞ്ഞു. ഒരിക്കൽപ്പോലും എഴുതുകയോ കാണുകയോ ചെയ്യരുതെന്ന് മനസ്സുരുകി സത്യം ചെയ്തു. അവരുടെ നിലയ്ക്കാത്ത സ്നേഹത്തിനും സ്വപ്നങ്ങൾക്കും ഓർമ്മകൾക്കും വേണ്ടിയാണ് ഈ ഭൂമിയിൽ അഞ്ജലി ജനിക്കുകയും വളരുകയും ചെയ്തത്. അമ്മയുടെ പ്രാണൻ പോലെ, അച്ഛന്റെ എന്നത്തെയും മോഹം പോലെ.

ഒരിക്കൽക്കൂടി കണ്ടിരുന്നെങ്കിൽ അമ്മ അദ്ദേഹത്തോടൊപ്പം ഇറങ്ങിപ്പോകുമായിരുന്നോ എന്ന് അമ്മയ്ക്കിപ്പോഴുമറിയില്ല.

അമ്മയ്ക്കതിന് കഴിയില്ല.

ഇനിയൊരിക്കലും അമ്മയെത്തേടി.. അദ്ദേഹത്തിനു വരാനുമാകില്ല.

അമ്മയുടെ നെഞ്ചിലമർന്ന പത്രത്താളിൽനിന്നാണ് അഞ്ജലി അദ്ദേഹത്തിന്റെ മുഖം കണ്ടത്.

ചെമ്പൻ നിറമുള്ള കണ്ണുകളിൽ തീക്ഷ്ണമായ ആധിയുള്ള മുഖം. അഞ്ജലിയുടെ അതേ ചെമ്പൻ കണ്ണുകളിലേക്ക് പെട്ടെന്നത് ആളിപ്പടർന്നു.

ആത്മശാന്തി നേരുന്ന ദുഃഖിതരായ ഭാര്യയും മക്കളും.

അഞ്ജലി അന്നത്തെ പത്രം മടക്കി അമ്മയുടെ നെഞ്ചിലേക്ക് തിരികെ ചേർത്തുവച്ചു.

രാവു മുഴുവൻ അമ്മ ഓർമ്മകളിലെരിഞ്ഞു കിടന്നു. അഞ്ജലിക്കു മനസ്സിലായി. അമ്മയുടെ സങ്കടങ്ങൾ കരഞ്ഞാൽ തീരുന്നതല്ല.

"അമ്മയോട് വെറുപ്പ് തോന്നുന്നുണ്ടോ മോൾക്ക്?"

ഇപ്പോൾ അമ്മയ്ക്കെന്റെ വാക്കുകൾ പ്രാണവായുവിനേക്കാൾ ആവശ്യമാണ്. എനിക്ക് അമ്മയേയും.

“ഇപ്പഴാ എന്റെമ്മയെ എനിക്ക് കൂടുതലിഷ്ടായത്.” പിന്നീടൊന്നും മിണ്ടാതെ അമ്മയെ ചേർത്തുപിടിച്ച് കിടന്നു. ഒരേ ലോകത്ത്... ഉറക്കത്തിനും ഉറക്കമില്ലായ്മയ്ക്കുമിടയിൽ. ഒരു ഗതികെട്ട മയക്കം പോലെ.

ഒരാളെ ഇങ്ങനെ നോക്കിക്കൊണ്ടിരിക്കുന്നത് അത്ര വൃത്തിയുള്ള കാര്യമല്ലെന്നെനിക്കറിയാം. എന്നാലും എന്നെയാരും കാണാത്ത സ്ഥിതിക്ക്, ശ്രദ്ധയിൽപ്പെടാത്ത നിലയ്ക്ക് അങ്ങനെ ചെയ്യുന്നതിൽ വലിയ കുഴപ്പമൊന്നുമില്ലെന്നാണ് എന്റെ വിശ്വാസം. പെട്ടെന്ന് തലയുയർത്തി പെൺകുട്ടി എന്റെ മുഖത്തേക്ക് നോക്കി. അവളുടെ മൂക്കുത്തിയുടെ പ്രകാശം എന്റെ കണ്ണിലേക്കാഞ്ഞു കുത്തി. കണ്ണു ചിമ്മിപ്പോയി. കണ്ണു തുറന്നപ്പോൾ ഞാനവളെ നോക്കി നന്നായി പുഞ്ചിരിക്കുകയും ചെയ്തു.

ഒന്നുമില്ലെങ്കിലും ഞങ്ങൾ സമപ്രായക്കാരാണ്! പക്ഷേ, പെൺകുട്ടി എന്നെ നോക്കി ചിരിച്ചില്ല. എനിക്ക് മനസ്സിലായി, ഞാൻ വെറുതെ ബേജാറായതാണ്. അവളുടെ കണ്ണുകൾ മാത്രമേ ഇപ്പോഴെന്റെ മുഖത്തുള്ളൂ. എങ്കിലും ഏത് നിമിഷവും അവൾ എന്നെത്തന്നെ സൂക്ഷിച്ചു നോക്കുമെന്ന് വിചാരമുള്ളതുകൊണ്ട് ഞാനെന്റെ ചുരിദാറിന്റെ ഷാളെടുത്ത് തലയിലൂടെ വലിച്ചിട്ട് കമ്പാർട്ട്മെന്റിലെ തിരക്കിലേക്ക് തല തിരിച്ചു. കുട്ടികളെയെടുത്ത് നിന്ന് സ്വന്തം ഉറക്കത്തെ ആട്ടിയകറ്റുന്ന അമ്മമാർ, വർത്തമാനം പറഞ്ഞും പുറത്തേക്കു നോക്കിയും മദ്ധ്യവയസ്കകൾ, മനോരമയും വനിതയും വായിച്ചിരിക്കുന്ന ചെറുപ്പക്കാരികൾ, ചൂടെടുത്ത് കരയുകയും വാശിപിടിക്കുകയും ചെയ്യുന്ന കുട്ടികൾ... നിമിഷങ്ങൾക്കുള്ളിൽ വിരസമാകുന്ന സ്ഥിരം കാഴ്ചകൾ.

അവിടെയൊന്നും ഉറച്ചു നില്ക്കാതെ എന്റെ നോട്ടം തിരിച്ചു വന്നു. ഞാനൊരു ഒളിഞ്ഞുനോട്ടക്കാരിയാണെന്ന് നിങ്ങൾ വിചാരിച്ചേക്കാം. പക്ഷേ, ഒന്ന് നോക്കൂ. എന്റെ നോട്ടം ജനറൽ കമ്പാർട്ടുമെന്റിൽ ആണുങ്ങൾ ചെയ്യുന്നതുപോലെയാണോ? അല്ലേയല്ലെന്ന് ഞാൻ സത്യം ചെയ്യാം. അത് നിങ്ങൾക്കും മനസ്സിലായിക്കാണും. എന്റെ നോട്ടം അത്രയ്ക്ക് അക്രമരഹിതവും സൂക്ഷ്മവുമാണ്. ഞാനവരെ ഇഷ്ടപ്പെടുകയാണ്!

പക്ഷേ, നോക്കൂ! വീണ്ടും അവരെ നോക്കിയപ്പോൾ പെട്ടെന്ന് ഞാനൊരു ആശയക്കുഴപ്പത്തിലകപ്പെട്ടിരിക്കുന്നു. പെൺകുട്ടിയുടെ നീണ്ട വിരലുകൾ അവരുടെ കഴുത്തിലൂടെ മൃദുവായി ഒഴുകുകയാണ്. പകുതി മുഖം മറച്ചുപിടിച്ച് ഷാളിനടിയിലൂടെ ഞാൻ പെൺകുട്ടിയുടെ മുഖത്തേക്കുറ്റുനോക്കി. അവളുടെ മുഖത്തു നിന്ന് ഒന്നും വ്യക്തമല്ല. പെൺകുട്ടി കണ്ണടച്ചിരിക്കുകയാണ്. അവളുടെ മൂക്കുത്തിമാത്രം അതിശക്തമായി വെട്ടിത്തിളങ്ങിക്കൊണ്ടിരുന്നു. ഞാനേറെ നേരം നോക്കിയിരുന്നിട്ടും പെൺകുട്ടി അവളുടെ ധ്യാനത്തിൽനിന്ന് ഉണർന്നതേയില്ല. അവളുടെ വിരലുകൾക്ക് എന്തൊരേകാഗ്രതയും മാന്ത്രികതയുമാണ്! പെട്ടെന്ന് ഞാൻ നടുങ്ങി. ഒരു സൂര്യകാന്തി വിരിയുന്നതുപോലെയാണ് അവളുടെ മടിയിൽനിന്ന് കണ്ണു

കൾ തുറന്ന് അവർ ഒരു നിമിഷത്തേക്ക് പെൺകുട്ടിയുടെ മുഖത്തെ പ്രകാശവലയത്തിലേക്കു നോക്കിയത്.

അതോ അങ്ങനെയെനിക്ക് തോന്നിയതാണോ? പിന്നെയും അവരുടെ അടഞ്ഞ കണ്ണുകളിലേക്ക് സൂക്ഷിച്ച് നോക്കിയിരിക്കുമ്പോഴാണ് ഞാൻ വല്ലാത്ത പ്രതിസന്ധിയിലായത്. ടോയ്‌ലറ്റിൽ പോകാൻ തോന്നിത്തുടങ്ങിയിട്ട് ഇതേവരെ അടക്കിപ്പിടിച്ചിരിക്കുകയായിരുന്നു ഞാൻ. താഴത്തേക്ക് നോക്കി ആരുടേയും കൈയിൽ ചവിട്ടാതെ, ജനാലയ്ക്കലേക്ക് കാൽനീട്ടിവെച്ച് നിലത്തിറങ്ങാതെ എനിക്ക് നിവൃത്തിയില്ലാതായിരിക്കുന്നു. സൂചി കുത്താനിടമില്ലാത്ത നിലത്തുകൂടെ തട്ടിമുട്ടിയൊഴുകിയാണ് ടോയ്‌ലറ്റിലെത്തിയത്. തീവണ്ടിയിലെ ടോയ്‌ലറ്റിൽ കഴിയുന്നതും പോകാതിരിക്കുകയാണെന്റെ സ്വഭാവം. അതുകൊണ്ട് ടോയ്‌ലറ്റിലേക്ക് കടക്കുന്നതിന് മുമ്പുതന്നെ മൂക്ക് പൊത്തിപ്പിടിച്ചു. പക്ഷേ, എന്നെ അത്ഭുതപ്പെടുത്തിക്കൊണ്ട് അന്ന് ടോയ്‌ലറ്റ് കഴുകിയതും വൃത്തിയുള്ളതും ദുർഗ്ഗന്ധമേയില്ലാത്തതുമായിരുന്നു.

അകത്ത് കയറി വാതിൽ കുറ്റിയിടുമ്പോഴാണ് അതിന്മേലെഴുതിയിരിക്കുന്ന ഭാവനകളിൽ നോക്കി നിന്നത്. മുമ്പൊരിക്കലും എനിക്ക് ഇങ്ങനെയുള്ളവ വായിച്ചുനോക്കാനുള്ള മനസ്സാന്നിദ്ധ്യമുണ്ടായിട്ടില്ല. കോറി വരച്ച ചിത്രങ്ങളും മുഴച്ചുനില്ക്കുന്ന വാക്കുകളും കണ്ണിൽ വന്ന് വീണപ്പോഴൊക്കെ അരിശവും അറപ്പുമാണ് തോന്നാറ്. ലേഡീസ് കമ്പാർട്ട്മെന്റിലെ ടോയ്‌ലെറ്റിൽ കയറി എപ്പോഴായിരിക്കും ഈ ആണുങ്ങൾ ഇതൊക്കെയെഴുതുന്നത്? അവരെങ്ങനെയുള്ളവരായിരിക്കും? ഓ, എനിക്ക് തോന്നി. എന്തായാലും അവർ എന്റെ എഞ്ചിനീയറിങ് കോളേജിലെ ചില ആൺകുട്ടികളേക്കാൾ ഒട്ടും മോശമാവാനും കേമമാവാനും വഴിയില്ല.

നിന്നിടത്ത് നിന്ന് വാതിലിലെ സാഹിത്യം മുഴുവനും വായിച്ചു. സെക്സിനെക്കുറിച്ച് ഇന്നേവരെ യാതൊരു പുരുഷാനുഭവങ്ങളുമില്ലാത്ത എനിക്ക് ഒന്നും തന്നെ വിശേഷിച്ച് തോന്നിയില്ല. പക്ഷേ, അതിൽ പലവട്ടം എന്റെ ശ്രദ്ധയുടക്കി നിന്നു. ആരോ എന്റെ മുഖത്ത് നോക്കി പുരാതനമായ ഒരു തെറി വിളിച്ചുപറയുംപോലെ . അതുകൊണ്ട് എത്രയും പെട്ടെന്നത് മാറ്റിയെഴുതണമെന്ന് തോന്നി. ആ തല തിരിഞ്ഞ ചിന്തയിൽ തൊട്ടടുത്ത നിമിഷംതന്നെ ചിരിയും വന്നു. ആണുങ്ങളുടെ ടോയ്‌ലറ്റ് സാഹിത്യത്തിൽ ഒരു പെൺകുട്ടിയുടെ, അതും ഭാവിയിൽ ഒരു എഞ്ചിനീയറാകാൻ പോകുന്നവളുടെ ഇടപെടൽ! ക്യൂട്ടെക്സിട്ട് നീട്ടി വളർത്തിയ നഖമുള്ളതുകൊണ്ട് എളുപ്പത്തിൽ വാതിലിലെ പെയിന്റിളക്കാം. മായ്ച്ചുകളഞ്ഞ വാക്കുകൾക്കപ്പുറത്ത് നഖംകൊണ്ട് തന്നെ പെട്ടെന്ന് മനസ്സിൽ തോന്നിയൊരു വാക്കെഴുതിച്ചേർത്ത് സൂക്ഷിച്ച് നോക്കി. ആകെക്കൂടി വേറിട്ട് നില്ക്കുകയാണത്. 'പൂജ' എന്തൊരു ഭംഗി! തിരക്കിട്ട് വാതിൽ തുറന്ന് പുറത്തിറങ്ങി.

തിക്കിത്തിരക്കി വായുവിലൂടുയർന്ന് മുകളിൽ സ്വന്തം ഇരിപ്പിടത്തി

ലെത്തിയപ്പോഴേക്കും ഒരു യുദ്ധം കഴിഞ്ഞു വന്ന പ്രതീതിയായിരുന്നു. ഞാൻ നോക്കുമ്പോൾ എന്റെ നേരെ അപ്രതീക്ഷിതമായി പെൺകുട്ടിയുടെ മുഖത്ത് തങ്ങിനില്ക്കുന്ന പുഞ്ചിരി. ഞാനും വിടർന്ന് ചിരിച്ചു. ആ ചിരിയോടുകൂടി ഞാൻ ടോയ്‌ലറ്റ് സാഹിത്യത്തെ പൂർണ്ണമായും വിട്ടുകളയുകയും ചെയ്തു.

ഞാൻ പഴയ പടിയായി. പെൺകുട്ടിയുടെ മടിയിൽ കിടന്നുറങ്ങുന്ന അവരുടെ മുഖമാണെന്റെ ഇപ്പോഴത്തെയും ആകർഷണം. നോക്കും തോറും കൂടിക്കൂടി വരുന്ന കൗതുകവും ഇഷ്ടവും! തുറക്കാനായി തുടിക്കുന്നതുപോലെ അവരുടെ ഇടയ്ക്കിടെ അനങ്ങുന്ന ഇമകൾ! മൂക്കിൻ തുമ്പത്ത് പൊടിഞ്ഞു പൊടിഞ്ഞു വരുന്ന വിയർപ്പ് മിന്നിക്കൊണ്ടിരുന്നു. പക്ഷേ, അവർ കണ്ണുതുറക്കുകയോ എഴുന്നേല്ക്കുകയോ മാത്രം ചെയ്യുന്നില്ല.

രാവിലെയിറങ്ങുമ്പോൾ അഞ്ജലിയെ അമ്മ പലതവണ ഓർമ്മിപ്പിച്ചു. “രണ്ട് ദിവസം കഴിഞ്ഞാൽ കോയമ്പത്തൂർന്ന് ജിനുമോൻ്റച്ഛൻ വരും. മോളും ജയനും കൂടി വെള്ളിയാഴ്ച രാത്രിതന്നെ ഇങ്ങ് പോരണം. നിന്നെ കണ്ടില്ലെങ്കി പ്രയാസാവും.”

“പിന്നെ ഞാൻ വരില്ലേ അമ്മേ! എനിക്കെന്റെച്ഛനെ കാണണ്ടേ!”

നടന്നു തുടങ്ങിയപ്പോൾ തിരിഞ്ഞു നോക്കി വീണ്ടും പറഞ്ഞു: “വിഷമിക്കണ്ടാ..”

തിരിഞ്ഞു നോക്കുമ്പോഴൊക്കെ അമ്മയവിടെത്തന്നെ നില്ക്കുന്നുണ്ട്. വീണ്ടും വീണ്ടും ഓർമ്മപ്പെടുത്തുംപോലെ. “ജിനുമോൻ്റച്ഛനെ മോള് ദൈവത്തെപ്പോലെ കാണണം.”

അച്ഛൻ അമ്മയ്ക്ക് അത്രയ്ക്ക് സ്നേഹവും കാരുണ്യവും കൊടുക്കുന്നുണ്ട്. പിന്നെങ്ങനെയാണ്, എപ്പോഴാണ്, അമ്മ മറ്റൊരാളെ സ്നേഹിച്ചത്! അമ്മയോട് ചോദ്യങ്ങൾ ചോദിച്ചില്ല. എന്നിൽ സംഗീതം ഉറവെടുത്തതിന് കാരണങ്ങൾ ചോദിച്ചാൽ ആർക്കാണുത്തരം പറയാൻ കഴിയുക?

റെയിൽവേ സ്റ്റേഷനിലേക്കുള്ള ബസിൽ കയറിയിരുന്നപ്പോൾ മുതൽ മനസ്സിനെ ഉറപ്പിച്ച് നിർത്താനാണ് നോക്കിയത്. ഒരേയൊരു വിചാരത്തിൽ മനസ്സ് തെളിഞ്ഞു നിന്നു.. അഞ്ജലി ചില പ്രത്യേകതകൾ ഉള്ളവളാണ്!

ഞാൻ വല്ലാത്തൊരതിശയത്തോടെ അവരെത്തന്നെ ഉറ്റുനോക്കിയിരിക്കുമ്പോഴാണ് ദൈവമേ! പെട്ടെന്ന് എനിക്ക് ചുറ്റും പ്രഭാതത്തിലെ സൂര്യകിരണങ്ങൾ പൊഴിയുന്നതുപോലെ അവരുടെ ചെമ്പൻ കണ്ണുകൾ വിടർന്ന് തുടങ്ങിയത്. അവർ മെല്ലെ എഴുന്നേറ്റിരുന്നു. പെൺകുട്ടിയുടെ ഏകാഗ്രതയുള്ള വിരലുകളിൽ വളരെ പതിയെ ഉമ്മ വെച്ചു.

ബാംഗ്ലൂരിൽനിന്ന് കന്യാകുമാരി വരെ പോകുന്ന ഐലന്റ് എക്സ്പ്രസ് പാളത്തിലൂടെ കൂകി വിളിച്ച് തിരുവനന്തപുരം സെൻട്രൽ സ്റ്റേഷനോടടുത്തു. ലേഡീസ് കമ്പാർട്ട്മെന്റിന്റെ മുകൾപ്പരപ്പിൽനിന്ന് ഇളകിയുലയുന്ന ഹൃദയത്തോടെ ഞാൻ കാൽവെക്കാനുള്ള സ്ഥലത്തിനു വേണ്ടി താഴേക്ക് നോക്കി. ഇറങ്ങുന്നതിനുമുമ്പ് എനിക്കവരെ ഒന്നുകൂടി കാണണമായിരുന്നു.

കാഞ്ചിപുരം

സി എസ് ചന്ദ്രിക

ഈ കഥയിൽ ഞാൻ എന്ന എന്റെ കഥാപാത്രത്തിന് വളരെ വലിയ സ്ഥാനമൊന്നും വായനക്കാർക്ക് കണ്ടെത്താൻ കഴിയില്ല. ഞാനത് ആഗ്രഹിക്കുന്നുമില്ല. എങ്കിലും താരയെ ഞാൻ എത്രമാത്രം സ്നേഹിക്കുകയും ബഹുമാനിക്കുകയും ചെയ്യുന്നുണ്ടെന്ന് നിങ്ങൾക്കറിയാൻ പറ്റുമായിരിക്കും. പക്ഷേ, അതും എനിക്ക് വാക്കുകൾക്കതീതമാണ്. പൊതുവേ അപ്രധാനമായിരിക്കുമ്പോഴും, കേന്ദ്രങ്ങളിൽനിന്ന് അപ്രത്യക്ഷമായിരിക്കുമ്പോഴും അരികിൽ നിന്നുകൊണ്ടുതന്നെ ചെയ്തു തീർക്കാനുള്ള ചില നിയോഗങ്ങൾ പലരുടെയും ജീവിതത്തിലുണ്ടാകും. എന്തായാലും, കാഞ്ചിപുരത്തുനിന്നുള്ള താരയുടെ വിവരങ്ങൾ ഓരോ ദിവസവും വന്നുകൊണ്ടിരുന്നപ്പോൾ ഞാൻ താരയോടൊപ്പം അനുഭവിച്ച സമാധാനവും സന്തോഷവും നിങ്ങൾക്ക് ഈ കഥയിൽ കാണാനാവുമെന്ന് പ്രതീക്ഷിക്കുന്നു. കാഞ്ചിപുരത്തുനിന്ന് തിരിച്ചെത്തുന്ന താരയുടെ തുടർന്നുള്ള ജീവിതയാത്രകൾക്കും സന്തോഷങ്ങൾക്കും വേണ്ടി അവൾക്കൊപ്പം എന്തു വില കൊടുത്തും, ബാല്യകാലം തൊട്ടുള്ള പ്രിയപ്പെട്ട കൂട്ടുകാരി എന്ന നിലയിലും സഹപ്രവർത്തക എന്ന നിലയിലും ഈ കഥയിൽ എക്കാലവും എനിക്ക് നിലനില്പുണ്ടാവുമെന്നു മാത്രം എനിക്കറിയാം.

താര ദേവിയോടൊപ്പം ശാന്തമായിരിക്കുകയാണ്. പക്ഷേ, കൽമണ്ഡപങ്ങളിലും മരത്തണലുകളിലുമിരിക്കുന്ന ആളുകൾ അക്ഷമരാണ്. മുകളിൽ പന്തലിച്ചു നില്ക്കുന്ന മരത്തണൽ. പതിയെ വീശുന്ന കാറ്റ്. താഴെ കരിങ്കല്ലിൽ നിന്നുള്ള കുളിർമ്മ. എന്നിട്ടും ആൾക്കൂട്ടം മദംപൊട്ടിയ ആനയെപ്പോലെ ഏതു നിമിഷം വേണമെങ്കിലും ഇളകിക്കുതിക്കാമെന്ന മട്ടിൽ വിയർപ്പിൽ നനഞ്ഞ് കുതിർന്നൊലിച്ച് നിന്നു.

താര തൊട്ടടുത്ത് ധ്യാനത്തിലെന്നപോലെ ഇരിക്കുന്ന ദേവിയെ ശ്രദ്ധിച്ചുകൊണ്ടിരിക്കുന്നതിനിടയിൽ കോവിലിന്റെ നട തുറക്കുകയും കാത്തു

കെട്ടിനിന്നിരുന്ന ആൾക്കൂട്ടം ആരവത്തോടെ അകത്തേക്കു കയറാൻ പ്രവേശനകവാടത്തിൽ തിരക്കുകൂട്ടുകയും ചെയ്തു. അവർ നീണ്ട ക്യൂവിൽ ഞെരിഞ്ഞമർന്നുപോയി. സ്ത്രീകളുടെ നീണ്ട വരിക്കുള്ളിലെ തിക്കിലും തിരക്കിനുമുള്ളിൽ ഉറക്കെയുറക്കെ പ്രാർത്ഥിക്കുകയും അലമുറയിടുകയും ചെയ്യുകയാണ്. സ്ത്രീകൾ മരണവീട്ടിലേതുപോലെ സ്ത്രീകളുടെ കവിളുകൾ കണ്ണുനീരിൽ നനഞ്ഞു കുതിർന്നു മങ്ങിപ്പോകുന്നു. അക്കൂട്ടത്തിൽ വൃദ്ധരായ സ്ത്രീകൾ ആരുമില്ല. യൗവനകാലം പിന്നിടാത്ത അനേകം സ്ത്രീകളുടെ കൂട്ടപ്രാർത്ഥന ആദ്യമായിട്ടാണ് താര നേരിൽ കാണുന്നത്. ഇത്തരം തികച്ചും അപരിചിതമായ അന്തരീക്ഷമുണർത്തുന്ന അസ്വസ്ഥതയിൽ നിന്നു രക്ഷപ്പെടാൻ പഴുതില്ലെന്നറിഞ്ഞ് താര വരിയിൽ ഞെരിഞ്ഞമർന്നു നിന്നു. നൂറ്റാണ്ടുകൾക്കു പിറകിലേക്കു പോകാൻ താര കുറച്ചു നേരം ഇത്തരം തീവ്രമായ അവസ്ഥ നേരിടണം. ദേവി തൊട്ടു പിറകിൽ താരയെ ചേർത്തു പിടിച്ചു നിന്നു.

കാഞ്ചിയിലെ ദേവി കാമാക്ഷിയാണ്.

ഊഴം കിട്ടി അകത്തു കടന്നപ്പോൾ സ്ത്രീകൾ ദേവിക്കു മുമ്പിൽ പിന്നേയും വിങ്ങിക്കരഞ്ഞും പതം പറഞ്ഞും നിന്നു. ആദിശങ്കരൻ സ്ഥാപിച്ചു എന്നു പറയുന്ന ചക്രത്തിനു പിറകിലാണ് കാമാക്ഷിവിഗ്രഹം. കൈകൂപ്പി പ്രാർത്ഥിക്കാൻ നില്ക്കുന്ന ആൾക്കൂട്ടത്തെ ആട്ടിയോടിക്കാൻ നില്ക്കുന്ന വൃദ്ധബ്രാഹ്മണനെ കാണുമ്പോൾതന്നെ അവരുടെ പ്രാർത്ഥനകൾ പാതി തീർന്നുപോകുന്നു. തൊണ്ടയിൽ വെള്ളം നിറച്ചുവെച്ച് ഉറക്കെ കുലുക്കുഴിഞ്ഞ് ആഞ്ഞുതുപ്പുന്നതുപോലയാണയാൾ ആളുകളെ ഓടിച്ചു വിടുന്നത്. ആ അസാധാരണ ശബ്ദത്തെ ഭയന്നൊഴിഞ്ഞു മാറുന്ന ആൾക്കൂട്ടത്തിൽ നിന്ന് താര മെല്ലെ ദേവിയോടൊപ്പം പിറകിലേക്കു നിന്നു. ദേവിയും വെറുതെ നിന്നതേയുള്ളൂ. തൊഴുതില്ല. വൃദ്ധൻ ദേവിയെ സൂക്ഷിച്ചുനോക്കി. പിന്നെ പത്മാസനത്തിൽ ശാന്തയായിരിക്കുന്ന കാമാക്ഷിയുടെ വിഗ്രഹത്തിലേക്കും അതുപോലെ സൂക്ഷിച്ചുനോക്കി. പക്ഷേ, വീണ്ടും ദേവിയെ നോക്കുന്നതിനും മുമ്പ് അയാൾക്ക് അടുത്ത ആൾക്കൂട്ടത്തെ ആട്ടിയോടിക്കണമായിരുന്നു. അവർ പ്രദക്ഷിണവഴിയിലേക്കു നടന്നു. പ്രദക്ഷിണവീഥിയുടെ തിണ്ണയുടെ നിരപ്പിൽ, ഇരുണ്ട ശിലകളിൽ കൊത്തിയെടുത്ത നൂറുകണക്കിനു ശിവലിംഗങ്ങൾ നിരതെറ്റാതെ ഉയർന്നു നില്ക്കുന്നതു സൂക്ഷിച്ചു നോക്കി ദേവി നിന്നു.

അതിനുള്ളിലെ മഹാശിലകളുടെ വൈവിദ്ധ്യമുള്ള നിറങ്ങളിലും രൂപങ്ങളിലും ആകൃഷ്ടയായി താര മുന്നോട്ടു നടന്നു.

ഏതോ പല്ലവ മഹാരാജാവിന്റെ കല്പനകൾ പ്രകാരം മനുഷ്യരൂപങ്ങളും ആനകളും വലിച്ചിഴച്ചു കൊണ്ടുവന്ന ശിലകളിൽ തീർത്ത മണ്ഡപങ്ങൾ, ഗോപുരങ്ങൾ. തഞ്ചാവൂരിൽ നിന്നായിരിക്കാം, രാജശില്പിയെ ആനയിച്ചത്. ശിഷ്യരായ ആയിരക്കണക്കിനു ശില്പികൾ, അവരുടെ കുടുംബങ്ങൾ, സ്ത്രീകൾ, കുഞ്ഞുങ്ങൾ, വീട്ടുമൃഗങ്ങൾ എല്ലാം താരയുടെ മുന്നിൽ നിരന്നു വന്നു. കൈലാസം പോലെ തണുപ്പിലുറഞ്ഞുപോയ മഹാ

ശിലകളിൽനിന്ന് ജീവന്റെ ആത്മാക്കളെ തേടുന്ന എണ്ണമറ്റ ഉളി മുനക ളുടെ ശബ്ദം ആകാശത്തേക്കുയർന്നു പൊങ്ങുന്നത് താര കേട്ടു. ശില കൾ അതിന്റെ ആത്മാവിലൊളിപ്പിച്ചു വെച്ച ചൈതന്യത്തിന് രൂപങ്ങളും ഭാവങ്ങളും നിറങ്ങളും കഥകളും മെനഞ്ഞെടുക്കുകയാണവർ. പക്ഷേ, ഒരു നിമിഷം, താരയുടെ മുന്നിൽ നില്ക്കുന്ന ദേവിയെ അവർ വിഗ്രഹമാ ക്കുന്നത് കണ്ട് താര തീർത്തും പകച്ചു നിന്നു. ദേവി തൊട്ടുമുന്നിലെത്തി യത് എപ്പോഴാണെന്ന് അറിഞ്ഞില്ല. അവളുടെ നീണ്ടിടതൂർന്ന മുടി പിൻഭാഗം മുഴുവൻ നിറഞ്ഞു കവിഞ്ഞു കിടക്കുന്നു. ഇതിനുള്ളിൽ ആരേയും ഒളിപ്പിച്ചു വെച്ചിട്ടില്ല എന്ന് ഉറക്കെ വിളിച്ചു പറയുന്നതുപോലെ അവളുടെ മുടി കാറ്റിൽ പറന്നിളകി. ദേവി അതിസുന്ദരിയാണ്. എന്റെ സത്യമാണ് എന്റെ സൗന്ദര്യം എന്ന് ഉറക്കെ വിളിച്ചു പറയുന്നതു പോലെയാണത്.

ഏതോ ഒരു പെൺകുട്ടി കൗതുകത്തോടെ കരിങ്കൽത്തൂണിലു യർത്തുന്ന സപ്തസ്വരങ്ങൾ കേട്ട് എട്ടാം നൂറ്റാണ്ടിലെ പല്ലവരാജാക്കന്മാ രുടെ പേരുകളോർക്കാനുള്ള ശ്രമം താര തല്ക്കാലം ഉപേക്ഷിച്ചു. ദേവി ശിവലിംഗങ്ങളോട് എന്തോ സംസാരിച്ചുകൊണ്ട് മുന്നിൽ നടക്കുന്നത് കണ്ട് ഒപ്പമെത്താൻ വേഗം നടന്നു. അവർക്കു മുന്നിലും പിന്നിലും ശിവലിംഗ ങ്ങൾ മാത്രം. അതൊരു വല്ലാത്ത കാഴ്ചയാണ്. പക്ഷേ, അടുത്തെത്തിയ പ്പോൾ ദേവി ഒന്നും പറയുന്നതു കേട്ടില്ല. വീണ്ടും ദേവിയെ ഒറ്റയ്ക്കു വിട്ട് താര പല്ലവരാജാക്കന്മാരുടെ ശില്പികളുടെ ലോകത്തേക്ക് സഞ്ച രിച്ചു. പക്ഷേ, നടന്നു നടന്ന് അതിൽനിന്ന് തിരിച്ചെത്തിയപ്പോഴേക്കും താരയ്ക്ക് വഴി തെറ്റിയിരുന്നു. പ്രദക്ഷിണവഴികൾ ചുറ്റിത്തിരിഞ്ഞു വന്ന് മണ്ഡപത്തിനു പിറകിലെ മാഞ്ചുവട്ടിൽ എത്തിയപ്പോൾ അവിടെ ദേവി തീർത്തും ഒറ്റയ്ക്കു നില്ക്കുന്നു. പെട്ടെന്നൊരു മഴ, ഭൂമിയിലേക്കു രണ്ടു തുള്ളികൾ മാത്രം കൃത്യമായി ദേവിയുടെ കൺപീലികളിലേക്ക് വീഴ്ത്തി പിൻവാങ്ങിപ്പോയതുപോലെയുണ്ടായിരുന്നു. പക്ഷേ, മുകളിൽ ആകാശ ത്തിന്റെ പ്രകാശിക്കുന്ന നിലയിൽ വെളുത്ത മേഘങ്ങൾ വല്ലാതെ തെളി ഞ്ഞൊഴുകിപ്പടർന്നു കിടന്നു.

സാക്ഷാൽ കാമാക്ഷി ശിവനെ കിട്ടാൻ മണ്ണുകൊണ്ട് ശിവലിംഗമു ണ്ടാക്കി തപസ്സു ചെയ്ത ആ മാഞ്ചുവട്ടിൽ താരയും നിന്നു. തികച്ചും അസ്ഥാനത്തുള്ള നില്പുപോലെ, കാമിച്ച പുരുഷനെ കിട്ടാനുള്ള സ്ത്രീക ളുടെ സഹനങ്ങളോർത്തുകൊണ്ട്. യാചനകൾ, കാത്തിരിപ്പ്, ഗതികെട്ട കൊടുംതപസ്സ്. ഒടുവിൽ തപസ്സിൽ പ്രസാദിച്ച് അയാൾ തൃക്കൈകൊണ്ട് വരണമാല്യം ചാർത്തിയാലും പിന്നേയും തീരാതെ തുടരുന്ന മറ്റു സഹ നങ്ങൾ. ആ മാഞ്ചുവട്ടിൽ ഒരു നിമിഷംപോലും നില്ക്കുന്നത് എല്ലാ സ്ത്രീകളോടും ചെയ്യുന്ന ക്രൂരതയാണെന്നു വിചാരിച്ച് താര ദേവിയുടെ കണ്ണീർത്തുള്ളികൾ മെല്ലെ വിരൽകൊണ്ട് തുടച്ചെടുത്ത് മഹാമണ്ഡപത്തി ലേക്കു സാവധാനം നടന്നു. ദേവി എത്രയും വേഗം കൂടെയെത്താൻ വേ ണ്ടി.

നോക്കി നില്ക്കേ, കാഞ്ചിപുരത്തിന്റെ തീരങ്ങളെ തല്ലിത്തകർത്ത് വരുന്ന വേഗവതിയെപ്പോലെയാണ് ആ സ്ത്രീകൾ കൂട്ടത്തോടെ ഇരമ്പി വന്നത്. അവരുടെ ശബ്ദം ആർത്തലച്ച് പൊങ്ങി മേഘക്കൂട്ടങ്ങളിൽ അപ്ര തീക്ഷിതമായി കൊടുങ്കാറ്റുയർത്തി. കൊടുങ്കാറ്റിലിളകി മുറിഞ്ഞ് ചോര വാർന്ന് കുറേ മേഘങ്ങൾ താഴേക്കൊഴുകി വീണതുപോലെ അനേകം ഞൊറിവുകളുയർത്തി കടുംചുവപ്പുനിറമുള്ള ചേലകൾ പ്രദക്ഷിണവഴി പാടേ കൈയടക്കി.

സ്ത്രീകൾ മഹാമണ്ഡപം നിറഞ്ഞ് കവിഞ്ഞൊഴുകിപ്പോകുമ്പോൾ ഒരു പ്രത്യേക ശബ്ദം പുറപ്പെടുവിച്ചു. തൊണ്ടക്കുഴികളിലൂടെ പൊട്ടിപ്പു റപ്പെട്ട് വന്ന് ചുഴലിപോലെ വലം വെച്ച് അത് ശിവലിംഗങ്ങളുടെ നിഗൂ ഢതയെ, രഹസ്യങ്ങളെ സർവ്വസാന്നിദ്ധ്യത്തെ വെല്ലുവിളിക്കുകയും ചെയ്തു.

വൃദ്ധബ്രാഹ്മണന്റെ തൊണ്ടയിലെ കുറുകിയ അട്ടഹാസം ദൂരെയാ യിരിക്കുന്നു. അയാൾ ആട്ടിപ്പായിക്കുന്നതിനാൽ കാമാക്ഷിയെ കാണാ നാവാതെ പോവുന്നതിന്റെ കടുത്ത ഖേദം തീർക്കാൻ ആൾക്കൂട്ടം നിവൃ ത്തിയില്ലാതെ തൊട്ടടുത്ത മറ്റേതോ മണ്ഡപത്തിലേക്കു പാഞ്ഞു പോവുന്നു.

ചില യാത്രകളിൽ നേരിടേണ്ടി വരുന്ന പരിചിതമല്ലാത്ത അനുഭവ ങ്ങൾ മനസ്സിനെയും ശരീരത്തേയും വല്ലാതെ പൊള്ളിച്ചുകളയും. മറ ക്കാത്ത ദൃശ്യങ്ങൾ മനസ്സിൽ പതിപ്പിക്കും. താരയ്ക്ക് കാഞ്ചിപുരത്തേ ക്കുള്ള യാത്ര മാറ്റി വയ്ക്കുക അസാദ്ധ്യമായിരുന്നു. സുപ്രീംകോടതി യിൽനിന്ന് വിധി വരുന്നതിന്റെ തലേദിവസമാണത്. ഉടനെ അടുത്തെത്ത ണമെന്ന് ഫോണിലൂടെ ദേവിയുടെ ശബ്ദം കേൾക്കുമ്പോൾ താരയുടെ ചങ്കിനുള്ളിൽ ഒരു വലിയ നദി ഇരമ്പി മറിഞ്ഞു.

ആ തീവണ്ടിയാത്ര സുപ്രീംകോടതി വിധിക്കു മുമ്പുള്ള തയ്യാറെടു ക്കലിനായി കിട്ടിയ അനുഭവമായി വിചാരിക്കാൻ താര ശ്രമിച്ചു. റിസർവ്വേ ഷൻ കിട്ടാനുള്ള സാദ്ധ്യതയൊന്നുമില്ലാത്തതുകൊണ്ട് എങ്ങനെയോ കയ റിപ്പറ്റിയ ആ സവിശേഷലോകത്തു കണ്ട സ്ത്രീകൾക്കും കാഞ്ചിപുരത്ത് പ്രളയം പോലെ കയറി വന്ന സ്ത്രീകൾക്കും ദേവിക്കും തനിക്കും തമ്മി ലുള്ള വ്യത്യാസമെന്ത് എന്ന ചിന്തകളാണ് താരയെ ഇപ്പോൾ പിടികൂടി യിരിക്കുന്നത്.

തിരുവനന്തപുരത്തുനിന്നു പുറപ്പെടുമ്പോൾ ലേഡീസ് കമ്പാർട്ട് മെന്റിൽ വലിയ തിരക്കുണ്ടായിരുന്നില്ലെങ്കിലും നാഗർകോവിൽ മുതൽ സ്ത്രീകൾ കൂട്ടത്തോടെ കയറി. തറയിലും വാതില്ക്കലും ടോയ്‌ലറ്റിലേക്കു പോകുന്ന വഴിയിലും കടലാസു വിരിച്ചും വിരിക്കാതെയും ഇരിപ്പുറപ്പിച്ചു. ലേഡീസ് കമ്പാർട്ട്മെന്റിൽ യാത്ര ചെയ്യുമ്പോൾ ഒരു പട്ടിക്കൂട്ടിൽ യാത്ര ചെയ്യുന്നതുപോലെയാണ്. ഉറങ്ങാൻ കഴിയാതെ രാത്രിക്കു കാവലിരിക്കു ന്നവർ. റിസർവേഷൻ കിട്ടാതാകുമ്പോൾ ഗതികേടുകൊണ്ട് ആശ്രയിക്കു ന്നവർ മുതൽ സ്ഥിരം ലേഡീസ് കമ്പാർട്ട്മെന്റിൽ മാത്രം യാത്ര ചെയ്യു

ന്നവരും കൈയിലുള്ള ഇത്തിരി രൂപകൊണ്ട് യാത്ര ചെയ്യാൻ ശ്രമിക്കുന്നവരും വരെ ഈ കൂട്ടിൽ ഇരിക്കാൻ ഇടം കിട്ടുന്നത് മഹാഭാഗ്യമാണ്. ഒറ്റക്കാലിൽ നില്ക്കുന്നവർ, നിലത്തു കിടക്കുന്ന ആരുടെയോ ദേഹത്തു ചവിട്ടിയപ്പോൾ പൊട്ടിപുറപ്പെട്ട ആദ്യത്തെ വഴക്കു തീരാൻ കുറേ സമയമെടുത്തു. പിന്നെ കാട്ടുതീ പടരുന്നതുപോലെ ഇടയ്ക്കിടയ്ക്ക് ഒരാളിൽനിന്ന് വേറൊരാളിലേക്ക് വഴക്കു വ്യാപിച്ച് കത്തിപ്പടർന്നു. ഓരോന്നും സാവധാനം എരിഞ്ഞമർന്നു, ആർക്കും ആരോടും പ്രത്യേക ദേഷ്യമോ വെറുപ്പോ ഉണ്ടെന്നു കണ്ടെത്താനാവാത്ത നിസ്സഹായമായ, തടഞ്ഞു നിർത്താനാവാത്ത പൊട്ടിത്തെറിക്കലുകളാണ്.

ഓരത്ത് മുകളിൽ ലഗേജ് റാക്കുകളിൽനിന്നു തൂങ്ങിക്കിടന്ന പല വർണ്ണങ്ങളിലുള്ള സാരിത്തൊട്ടിലുകളിൽ കുഞ്ഞുങ്ങളെ കിടത്തി കണ്ണടയ്ക്കാതെ കാവലിരിക്കുന്ന ചില സ്ത്രീകൾ പാൽക്കുപ്പിയിൽ ചൂടുവെള്ളവും അമുൽപ്പൊടിയും ചേർത്ത് കലക്കി തയ്യാറായിരുന്നു. തൊട്ടിലിൽക്കിടന്ന് മൂത്രമൊഴിക്കുന്ന കുട്ടിയുടെ തള്ളയെ പ്രാകിക്കൊണ്ട് ബദ്ധപ്പെട്ട് എഴുന്നേല്ക്കാൻ ശ്രമിച്ച് പറ്റാതെ മൂത്രത്തിൽത്തന്നെ ചടഞ്ഞു കൂടിയിരുന്നവരെ സമാധാനിപ്പിക്കാൻ ആരോ പറഞ്ഞു.

'കൊഴന്തൈ മുത്തിരം തീർത്തം മാ'

കുട്ടിയുടെ അമ്മൂമ്മയുടെ പ്രായമുണ്ട് ആ സ്ത്രീക്ക്.

ശബ്ദം കേട്ട ഭാഗത്തേക്ക് മൂത്രത്തിൽ നനഞ്ഞിരിക്കുന്ന സ്ത്രീകളിലൊരാൾ വെട്ടിത്തിരിഞ്ഞപ്പോൾ താര അവരുടെ മുഖത്തുനിന്ന് മറ്റൊരു പൊട്ടിത്തെറി പ്രതീക്ഷിച്ച് അതേ നിമിഷം അവരിൽനിന്ന് കണ്ണെടുത്തു. പക്ഷേ, താര ഒന്നും കേട്ടില്ല. എല്ലാവരും ഏതാണ്ടൊരുപോലെ തളർന്നു പോയതുകൊണ്ടാണ്.

ചെറിയ ഇരട്ടക്കുട്ടികളുമായി തറയിലിരുന്ന് ഒറ്റയ്ക്ക് യാത്ര ചെയ്യുന്ന സ്ത്രീ ബ്ലൗസിന്റെ രണ്ടോ മൂന്നോ കുടുക്കുകളഴിച്ച് രണ്ടു മുലകളും പുറത്തേക്കെടുത്ത് കുഞ്ഞുങ്ങളെ ഒരുമിച്ച് പാലൂട്ടാൻ തുടങ്ങുന്നത് നോക്കിയിരുന്നു. വിവാഹം കഴിക്കുകയോ പ്രസവിക്കുകയോ മുലയൂട്ടുകയോ ചെയ്യാത്ത ഒരു സ്ത്രീയുടേതിൽനിന്നും ഭിന്നമായ മറ്റൊരു ലോകമാണത്. രണ്ടു കുഞ്ഞുങ്ങളും പരസ്പരം കൈ പിടിച്ച് കളിക്കുകയും ഇടയ്ക്കിടെ അമ്മയുടെ മുലക്കണ്ണിൽ കടിച്ച് വേദനിപ്പിക്കുകയും ചെയ്യുന്നു. വേദന സഹിക്കാതെയാണ് അവൾ മുല കൊടുപ്പ് നിർത്തിയത്. രണ്ടു കുഞ്ഞുങ്ങളും അലറി വിളിച്ച് കരയാൻ തുടങ്ങിയപ്പോൾ കുഞ്ഞുങ്ങളുടെ നിലവിളി അടക്കുന്നതിനു പകരം അവൾ രണ്ടിനെയും ചീത്ത പറയുകയും രണ്ടു കുഞ്ഞുങ്ങളെയും അവളുടെ രണ്ടു തുടകളിലായി കിടത്തുകയും പാലൊഴുകുന്ന മുലകൾ ബ്ലൗസിനുള്ളിലാക്കി കുടുക്കുകളിടുകയുമാണ് ചെയ്തത്. അവളുടെ ബ്ലൗസ് നനഞ്ഞു കുതിർന്നു. ഈ യാത്രയുടെ തുടക്കംമുതലേ അവളാകെ ക്ഷീണിതയാണ്. ആരോടൊക്കെയോ പരിഭവിക്കുന്നതുപോലെ എന്തൊക്കെയോ പിറുപിറുക്കുന്നു. പരിഭവങ്ങൾ തുടരുന്നതിനിടയിൽ ഓരോ ബിസ്കറ്റെടുത്ത് രണ്ടു കുഞ്ഞുങ്ങളുടെയും

വായിൽ മാറി മാറി പൊടിച്ചിട്ടു കൊടുത്ത് അവൾ അവരുടെ കരച്ചിൽ മാറ്റുന്നു.

സ്ത്രീകളുടെ കമ്പാർട്ട്മെന്റിൽ സ്ത്രീകൾക്ക് കുഞ്ഞുങ്ങൾക്ക് മുല കൊടുക്കാം. ശരീരത്തെ മറന്നുകൊണ്ട് എങ്ങനെയും ഇരിക്കാം. എന്നിട്ടും പാതിരാത്രിയിൽ വണ്ടി ഓരോ സ്റ്റേഷനിലെത്തുമ്പോഴും സ്റ്റേഷനേതെന്നറിയാൻപോലും വാതിൽ തുറക്കാതിരിക്കാൻ സ്ത്രീകൾ കൂട്ട ജാഗ്രത പുലർത്തി. തുറന്നാൽ ആണുങ്ങളാരെങ്കിലും ഓടിക്കയറുമെന്ന് എല്ലാവരും കേൾക്കാൻ പലപ്പോഴായി എല്ലാവരും കർശനമായി ഓർമ്മിപ്പിച്ചു. താര ശരീരം മുഴുവൻ തിങ്ങിഞെരുങ്ങി രാത്രി മുഴുവൻ ഒരേ ഇരിപ്പിരുന്നു. നാലു പേർക്കിരിക്കാവുന്ന സീറ്റിൽ എട്ട് പേർ. തലയ്ക്കു മുകളിലുള്ള ലഗേജ് റാക്കിൽ ഇരിക്കുന്നവരുടെ കഴയ്ക്കുന്ന കാലുകൾ താരയുടെ കണ്ണിനു മുമ്പിൽ രാവു മുഴുവൻ നീണ്ട് തൂങ്ങിക്കിടന്നു.

ട്രെയിൻ എഗ്മൂർ സ്റ്റേഷനിൽ എത്തുമ്പോൾ സൂര്യൻ നന്നായി ഉദിച്ചുയർന്നു കഴിഞ്ഞിരുന്നു. സ്റ്റേഷനിലെത്തിയ സ്ത്രീകൾ നിമിഷ വേഗം കൊണ്ടാണ് ആൾക്കൂട്ടത്തിനുള്ളിൽ അപ്രത്യക്ഷമായത്.

താരയും ആൾക്കൂട്ടത്തിനുള്ളിലൂടെ ഒറ്റയ്ക്കു പുറത്തേക്കിറങ്ങി. ആകാശം തീക്ഷ്ണമായ സൂര്യവെളിച്ചത്തിൽ പുളിച്ചു കിടന്നു. കണ്ണുകളുടെ തുറന്ന നോട്ടത്തിന് തീർത്തും അപ്രാപ്യമാണത്.

ആ തിളച്ചവെയിലിൽ കുറച്ചു മണിക്കൂർ നേരംകൂടി യാത്ര ചെയ്താൽ താര ദേവിയുടെ അടുത്തെത്തും. പത്തു വർഷങ്ങൾക്കു ശേഷം.

നോക്കെത്താ ദൂരത്തോളം നിരന്നു നില്ക്കുന്ന നെയ്ത്തുമില്ലുകളും പട്ടുവസ്ത്രശാലകളും നിറഞ്ഞ തെരുവീഥിയാണിത്. മധുരമായ, തീക്ഷ്ണ ഗന്ധങ്ങൾ പൊഴിക്കുന്ന പൂക്കളുടെയും പഴങ്ങളുടെയും തെരുവ്. പൂക്കൂടകളും പഴക്കൂടകളും മുന്നിൽ വെച്ച് സന്ദർശകരെ കാത്തിരിക്കുന്ന സ്ത്രീകൾ എപ്പോഴും സ്ത്രീകളെ നീട്ടി വിളിക്കുന്നു.

"മുല്ലപ്പൂ വാങ്കി പോമാ"

"വരദരാജ പെരുമാൾകോവിൽ, ഉലകളന്ത പെരുമാൾകോവിൽ, ഇകംബരേശ്വർ കോവിൽ, കൈലാസനാഥൻ കോവിൽ, കാമാക്ഷി അമ്മൻ കോവിൽ, കാഞ്ചിമഠം.. എങ്കെ വേണേല് നാൻ കൊണ്ടുപോറേൻ. നൂറ്റമ്പത് രൂപായ് കൊടുങ്കോ."

ടൂറിസ്റ്റുകളെ സവാരിക്കു കൊണ്ടുപോകുന്ന ഓട്ടോറിക്ഷ ഡ്രൈവർമാർ നഗരത്തിലെത്തുന്ന അപരിചിതർക്കു ചുറ്റും കൂടുന്നു.

ദേവിയുടെ സ്വന്തം നഗരമാണിത്. ഇവിടെ ദേവിക്ക് മനോഹരമായ ഒരു വീടുണ്ട്.

ദേവി തമിഴ് സ്ത്രീയുടെ കൈയിൽനിന്ന് മുല്ലപ്പൂ വാങ്ങി ഇടതുകൈയിൽ പിടിച്ചു മറുകൈകൊണ്ട് താരയുടെ കൈയിൽ പിടിച്ച് റോഡ് മുറിച്ചു നടന്നു. തെരുവാകെ ചൂഴ്ന്നു നില്ക്കുന്ന, പ്രലോഭനത്തിന്റെ ഗന്ധങ്ങൾക്കിടയിലൂടെ.

മൊട്ടിൽനിന്ന് വിടർന്നു തുടങ്ങുന്ന മുല്ലപ്പൂവിന്റെ മണമാണ് ദേവിക്ക്.

ദേവി മുന്നിൽ കണ്ട വലിയ പട്ടുവസ്ത്രശാലയിലേക്കു കയറി. ഇന്ത്യയിലെ ഓരോ വധുവിന്റെയും കാല്പനിക ഭാവനകളിലെ നിറപ്പകിട്ടുള്ള വിവാഹം പോലെ കസവിൽ തിളങ്ങുന്ന കാഞ്ചിപുരം പട്ടുസാരികൾ.

പുറത്തു പ്രദർശിപ്പിച്ചിരിക്കുന്ന സാരികളിൽനിന്ന് കണ്ണെടുത്ത് സിൽക്ക് ഷോറൂമിന്റെ പടിയിലേക്ക് കാൽ വയ്ക്കുമ്പോഴേക്കും പത്തും പതിനഞ്ചും വയസ്സുള്ള രണ്ട് പയ്യന്മാർ വന്ന് സ്വീകരിച്ചാനയിച്ചു. വീട്ടിലേക്കെത്തുന്ന അതിഥികളെപ്പോലെ. അകം നിറയെ വിരിച്ചിട്ട പുല്ലുപായകളിൽ വേറെയും അതിഥികൾ ഇരിക്കുന്നുണ്ട്. അവർക്കു മുമ്പിൽ പല നിറങ്ങളിൽ നിവരുന്ന പട്ടുസാരികളിലേക്ക് നോക്കാതെ താര ദേവിയോടൊപ്പം അകത്തേക്കു നോക്കി.

ദേവി പട്ടുസാരികൾക്കിടയിലിരുന്നു.

“അങ്കെ താൻ തറി.”

താര നോക്കിയിടത്തേക്കു ചൂണ്ടിക്കാണിച്ചുകൊണ്ട് കൂട്ടത്തിൽ ചെറിയ ആൺകുട്ടി പറഞ്ഞു. എന്നിട്ടവൻ നേരെ ഉള്ളിലേക്കു നടന്നു. അവനു പിറകെ താരയും. അതിഥികൾക്കു കാണാനായി പ്രദർശിപ്പിക്കപ്പെട്ടതുപോലെ ഒറ്റപ്പെട്ടു കിടക്കുന്ന ഒരു നെയ്ത്തുതറി. ആ ബാലൻ ചുമരിനോടു ചാരി നിന്നു. മറ്റാരുടെയും കണ്ണിൽപ്പെടാതെ. അവൻ ചെയ്യാവുന്നതിനേക്കാൾ കൂടുതൽ ജോലി ചെയ്യുന്നുണ്ടെന്ന് അവന്റെ നെഞ്ചിലെ ഉന്തി നില്ക്കുന്ന എല്ലുകൾ കുപ്പായത്തിനു മുകളിലൂടെ വിളിച്ചു പറഞ്ഞു. തറിയെക്കുറിച്ചും നെയ്ത്തിനെക്കുറിച്ചും കാഞ്ചിപുരം പട്ടിന്റെ വിശേഷങ്ങളെക്കുറിച്ചും വിവരിക്കാതെ അതിനുള്ളിലെ സമ്പൂർണ്ണമായ നിശ്ശബ്ദതയെ അല്പം പോലും ശല്യം ചെയ്യാതെ അവൻ ഒഴിഞ്ഞു മാറി നിന്നു.

എവിടെയോ കാത്തിരിക്കുന്ന ഒരു വധുവിനുവേണ്ടി നെയ്തു തീരാനെന്നതുപോലെ വയലറ്റു നിറമുള്ള പട്ടുനൂലിഴകൾ അതീവ മുറുക്കത്തോടെ നിശ്ചലമായി തറിയിൽ കിടക്കുന്നുണ്ട്. ഒറ്റയ്ക്കൊറ്റയ്ക്ക് ഇഴ പിരിഞ്ഞു കിടക്കുന്ന വേറിട്ട ജീവിതങ്ങൾ പോലെ ഹാളിലേക്കു തിരികെ നടക്കുമ്പോഴേക്കും പിറകിൽനിന്ന് മുമ്പിലേക്കോടിയെത്തിയ ആൺകുട്ടി പുൽപ്പായിൽ സാരി വാങ്ങാനിരിക്കുന്നവരുടെ കൂട്ടത്തിലിരിക്കുന്ന ദേവിയുടെ അടുത്ത് സ്ഥലം ചൂണ്ടിക്കാണിക്കുകയും അതിലിരിക്കാനായി താരയെ നിർബ്ബന്ധിക്കുകയും ചെയ്തു.

അവനുവേണ്ടിയാണ് താര പുൽപ്പായയിലിരുന്നത്. ദേവി നിശ്ശബ്ദയാണ്. താര കാഞ്ചിപുരത്തെത്തിയിട്ടും തുടരുന്ന അവരുടെ നിശ്ശബ്ദത ഇപ്പോഴും പരസ്പരം സമാധാനിപ്പിച്ചുകൊണ്ടേയിരിക്കുകയാണ്.

ആൺകുട്ടി ക്ഷീണം മറന്ന് പട്ടുസാരികൾ ഓരോന്നായി നിവർത്തിയിടുകയും മടക്കുകയും ചെയ്തു. അവൻ ഏറ്റവും ഒടുവിൽ നിവർത്തിയ സാരി തറിയിൽക്കിടന്ന നൂലുകളും കസവുകളും കൂടിച്ചേർന്ന് ജന്മമെടുത്തു വന്നതുപോലെയായിരുന്നു. മെലിഞ്ഞു നീണ്ട ആൺകുട്ടി സാരിയുടെ മുന്താണി നിവർത്തിയിട്ടു. അതിൽ പീലികൾ വിടർത്തി മയിലുകൾ നൃത്തം ചെയ്തു. മയിൽപ്പീലികളിലേക്ക് താര വെറുതെ വിരലുകൾ

നീട്ടി. പക്ഷേ, തിളച്ച വെള്ളത്തിലേക്ക് വീഴുന്ന പട്ടുനൂൽപ്പുഴുക്കളുടെ പ്രാണൻ വിറകൊള്ളുന്നതു മുന്നിൽ കണ്ട് അതേ വേഗത്തിൽ കൈകൾ പിൻവലിച്ചു. പക്ഷേ, ദേവിയുടെ മുഖം വല്ലാതെ പ്രകാശിച്ചു. അവൾ സാരി വാങ്ങി താരയുടെ മുഖത്തേക്കുറ്റുനോക്കി കൗതുകത്തോടെ ആ അതിമനോഹരമായ പുഞ്ചിരി പൊഴിച്ചു. താരയുടെ ഹൃദയത്തിന്റെ താളം തെറ്റുന്നതറിഞ്ഞ് അവൾ മെല്ലെ കണ്ണുകളടച്ച് താരയെ സമാധാനിപ്പിച്ചു.

താരയ്ക്ക് സിലിങ്ജിയോട് എന്തെന്നില്ലാത്ത പരിഭവവും ദേഷ്യവും തോന്നി. രാജകൊട്ടാരത്തിലെ തോട്ടത്തിൽ മൾബറി മരത്തിന്റെ ചുവട്ടിൽ അന്ന് സിലിങ്ജി ചായ കുടിക്കാനിരുന്ന ആ ദിവസത്തെ താര എപ്പോഴും ശപിക്കുന്നു. അവളുടെ ചായക്കപ്പിലെ തിളച്ച ചൂടിലേക്കു വീണ ഒരു കൊക്കൂൺ അന്നു വെളിപ്പെടുത്തിയ രഹസ്യത്തിന് അന്നുമുതൽ എല്ലാ കാലത്തെയും പട്ടുനൂൽപ്പുഴുക്കളൊന്നാകെ കൊടുക്കേണ്ടി വന്ന വിലയോർത്ത് വിഷാദത്തിന്റെ ഇരുണ്ട നൂലുകൾ പാടേ കട്ടകെട്ടിപ്പോയ ഒരു വലയ്ക്കുള്ളിലകപ്പെട്ടതുപോലെ താരയ്ക്ക് ശ്വാസം മുട്ടി. പട്ടുനൂലിന്റെ മിനുസവും ഭംഗിയും ഉറപ്പും കണ്ട് ആകൃഷ്ടയായ സിലിങ്ജിയുടെ അത്ഭുതം ക്രൂരമായ ആവേശത്തിലേക്കാണവളെ നയിച്ചത്. ബിസി രണ്ടായിരത്തി അറുനൂറ്റി നാല്പതിൽ ചൈനയിലെ മൂന്നാമത്തെ ചക്രവർത്തി ഹ്യുയാങ്സിന് അയാളുടെ പതിനാല് വയസ്സുകാരിയായ ഭാര്യ സിലിങ്ജി ആയിരക്കണക്കിനു കൊക്കൂണുകളുടെ ജീവൻ കവർന്നെടുത്ത് നെയ്ത് സമ്മാനിച്ച അതിസുന്ദരമായ ആ മേൽക്കുപ്പായത്തെ താര വെറുക്കുന്നു.

വിവാഹം ആകർഷിക്കാതിരുന്നതുപോലെതന്നെ കാഞ്ചിപുരത്തെ പട്ടുസാരികൾക്കും അല്പംപോലും ആകർഷിക്കാനാവില്ലെന്ന് അറിയാമായിരുന്നെങ്കിലും അതുണ്ടാക്കാവുന്ന വേദനയ്ക്ക് ഇത്ര ആഴമുണ്ടാകുമെന്ന് താരയ്ക്ക് അറിയില്ലായിരുന്നു.

ദേവി അണിഞ്ഞൊരുങ്ങുന്നവളാണ്. സുന്ദരമായി അണിഞ്ഞൊരുങ്ങുന്നവൾ. പക്ഷേ, താര തീരുമാനിച്ചു. വീട്ടിലെത്തിയതിനുശേഷം ദേവിയോട് താര ആദ്യം സംസാരിച്ചുതുടങ്ങുന്നത് സിലിങ്ജിയെക്കുറിച്ചായിരിക്കും.

അതിനുശേഷം പട്ടുസാരി വലിച്ചെറിയുന്ന ദേവിയെ ആലിംഗനം ചെയ്ത് കവിളുകളിൽ, നെറ്റിയിൽ, കണ്ണിമകളിൽ, അധരങ്ങളിൽ മതിവരാതെ ഉമ്മവെക്കും. തിരിച്ച് ദേവി അതിഗാഢമായി പുണർന്ന് അത്രതന്നെ മതിവരാതെ ഉമ്മകൾകൊണ്ട് താരയുടെ ഉടലാകെ പൊതിയും. അവരുടെ പത്തു വർഷങ്ങളിലെ വിരഹവും നഷ്ടവും വേദനയും തീരും വരെ.

സ്വന്തം നാട്ടിൽ സ്ഥാപിച്ചെടുത്ത പ്രശസ്തിയും സ്ഥാനങ്ങളും വിട്ടുപോരാൻ ബുദ്ധിമുട്ടാണെന്നു പറഞ്ഞ് ഡോ. അഴക് ദേവിയെ ഡൽഹിയിൽനിന്ന് തിരിച്ചു ചെല്ലാൻ നിർബ്ബന്ധിച്ചു. ഡൽഹി യൂണിവേഴ്സിറ്റി വിട്ട് ദേവി ചെന്നൈയിലേക്കു പോകുന്നതു പത്തു വർഷങ്ങൾ മുമ്പാണ്.

അതിനു മുമ്പ് പലപ്പോഴും അഴക് ഡൽഹിയിൽ വന്ന് ദേവിയെയും മകളെയും കണ്ട് തിരിച്ചു പോയി. അപ്പോഴൊന്നും ദേവി കൂടെപ്പോയില്ല. ഒടുവിൽ അഴക് നിർത്താതെ സ്നേഹത്തോടെ വിളിച്ചുകൊണ്ടേയിരുന്നപ്പോൾ അവൾ ഇളകിമറിഞ്ഞു. കണ്ണു നിറഞ്ഞ് താരയുടെ മനസ്സറിയാൻ ഉറ്റുനോക്കിയിരുന്നു.

താര പറഞ്ഞു: "പോകണം സന്തോഷമായിട്ടിരിക്കണം. നമുക്കിടയ്ക്കിടയ്ക്ക് കാണാം. ഞാൻ അങ്ങോട്ടു വരാം. പക്ഷേ, അഴകിനോടു തുറന്നു പറയണം. നമ്മൾ പ്രണയം ആർക്കും മുമ്പിൽ ഒളിച്ചുവെക്കണ്ട. ഒളിച്ചു വെച്ചാൽ അതൊരുതരം അപമാനവും വേദനയുമായി മാറും. അത്തരമൊരു മുറിവ് നമ്മുടെ ജീവിതത്തിൽ വേണ്ട."

പക്ഷേ, അവരുടെ കൂടിക്കാഴ്ച ഏതോ തരത്തിൽ നടക്കാതെ പോയി. അഴക് പറഞ്ഞു: "എൻ മനതൈ കായപ്പടുത്താതേ. നാൻ വരുമ്പോത് നീ എന്റ്രോടെ ഇരുപ്പായാ?"

അഴകിനെ വേദനിപ്പിക്കാതിരിക്കാൻ ദേവി ശ്രമിക്കുകയാണെന്ന് താരയ്ക്കറിയാം. ദേവിയെ ഒരു തരത്തിലും വിഷമിപ്പിക്കരുതെന്ന് താര തീരുമാനിച്ചു. അഴകിനെ കാമിച്ചവളാണ് ദേവി. അഴകു വിളിച്ചപ്പോൾ മറ്റൊന്നുമാലോചിക്കാതെ വീടുപേക്ഷിച്ച് ഒപ്പം ഇറങ്ങിപ്പോയി. പിന്നീട്, പഠിച്ച്, സംഗീതത്തിൽ ഡോക്ടറേറ്റെടുത്ത് പന്ത്രണ്ടു വയസ്സുള്ള മകളെയും കൊണ്ട് ഒറ്റയ്ക്ക് ഡൽഹിയിലെത്തുമ്പോൾ ദേവി നിരാശകൊണ്ടും വേദനകൊണ്ടും ഒറ്റപ്പെട്ടുപോയവളാണെന്ന് ആർക്കും സങ്കല്പിക്കാനായില്ല. അത്രയ്ക്ക് സുന്ദരമായി അണിഞ്ഞൊരുങ്ങി അവൾ സ്വന്തം രൂപത്തെ പ്രകാശമുള്ളതാക്കി അവതരിപ്പിച്ചു. പക്ഷേ, പാടുമ്പോൾ ശബ്ദം സ്വന്തം മനസ്സിനെ വെളിപ്പെടുത്തി. അഴകിന്റെ ജീവിതത്തിൽ മറ്റാരോ ഉണ്ട് എന്നറിഞ്ഞപ്പോൾ മുതൽ ഹൃദയം കീറിയടരുന്ന വേദനയാണ് അവളുടെ സംഗീതത്തിൽ നിറഞ്ഞത്. ആ തീവ്രതയാണ് അവളുടെ കച്ചേരികൾ കേൾക്കുന്നവരുടെ മനസ്സുകളെ പ്രേമാർദ്രമാക്കുന്നതെന്നു പറഞ്ഞ് ആശ്വസിപ്പിച്ചുകൊണ്ടായിരുന്നു താര അവളുടെ മുറിവുണക്കാൻ തുടങ്ങിയത്. അവർ രണ്ടമ്മമാരായി ഒരു മകളെ വളർത്തി. അവർ ഒരു കിടക്കയിൽ കിടന്ന് വായിക്കുകയും പാടുകയും പ്രണയിക്കുകയും ചെയ്തു. അവരുടേത് സ്നേഹം നിറഞ്ഞ ഒരു കുടുംബമായി. എന്നിട്ടും അഴക് ദേവിയുടെ മനസ്സിൽ കുടിയിരുന്നു. പല തവണ തിരിച്ചു വിളിച്ചപ്പോഴും ഒന്നും പറയാതെ, ശബ്ദമില്ലാതെ താരയുടെ മുഖത്തേക്കു മാത്രം നോക്കിയിരുന്നു. ഒടുവിൽ താര നിർബ്ബന്ധിച്ചു പറഞ്ഞു: 'പോകണം. മാധവിക്ക് പതിനെട്ടു വയസ്സായിരിക്കുന്നു. അഴകിന് രണ്ടുപേരും ഒപ്പം വേണമെന്നുണ്ടാവും. പക്ഷേ, മാധവിയെ പുറത്തുള്ള യൂണിവേഴ്സിറ്റിയിലയച്ച് പഠിപ്പിക്കണം. ഞാനും ഡൽഹി വിടും. നീയില്ലാത്ത ഈ സ്ഥലത്ത് ഞാൻ മരിച്ചുപോകും. എത്രയും വേഗം കേരളത്തിലേക്കു പോകണം.'

താരയെ കാണാൻ തോന്നിയപ്പോഴൊക്കെ ദേവി മാധവിയെ പറഞ്ഞയച്ചു. മാധവി മാത്രം രണ്ടുപേരെയും കണ്ണുനിറയെ കണ്ടു. ആറു വർഷം

മുമ്പ് യു എസിലേക്കു പോകുന്നതുവരെ. പിന്നെ അവൾ വല്ലപ്പോഴും വരുന്നതുവരെ രണ്ടുപേരും കാത്തിരുന്നു.

"ക്ഷീണിച്ചോ? ഇല്ല മുടി നരച്ചോ? ഇല്ല. നിറം മങ്ങിയോ?"

"ഇല്ലമ്മേ, എന്റെ രണ്ടമ്മമാരും സുന്ദരികളായിത്തന്നെ ഇരിക്കുന്നു."

ദേവി തിരിച്ചെത്തിയിട്ടും ജീവിതത്തിലേക്കു പിന്നേയും കയറിവരുന്ന പുതിയ ആകർഷണങ്ങളിൽനിന്നുള്ള ആനന്ദങ്ങളും ആഘോഷങ്ങളും ഒഴിവാക്കണമെന്ന് അഴക് കരുതിയില്ല. പല തരം പ്രണയങ്ങളുടെ മാസ്മരിക ലോകമില്ലാതെ അഴകിനു പൂർണ്ണമായ നിലനില്പില്ലായിരിക്കും. അഴകിനെ മനസ്സിലാക്കാൻ ശ്രമിച്ചുകൊണ്ട്, ഹൃദയം കീറിയടർന്നിട്ടും അവൾ അയാൾക്കുവേണ്ടി എപ്പോഴും കാത്തിരുന്നു. പലതരം തിരക്കുകളിൽ നിന്ന് കയറി വരുമ്പോഴൊക്കെ അഴക് അവരുടെ പ്രണയത്തിൽ മുങ്ങിത്തുടിച്ചു കിടന്നു. അവളുടെ പാട്ടുകേൾക്കാനായി മടിയിൽ കണ്ണടച്ച് ധ്യാനിച്ച് കിടന്നു. കുഞ്ഞിനെപ്പോലെ ഇരുകൈകളിലുമെടുത്ത് തോരാതെ ഉമ്മകൾ വെച്ചു. മതിവരാതെ തലോടുകയും ലാളിക്കുകയും മണം നുകർന്ന് പിറകെ നടക്കുകയും ചെയ്തു. യഹൂദി മെനുഹിന്റെയും ടി എൻ കൃഷ്ണന്റെയും വയലിൻ ജുഗൽബന്ദി തീരുവോളമുള്ള ദീർഘസുരതങ്ങൾക്കൊടുവിൽ കെട്ടിപ്പിടിച്ച് മയങ്ങിക്കിടന്നു. അഴക് ദേവിയുടെ തൊലിയിലും മാംസത്തിലും അസ്ഥിയിലും ചോരയിലുമുണ്ട്. അഴക് അവളോടൊപ്പം മുങ്ങിത്തുടിച്ച് എപ്പോഴുമുണ്ടാകണമെന്നാഗ്രഹിച്ച് ദേവി ജീവിച്ചു.

അഴക് പറഞ്ഞു.

"ഒരവറുക്കു പല ഒറവുകൾ ഇറുക്കലാം. അതു തപ്പല്ലെ. ഉന്നൈപ്പോലെ യെനക്ക് വേറെയാരും കെടയാത്. നീ ഇപ്പടി കൺസർവേറ്റീവ് ആകാതെ."

തെറ്റും ശരിയുമല്ല ദേവിയെ വേദനിപ്പിക്കുന്നത്

"നീയെന്നോട് യെല്ലാം വെളിപ്പെടയാശൊല്ല്."

"ശൊൽറേൻ."

തുറന്നു പറയാതിരിക്കുമ്പോഴും പറയുമ്പോഴും അഴകിന്റെ ശബ്ദത്തിൽ ഭാരവും മുറിവും വേദനയും നിറയുന്നു. ആ ഭാരത്തിൽനിന്ന് വേദനയിൽനിന്ന്, ദേവി അഴകിനെ മോചിപ്പിക്കണം. അഴകിന് അഴകിന്റെ സ്വാതന്ത്ര്യമുണ്ടായിരിക്കണം.

ശ്വാസം കിട്ടാതെ അവൾ പിടയുന്നത് കണ്ട് അഴക് പറഞ്ഞു.

"അവരുടൈ വേദനൈ വേദനനൈയല്ലയാ.."

ദേവിയുടെ ഉള്ളിലേക്കു കൊടുങ്കാറ്റുപോലെ ആഞ്ഞടിച്ചു കയറിയ ആ വാക്കുകളുടെ അനക്കം തീരും മുമ്പ് അവൾ അഴകിന്റെ കണ്ണിലേക്കുറ്റുനോക്കി.

"എനക്ക് താരാവെ കൂപ്പിടണം."

പെട്ടെന്നൊരു നിമിഷം കനത്തു മൂടിയ നിശ്ശബ്ദതയ്ക്കുശേഷം ദേവി അഴകിന്റെ വളരെ പതിഞ്ഞ ശബ്ദം കേട്ടു.

'കൂപ്പ്ട്.'

ദേവി അഴകിന്റെ അടുത്തിരുന്ന് താരയെ ഫോണിൽ വിളിച്ചു: 'വേഗം അടുത്തെത്തണം. എത്രയും പെട്ടെന്ന് കാഞ്ചിപുരത്തേക്കു വരണം.'

ഒറ്റയ്ക്കു ജീവിക്കുന്നതിൽ ഏകാന്തതയുണ്ട്. വിഷാദവും ശൂന്യതയുമുണ്ട്. ഒറ്റയ്ക്കു ജീവിക്കാൻ തീരുമാനിക്കുന്ന സ്ത്രീക്ക് ചില സവിശേഷമായ ആത്മാഭിമാനവും തന്റേടവും ഇച്ഛാശക്തിയും സ്വാതന്ത്ര്യവും സമാധാനവും സന്തോഷങ്ങളുമുണ്ട്.

പക്ഷേ, ഒറ്റയ്ക്കു ജീവിക്കുന്ന സ്ത്രീയുടെ ജീവിതത്തോടൊപ്പം സവിശേഷമായ ചില അപമാനങ്ങളുമുണ്ടാവുന്നു. ഇംഗ്ലണ്ടിലെയും ഡൽഹിയിലെയും അക്കാദമിക് ജീവിതത്തിന്റെ മറ്റൊരു തുടർച്ചയാഗ്രഹിച്ചുകൊണ്ടു കൂടിയാണ് സ്വന്തം നാട്ടിൽ പുതിയൊരു ജീവിതഘട്ടത്തെ ഉണ്ടാക്കിയെടുക്കാൻ താര വന്നത്. പക്ഷേ, ഇവിടത്തെ അക്കാദമിക് ലോകം താരയോടു പറഞ്ഞു:

'നിങ്ങൾ അവിവാഹിതയാണ്. '

ആദ്യത്തെ സെമിനാറിൽ പങ്കെടുത്തതുമുതൽ പ്രൊഫസർ. പി എം നായർ അവതരിപ്പിച്ച പ്രബന്ധത്തിനു നേരെ താര നടത്തിയ സ്വതന്ത്രമായ തുറന്ന വിമർശനമാണ് താരയുടെ കേരളത്തിലെ അക്കാദമിക് ജീവിതത്തിൽ ആദ്യത്തെ അട്ടിമറി സൃഷ്ടിച്ചത്. താര പരിചയിച്ചു വന്ന അക്കാദമിക് ലോകത്ത് ഇത്തരം വിമർശനങ്ങൾ സാധാരണമാണ്. ഇതിനകം ചോദ്യം ചെയ്യപ്പെട്ടുകഴിഞ്ഞ ഒരു നിലപാടാണ് നായരുടെ പ്രബന്ധത്തിലുള്ളതെന്ന് താര പറഞ്ഞു. അതൊരു കാലഹരണപ്പെട്ട സമീപനമാണെന്നും. ഗവേഷണവിദ്യാർത്ഥികൾ അവിശ്വസനീയതയോടെ പരസ്പരം നോക്കി. അടുത്തിരുന്ന സഹാദ്ധ്യാപിക പെട്ടെന്ന് താരയുടെ കൈയിൽ പിടിച്ചമർത്തി. അവരുടെ വിരലുകൾ വിറയ്ക്കുന്നുണ്ടായിരുന്നു. പ്രൊഫസർ നായരുടെ രാഷ്ട്രീയബന്ധങ്ങളും അധികാരവും താരയ്ക്കറിയില്ല. മറുപടിയില്ലാതെ നായർ എന്തോ പറയാൻ ശ്രമിച്ചു. വാക്കുകൾ മുറിഞ്ഞു പോയി. പക്ഷേ, പിറ്റേന്ന് സെമിനാർ ഹാളിനു പുറത്ത് ആരാധകർക്കും അനുയായികൾക്കും നടുവിൽനിന്ന് അയാൾ അസാധാരണമായി പൊട്ടിച്ചിരിച്ചു.

"ഭർത്താവില്ലാത്തതിന്റെ കുഴപ്പമാണ്!"

അന്നേവരെ ആരാലും ചോദ്യം ചെയ്യപ്പെടാത്ത സീനിയർ പ്രൊഫസറുടെ കണ്ണുകളിൽ പക പരിഹാസത്തിന്റെ രൂപത്തിൽ കുമിഞ്ഞു കൂടിക്കിടന്നു.

ഒരു പകർച്ചവ്യാധിയുടെ മാരകമായ സകല ലക്ഷണങ്ങളും അത് അന്തരീക്ഷത്തിൽ അവശേഷിപ്പിച്ചു. രോഗാണുക്കൾ പെറ്റുപെരുകി. പലപ്പോഴായി, പല രൂപത്തിൽ അവ യുദ്ധമുഖത്ത് ആക്രമിച്ചു മുന്നേറുന്ന സൈന്യത്തെപ്പോലെ താരയുടെ തൊട്ടടുത്തെത്തി നിരന്നു നിന്ന് അട്ടഹസിച്ചു.

അപ്രതീക്ഷിതമായി പല സ്ഥലങ്ങളിൽനിന്ന്, പല ശബ്ദങ്ങളിലും ഈണങ്ങളിലും കേട്ട സംഭാഷണങ്ങൾക്കും അർത്ഥം വെച്ച ചിരികൾക്കും

മുമ്പിൽ മുഖം മങ്ങാതെ, ചങ്കു കുടയാതെ പുഞ്ചിരിച്ചു നടക്കാൻ ശീലി ക്കുക എളുപ്പമല്ല. എന്നിട്ടും താര അതു മെല്ലെ നേടിയെടുത്തു. പ്രൊഫ സർ നായർ കാമ്പസിൽ ഇല്ലാതിരിക്കുമ്പോഴും, മുമ്പിൽ അയാളുടെ നീണ്ടു വളർന്നു നില്ക്കുന്ന അനേകം നിഴലുകളെ കവച്ചു വയ്ക്കാതെ താരയ്ക്ക് ഒരടിപോലും കടന്നു പോകാൻ കഴിയുന്നില്ല.

താരയുടെ പുതിയ പുസ്തകത്തിന്റെ റിലീസ് ഇൻവിറ്റേഷൻ വാർത്താ ബോർഡിൽനിന്ന് കാണാതായപ്പോൾ ആരോടും അതിനെക്കുറിച്ച് അന്വേ ഷിക്കാതിരിക്കാൻ ശ്രമിച്ചു.

കാന്റീനിലിരുന്ന് പ്രൊഫസർ നായരുടെ അതേ ശബ്ദത്തിൽ അയാ ളുടെ ജൂനിയർ പ്രൊഫസർമാരിലൊരാൾ നന്നായി കുലുങ്ങിച്ചിരിച്ചു കൊണ്ട് സഹപ്രവർത്തകരോടു പറഞ്ഞു.

"കുറെ ജാഡകൾ തട്ടിവിട്ട് നിങ്ങൾക്കും കുറേ പുസ്തകം പ്രസിദ്ധീ കരിച്ചുകൂടേ?"

ഓക്സ്ഫോർഡ് യൂണിവേഴ്സിറ്റി പ്രസ് പ്രസിദ്ധീകരിച്ച ആ പുസ്ത കത്തിന്റെ റിലീസ് പരിപാടിയും പുസ്തകത്തെക്കുറിച്ചുള്ള വിവരങ്ങളുമ ടക്കമുള്ള വാർത്തകൾ ഇംഗ്ലീഷ് പത്രങ്ങളും മലയാളം പത്രങ്ങളും ഒരു പോലെ റിപ്പോർട്ടു ചെയ്തു. പക്ഷേ, അന്ന് രാവിലെ ഡിപ്പാർട്ട്മെന്റിലെ ത്തിയപ്പോൾ മുറിയുടെ വാതിലിനു മുകളിലെ നെയിംബോർഡ് അപ്രത്യ ക്ഷമായിരിക്കുന്നതുകണ്ട് എന്തു ചെയ്യണമെന്നറിയാതെ പ്യൂണും ഓഫീസ് മാനേജരും എത്തുന്നതുവരെ താര മുറിക്കു പുറത്തുനിന്നു.

നേരം വൈകി വന്ന പ്യൂണും അയാൾക്കു തൊട്ടു പിറകേ വന്ന ഓഫീസ് മാനേജരും ഒന്നുമറിഞ്ഞില്ല. പ്യൂൺ തിടുക്കത്തിൽ ഓഫീസ് തുറന്ന് താക്കോലെടുത്ത് അതിവിനയത്തോടെ താരയുടെ മുറി തുറന്നു. താര രണ്ടുപേരോടും നേരം വൈകിയതിന്റെ കാരണം ചോദിച്ചില്ല.

പ്രൊഫസർ നായരുടെ സംഘബലം എത്ര വലുതാണെന്ന് ഇപ്പോൾ താരയ്ക്കറിയാം.

അന്താരാഷ്ട്രതലത്തിൽ ശ്രദ്ധ നേടിക്കഴിഞ്ഞ താരയുടെ അന്നേവ രെയുള്ള അക്കാദമിക് ബൗദ്ധിക സംഭാവനകൾക്കു പകരം വ്യക്തിജീവി തത്തിൽനിന്ന് ആവശ്യമുള്ള വിവരങ്ങൾ ഡൽഹിയിൽനിന്നും ഇംഗ്ല ണ്ടിൽനിന്നും വരെ ശേഖരിച്ചെടുത്ത് ആവശ്യമുള്ള അനുപാതത്തിൽ നിർമ്മിച്ചെടുത്ത് പറഞ്ഞുപരത്തിയ കഥകളിൽ പലരുടെയും ഭാവനകളിൽ താര പലതുമായി. താരയുടെ അറിവും സ്നേഹവും തിരിച്ചറിഞ്ഞ് സ്നേഹം തിരിച്ചു നല്കിയ താരയുടെ ഗവേഷണ വിദ്യാർത്ഥികളുടെ സാമീപ്യത്തിൽ നിന്നുള്ള ആശ്വാസത്തിൽ മുന്നോട്ടു പോകാൻ തീരുമാ നിച്ചത് അക്കാദമിക് ജീവിതം ഒരു വലിയ യാത്രയ്ക്കായി ഇഷ്ടത്തോടെ തെരഞ്ഞെടുത്ത വഴിയായതുകൊണ്ടാണ്.

"ഇതില്ലാതെ എനിക്ക് ജീവിക്കാൻ പറ്റില്ല."

താര പലപ്പോഴും എന്നോടെന്നപോലെ തന്നത്താൻ പറഞ്ഞുകൊ ണ്ടിരുന്നു.

അറിവിന്റെ പുതിയ അന്വേഷണങ്ങളും അനുഭവങ്ങളും ആനന്ദങ്ങളും നല്കുന്ന സമാനതകളില്ലാത്ത ഒരു യാത്ര ഈ വിധം ഇടയ്ക്കുവെച്ചു നിർത്തി പിരിഞ്ഞുപോകാൻ താരയ്ക്ക് പറ്റില്ല. വേണമെങ്കിൽ എത്രയും വേഗം ഇംഗ്ലണ്ടിലേക്കോ അമേരിക്കയിലേക്കോ ഡൽഹിയിലേക്കോ രക്ഷപ്പെടാം. പക്ഷേ, മതിയെന്നു തോന്നി അവസാനിപ്പിച്ചുപോന്ന സ്ഥലങ്ങളിലേക്ക് തിരിച്ചുപോകാൻ ഗതികേട് കാരണമാകുന്നത് ഭയാനകമാണ്, തകർന്നുപോകുന്ന ആത്മാഭിമാനം ശൂന്യതയുടെ ഇരുണ്ട പടുകുഴിയിലേക്ക് താരയെ സമ്പൂർണ്ണമായും വലിച്ചെടുത്ത് നാമാവശേഷമാക്കും.

“അത്തരം നാശം എന്തു സംഭവിച്ചാലും ഞാനൊഴിവാക്കും.”

താരയുടെ അച്ഛനും അമ്മയും ഇതൊന്നുമറിഞ്ഞില്ല. നാട്ടിൽ തിരിച്ചെത്തിയ ഇളയ മകളുടെ സാന്നിദ്ധ്യത്തിൽ രണ്ടുപേരും പരസ്പരം പറഞ്ഞു. മൂത്തമകളുടെ ഭർത്താവിന്റെ നിയന്ത്രണങ്ങളിൽ ജീവിതത്തെ വലിച്ചിഴച്ച് രണ്ടുപേർക്കും മടുത്തിരുന്നു. ഭർത്താവിന്റെ വിധേയത്വമുള്ള ഭാര്യയായി ജീവിക്കാൻ ശ്രമിക്കുമ്പോൾ മകൾ അച്ഛനോടും അമ്മയോടുമുള്ള ചുമതലകളിൽ നിസ്സഹായത കാണിക്കുന്നു എന്നവർ താരയോടു വിഷമങ്ങൾ പറഞ്ഞു. റിട്ടയർ ചെയ്തപ്പോൾ കിട്ടിയ ആനുകൂല്യങ്ങളും മാസംതോറുമുള്ള വലിയ പെൻഷൻ തുകയും മരുമകന്റെ അക്കൗണ്ടിലേക്ക് ട്രാൻസ്ഫർ ചെയ്യേണ്ടിവരുന്നതും മരുന്നുകൾ വാങ്ങാൻവരെ പണം ചോദിച്ചു വാങ്ങുന്നതും വലിയ ദുരിതമാണ്. ഇളയമകൾ ഇനിയെന്നും കൂടെയുണ്ടാകുമെന്ന സമാധാനം രണ്ടുപേരുടെയും വർത്തമാനങ്ങളിലും ചലനങ്ങളിലും ഉണ്ടാക്കിയ മാറ്റങ്ങൾ താര അത്ഭുതത്തോടെ ശ്രദ്ധിച്ചു. വാർദ്ധക്യത്തിൽ സന്തോഷങ്ങൾ കൊടുക്കാൻ കഴിയുന്നതു ഭാഗ്യമാണ്. പക്ഷേ, ഏറ്റവുമൊടുവിലുണ്ടായ സംഭവങ്ങൾ പത്രങ്ങൾ വലിയ പ്രാധാന്യത്തോടെ, വിശദമായി റിപ്പോർട്ട് ചെയ്തു.

“ബാക്കി എല്ലാവരും ഇവിടത്തെ യൂണിവേഴ്സിറ്റികളിൽ ഒരു പ്രശ്നവുമില്ലാതെ ജോലി ചെയ്യുന്നു. നിനക്കുമാത്രം എന്തുകൊണ്ടിങ്ങനെ സംഭവിച്ചു?”

താരയ്ക്ക് അച്ഛനോടു പറയാൻ മറുപടിയില്ല. പത്രത്തിലേക്കു വീഴുന്ന അമ്മയുടെ കണ്ണുനീർ കാണാതിരിക്കാൻ താര പുറത്തേക്കു നോക്കിയിരുന്നു.

പുതിയ റിസർച്ച് പ്രൊജക്ടുകളിലേക്ക് ശ്രദ്ധിച്ച് മറ്റെല്ലാം താര അതിജീവിക്കാൻ ശ്രമിക്കുകയായിരുന്നു. ഡിപ്പാർട്ട്മെന്റിൽ പുതിയ അഡ്വാൻസ്ഡ് കോഴ്സ് തുടങ്ങാനുള്ള അനുവാദം ലഭിച്ചതിന്റെ പിറകേ ഗവേഷണത്തിരക്കുകൾ മാറ്റിവെച്ച് അഡ്മിഷൻ നടത്താനുള്ള ജോലികൾ ചെയ്തു. ആകെയുള്ള പത്ത് സീറ്റിലേക്ക് അഡ്മിഷൻ കിട്ടാൻ വിദ്യാർത്ഥികളുടെ കടുത്ത മത്സരമാണ്. പ്രവേശനപരീക്ഷയുടെ ലിസ്റ്റ് പ്രസിദ്ധീകരിക്കുന്നതിനു തൊട്ടു മുമ്പുവന്ന ഫോൺ കോൾ ഓഫീസ് മാനേജരോട് എടുക്കാൻ പറഞ്ഞു. അങ്ങനെയൊരു ഫോൺ കോൾ വരുമെന്നു പ്രതീക്ഷിച്ചിരുന്നതുപോലെ.

ആരാണെങ്കിലും താര ഓഫീസിലില്ലെന്നാണ് അയാൾ പറയേണ്ടത്. കുറച്ചു കഴിഞ്ഞു വരുമെന്നും.

പല ദിവസങ്ങളിലായി താരയെ പലരും വിളിച്ചു കഴിഞ്ഞു. ഒടുവിൽ വിളിച്ച സിൻഡിക്കേറ്റ് മെമ്പർ തീർത്തു പറഞ്ഞു.

"മാഡം, നിങ്ങൾക്കെതിരെ ഇവിടെ ധാരാളം പ്രശ്നങ്ങൾ ഇപ്പോൾ തന്നെയുണ്ട്. ഇക്കാര്യത്തിൽ മനസ്സു വെച്ചില്ലെങ്കിൽ എല്ലാം ഒരുമിച്ച് കണക്കു തീർത്ത് അനുഭവിക്കേണ്ടി വരും."

ഓഫീസ് മാനേജർ റിസീവർ അല്പം മാറ്റിപ്പിടിച്ച് താരയെ വിളിച്ചു:

"മാഡം, മന്ത്രിയുടെ ഓഫീസിൽ നിന്നാണ്."

അയാളുടെ വായിൽനിന്നു തെറിച്ച തുപ്പൽ റിസീവറിലേക്കു വീഴുന്നതു കണ്ട താര എന്തു ചെയ്യണമെന്നറിയാതെ ഇരിക്കുമ്പോൾ അയാൾ താരയുടെ മുമ്പിലേക്ക് റിസീവർ വെച്ച് മുറിയിൽനിന്നിറങ്ങിപ്പോയി.

താര ഫോണിൽ പരിചിത ഭാവത്തിലുള്ള ഉറച്ച ശബ്ദം കേട്ടു.

"മാഡത്തെക്കുറിച്ച് കേട്ടിട്ടുണ്ട്. പുസ്തകങ്ങളൊന്നും വായിച്ചിട്ടില്ല."

അതൊരു ഉപചാരമാണ്.

"എനിക്ക് വേണ്ടപ്പെട്ട രണ്ടു കുട്ടികൾക്ക് അഡ്മിഷൻ കൊടുക്കണം. നേരത്തെ പലരും പറഞ്ഞ അതേ കുട്ടികൾ തന്നെയാണ്. രണ്ടുപേരും ഞങ്ങൾക്ക് വേണ്ടപ്പെട്ടവരാണ്."

താരയ്ക്ക് റിസീവർ കൈയിൽ പിടിച്ചുകൊണ്ടിരുന്നപ്പോൾ വല്ലാതെ അറച്ചു.

"ലിസ്റ്റ് നോട്ടീസ് ബോർഡിലിട്ടു സർ."

മന്ത്രി മറ്റൊന്നും സംസാരിക്കാതെ ഫോൺ വെച്ചു.

താരയ്ക്കും ആശ്വാസമായി. പ്യൂണിനെ വിളിച്ച് വൃത്തിയുള്ള തുണി നനച്ച് ഫോൺ നന്നായി തുടച്ചു വെക്കണമെന്നു പറഞ്ഞു.

തോറ്റുപോയ രണ്ടു വിദ്യാർത്ഥികൾക്ക് മെറിറ്റ് സീറ്റിൽ അഡ്മിഷൻ കൊടുത്താൽ രണ്ട് മിടുക്കരായ കുട്ടികളുടെ അവസരം നഷ്ടപ്പെടും.

ഡിപ്പാർട്ട്മെന്റ് ഹെഡ് എന്ന നിലയിൽ മറ്റൊന്നും അതിനെക്കുറിച്ച് എവിടേയും വിശദീകരിക്കാൻ താര തയ്യാറായിരുന്നില്ല.

പക്ഷേ, പിറ്റേന്ന് പത്രങ്ങളിൽ വന്ന വാർത്ത കണ്ട് താര എന്നോടു ചോദിച്ചു:

"കാർത്തി, ഇനി എന്തു ചെയ്യണം?"

"എന്തു ചെയ്യണമെന്ന് വേഗം ആലോചിക്കണം."

പ്രസിദ്ധീകരിച്ച ലിസ്റ്റിൽ ക്രമക്കേടുണ്ടെന്നും ഡോ. താരയുടെ അഴിമതിയെക്കുറിച്ച് അന്വേഷിക്കണമെന്നും യൂണിവേഴ്സിറ്റിയിലെ പ്രബലമായ അദ്ധ്യാപകസംഘടനയും വിദ്യാർത്ഥിസംഘടനയും ആവശ്യപ്പെടുകയാണ്. ഡോ. താരയുടെ അഴിമതിയെക്കുറിച്ച് അന്വേഷിക്കുമെന്ന് അതേ മന്ത്രിയുടെ പ്രസ്താവനയുമുണ്ട്.

താരയുടെ വിശദീകരണങ്ങൾക്കുശേഷം വ്യക്തിപരമായി അനുഭാവപൂർവ്വം സംസാരിച്ച വൈസ് ചാൻസലറിൽനിന്ന് തൊട്ടുപിറകേ കിട്ടിയ

മെമ്മോ കണ്ട് താര അത്ഭുതപ്പെട്ടില്ല.

പക്ഷേ, പിറ്റേന്ന് രാവിലെ യൂണിവേഴ്സിറ്റിയുടെ മുഖ്യകവാടത്തിൽ പ്രത്യക്ഷപ്പെട്ട പോസ്റ്ററുകൾ താര കാണരുതെന്ന് ഞാൻ ദൈവങ്ങളെ മുഴുവൻ വിളിച്ചു പ്രാർത്ഥിച്ചു. കാർ നിർത്തി ഇറങ്ങി മുന്നിൽ കണ്ടതെല്ലാം ഞാൻ വലിച്ചുകീറുമ്പോൾ താര പിറകിലൂടെയാണ് എന്റടുത്തേക്ക് വന്നത്. ചുരുട്ടിക്കൂട്ടിയ പോസ്റ്റർ ഞാൻ ദുരത്തേക്കു വലിച്ചെറിഞ്ഞു വേഗം പോകാമെന്നു മാത്രം പറഞ്ഞ് വണ്ടിയിൽ കയറി. പക്ഷേ, ഗേറ്റിനകത്തേക്കു കടന്നപ്പോൾ താര എല്ലാം നേരിട്ടു കണ്ടു.

"ഡോ. താരയുടെ ഡൽഹി ജീവിതത്തിലെ നിറമുള്ള കഥകൾ."

"അക്കാദമിക് രാഷ്ട്രീയ ബുദ്ധിജീവിയുടെ പ്രണയനൈരാശ്യം."

പോസ്റ്ററുകളിലെ വാചകങ്ങൾ ഉറക്കെ വായിച്ചു നടന്നു പോകുന്ന വിദ്യാർത്ഥികൾക്കിടയിലൂടെ താരയുടെ കാറിനു മുമ്പിലായി എന്തു ചെയ്യണമെന്നറിയാതെ ഞാൻ തണുത്തുറഞ്ഞുപോയ കൈകൾകൊണ്ടു വണ്ടിയോടിച്ചു.

എന്റെ ഡിപ്പാർട്ട്മെന്റിൽ ചെന്ന് ലീവെടുത്ത് അപ്പോൾത്തന്നെ താരയെയും കൊണ്ട് ദൂരെയുള്ള ബീച്ച് റെസ്റ്റോറന്റിന്റെ ബാൽക്കണിയിൽ ചെന്നിരുന്നു.

ഒരു കടൽക്കാറ്റിനും താരയെ തണുപ്പിക്കാൻ പറ്റില്ല.

നിയമപരമായ കാര്യങ്ങൾക്ക് അഡ്വക്കേറ്റിനെ കാണണം. ഏതുകോടതിയിൽനിന്ന് നീതി കിട്ടുമെന്നറിയില്ല. എത്ര വർഷങ്ങളെടുക്കുമെന്നറിയില്ല. ഒന്നും എളുപ്പമായിരിക്കില്ല.

"യൂണിവേഴ്സ്റ്റിക്കുള്ളിൽ നടക്കുന്ന പ്രചരണങ്ങൾക്കെതിരെ ആദ്യം യൂണിവേഴ്സിറ്റി വിമെൻസ് സെല്ലിൽ ഒരു കംപ്ലെയിന്റ് കൊടുത്തു നോക്കാം."

ഞാൻ തന്നെ എഴുതി. പ്രതീക്ഷയൊന്നുമില്ലാതെ താര ഒപ്പിട്ടു.

"കാർത്തിക ടീച്ചർ ഇതിൽ ഇടപെടണ്ട. വെറുതെ നാണക്കേട് വരുത്തണ്ട." വിമെൻസ് സെൽ അദ്ധ്യക്ഷയുടെ നിലപാട് കർശനമായിരുന്നു. ആ അടിയന്തര മീറ്റിങ്ങിൽ പങ്കെടുത്ത ഭൂരിഭാഗം പേരും അതുതന്നെ ആവർത്തിച്ചു. താരയോടൊപ്പം നില്ക്കേണ്ടത് വിമെൻസ് സെൽ അംഗങ്ങളുടെ രാഷ്ട്രീയമായ ഉത്തരവാദിത്വമാണെന്ന് ഞാൻ വിശദീകരിച്ചുകൊണ്ടേയിരുന്നു. പക്ഷേ, അക്കാഡമിക് രംഗത്തെ സ്ത്രീകളുടെ നിസ്സഹകരണത്തിൽ ഞാൻ സമ്പൂർണ്ണമായും പരാജയപ്പെട്ടു. മറ്റ് അധികാര സമിതികളിലെ സ്ത്രീ പ്രതിനിധികളും താരയ്ക്കുവേണ്ടി സംസാരിക്കാൻ തയ്യാറല്ലെന്നു തുറന്നു പറഞ്ഞു. വിമെൻസ് സെൽ മീറ്റീങ്ങിൽ നിശ്ശബ്ദമായിരുന്ന രണ്ടുമൂന്നുപേർ ഒറ്റയ്ക്കു കണ്ടപ്പോൾ അവരുടെ രഹസ്യമായ പിന്തുണ അറിയിച്ചു. അവരോടു തിരിച്ചൊന്നും പറഞ്ഞില്ല. അത്രയ്ക്ക് ആസൂത്രിതമാണ് എല്ലാം.

തുടർന്നുള്ള ദിവസങ്ങളിൽ അധികാരത്തിലുള്ള വിദ്യാർത്ഥിസംഘടനയുടെ പ്രകടനങ്ങൾ കാമ്പസിൽ കടുത്ത ഭീകരത സൃഷ്ടിച്ചു. മനസ്സ്

നിർത്താതെ പിടയ്ക്കുമ്പോഴും താരയോടു ലീവെടുക്കണമെന്ന് ഞാൻ പറഞ്ഞില്ല. താരയുടെ അഭിമാനം എന്റേതുമാണ്. പ്രകടനങ്ങളുടെ അഞ്ചാം ദിവസം, ഡോ. താരയുടെ ദുർഭരണം അവസാനിപ്പിക്കണമെന്ന് അലറി വിളിച്ച് കാമ്പസുമുഴുവൻ നടന്ന പ്രകടനം അക്രമാസക്തമായി താരയുടെ ഡിപ്പാർട്ട്മെന്റിലേക്ക് ഇരച്ചു കയറുന്നതിനു മുമ്പ് താരയെ മുറിയിലാക്കി അകത്തുനിന്ന് വാതിലടച്ച് കുട്ടികൾ ഒപ്പം നിന്നു. അവർ താരയെക്കൊണ്ട് പൊലീസ് സ്റ്റേഷനിലേക്ക് വിളിപ്പിച്ചു.

പക്ഷേ, പൊലീസ് വരുന്നതിനും മുമ്പ് ലാബിൽ തീ ആളിപ്പടർന്നു. കരിയുന്ന കടലാസുകൾ, വേവുന്ന മൊക്രോബുകൾ, പൊട്ടിത്തെറിക്കുന്ന ലാബുപകരണങ്ങൾ. ഓഫീസ് മുറിയുടെ പാതിഭാഗവും കത്തിയമർന്നു. പരീക്ഷാനടത്തിപ്പിന്റെ ഔദ്യോഗികരേഖകളടക്കം വിലപ്പെട്ടതെല്ലാം കാറ്റിൽ ചാമ്പലായി താരയുടെ മുന്നിൽ പറന്നു പരിഹസിച്ചു.

തീയും വിഷപ്പുകയും വമിക്കുന്ന അഗ്നിപർവ്വതത്തിനു മുകളിൽനിന്ന് താരയ്ക്ക് വീണ്ടും വിശദീകരണങ്ങൾ നല്കേണ്ടി വന്നു.

"യൂണിവേഴ്സിറ്റിയിൽ സമാധാനാന്തരീക്ഷം വേണം"

"ഡോ. താര വളണ്ടറി റിട്ടയർമെന്റ് എടുക്കണം."

സമ്മർദ്ദങ്ങളോട് താര ചെറുത്തുനിന്നു. തുടർന്ന് അധികാരസമിതികളിലെ പുരുഷന്മാരായ മെമ്പർമാർ പല വലിപ്പത്തിലും നിറങ്ങളിലുമുള്ള നോട്ടീസുകളും പോസ്റ്റുകളും താരയുടെ മുമ്പിൽവെച്ച് പരസ്യമായി കൈമാറി. അറപ്പിക്കുന്ന നോട്ടങ്ങൾക്കും വർത്തമാനങ്ങൾക്കുമിടയിൽ പരിശീലനംകൊണ്ടു നേടിയ മനഃസ്ഥൈര്യംകൊണ്ടു തലകുനിക്കാതെ പിടിച്ചുനിന്നു. പക്ഷേ, ഡോ. താരയെ സർവ്വീസിൽനിന്ന് പിരിച്ചുവിടുന്നു എന്നു നേരത്തേ തയ്യാറാക്കിയ പത്രക്കുറിപ്പ് അവർ പ്രസിദ്ധീകരണത്തിനു നല്കി. ആ നിമിഷം മുതൽ, കീഴ്ക്കോടതികളിൽനിന്ന് സുപ്രീംകോടതിവരെ തീർത്തും അപ്രതീക്ഷിതമായി ഗതി മാറിപ്പോയി താരയുടെ ജീവിതം. ഓരോ കടലാസുകളും രേഖകളും തെളിവുകളും ഹാജരാക്കുവാൻ നടത്തിയ സമയത്തിനും അദ്ധ്വാനത്തിനുമിടയിൽ താരയ്ക്ക് മറ്റൊന്നും ആലോചിക്കാൻ നേരം കിട്ടിയില്ല.

നീണ്ട നാലു വർഷങ്ങൾ ദുരിതം പിടിച്ച വഴികളിലൂടെ നടന്ന് താര നടത്തിയ നിയമയുദ്ധങ്ങൾക്കൊടുവിൽ ഇപ്പോൾ സുപ്രീംകോടതി വിധി പറഞ്ഞു.

ഡോ. താരയ്ക്ക് സർവ്വീസിൽ തുടരാം. നഷ്ടപ്പെട്ട വർഷങ്ങളിലെ ശമ്പളവും കോടതിച്ചെലവും അടക്കമുള്ള നഷ്ടപരിഹാരങ്ങൾ യൂണിവേഴ്സിറ്റി നല്കണം.

"വിധിയിൽ സന്തോഷമുണ്ട്. എങ്കിലും നഷ്ടപ്പെട്ട മറ്റു പലതിന്റെയും കണക്കെടുക്കാൻ മറ്റാർക്കും കഴിയില്ല." താര കാഞ്ചിപുരത്തുനിന്ന് ടെലിഫോണിലൂടെ നല്കിയ പ്രതികരണം പത്രങ്ങളും ടെലിവിഷൻ ചാനലുകളും ഇവിടെ വലിയ പ്രാധാന്യത്തോടെ നല്കി.

സ്ത്രീകളുടെ ഓംകാരം അശാന്തമായി സർവ്വശക്തിയിൽ അന്തരീ

ക്ഷത്തിൽ അലയടിച്ചു. സ്ത്രീകളുടെ ഹൃദയത്തിന്റെ അറകളിൽ തളം കെട്ടിയ സവിശേഷമായ കനത്ത നിരാശകളുണ്ട്. അതിനുള്ളിലെ നിറം കെട്ടുപോയ ചോരപ്രവാഹത്തിൽ അവരുടെ പഴക്കം ചെന്ന വേദനകൾ അലയടിക്കുമ്പോൾ തടുക്കാനാവാത്തവിധം പുറത്തുവരുന്ന ചെറുത്തുനില്പിന്റെ ശബ്ദമാണത്.

എവിടെനിന്നോ വന്ന സ്ത്രീകൾ. അവർ തമിഴോ മലയാളമോ കന്നഡയോ തമിഴോ ഹിന്ദിയോ സംസാരിക്കുന്നില്ല. ഒരേയൊരു ശബ്ദം. ഒരേയൊരു നിറം. ഒരേയൊരു ഭാവം. അനേകം ഉടലുകൾ ഒന്നുചേർന്നതുപോലെ അവർ ഒന്നിച്ചാണ് ചലിക്കുന്നത്.

ഒരു മഹാസമുദ്രം നിറയെ വിരിഞ്ഞ ചെന്താമരപോലെ.

ഇരുൾ പരന്ന ധ്യാനകവാടത്തിനു മുന്നിലെത്തിയപ്പോൾ അവർ നിശ്ചലരായി. മഠാധിപതിയുടെ ധ്യാനം നടുക്കത്തിലവസാനിച്ചു.

സ്ത്രീകളാണെങ്കിൽ അത്യാസന്ന നിലയിൽ ക്ഷേത്രഗോപുരം കടന്ന് കാഞ്ചിപുരത്തിന്റെ തെരുവീഥികളിലേക്കു കുതിച്ചു. ചെന്താമരയിതളുകൾ ഒന്നൊന്നായടർന്നകന്നകന്നു പോകുന്നതുപോലെയാണവർ പോയത്. സമുദ്രത്തിന്റെ അടിത്തട്ടിൽ വേരുകളാഴ്ന്ന് തണ്ടിലവശേഷിക്കുന്ന ജീവസ്സുറ്റ ഹൃദയഭാഗം പോലെ താരയും ദേവിയും മാത്രം അവിടെ അവശേഷിച്ചു.

യാത്രയിലുടനീളം കാഞ്ചിപുരത്തെ താമസക്കാലത്തും എനിക്ക് ഫോണിലും ഇ-മെയിലിലും കിട്ടിയ താരയുടെ വിവരങ്ങൾ സമാധാനവും സന്തോഷവും നല്കുന്നതാണ്. കാഞ്ചിപുരത്തുനിന്ന് തിരിച്ചെത്തുന്ന താരയുടെ ട്രെയിൻ കാത്ത് റെയിൽവേ സ്റ്റേഷനിലിരിക്കുമ്പോൾ ഞാൻ സങ്കല്പിക്കുകയാണ്, ട്രെയിനിൽനിന്നിറങ്ങുന്ന താരയുടെ മുഖം. എന്നെ കാണുമ്പോൾ മിന്നിമറയുന്ന മുഖത്തെ ഭിന്നഭാവങ്ങൾ. ഇനിയുള്ള ദിവസങ്ങൾ.

ദുഷ്ഷന്തനും ഭീമനുമില്ലാത്ത ലോകം

പി വത്സല

എന്റെ പഴയപാത ഞാൻ പെട്ടെന്നു തിരിച്ചറിഞ്ഞു. വണ്ടിക്കാരന് കാശുകൊടുത്ത് ചില്ലറമേടിക്കാൻ മെനക്കെടാതെ ഞാൻ എന്റേതായിരുന്ന ഈ പട്ടണപ്പാതയെ കണ്ണിമയ്ക്കാതെ നോക്കുകയാണ്.

സമയം കാലത്ത് ഒമ്പതര. ആറുമണിക്ക് എന്റെ നാട്ടിൽനിന്നു ടാക്സി യിൽ കയറിയതാണ്. മാധവേട്ടനെ ഒരു ബസിലിരുത്തിക്കൊണ്ടുവരുന്നത് ശരിയല്ലെന്ന് ഞാൻ വിചാരിച്ചു. നാട്ടുകാരും പറഞ്ഞു. അവരോട് നന്ദി പ റയേണ്ടതുണ്ട്. കടുത്ത രോഗമൊന്നും ഇല്ലെങ്കിലും ചിലപ്പോഴെങ്ങാനും..... നല്ലവരായ അയൽക്കാരും പരിചയക്കാരും കൂടെപ്പോന്നു. മാധവേട്ടനെ ഉടനെ ചികിത്സിക്കേണ്ടത് അവരുടെകൂടി ആവശ്യമായതുകൊണ്ടാണ് നിർല്ലോപം സഹായം ലഭിച്ചെന്നു ഞാൻ പറയുകയില്ല. അത് നന്ദികേട്. ഒരു പെണ്ണ്, മനോരോഗിയായ ഭർത്താവിനെ പട്ടണത്തിൽ കൊണ്ടുവരു ന്നതെങ്ങനെ, തനിച്ച്.....!

മാധവേട്ടനെ പരിശോധിപ്പിച്ച് അവർ തിരിച്ചുപോയി. "പേടിക്കാ നൊന്നും ഇല്ല കേട്ടോ!"

ഇല്ല. മനോരോഗിയാണ് എന്റെ ഭർത്താവ് എന്ന് ഞാൻ കുറെ മുമ്പു തന്നെ തിരിച്ചറിഞ്ഞിരുന്നു. പതിനാറാം വയസ്സിൽ അദ്ദേഹം എന്റെ കഴു ത്തിൽ താലികെട്ടിയ ദിവസം തന്നെ. ആരോടും പറഞ്ഞില്ല. പറഞ്ഞിട്ടെ ന്തുഫലം? ആരും വിശ്വസിക്കുകയുമില്ല.

വേണമെങ്കിൽ എന്റെ അനിയനോടു പറയാം. ഒമ്പതാം തരത്തിൽ പഠിക്കുന്ന അനിയനോട് പറഞ്ഞിട്ടെന്തു കാര്യം? അവൻ ചിരിക്കുകയേ ഉള്ളു.

ഇന്ന് ടാക്സിയിൽ കയറി അതിരാവിലെ ഞാൻ പോരുമ്പോൾ അവന്റെ കണ്ണിലെ ചിരി വറ്റിയിരുന്നു.

"ചേച്ചി ആശുപത്രീൽ നില്ക്കാമ്പോവ്വാണോ ?"

"അതേ...."

പിന്നെ അവൻ മൗനം പാലിച്ചു. ഓടുന്ന വണ്ടിയുടെ പിൻചില്ലിലൂടെ ഞാൻ തിരിഞ്ഞുനോക്കി. അവൻ, അവിടെ, അച്ഛന്റെ ചായക്കടയുടെ മുറ്റത്ത് നിന്നനില്പിൽ പുറംകൈ കൊണ്ടു കണ്ണുതുടച്ചു കൈ ട്രൗസറിൽ ഉരസി അവൻ അവിടെത്തന്നെ.....

ഇപ്പോൾ ഞാൻ നില്ക്കുന്നത് അഞ്ചുവർഷം എന്റേതായിരുന്ന പട്ടണപ്പാതയിലാണ്. ഇപ്പോഴിതിനെ പട്ടണം എന്നുപറയാൻ പറ്റില്ല. നഗരം. രാജ്യത്തെ മഹാനഗരങ്ങളിൽ ഒന്ന്. അങ്ങനെയാണ് പത്രങ്ങളിലെ സ്ഥിതി വിവരക്കണക്ക്.

എത്ര വലുതായാലും എന്റെ കുട്ടി എന്റേതല്ലാതാവുകയില്ലല്ലോ. പ്രസവിക്കാത്ത എനിക്ക് എന്റെ ഈ പട്ടണം ഒരു കുഞ്ഞാണ്. അല്ലെങ്കിൽ ഞാൻ ഈ നഗരത്തിന്റെ ഒരു ആദ്യകാലസന്തതി. രണ്ടും ഒന്നുതന്നെ.

ഇവിടെ എത്ര മാറി ! പതിന്നാലു കൊല്ലംകൊണ്ട് ഞാനും മാറീട്ടുണ്ടാവും. ഇവിടെ പഴയ പരിചയക്കാരെ ആരെയെങ്കിലും ഞാൻ കണ്ടെത്തും. അപ്പോഴറിയാം. അല്ല! ഇത് സരോജിനി തന്നെയോ? ഇവിടേക്കു വണ്ടി കേറുമ്പോൾ എന്റെ കൂട്ടുകാരിയെ, വരദയെ, എന്റെ ദുഷ്യന്തനെ കാണും എന്ന പ്രതീക്ഷ ഉള്ളിലുണ്ട്. വരദയെക്കാണാൻ ഞാൻ ഇന്നു വൈകുന്നേരം പോകും. നഗരവീഥിയിലിപ്പോൾ വേലിയേറ്റമാണ്. അകലങ്ങളിൽ നിന്നു വേവലാതിയോടെ ഓടിയെത്തുന്ന തിരമാലകൾ. മനുഷ്യരുടെ, വണ്ടികളുടെ, പലതരം വാഹനങ്ങളുടെ, കാക്കകളുടെ അവയെല്ലാം പടിഞ്ഞാറൻ കാറ്റിൽ ഓളം തള്ളി, ഗതിവിട്ട്, കുരുക്കിലകപ്പെട്ട്, ചുഴികളും മലരികളുമായി, ദൂരെ നില്ക്കുന്ന ട്രാഫിക് പൊലീസ് കൈകാലുകളിളക്കുന്നു. ആംഗ്യങ്ങൾക്ക് ഒന്നും ചെയ്യാനാവുന്നില്ല. ഒരു നിശ്ചലാവസ്ഥ. ഇനി ഇവിടെ നിന്നാൽ എനിക്കൊന്നും തിരിച്ചുകിട്ടുകയില്ല. എല്ലാം ചുഴിയിൽ പെട്ടുപോയി. വേലിയിറങ്ങട്ടെ, അപ്പോൾ തീരത്തടിയുന്ന പിശിടുകളിൽ നിന്ന് പഴയ കക്കകളെങ്കിലും ഞാൻ പെറുക്കിക്കൂട്ടും. വരദയെയും.

ഇപ്പോൾ മാധവേട്ടൻ പരിശോധനയും നിരീക്ഷണവും കഴിഞ്ഞ് വാർഡിലെ രണ്ടാം നമ്പർ ബെഡ്ഡിൽ വിശ്രമിക്കുന്നുണ്ടാവും. എന്റെ പക്കൽ ഒരു പ്രാതൽപ്പൊതി ഏല്പിച്ചിട്ട് മാധവേട്ടന്റെ സുഹൃത്ത് പറഞ്ഞു: "വാർഡിൽച്ചെന്ന് സുഖമായിരുന്നു കഴിച്ചോളൂ. രണ്ടുപേർക്കും ഉണ്ട്." കൈയൊഴിഞ്ഞ സന്തോഷത്തോടെ അവർ ബസ് സ്റ്റാൻഡിലേക്കു നടന്നുപോയി.

കേണൽ രാജൻ എന്ന ഡോക്ടറുടെ ആതുരാലയമായിരുന്നു, മുമ്പിവിടെ, ഇതേ സ്ഥാനത്ത്. ഇപ്പോൾ ബോർഡ് മാറി. കെട്ടിടം മാറി. മാറാതിരുന്നത് മുമ്പിലെ കാലിയായ കോർപ്പറേഷൻ പാർക്ക് മാത്രമാണ്. പൂക്കാത്ത ചെടികൾ മാത്രം നിരന്നു നില്ക്കുന്ന ഒരു വളപ്പ്. ചുറ്റും കൂർത്ത ഇരുമ്പഴികളുടെ വേലി.

'മാനസികരോഗ ചികിത്സാലയം' എന്നു ഗേറ്റിനു മുകളിൽ മിഴിച്ചു നോക്കുന്ന നിശ്ചലാക്ഷരങ്ങൾ. വലിയ ഗേറ്റ് തുറന്നു കിടപ്പുണ്ട്. ഇവിടേക്ക് ധാരാളം രോഗികൾ വന്നുകൊണ്ടിരിക്കുന്നു. മുറ്റത്തിരുപുറവും നിരക്കെ വണ്ടികൾ. നിശ്ശബ്ദമായിക്കിടന്ന് അയവിറക്കുന്ന വണ്ടികൾ.

ഗേറ്റിനു നേരേ മുമ്പിൽ പൈതിതെറുത്തുവച്ച കൊളാപ്സിബിൾ ഗേറ്റ്. മുറവാതിൽ. ഇടുങ്ങിയ കോണി. ഇരുപുറവും ഇഴചേർത്ത് കമ്പിയടിച്ചു ചില്ലിട്ടു മറച്ച സുതാര്യമായ ഭിത്തിയിൽ നഗരവീഥിയുടെ മുഖക്കാഴ്ചകൾ. അകത്തെന്ത് എന്നറിയാനുള്ള, നാട്ടിൻപുറക്കാരിയുടെ ജിജ്ഞാസയോടെ, ഞാൻ കണ്ണുകളുടെ വശത്ത് കൈപ്പത്തി ചേർക്കുന്നു.

കോണിയുടെ മുകൾപ്പടിയിലിരിക്കുന്ന പാറാവുകാരനെ ഞാൻ പ്രതീക്ഷിച്ചിരുന്നില്ല.

"എന്താ നോക്കിനില്ക്കണ് ? കേറിക്കോളൂ......."

എന്താണ് താഴെ നിലയിലെ കാഴ്ച ? ഞാൻ പ്രതീക്ഷിച്ചിരുന്നില്ല.

"ഒന്നു വേഗം നടക്കണം. ആൾക്കാർ ഇറങ്ങുകയും കയറുകയും ചെയ്യും."

കഷ്ടിച്ചു മൂന്നടിവീതിയുള്ള കോണി, എന്റേതു മാത്രമല്ല. ഞാൻ അതിവേഗം കോണി കയറി. ഇടനാഴിയിൽ ധാരാളം പേരുണ്ട്. രോഗികളെയും സഹായികളെയും വേർതിരിച്ചറിയാൻ പറ്റുന്നില്ല. അടഞ്ഞുകിടക്കുന്ന കൺസൾട്ടിങ് ക്യാബിനുകൾ. രണ്ടോ മൂന്നോ ഡോക്ടർമാരുണ്ടായിരിക്കും.

കേണൽ രാജൻ എന്ന ഡോക്ടർക്ക് ഒറ്റ കൾസൾട്ടിങ് റൂം മാത്രമേ ഉണ്ടായിരുന്നുള്ളു. ഏതാണ്ടിതേ സ്ഥാനത്തു തന്നെ. പഴയ കെട്ടിടത്തിന്റെ മുകൾ നിലയിൽ പാർക്കിനെ അഭിമുഖീകരിച്ച്. ആ ഒരൊറ്റ റൂമിൽവച്ച് രാജൻ ഡോക്ടർ പലതരം രോഗങ്ങളെ സ്വീകരിച്ചു. ഒരു പക്ഷാഭേദവും കാണിച്ചിരുന്നില്ല. രോഗികളോടും അവയവങ്ങളോടും. പഴുത്തൊലിക്കുന്ന ചെവിയും ആടിനില്ക്കുന്ന പല്ലും ശ്വാസം കുടുങ്ങിപ്പോയ നെഞ്ചും ആഹാരം പന്തുകളിക്കുന്ന ആമാശയവും പ്രസവിക്കാൻ കൂട്ടാക്കാത്ത ഗർഭപാത്രവും... എല്ലാം തുല്യദുഃഖിതർ. സാന്ത്വനം. കാരുണ്യം നിറഞ്ഞ വാക്കുകൾ. വീര്യം കൂടിയ മരുന്നുകൾ. ഇതിനെല്ലാം പുറമേ രാജൻ ഡോക്ടറും ദൂരെ നാട്ടിൻപുറത്തുനിന്നു വരുന്ന കുടുംബനാഥനും മരുന്ന്- കത്തി- പെട്ടി തൂക്കി. ഡോക്ടറുടെ യുദ്ധകാല കാറിൽ നഗരവീഥിയിലൂടെ അകലങ്ങളിലേക്ക് പാഞ്ഞുപോകുമായിരുന്നു. ഡോക്ടറുടെ മകൾ വരദ എന്റെ ക്ലാസിൽ പഠിച്ചിരുന്നു. മകൾ അച്ഛനെ കാണാതെ എത്രയോ ദിവസങ്ങൾ ഒരേ വീട്ടിൽ. അവൾക്ക് അമ്മയുമില്ലായിരുന്നു. ഉണ്ടായിരുന്നത് കാഴ്ച കുറഞ്ഞ ഒരു വേലക്കാരി മാത്രമായിരുന്നു. പ്രായം കൂടിയ സ്ത്രീ.

വരദ ഇവിടെ അടുത്തെങ്ങാനും താമസിക്കുന്നുണ്ടാവണം. പതിന്നാലു വർഷം കൊണ്ട് ഒരു കുടുംബത്തിന്റെ വേരുകൾ മുഴുവനും നശിച്ചുപോകാനിടയില്ല. വരദയ്ക്ക് പട്ടണം വിട്ടൊരു ജീവിതത്തെക്കുറിച്ചു ചിന്തിക്കാനേ പറ്റുമായിരുന്നില്ല. എന്റെ ക്ലാസിൽ നിത്യേന സൈക്കിൾ സവാരി

ചെയ്തിരുന്ന ഒരേയൊരു പെൺകുട്ടി വരദയായിരുന്നു. പെൺപള്ളിക്കൂടത്തിലെ കുട്ടികൾക്ക് സൈക്കിളോടിക്കാൻ ലജ്ജയായിരുന്നു. ഒരു ഡോക്ടറുടെ മകളായതുകൊണ്ട് അവൾക്കതു ചേരും എന്ന് ഞങ്ങളുടെ ക്ലാസ് ടീച്ചർ ഇടയ്ക്ക് ഓർമ്മിപ്പിച്ചു. ഒരു ചായക്കടക്കാരന്റെ പുത്രി സൈക്കിളിൽ കയറി നഗരം ചുറ്റിയാൽ അത് അഹങ്കാരമാവും. അവൾക്കുവേണ്ടി ഗ്രാമത്തിൽനിന്ന് നഗരത്തിലേക്കും തിരിച്ചും ബസുകളെത്ര!

റോഡിലെ തിരക്കിൽനിന്ന് കണ്ണുപിൻവലിച്ച് ഞാൻ ഡോക്ടറുടെ മുറിയിലേക്കു ചെന്നു.

“നിങ്ങൾ, മിസ്സിസ്സ് മാധവൻ. പേര് ശകുന്തള......”

“അല്ല, സരോജിനി”

“എനിക്കു തെറ്റീട്ടില്ല, മാധവനാണ് പറഞ്ഞത്.”

“പക്ഷേ, ഡോക്ടർ എന്നെ സരോജിനി എന്നു വിളിച്ചാൽ മതി.”

“ഓ! ചില സമുദായങ്ങളിൽ അങ്ങനെയൊരു പതിവുണ്ട്. വിവാഹത്തോടെ ഭാര്യയുടെ പേരു മാറ്റും. അല്ലെങ്കിലും ആരും ചോദിക്കാറില്ലല്ലോ നമുക്കൊരു പേരിടുമ്പോൾ, നിനക്കിത് സമ്മതമാണോ എന്ന് !”

ഡോക്ടർ ചിരിക്കുന്നു. ഞാനും ചിരിക്കണമല്ലോ. ശകുന്തളയാണ് മാധവേട്ടന്റെ ഈ രോഗത്തിനു കാരണം എന്നു പറയണമെന്നുണ്ട്. ഒരിക്കൽ ഒന്നഭിനയിച്ചുപോയെന്നുവച്ച്....നീ നിന്റെ മനസ്സിനകത്തേക്ക് മുഖം തിരിച്ചു നിന്നോടുതന്നെ ചോദിക്കൂ, സരോജിനി, നീ മാധവേട്ടന്റെ സരോജിനിയാണോ, ദുഷ്യന്തന്റെ ശകുന്തളയോ ?

ഡോക്ടറുടെ പിന്നിലുള്ള വലിയ ജാലകത്തിനു അഴികളില്ല. ഒരു തുറസ്സ്. നനഞ്ഞു മങ്ങിയ മിഴികളാൽ ഞാനപ്പുറം കാണുന്നു. ഞാൻ പഠിച്ച പള്ളിക്കൂടം. ഞാൻ അഞ്ചുവർഷം പഠിച്ച പള്ളിക്കൂടം. പെൺപള്ളിക്കൂടം. പുരുഷന്മാർക്ക് അതിനകത്തേക്ക് പ്രവേശനമുണ്ടായിരുന്നില്ല. പോയ നൂറ്റാണ്ടിൽ ജനിക്കേണ്ടിയിരുന്ന ഒരു ഹെഡ്മിസ്ട്രസ്, സ്കൂൾ വാർഷികം എന്നു കേട്ടപ്പോൾ അവരുടെ മുഖം കനത്തു. മുമ്പിവിടെ പതിവില്ലാത്തത്. കാലം മാറിയെന്നും ധൈര്യവതിയായ ഞങ്ങളുടെ ക്ലാസ് ടീച്ചർ ഓർമ്മിച്ചു. പോരാത്തതിന് വിദ്യാലയത്തിന്റെ നൂറാം പിറന്നാൾ. നേരോ? അതേന്ന്! ഈയിടെ ഒരു പത്രം എഴുതിയപ്പോഴാണ് നമ്മൾ കഥ അറിയുന്നത്. പത്രം എന്നു കേട്ടപ്പോൾ ഹെഡ്മിസ്ട്രസിന്റെ മുഖത്തു കാളിമ കേറി. വേണോ? അതുവേണോ? ഇനിയിവിടെ അവറ്റ കയറിയിറങ്ങാൻ തുടങ്ങും. എന്തുകൊണ്ട് ഒരു സെന്റിനറി ആഘോഷിക്കുന്നില്ല എന്നു ചോദിച്ചറിയാനും അവർ വന്നേക്കും. ഹെഡ്മിസ്ട്രസ് ഒന്നു മൂളി. അതിന്റെ ഫലമായിരുന്നല്ലോ ശാകുന്തളം നാടകവും...

വരദയായിരുന്നു ദുഷ്യന്തൻ...രാജൻ ഡോക്ടറുടെ ദീർഘകായയായ മകൾ. കഴിയുന്നത്ര സമയം വീട്ടിനു പുറത്തു ചെലവാക്കാനായിരുന്നു അവൾക്കു പ്രിയം. ശകുന്തളയായിട്ടു ഞാൻ മതി എന്നു വരദ പ്രഖ്യാപിച്ചു. എന്റെ കണ്ണിൽ ഇരുട്ടുകയറി. അരങ്ങിലേക്കോ? ദൈവമേ! എന്റെ ശരീരം കിടുകിടാ വിറയ്ക്കുന്നത് കണ്ട് വരദ എന്നെ കെട്ടിപ്പിടിച്ചു.

"പേടിക്കാനെന്ത്? ഞാനില്ലേ?"

എനിക്കു വാക്കുകൾ ഓർമ്മിക്കാൻ കഴിയില്ല. നാടകം കാണാപ്പാഠം പഠിക്കേണ്ടതില്ല. പിന്നെങ്ങനെ? വേണ്ടപ്പോൾ എല്ലാം താനേ വരും! ആദ്യത്തെ റിഹേഴ്സൽ തീർത്തും പരാജയമായിരുന്നു. വാക്കുകൾ എന്റെ തൊണ്ടയിൽ കെട്ടിക്കിടന്നു. വേണ്ട. നമുക്ക് റിഹേഴ്സൽ വേണ്ട. നീയൊന്നു മനസ്സുവച്ചാൽ മതി.

ഉച്ചയുടെ ഒഴിവുനേരത്ത് വരദ. ദാ അക്കാണുന്ന കടയിൽനിന്ന്- ഓ, അക്കട ഇപ്പോഴില്ല. അതിന്റെ സ്ഥാനത്ത് ഒരു മാരുതി ഷോറൂമാണ്. നിറയെ പളുങ്കുഭിത്തികൾ. അകത്ത് കാഴ്ചക്കാരെ വ്യാമോഹിപ്പിക്കുന്ന പലവർണ്ണ മാരുതികൾ. മുമ്പ് ഓടിട്ട, ഉയരം കുറഞ്ഞ ഒരു കടയായിരുന്നവിടെ. ചായ്പിൽ സൈക്കിൾക്കട. വില്ക്കുന്ന കടയല്ല. വാടകയ്ക്കു കൊടുക്കുന്നു- വരദ സൈക്കിൾ വാടകയ്ക്കെടുത്തു. പുറകിൽ കാരിയറിൽ ഇരിക്കാൻ എനിക്കു പരിശീലനവും ധൈര്യവും തന്നു. സ്വന്തമായി ഒരു സൈക്കിളിൽ കയറി സവാരി ചെയ്യാൻ ഇജ്ജന്മത്ത് എനിക്ക് സാദ്ധ്യമാവില്ലെന്നു വരദ അന്നേ മനസ്സിലാക്കിയിരിക്കണം.

ഞങ്ങളുടെ സൈക്കിൾ ബീച്ച് റോഡിലൂടെ കടൽക്കാറ്റിന്റെ നിതാന്ത ലാളനയേറ്റ് തെക്കുവടക്ക് സഞ്ചരിച്ചു. മുക്കുവക്കുട്ടികൾ ആദ്യമെല്ലാം ഞങ്ങളെ പൊതിഞ്ഞു. സൈക്കിൾ ട്യൂബിന്റെ കാറ്റഴിച്ചുവിടാൻ നോക്കി. ഒരുത്തന്റെ മുഖത്ത് വരദ ഒന്നുകൊടുത്തു. മറ്റുള്ളവർക്ക് അവളുടെ മധുര മന്ദഹാസത്തിന്റെ മിഠായികൾ കൊടുത്തു മയക്കി. ഞങ്ങളുടെ ലക്ഷ്യം കടപ്പുറത്തെ ചാവോക്ക് കാടായിരുന്നു. ചവിട്ടുവണ്ടി ചാരിവച്ച് ഞങ്ങൾ പൂഴിയിൽ വിശ്രമിച്ചു. എന്റെ ചെരിപ്പിട്ട പാദങ്ങളിൽ തറയ്ക്കാതെപോയ മുള്ളെവിടെ എന്ന് ചോദിച്ചു ദുഷ്യന്തൻ എന്നെ താലോലിച്ചു. എന്റെ എണ്ണ മിനുങ്ങുന്ന കവിളിൽ അവൾ സ്നേഹത്തോടെ ചുംബിച്ചു. നാടകം ജീവിതം തന്നെയാണെന്നു അവളെന്നെ ബോദ്ധ്യപ്പെടുത്തി. അരങ്ങു തകർത്ത നാടകപ്പിറ്റേന്നു വേനലവധി തുടങ്ങി. ചായപ്പീടികയുടെ പുറകിലുള്ള എന്റെ ഗ്രാമീണ ഭവനത്തിൽ ഞാനൊരുങ്ങി. ശകുന്തള പടിപ്പുറത്തായി.

ഒരു ദിവസം ഉച്ചമയങ്ങിയ നേരത്ത് ഉമ്മറത്ത് ഇടിവെട്ടി.

"എടീ, സരോജിനീ....."

ഇത് അച്ഛന്റെ ശബ്ദം തന്നെയോ? അച്ഛന്റെ മോളെവിടെപ്പോയി!

ഞാൻ അനങ്ങിയില്ല. അമ്മ പയ്യെപ്പയ്യെ പൂമുഖത്തേക്കു നീങ്ങി.

"ഇത് നിന്റെ മോൾക്ക്...."

"എന്തോന്നാ? "

"പ്രേമലേഖനം!"

"ദൈവങ്ങളേ...."

"അന്നു ഞാമ്പറഞ്ഞു പെണ്ണിനെ പഠിക്കാൻ വിടേണ്ടെന്ന്...."

അത് ദുഷ്യന്തന്റെ പ്രേമലേഖനമായിരുന്നു.

"ഇതാരാ മോളേ ഈ ദുഷ്യന്തൻ? കള്ളപ്പേരാണോ."

"അല്ല!"

"ഓനെന്തിനാ നിനക്ക് കത്തയയ്ക്കുന്നത്?"

"അവനല്ല; അവളാണ്..."

ഇതുകേട്ട് എന്റെ അനിയൻ പൊട്ടിച്ചിരിച്ചു. ഞാൻ ഓടിച്ചെന്ന് അവന്റെ ഇരുകവിളിലും എന്റെ കലി തീർത്തു.

ഞാൻ മറുപടി അയയ്ക്കാഞ്ഞിട്ടും ദുഷ്യന്തന്റെ എഴുത്ത് പിന്നെയും വന്നു. എഴുത്തുകളിലൂടെ ഞാൻ ഗർഭം ധരിക്കുമെന്നു അച്ഛൻ ഭയന്നിരിക്കണം. ഇനിയും വൈകിച്ചുകൂടാ. അച്ഛന്റെ ചായക്കടയിൽ സഹായിയായിരുന്നു, മാധവേട്ടൻ... മുറ്റത്ത് പന്തലുയരുമ്പോൾ അരിപൊടിക്കുന്ന അമ്മാളുവും കൂട്ടരും മൂക്കത്തു വിരൽവച്ചു. ഇങ്ങനെയൊരു കടുപ്പം വേണ്ടാരുന്നു.... പെണ്ണ് പഠിച്ചു പത്താംക്ലാസ് ജയിച്ചിരുന്നെങ്കിൽ...........

വിവാഹരാത്രിയിൽ മാധവേട്ടൻ, വെള്ളം കോരിത്തഴമ്പിച്ച കൈകളാൽ എന്റെ ചുമലിൽ പിടിച്ചു കുലുക്കി. "ഇനീം അവന്റെ കത്തുവരോ?" ഒന്നുപൊട്ടിക്കരയണമെന്നാണ് ആദ്യം തോന്നിയത്.

ഛേ! ഇവന്റെ മുന്നിലോ? നാണക്കേട്.

"സാരല്യ. പോട്ടെ!"

"എന്തു സാരല്യാന്ന് ?"

"കത്ത് ദുഷ്യന്തന്റെ കത്തുകൾ..."

ഞാനെന്റെ കണ്മുനയിൽ അവനെ കോർത്തെടുത്തു. ആകാശത്തിലേക്കുയർത്തി പേടിപ്പിച്ചു.

"എന്റെ പൊന്നേ! ഞാനിനി അവനെപ്പറ്റി നിന്നോടൊന്നും ചോദിക്കില്ല. പോരേ!"

കുറച്ചു കഴിഞ്ഞ് അവൻ വീണ്ടും ചോദിച്ചു:

"ഞാൻ നിന്നെ ശകുന്തളേന്ന് വിളിക്കട്ടേ ? "

"വേണ്ട !"

"സരോജിനിയേക്കാൾ ചേരുന്ന പേര്!"

"വേണ്ടെന്നു പറഞ്ഞില്ലേ?"

ഇന്ന് മാധവേട്ടൻ ഡോക്ടറോടു പറഞ്ഞിരിക്കുന്നു. തന്റെ പ്രിയതമയുടെ പേർ ശകുന്തള എന്നാണെന്ന്, തൊലിയുരിഞ്ഞു പോകുന്നു. മാധവേട്ടനു ബുദ്ധിഭ്രമം ഉണ്ടെന്ന് ആരാ പറഞ്ഞത്? ഈ ഞാൻ തന്നെ!

വിവാഹപ്പിറ്റേന്നു മുതല്ക്ക് മാധവേട്ടൻ വാ നിറയെ മുറുക്കിച്ചോപ്പിക്കാൻ തുടങ്ങി.

"ഇവനെന്താപ്പോ പുതിയൊരു ശീലം?"അച്ഛൻ അമ്മയോടു ചോദിക്കുന്നു.

"മുമ്പ് മുറുക്കാൻ പോയിട്ട് ഒന്നുനിന്നു തല ചൊറിയാൻ അവനെ സമ്മതിക്കുമായിരുന്നോ?" ഓരോ തവണ മുറുക്കുമ്പോഴും മാധവേട്ടൻ എന്നോടു ചോദിക്കും:

"നോക്കൂ, ചോന്നിട്ടില്ലേ?"

"ഉം."

"നല്ലോണം?"

"ചെന്ന് കണ്ണാടിയിൽ നോക്കൂ"

"നിനക്കല്ലെങ്കിലും....."

പിന്നെയൊരു ദിവസം മാധവേട്ടൻ പട്ടണത്തിൽ പോയി വരുമ്പോൾ ചുവന്ന നിറത്തിലുള്ള ഒരു പൽപ്പൊടി കൊണ്ടുവന്നു.

കിണറ്റിൻകരയിൽനിന്നു പല്ലുതേച്ച് കവുങ്ങിൻതടത്തിലേക്കു ചുവപ്പിച്ചു തുപ്പുമ്പോൾ മാധവേട്ടൻ എന്നോടു പറഞ്ഞു:

"ഞാനിപ്പോൾ ഭീമനാണ്. ദുശ്ശാസനന്റെ കുടൽമാല വലിച്ചു പുറത്തിട്ടു ചോര കുടിച്ചു തുപ്പുന്ന ഭീമനെക്കണ്ടിട്ടില്ലേ? അതിനു നീയെന്തു കളി കണ്ടു? പൊറാട്ടു നാടകത്തിനോടല്ലേ നിനക്കു കമ്പം?"

ഞാൻ തറപ്പിച്ചു നോക്കിയപ്പോൾ, പെട്ടെന്ന് വായും മുഖവും കഴുകി മാധവേട്ടൻ കടയിലേക്കു പോയി.

ഇന്നലെ രാത്രി മുറുക്കിയ തുപ്പൽ കൈകളിൽ പുരട്ടി എന്റെ തലമുടി കെട്ടാൻ അടുത്തേക്കു വന്ന മാധവേട്ടനാണ്, എന്നെ കാര്യത്തിന്റെ കിടപ്പ് മനസ്സിലാക്കിച്ചത്. സമയമായിരിക്കുന്നു.

"പീടികയിലും അവന്റെ പോക്കത്ര ശരിയല്ല!" അച്ഛൻ അമ്മയോടു പറഞ്ഞു.

അങ്ങനെയാണ് ഞാൻ ഇവിടെ എത്തിയിരിക്കുന്നത്. ഡോക്ടർ രാജന്റെ ആതുരാലയമായിരുന്നു ലക്ഷ്യം. അദ്ദേഹത്തിന്റെ നിർദ്ദേശപ്രകാരം ചെയ്യാം. എനിക്കു പരിചയമുള്ളവനും, ഏതു രോഗത്തിനും ചികിത്സിക്കുന്നവനുമായ ഒരേയൊരു ഡോക്ടർ. വരദയുടെ അച്ഛൻ എന്നെ സഹായിക്കാതിരിക്കില്ല. വരദയെക്കാണാനുള്ള കൊതി എന്നിൽ മുളപൊട്ടുന്നു. വീണ്ടും, ഇത്രകാലവും ഞാനവളെ മനഃപൂർവ്വം മറക്കുകയായിരുന്നു.

മാധവേട്ടനു വൈകുന്നേരം തിന്നാൻ കാന്റീനിൽനിന്നും എന്തെങ്കിലും വാങ്ങണം. എന്റെ കാലൊച്ച കേട്ട് മാധവേട്ടൻ തലയുയർത്തി. മുറുക്കാൻ കിട്ടാതെ വിളറിവെളുത്തിരിക്കുന്ന അദ്ദേഹത്തിന്റെ വായ മറ്റേതോ ഒരു ജന്തുവിന്റേതുപോലെ തോന്നിക്കുന്നു.

പഴ്സ് എടുത്തു കൈയിൽ വയ്ക്കുമ്പോൾ മാധവേട്ടൻ ചോദിക്കുന്നു:

"നീ മുറുക്കാൻ മേടിക്കുമോ?"

"ഡോക്ടറോടു ചോദിക്കട്ടെ."

"അതിനെന്താ," അടുത്ത ബെഡ്ഡിൽനിന്ന്, "മുറുക്ക് നിഷിദ്ധമായ എന്തു രോഗമാണ് ഈ വാർഡിലുള്ളവർക്കുള്ളത്?" അപ്പുറത്തെ ബെഡ്ഡിലിരിക്കുന്ന ചെറുപ്പക്കാരൻ ഒരു സിനിമാമാസിക വായിച്ചു രസിക്കുകയാണ്. തലതിരിച്ചുപിടിച്ച ചിത്രങ്ങളെ അയാൾ അത്ഭുതത്തോടെ നോക്കിക്കൊണ്ടിരിക്കുന്നു.

"എനിക്കു രണ്ടു മിഠായി മേടിച്ചുതരുമോ സിസ്റ്ററേ ?" അവൻ കെഞ്ചി.

"തരാം."

"പൽപൊടി മേടിക്കാൻ മറക്കേണ്ട!" മാധവേട്ടൻ ഓർമ്മിച്ചു.

ഞാൻ മുഖം തിരിച്ചു നടക്കുമ്പോൾ കേട്ടു. മാധവേട്ടന്റെ സ്വരം :
"താൻ പറയ് രമേശാ, ദുഷ്യന്തനേക്കാൾ കേമനല്ലേ ഭീമൻ?"
എന്റെ കാലടിയിൽനിന്നൊരു തരിപ്പ് പടർന്നു കയറുന്നു......
കോണിത്തട്ടിൽ ബീഡി വലിച്ചിരുന്ന കാവല്ക്കാരന്റെ ചോദ്യം:
"എങ്ങോട്ടാ ?"
"പൽപ്പൊടി വാങ്ങണം. പഴം മേടിക്കണം...."

"ഇവിടത്തെ കാന്റീനിലും സ്റ്റോറിലും കിട്ടാത്ത എന്തു പൽപൊടി? എന്തു പഴം?" വഴിയിൽ നിന്നു വാക്കുകളെ തഴഞ്ഞുകളഞ്ഞ് ഞാൻ പടികൾ ഇറങ്ങാൻ തുടങ്ങി, കൊളാപ്സിബിൾ ഗേറ്റ് കുറേക്കൂടി ചേർത്തടച്ചിരിക്കുന്നു. കഷ്ടിച്ചൊരാൾക്ക് കടക്കാം. പകുതി പണികഴിച്ച് പാറാവുകാരൻ കാത്തിരിപ്പാണ്.

നഗരവീഥിയിൽ വേലിയേറ്റം തന്നെ. എന്റെ പ്രിയപ്പെട്ട നിരത്ത് നിശ്ശേഷം മുങ്ങിത്താണുപോയി. വരദയുടെ വീട് അപ്പുറമാണ്. സ്കൂൾ കോംപൗണ്ടിന്റെ ഓരം ചേർന്നു പടിഞ്ഞാറോട്ടുപോയി മറയുന്ന ഒരു പാത. അതും ഒരു വലിയ വീഥിയായി പരിണമിച്ചിട്ടുണ്ടാവുമോ? വരദയുടെ വീട് കടപുഴകി വീണു പോയോ? എനിക്ക് പലപ്പോഴും തണലേകിയിരുന്ന വൃക്ഷം? വീട് ഇപ്പോഴുണ്ടെങ്കിൽത്തന്നെ അക്കരെയാണ്. ഞാനെങ്ങനെ ഈ ഒഴുക്കു മുറിച്ചു കടക്കും ? സീബ്രാ വരയെ ചവിട്ടിമെതിച്ചു ജനം തിക്കിത്തിരക്കി ഓടുക തന്നെ. മനുഷ്യരും വണ്ടികളും തമ്മിൽ നിലയ്ക്കാത്ത മത്സരം.

അവസാനം ഒരു ധൈര്യത്തിലങ്ങു കടക്കുന്നു. മുമ്പും പിമ്പും എന്നെപ്പോലെ അക്കരെ പറ്റാൻ കാത്തുനിന്നിരുന്നവർ. നിമിഷനേരത്തേക്ക് പരസ്പരം മറയായി. രക്ഷയായി എവിടന്നോ വരുന്നവരും എങ്ങോട്ടോ പോകുന്നവരുമൊപ്പം ഞാൻ അപ്പുറം. വരദയുടെ വീട്ടിലേക്കുള്ള വഴി ഇതാ എന്റെ മുമ്പിൽ. ഉന്തുവണ്ടികൾക്കിടയിലൂടെ അതേ പഴയ പാത. കുണ്ടും കുഴിയും കൂടീട്ടുണ്ട്. കെട്ടിടങ്ങൾ സ്കൂൾകുട്ടികളെപ്പോലെ ഞെങ്ങിഞെരുങ്ങി, ശ്വാസം വിടാനരുതാതെ, എന്നാലും പ്രസന്നവദനരായി....

വരദയുടെ വീടിന് എന്തോ സംഭവിച്ചിട്ടുണ്ടെന്ന് ഒറ്റനോട്ടത്തിൽ ഞാനറിയുന്നു. തടിയിൽ തീർത്തു പോളീഷ് ചെയ്ത് തിളക്കിയിരുന്നു. പഴയ കതകുകളും ജനലുകളും, ബ്യൂട്ടി പാർലറിൽനിന്നിറങ്ങി വരുന്ന പെൺകുട്ടികളുടെ മുഖംപോലെ-ചായം തേച്ച് വിളർത്ത്.... നേർത്ത തിരശ്ശീലകൾ തൂക്കിയ ജനലും വാതിലും അകത്തളങ്ങളുടെ നഗ്നതയെ വെളിവാക്കിക്കൊണ്ട്. ഒറ്റനോട്ടത്തിൽ, അതൊരു ലേഡീസ് ഹോസ്റ്റലായി പരിണമിച്ചിരിക്കുന്നു എന്ന് എനിക്കു തോന്നി.

പിൻമുറ്റത്തെ അയക്കോലുകളിൽ പലതരം പെൺവസ്ത്രങ്ങൾ ഞാന്നു കിടപ്പുണ്ട്. രണ്ട് പെൺകുട്ടികൾ അവ ഓരോന്നും ഊരിയെടുത്ത് കൈത്തണ്ടയിൽ അടുക്കുന്നു. പടിവാതിലിന്റെ ഒച്ചകേട്ട് മേയ്ക്കപ്പ് ചെയ്ത മുഖങ്ങൾ തിരിഞ്ഞുനോക്കുന്നു.

കേണൽ രാജൻ ഡോക്ടറുടെ നെയിംബോർഡ് തൂങ്ങിക്കിടന്നിടം

ഭൂതകാലത്തേക്കൊരു കിളിവാതിൽപോലെ ദീർഘചതുരാകൃതിയിൽ തെളിഞ്ഞു കാണാം. ബോർഡില്ല. അതു തറച്ച ആണിക്കുഴികൾ കണ്ണോട്ടകൾ പോലെ.

വരദ ഇവിടം വിട്ടുപോയിരിക്കുമോ? വിവാഹം ചെയ്ത്, വീടുവിറ്റ്, ഓർമ്മകളെ ഉപേക്ഷിച്ച് ദൂരെയെവിടേക്കെങ്കിലും.... അവളെ ഒരു ഭാര്യയായി സങ്കല്പിക്കാൻ എന്റെ ഇരുണ്ട മനസ്സ് കൂട്ടാക്കുന്നില്ല.

ചുണ്ടിൽ ചായം ചേർത്ത ഒരു പെൺകുട്ടി, മൂന്നാമതൊരുവൾ ഉമ്മറത്തെ സ്റ്റെപ്പുകൾ ഇറങ്ങിവന്നു പുഞ്ചിരിക്കുന്നു.

ഞാൻ ചോദിച്ചു:

"വരദയെവിടെ?"

"ആര്?"

"ഈ വീട്ടിൽ മുമ്പ് താമസിച്ചിരുന്ന വരദ! കേണൽ രാജൻ ഡോക്ടറുടെ മകൾ..."

"ഓ! മാഡമോ? അവരിവിടെത്തന്നെയാണല്ലോ! എങ്ങും പോയിട്ടില്ല!"

പെൺകുട്ടി പുരികം ചുളിച്ചു. എന്നെ അടിമുടി അളന്നെടുത്തു. പിന്നെ ഒരക്ഷരം ഉരിയാടാതെ വാതിൽ മറനീക്കി അപ്രത്യക്ഷയായി.

വാതിൽ നിറഞ്ഞു നില്ക്കുന്ന വരദയുടെ പ്രത്യക്ഷത്തിൽ എന്റെ ഇടനെഞ്ചിലൂടെ ഒരു മിന്നൽപ്പിണർ പാഞ്ഞുപോകുന്നത് ഞാനറിയുന്നു. വരദേ... വരദേ.... ഇതാ ഞാൻ! നിന്റെ.........നിന്റെ.........

ശകുന്തള! വരദ ഇരുകൈയും നീട്ടി പടിയിറങ്ങിവരുന്നു. എന്റെ മുഖം കോരിയെടുത്തു ചോദിക്കുന്നു:

"എത്ര കാലമായി കണ്ടിട്ട് എന്റെ പൊന്നേ.....!"

ജനലഴികളിലൂടെ നീണ്ടുവരുന്ന നിരവധി നോട്ടങ്ങളേറ്റു ഞാൻ പുളയുന്നു. എന്റെ ശരീരത്തിന്നകത്ത് ഒരഗ്നി എരിയാൻ തുടങ്ങി. രോമകൂപങ്ങൾ തീനാളങ്ങൾ ജ്വലിപ്പിക്കുന്നു......

എന്നെ കോരിയെടുത്തു വരദ അകത്തേക്ക് കൊണ്ടുപോകുന്നു.

വരദയുടെ മുറിയിലെ സെറ്റിയിലിരുന്നപ്പോൾ എന്റെ തൊണ്ട വരണ്ടു. കണ്ണുകൾ എരിഞ്ഞു. നീണ്ട കാലുള്ള ഒരു വലിയ ഗ്ലാസിൽ സർബ്ബത്ത് പകർന്ന് അവൾ എന്റെ ചുണ്ടോടടുപ്പിക്കുന്നു.

"കുടിക്കൂ, നീ വല്ലാണ്ട് ക്ഷീണിച്ചുപോയല്ലോ....."

എനിക്ക് ശബ്ദിക്കാൻ കഴിയുന്നില്ല.

എന്റെ കഴുത്തിലെ താലിയിൽ പിടിച്ച് അവൾ ചോദിച്ചു:

"നിനക്ക് കല്യാണം കഴിക്കാൻ തിരക്കായിപ്പോയി അല്ലേ? എന്റെ ഒരു കത്തിനും മറുപടി അയക്കാൻ നിനക്കു നേരമില്ലാതായി....."

ഞാൻ ഉരിയാടിയില്ല.

"നോക്കൂ, നിന്റെ ഈ നഖങ്ങളിലൊക്കെ വൃത്തികെട്ട ചെളി! നീയൊന്നു കുളിച്ചിട്ടും ഇല്ല. ഇതെന്തു വേഷം !"

ഞാനെന്റെ കോട്ടൺ സാരിയിൽ ചെളിപുരണ്ട വിരൽത്തുമ്പുകൊണ്ട് ചിത്രം വരയുന്നു.

എന്റെ താടി പിടിച്ചുയർത്തി അവൾ അസഹ്യതയോടെ പറഞ്ഞു:
"മണ്ടി! നീയിത്ര ബുദ്ധികെട്ടവളാണെന്ന് ഞാൻ കരുതിയിരുന്നില്ല....."
എന്റെ ചർമ്മത്തിനകത്ത് ഞാൻ ചുക്കിച്ചുളിഞ്ഞു ഒരു പ്രാണിയായി
രൂപാന്തരപ്പെടുന്നു. വരദയുടെ കനത്തുതുടുത്ത കവിളുകൾ ഉയർന്ന കവി
ളെല്ലുകളെ തേമ്പി മായ്ച്ചിരിക്കുന്നു. ചെവിയേറ്റം ചേർത്തു ക്രോപ്പു
ചെയ്ത തലമുടിയിലൂടെ വിരലോടിച്ചുകൊണ്ട് അവൾ പറഞ്ഞു:
"നിന്നെ ഞാൻ വിട്ടയക്കുന്ന പ്രശ്നമേയില്ല........"
രണ്ട് കപ്പ് ചായ ഒരു ട്രേയിൽ വച്ച് മുറിയുടെ വാതില്ക്കൽ പ്രത്യ
ക്ഷപ്പെട്ട മദ്ധ്യവയസ്കയോട് അവൾ പറഞ്ഞു:
"അതവിടെവച്ചു പൊക്കോളൂ. ഒരൊറ്റയെണ്ണത്തെ ഇന്നെന്റെ കൺമു
മ്പിൽ കാണരുത്.....!"
വാതിലടഞ്ഞു. ഇടനാഴിയിലെ പുരുഷശബ്ദങ്ങളും കാലൊച്ചകളും
അകന്നുപോകുന്നു.....
"വരദേ, നീയിവിടെ എന്താണ് ചെയ്യുന്നത് ?"
"ബിസിനസ്സ്.......!"
അവൾ എന്നെ അടിമുടി ചുംബിക്കാൻ തുടങ്ങി. പൂട കൊഴിച്ച എന്റെ
മനസ്സ് സ്ഫടികം പോലെ തിളങ്ങി.

സ്വപ്നാടനത്തിനിടയിൽ

ശ്രീകുമാരി രാമചന്ദ്രൻ

കുത്തിക്കുത്തിയുള്ള തലവേദന ഇപ്പോൾ സ്ഥിരമായി ശല്യം ചെയ്യാൻ തുടങ്ങിയിരിക്കുന്നു. ശരീരമാകെ വല്ലാത്ത കുഴപ്പം!

കിടന്നാൽ ഉറക്കം വരണമല്ലോ. കിടക്കയെ ശപിച്ചും തലയിണയെ പ്രാകിയും എത്ര കാലമെന്നുവെച്ചാ? അലമാരയിൽ വേദനസംഹാരികളി രിപ്പുണ്ട്, എപ്പോഴോ തോറ്റു തുന്നം പാടിക്കഴിഞ്ഞവ. സൈക്കോളജിസ്റ്റു കളുടെ ഉപദേശങ്ങളും ഗുണം ചെയ്യാറില്ല.

ജനലിലൂടെ പതുങ്ങിക്കയറിയ രാക്ഷസൻനിഴലുകൾ കോക്രി കാണി ച്ചപ്പോൾ പേടി തോന്നി. ടോർച്ചു തെളിച്ചു. മുറി തുറന്നു പുറത്തിറങ്ങി. വീണുകിടന്നുറങ്ങുന്ന നീളൻ കോറിഡോറിൽ അരോചകമായ നിശ്ശബ്ദത! എവിടെനിന്നോ ഇഴഞ്ഞെത്തിയ പാതിരാക്കാറ്റിലൂടെ കാലുകൾ പെറുക്കി വെച്ചു.

ഇരുപുറവും അടഞ്ഞുകിടക്കുന്ന മുറികൾ. അകത്തു സുഖമായുറ ങ്ങുന്ന പെൺകുട്ടികളോട് അസൂയ തോന്നി.

പത്തരമണിക്ക് വിളക്കുകൾ അണയ്ക്കണമെന്നാണ് ഹോസ്റ്റൽ നിയമം അനുശാസിക്കുന്നത്. ആവശ്യമുള്ളവർക്ക് അതിനുശേഷം മെഴു കുതിരി കത്തിച്ചുവയ്ക്കാം.

പത്തര കഴിഞ്ഞാൽ ഞാൻ പതിവു പരിശോധനയ്ക്കിറങ്ങും. മൂന്നു നിലകളിലും കയറിയിറങ്ങണം.

"മൂധേവി എഴുന്നള്ളുന്നുണ്ട്" അന്തേവാസികൾ കാണാമ റയത്തിരുന്നു ശപിക്കുന്നത് എത്രവട്ടം കേട്ടിരിക്കുന്നു. ക്ഷമയുണ്ടായതു ഭാഗ്യം. വാർഡൻ പണി വലിച്ചെറിഞ്ഞ് ആനിയോടൊത്തു ഫ്ളോറിഡ യിലോ ഷീലയോടൊത്തു കാലിഫോർണിയായിലോ സ്വസ്ഥമായി കഴി യേണ്ട കാര്യമേയുള്ളൂ.

"മമ്മാ ഇങ്ങോട്ടു പോരേ. ഞങ്ങളുടെ കൂടെ മാറിമാറി നില്ക്കാമല്ലോ. ഇപ്പം ഗ്രീൻകാർഡു കിട്ടാനൊക്കെ എളുപ്പമാ". മക്കളുടെ ഇ- മെയിലുകൾ തുടരെത്തുടരെ എത്തുന്നു. ഇതുവരെ ഒരു തീരുമാനമെടുക്കാനായില്ല. മനസ്സനുവദിച്ചിട്ടുവേണ്ടേ ഇവിടെ വിട്ടുപോവാൻ! സണ്ണിച്ചൻ ഇവിടെയെവിടെയൊക്കെയോ ഉണ്ട് എന്ന തോന്നലാണ്.

"ഇല്ല മക്കളേ. നിങ്ങടെ പപ്പായെ അടക്കിയ മണ്ണുവിട്ടിട്ട് മമ്മാ തല്ക്കാലം എങ്ങോട്ടേക്കുമില്ല. ഈ ജോലി മമ്മായ്ക്കിഷ്ടമാ. ആവുന്നിടത്തോളം നോക്കട്ടെ. വയ്യാതാവുമ്പഴല്ലേ. അതന്നേരമാലോചിക്കാം." രണ്ടു ദിവസം മുമ്പ് ഷീലയ്ക്കു മറുപടി അയച്ചതങ്ങനെയാണ്.

....

"നമ്മളിലൊരാൾ ആദ്യം മരിച്ചല്ലേ ഒക്കൂ. അതു ഞാനാണെങ്കിലോ? സണ്ണിച്ചനെന്നുമുണ്ടായിരുന്നു വേണ്ടാത്ത വർത്തമാനങ്ങൾ. അധികവും മരണത്തെക്കുറിച്ച്!"

"നാളെ നേരം വെളുക്കുമ്പം നമ്മളിലൊരാളുണർന്നില്ലെങ്കിലോ? ഓരോ രാത്രിയും ആവോളമാസ്വദിക്കാനുള്ള ആവേശമായിരുന്നു സണ്ണിച്ചന്. ശരീരത്തിലെ ഒരു രോമകൂപത്തെപോലും ആ ചുണ്ടുകൾ വെറുതേ വിടാറില്ല."

"മുതുക്കനും മുതുക്കിയുമായി എന്നിട്ടും ഇങ്ങിനുണ്ടോ ഒരാക്രാന്തം. എനിക്കുറക്കം വരുന്നു. ഒന്നുചുമ്മാതിരിയെന്റെ സണ്ണിച്ചാ." കുതറി മാറുമ്പോഴും എനിക്കറിയാം സണ്ണിച്ചൻ പുറകേ എത്തുമെന്ന്; പൂർവ്വാധികം ആവേശത്തോടെ അള്ളിപ്പിടിക്കുമെന്ന്! എന്റെ നിഷേധിക്കലൊക്കെ വെറും അഭിനയമാണെന്ന് സണ്ണിച്ചനും അറിയാമായിരുന്നല്ലോ. ഓരോ തവണയും സണ്ണിച്ചനു കീഴടങ്ങുമ്പോൾ ലോകത്തിലേക്കു വെച്ചേറ്റവും ഭാഗ്യവതിയാണെന്ന ഒരഹങ്കാരവുമുണ്ടായിരുന്നില്ലേ എന്നും!

ആനിയുടെ കല്യാണം കഴിഞ്ഞു. പിന്നെ ഷീലയുടെയും! അപ്പോഴും അവരുടെ പപ്പായ്ക്ക് മരണത്തെക്കുറിച്ചേ പറയാനുണ്ടായുള്ളൂ.

"ചുമതലകളൊക്കെ കഴിഞ്ഞു. ഇനി ദൈവം വിളിക്കുമ്പം അങ്ങു പോവുകയേ വേണ്ടൂ."

"അപ്പോ ഞാൻ?" പൊട്ടിക്കരഞ്ഞുപോയി.

"ഛെ! കരയാതെ. ഞാനൊന്നു തമാശിച്ചതല്ലേ. ഞാനിപ്പോഴെങ്ങും പോവത്തില്ല. ആദ്യം നിന്നെ മേലോട്ടയച്ചിട്ട് പിറകെ ഞാനങ്ങെത്തിക്കൊള്ളാം. പോരേ?"

ഒരിക്കലും അവസാനിക്കാത്ത മധുവിധുവായിരുന്നില്ലേ സണ്ണിച്ചൻ സമ്മാനിച്ചത്!

"ഒടുവിൽ, സണ്ണിച്ചൻ പറയാറുള്ളതുപോലെ, ദൈവം വന്നു വിളിച്ചപ്പോൾ എന്നോടൊന്നു യാത്രപറയാൻപോലും നില്ക്കാതെ...

....

കോറിഡോറിന്റെ അതിരിലുള്ള ഇരുമ്പഴികളിൽ മുഖം ചേർത്തുനിന്നു. പുറത്ത് രാത്രിയുടെ യൗവനം പുത്തുലഞ്ഞു.

വല്ലാതെ കിതയ്ക്കാൻ തുടങ്ങി. നൈറ്റിയുടെ പോക്കറ്റിൽ ഇൻഹേലർ കരുതിയിരുന്നതു ഭാഗ്യം!

"ആസ്മ! വെറും തോന്നലാ. പിന്നെ മാഡത്തിന്റെ ഒരാശ്വാസത്തിന്....."

മരുന്നിനു കുറിച്ചുതരുമ്പോൾ ഡോക്ടർ സാമുവൽ പരിഹസിച്ചതു മാറിയിട്ടില്ല.

ഭൂമിയിലേക്കു താണിറങ്ങുന്ന മാനത്ത് മുനിഞ്ഞു കത്തുന്ന നക്ഷത്രങ്ങളെ നോക്കി നിന്നു. മേഘത്തുണ്ടുകൾക്കിടയിലൂടെ, മാലാഖക്കുഞ്ഞുങ്ങളുടെ കൈകളിൽത്തൂങ്ങി സണ്ണിച്ചനുണ്ട് പറന്നു പറന്നു പോകുന്നു. കോതിയൊതുക്കിയ ചെമ്പൻമുടിയും തവിട്ടുനിറമുള്ള കണ്ണുകളും കണ്ടു മതിവന്നില്ല.

"പോരുന്നോ? ഇവിടെ നല്ല രസമാ" ഇരുമ്പഴികൾക്കിടയിലൂടെ തെറിച്ചുവീണ കാറ്റിൽ സണ്ണിച്ചന്റെ സ്വരം വ്യക്തമായിക്കേട്ടു.

ഹൊ......വയ്യ! ഇനിയുമെത്രകാലം. ഇങ്ങിനെ തനിച്ച്, നീറിനീറി..............

നശിച്ച ഈ തലവേദനയും മേൽകഴപ്പുമൊക്കെ ഒന്നുമാറിക്കിട്ടിയെങ്കിൽ............

"നല്ല പ്രായത്തിൽ കെട്ടിയോൻ ചത്തുപോയതിന്റെ സൂക്കേടാ........"

ക്രൂരമായ പരിഹാസങ്ങൾ നോവിക്കുമ്പോഴൊക്കെ "സാരമില്ലെന്നേ" എന്നു കാതോരം ചേർന്നു നിന്നു സണ്ണിച്ചൻ സമാശ്വസിപ്പിക്കുന്നുണ്ടല്ലോ എപ്പോഴും.

കടക്കണ്ണിൽ നിന്നടർന്നു വീഴാൻ തുടങ്ങിയ നീർത്തുള്ളികളെ പുറംകൈകൊണ്ടു തുടച്ചുകളഞ്ഞു. വീർപ്പടക്കി നിന്ന കോറിഡോറിലൂടെ തിരിച്ചുനടക്കുമ്പോഴാണ്.........

അടക്കിപ്പിടിച്ച സംഭാഷണശകലങ്ങൾ....................

അമർന്നുപൊന്തുന്ന ശീൽക്കാരങ്ങൾ.......................

അതെ!

റൂം നമ്പർ പതിനേഴ്!

ശാലിനി?

മേൽചുണ്ടിനു മുകളിലും കൈത്തണ്ടകളിലും നിറയെ രോമങ്ങളുള്ള പെൺകുട്ടി. ആവശ്യത്തിൽക്കവിഞ്ഞ ഉയരവും വണ്ണവും!

ശാലിനി എന്ന പേരിനു ഒട്ടും അനുയോജ്യയല്ലാത്തവൾ!

മുറിയിൽ അവളോടൊപ്പം മറ്റാരോ ഉണ്ട്. തീർച്ച.

പതിനേഴാം നമ്പർ മുറിയുടെ കതകിനോടു ചേർന്നു നിന്നു. ശ്വാസമടക്കിപ്പിടിച്ചു.

താക്കോൽപ്പഴുതിലൂടെ ഒളിഞ്ഞു നോക്കി.

ഒരു കള്ളിയെപ്പോലെ !

അകത്തു മെഴുകുതിരിയുടെ നേർത്ത പ്രകാശം ചിതറിക്കിടന്നു. കിടക്കയിൽ കെട്ടിമറിയുന്ന നഗ്നരൂപങ്ങളെ തിരിച്ചറിയാനായിരുന്നു തിടുക്കം. ശരീരത്തിന്റെ നിമ്നോന്നതങ്ങളിൽ രോമങ്ങളുള്ള ചുണ്ടുകൾ ആവേശ

ത്തോടെ ആക്രമിക്കുമ്പോൾ കിടന്നുപുളയുന്ന ഡയാനയുടെ മുഖം വ്യക്തമായി കണ്ടു. റൂം നമ്പർ പതിനെട്ടിലെ ഡയാന! വെളുത്തു കൊലുന്നനെയുള്ള സുന്ദരിക്കുട്ടി.

ഹംമ്മേ!

ഉടലിൽ വൈദ്യുതി പ്രവാഹം!

നെഞ്ചിനകത്ത് പ്രാവുകൾ കുറുകി.

ശരീരം പൊട്ടിവിരിഞ്ഞു.

അടിപ്പാവാടയിൽ നനവു പുരണ്ടതറിഞ്ഞു.

"രണ്ടു പെൺകുട്ടികൾ" പണ്ടെങ്ങോ വായിച്ച നോവൽ! നല്ല ഓർമ്മയുണ്ട്.

യഥാർത്ഥ ജീവിതത്തിലും ....?

കതകിൽ മുട്ടിത്തുറപ്പിച്ച് രണ്ടിനേയും കൈയോടെ പിടികൂടിയാലോ....

"ഒച്ചപ്പാടൊന്നുമുണ്ടാക്കേണ്ട. താൻ പിന്നെയും ഒറ്റപ്പെടുകയേയുള്ളു." ഏതോ മറവിലിരുന്നുകൊണ്ട് സണ്ണിച്ചൻ മുന്നറിയിപ്പു നല്കി.

പമ്മിപ്പമ്മിയെത്തിയ കാറ്റിൽ സണ്ണിച്ചനുപയോഗിച്ചിരുന്ന ആഫ്റ്റർ ഷേവ് ലോഷന്റെ കണികകൾ?

വിൽസ് സിഗരറ്റിന്റെ പുകച്ചുരുളുകൾ വലയം ചെയ്യുന്നുണ്ടോ.........?

തലചുറ്റാൻ തുടങ്ങി. മെയ് തളർന്നു. നൈറ്റി വിയർപ്പിൽ കുതിർന്നു. ഏന്തിവലിഞ്ഞു നടന്നു. മുറിയിൽ കയറി കതകടച്ചു. ബെഡ്റൂം ലാമ്പ് ഓൺ ചെയ്തു.

ഒന്നു മേൽകഴുകിയാലേ ഇനി കിടക്കാൻ പറ്റൂ. നൈറ്റിയും പാവാടയും ഊരിക്കളഞ്ഞു. നിലക്കണ്ണാടിക്കു മുമ്പിൽ സ്വന്തം രൂപത്തെ നോക്കി നിന്നു. കൊഴുത്ത മാറിടം.

ഒതുങ്ങിയ അരക്കെട്ട്

ആലിലപോലെ ഒട്ടിയ വയർ.

പൊക്കിൾ ചുഴി........................നനുത്ത രോമപാളികൾ...........

മുമ്പും ഇതുപോലെ കണ്ണാടിക്കു മുമ്പിൽ നിന്നിട്ടുണ്ട്. കോളേജിൽ പഠിക്കുന്ന കാലത്ത്. പിന്നെ സണ്ണിച്ചനുമായി മനസ്സമ്മതം കഴിഞ്ഞ ദിവസം. ഇപ്പോഴിതാ ഈ നാല്പത്തിയാറാം വയസ്സിലും.

ഉടയാത്ത ശരീരവും എളുപ്പം തരളമാകുന്ന ഒരു മനസ്സും ഇപ്പോഴും സ്വന്തമാണെന്നോ!

"അഞ്ചാറു മുടിയിഴകൾ നരച്ചെങ്കിലെന്താ. തനിക്കിപ്പോഴും യൗവനം തന്നെയല്ലേ എന്റെ മണവാട്ടി" ജനലിലൂടെ ഇളംകാറ്റായൊഴുകിയെത്തി ഉടലാകെ തഴുകിയതു സണ്ണിച്ചൻ തന്നെയല്ലേ?

....

....

കളവിനിടയിൽ തൊണ്ടിയോടെ അകപ്പെട്ട മോഷ്ടാവിന്റെ മുഖം! അവളുടെ ശരീരം വിറയ്ക്കുന്നുണ്ടായിരുന്നു. എന്റെ മുഖത്തു നോക്കാ

നാവാതെ അവൾ തലകുനിച്ചു. ബെഡ്റൂം ലാമ്പിന്റെ വെളിച്ചം ഏതാണ്ടു സുതാര്യമായ അവളുടെ നൈറ്റിയിലൂടെ തുളഞ്ഞു കയറുന്നുണ്ടായിരുന്നു.

തടിച്ച ചുണ്ടുകളെ രോമം നിറഞ്ഞ കൈത്തണ്ടകളെ എന്റെ ആർത്തി പൂണ്ട കണ്ണുകൾ കൊത്തിപ്പറിച്ചു.

ഞാൻ വാതിൽ ചേർത്തടച്ചു കുറ്റിയിട്ടു. കാര്യമറിയാതെ അവൾ പകച്ചുനില്ക്കെ ഞാനവളുടെ ചുമലിൽ കൈവച്ചു. "നോക്കൂ ഇനി മുതൽ ശാലിനി ഇവിടെ എന്റെ കൂടെ കിടന്നാൽ മതി കേട്ടോ" ഞാൻ ആശ യോടെ ആ കണ്ണുകളിലേക്കു നോക്കി.

അവൾ എന്തോ പറയാൻ ചുണ്ടുകൾ വിടർത്തി. ആ വിടവിലേക്ക് ഒരു ചുംബനമായി ഞാൻ ആഴ്ന്നിറങ്ങി. അവൾ ഒന്നു കുതറിയതുപോ ലുമില്ല. ഉരുണ്ട കൈകൾ എന്നെ കെട്ടിവരിഞ്ഞു. നാവുകൾ ഇണ ചേർന്നു.

ശരീരങ്ങൾ പുളഞ്ഞു. സിരകൾ ത്രസിച്ചു.

പുറത്ത് നിലാവിന്റെ നുറുങ്ങുകൾ ഒളിച്ചുകളിച്ചു.

നിമിഷങ്ങൾ........

രാത്രിക്കുപ്പായങ്ങളിൽനിന്ന് ഞങ്ങൾ സ്വതന്ത്രരായി.

അവൾ എന്നെ കട്ടിലിലേക്ക് മലർത്തിക്കിടത്തി. കാലുകൾ കൃത്യ മായ അകലം പാലിച്ചപ്പോൾ നടുവിൽ അവൾ മുട്ടുകുത്തിയിരുന്നു. ആ മുഖത്തു വല്ലാത്ത ഒരു ഭാവം പ്രത്യക്ഷമായി.

ശരീരങ്ങൾ വീണ്ടും പ്രകമ്പനം കൊണ്ടു.

ഞരമ്പുകൾ വലിഞ്ഞുമുറുകി.

അത്ഭുതം!

വർഷങ്ങളോളം ഉറങ്ങിക്കിടന്ന പൂവ് ഉണരുന്നു. അതിന്റെ ഇതളു കൾ വിരിഞ്ഞു വികസിക്കുന്നു. പരിമളം പ്രസരിക്കുന്നു

തടിച്ച ചുണ്ടുകൾ ആർത്തിയോടെ അതിന്റെ തേൻ ഊറ്റിയെടുക്കാൻ തുടങ്ങിയപ്പോൾ തലയണയിൽ അള്ളിപ്പിടിച്ചു കൊണ്ട് ഞാൻ കണ്ണുകൾ ഇറുക്കിയടച്ചു.

....

ഏറെക്കാലത്തിനുശേഷം തലവേദനയില്ലാത്ത സ്വസ്ഥമായ ഒരു രാത്രി എനിക്കു സമ്മാനിച്ചുകൊണ്ട് ശാലിനി മുറിവിട്ടിറങ്ങുമ്പോൾ ഏതോ വിദൂര സ്വപ്നങ്ങളിൽ സണ്ണിച്ചൻ മരിച്ചുകിടപ്പുണ്ടായിരുന്നു.

വെള്ളത്തണ്ട്

വി ആർ സുധീഷ്

സ്വപ്നങ്ങളൊന്നുമില്ലാത്ത ഒരാളാണ് സ്വപ്നങ്ങളൊരുപാടുള്ള ആൾക്കു ചേരുക. വനജയും ഞാനും അങ്ങനെയായിരുന്നു. എന്നേക്കാൾ ഒരു വയസ്സിന് ഇളപ്പമേ വനജയ്ക്കുള്ളൂ. വനജയിൽ ഉണർന്നതോടെ എന്റെ ജീവിതത്തിനും സ്വപ്നങ്ങൾക്കും ഗതിമാറി. പുരുഷസ്പർശമുള്ള കിനാവുകളെല്ലാം തിരിച്ചറിയാനാവാത്തവിധം എന്നിൽ തിരുത്തിയെഴുതപ്പെട്ടു. വനജയുടെ മനസ്സൊരു വേനൽപ്പാടമായിരുന്നു. ഞാനതു ഉഴുതു മറിച്ചു. എന്താണ് ജീവിതമെന്ന് ഒരു നെടുവീർപ്പിൽ പോലുമലിഞ്ഞ് സ്വയം ചോദിക്കാതെ, സ്വന്തം മൗഢ്യങ്ങളിൽ ഒട്ടും ലജ്ജിക്കാതെ പ്രസരിപ്പോടെ നടന്ന വനജയെ എനിക്കു വളരെ ഇഷ്ടമായി. ഞാനവളെ ആദ്യമായി തൊട്ട നേരം അവൾ ശരിക്കും തൊട്ടാവാടിയെപ്പോലെ വാടിയമർന്നു. പ്രീഡിഗ്രിക്ക് ഞങ്ങൾ ഒന്നിച്ചായിരുന്നു. എസ് എസ് എൽ സി ക്ക് ഞാൻ ഒരു കൊല്ലം തോറ്റത് എന്റെ ഭാഗ്യം. ഞങ്ങളെക്കണ്ടാൽ ഒരേ ഛായയാണെന്ന് മറ്റു കുട്ടികളെല്ലാം പറയുമായിരുന്നു. ഇരട്ടക്കുട്ടികളാണോ എന്നു ചോദിക്കുമായിരുന്നു. പലർക്കും ഞങ്ങളെ പരസ്പരം മാറിപ്പോയി. ആ തമാശകളെല്ലാം കൂടി വന്നപ്പോൾ വല്ലാതെ ഞങ്ങൾ അന്യോന്യം ചേർന്നലിഞ്ഞു. വൈകിട്ട് പിരിയുമ്പോഴാണ് ഏറ്റവും സങ്കടം. പിറ്റേന്നു രാവിലെ കണ്ടുമുട്ടുന്നതുവരെയുള്ള സമയം നരകത്തീയിൽ പൊള്ളും. ശനിയാഴ്ചയും ഞായറാഴ്ചയും മാറിമാറി ഞാൻ വനജയുടെ വീട്ടിലോ വനജ ഇങ്ങോട്ടോ വരും. ഞങ്ങളുടെ വീടുകൾ തമ്മിൽ നാലു നാഴിക അകലമുണ്ട്. വൈകുന്നേരം വരെ മുറിക്കുള്ളിൽ ഒരിടത്തും പോകാതെ ഞങ്ങൾ അടച്ചിരിക്കും. ഇത്രമാത്രം നിങ്ങൾക്കെന്തു പറയാനെന്താ എന്ന് എല്ലാവരും ചോദിക്കും. പറഞ്ഞിട്ടും പറഞ്ഞിട്ടും ഞങ്ങൾക്കൊന്നും തീരുന്നില്ല.

ആദ്യമായി വനജയെ ഞാൻ ഉമ്മവച്ചനാൾ ഓർക്കുന്നു. എങ്ങനെയോ

എന്റെ കൈവിരൽ മുറിഞ്ഞിരുന്നു. ചോരപൊടിഞ്ഞയിടത്ത് പെട്ടെന്നു ചുണ്ടുകളമർത്തി വനജ ഊറ്റിക്കുടിച്ചു. അവളുടെ കണ്ണുകളിലേ പരിഭ്രാന്തിയിൽ സ്നേഹത്തിന്റെ ഉന്മാദം തിളങ്ങി. ഞങ്ങൾ എന്നും പിന്നെ നഗ്നരായി കെട്ടിപ്പിടിച്ചു കിടക്കും. വനജയുടെ ശരീരത്തിലാകെ ഞാൻ ഉമ്മകൾ കൊണ്ട് അടയാളമിടും. എന്റെ കൈവിരലുകൾ മൃദുവായി വനജ കടിച്ചുകൊണ്ടിരിക്കും. കുഞ്ഞിനെപ്പോലെ മുലകുടിക്കും. മുലഞെട്ടുകൾ തിരുമ്മും. പൂമൊട്ടുകളായിരുന്നു വനജയുടെ മുലകൾ. ഞാൻ അതിനു ചുറ്റും ഐബ്രോപെൻസിൽകൊണ്ട് വൃത്തം വരയ്ക്കും. കണ്ണിനെ മൂക്കാക്കി മേലെ കണ്ണുകൾ വരച്ച്, കാതുകൾ വരച്ച് ഒരു വെള്ളാട്ടുകോലമാക്കും. വനജയ്ക്ക് അതു വലിയ രസമായിരുന്നു. അവൾ എന്നിലേക്കു കടത്തിവിട്ട താപശക്തി ഭയങ്കരമായിരുന്നു. ശനിയാഴ്ചവരെ കാത്തിരിക്കാൻ ക്ഷമകെട്ട് ചിലപ്പോൾ ഞങ്ങൾ കോളേജ് ഗേൾസ് റൂമിലെ മൂത്രപ്പുരയ്ക്കുള്ളിൽ ആശ്ലേഷബന്ധരായി മണിക്കൂറുകളോളം നില്ക്കും. അപ്പോൾ വനജയുടെ കണ്ണുകളിൽ ഉച്ചക്കിനാവുകൾ പൂക്കും. കരിഞ്ഞ മാമ്പൂവിന്റെ മണം ചുണ്ടുകളിൽ കലരും. ഞങ്ങളുടെ ഈ പിണച്ചിൽ ചില കുട്ടികൾ കണ്ടുപിടിച്ചിരുന്നു. പിരി എന്ന് അവർ ഞങ്ങളെ വിളിച്ചു. മൂത്രപ്പുരയിൽ ചുമരെഴുത്തു നടത്തി. നരഹത്യ ചെയ്തവരെപ്പോലെയായിരുന്നു അവർക്ക് ഞങ്ങൾ. ഒട്ടും ചോര തിളയ്ക്കാത്തതുപോലെയാണ് അറപ്പോടെ അവർ ഞങ്ങളിൽ നിന്നു മാറിനടന്നത്. വനജയും ഞാനും പതറിയില്ല. പരസ്പരം പണിത ആലയങ്ങളിൽ ഞങ്ങൾ സുരക്ഷിതരായി. പരീക്ഷപ്പനി പിടിക്കാതെ കംബയിൻഡ് സ്റ്റഡി എന്നു പറഞ്ഞ് ഞങ്ങൾ മുറിയിൽ അടച്ചുപൂട്ടി ഉമ്മവച്ചു കിടന്ന കാലത്ത് മാങ്ങ പഴുത്തു, കൊന്ന പൂത്തു. പിന്നെ മഴയും വീണു. ഞങ്ങൾ പ്രീഡിഗ്രി തോറ്റു. അപ്പോഴേക്കും വനജയുടെ പൂമൊട്ടുകൾ കനംവച്ചു വിടർന്നു. മാറിമാറി മുലകുടിച്ച് കുഞ്ഞുങ്ങളെപ്പോലെ ഞങ്ങൾ കളിച്ചു. വനജയുടെ വലതുതുടയിൽ ഒരു കറുത്ത മറുകുണ്ടായിരുന്നു. വാടിയ ആമ്പലിന്റെ മണമുണ്ടായിരുന്നു തുടകൾക്കിടയിൽ. ചന്തിക്കുമീതെയാണ് എന്റെ മറുക്. അതിനൊരു നീലച്ഛായ. ഭാഗ്യമറുകാണെന്ന് കുഞ്ഞിരാമപ്പണിക്കർ ജാതകം എഴുതി പറഞ്ഞതായി വീട്ടുകാർ ഓർമ്മിക്കാറുണ്ട്. ഞാൻ കണ്ടു നടന്ന ആൺമണമുള്ള സ്വപ്നങ്ങളിലെ പഴയ രൂപത്തെ വനജ നിശ്ശേഷം മായ്ച്ചു കളഞ്ഞു. ആദ്യമായി എന്നെ കെട്ടിപ്പിടിച്ച് ഉമ്മവച്ചത് ശശിയായിരുന്നു. തൊട്ടടുത്ത വീട്ടിലെ നാരായണൻമാസ്റ്ററുടെ മകനാണ്. ഡിഗ്രിക്കു പഠിക്കുകയായിരുന്നു. പേനരിക്കുന്ന തലയിൽ മാന്തി ഞാൻ ഫിസിക്സ് പഠിച്ചു പിടിപ്പിക്കാൻ നോക്കുമ്പോൾ മാവിൻ ചോട്ടിൽ ശശി വന്നു. എന്താ പെണ്ണേ നോക്കട്ടെ എന്നു പറഞ്ഞ് അവൻ എന്നെ ഉരുമ്മിനിന്ന് പുസ്തകത്തിലേക്കു നോക്കി. എന്റെ ശ്വാസം അവന്റെ മുഖത്തടിച്ചു. അവന്റെ ഉമ്മ എന്റെ കവിളിൽ വീണു. പഠിച്ചതൊന്നും മറക്കാതിരിക്കാനാണെന്നു പറഞ്ഞ് ശശി പോയപ്പോൾ എനിക്കു നാണം വന്നു. ആട്ടിൻകൂടിന്റെ മണമുള്ള അവന്റെ ശരീരം അന്തരീക്ഷത്തിലുപേക്ഷിച്ച ഗന്ധാംശം ഞാൻ പര

തി. പിന്നെ എനിക്കൊന്നും തലയിൽ കയറിയില്ല. അന്നു മുഴുവൻ ഞാൻ ഒളിഞ്ഞ് ശശിയെ നോക്കി നിന്നു. അവന്റെ ശരീരശാസ്ത്രം പഠിച്ചു. ശശി പിറ്റേന്നും വന്നു. കെട്ടിപ്പിടിച്ചു. ഉമ്മ തന്നു. പാവാടക്കെട്ട് അഴിക്കാൻ വെമ്പിയ വിരലുകളിൽ ഊരാക്കുടുക്ക് മുറുകി. വേണ്ടട്ടോന്ന് ഞാൻ കുതറിയോടി. എസ് എസ് എൽ സി തോറ്റു. ശശിയെ പിന്നീടു കണ്ടത് മുങ്ങിമരിച്ച് ജഡമായാണ്. കൂട്ടുകാരോടൊത്തു കുളിക്കാൻ ചിറയിൽ പോയതാണ്. നിവരാനാവാതെ കയത്തിലാണ്ടു. ആലോചിക്കുമ്പോൾ എന്റെ ചങ്ക് പിടയുമായിരുന്നു. ശശിയുടെ ഓർമ്മയുടെ മുറിവിൽനിന്നു ഞാൻ പിന്നെയും ഒരു രൂപത്തെ സങ്കല്പിച്ച് കാത്തിരുന്നു. എന്റെ ശരീരഗ്രന്ഥികളിലും ആത്മാവിന്റെ സുഷിരങ്ങളിലും ഇക്കിളിയുടെ കാറ്റൂതിക്കൊണ്ടു വന്നത് വനജ.

പ്രീഡിഗ്രി തോറ്റപ്പോൾ ഇനി പഠിക്കേണ്ടെന്ന് ഞാനും വനജയും തീരുമാനിച്ചു. പഠിച്ചിട്ട് ഒരു കാര്യവുമില്ല. പഠിക്കാൻ ഞങ്ങൾ കൊള്ളില്ല. ആകെ രസിച്ചു പഠിച്ചത് മലയാളപുസ്തകത്തിലെ കുചേലവൃത്തമാണ്. കുചേലനും കൃഷ്ണനും തമ്മിലുള്ള കുട്ടിക്കാലസ്നേഹം ഞങ്ങളുടേതു പോലെയായിരുന്നു എന്നു തോന്നും. വിറകു പെറുക്കാൻ കാട്ടിൽ പോയി മഴ വന്ന്, രാത്രി വന്ന് ഗുഹയിൽ തൊട്ടിരിക്കുമ്പോൾ അവർ ഉമ്മ വച്ചിരിക്കുമെന്ന് വനജ പറഞ്ഞു. തൊട്ടടുത്ത ഒരു ബുക്ക് ബയൻഡിങ് ഷോപ്പിൽ വനജ ജോലിക്കു പോയി. ഞാൻ ടെയിലറിങ് പഠിക്കാനും പോയി. രണ്ടും അടുത്തടുത്താണ്. രാവിലെയും വൈകുന്നേരവും വനജയെ കണ്ട് ഉമ്മ വെച്ചേ ഞങ്ങൾ പിരിയുകയുള്ളൂ. കണ്ണുകളിൽ ഞാൻ ഉമ്മവയ്ക്കുമ്പോൾ വനജയാകെ കമ്പിതയാകും. വെള്ളത്തണ്ട് പോലെയാണ് വനജയുടെ ശരീരം. ഒന്നമർത്തിയാൽ പിഴിഞ്ഞെടുക്കാവുന്ന ജലാംശം തുളുമ്പുന്ന തണ്ട്. പല്ലുകളുടെ ക്രമമൊന്നു തെറ്റിയെന്ന കുറവേയുള്ളൂ വനജയുടെ സൗന്ദര്യത്തിന്. ദന്തഡോക്ടറുടെയടുത്ത് വനജയുടെ പല്ലിനു ക്ലിപ്പിടാൻ ഞാൻ കൂടെപ്പോയി. ഡോക്ടർ ചെറുപ്പക്കാരനാണ്. ഈ പല്ലിനെന്താ കുഴപ്പം? ഇതൊരു ഭംഗിയല്ലേ.... നല്ല ആരോഗ്യമുള്ള പല്ലാണ് എന്നൊക്കെ ഡോക്ടർ വനജയെ വർണ്ണിക്കാൻ തുടങ്ങിയപ്പോൾ എനിക്കു സഹിച്ചില്ല. ഇടയ്ക്ക് അയാൾ വനജയുടെ മുഖത്തു തൊട്ടതും മുഖത്തോടുമുഖം ചേർത്തതും കണ്ടപ്പോൾ എനിക്കു മൂർദ്ധാവിൽ ചോര തിളച്ചു.

“ക്ലിപ്പിടാൻ പറ്റില്ലെങ്കിൽ വേണ്ട ഞങ്ങൾ പൊയ്ക്കോളാം.” അത് ഈ കുട്ടി തീരുമാനിക്കട്ടെ എന്ന് അയാൾ. ഞാനാണ് തീരുമാനിക്കേണ്ടത് എന്ന് ഉറപ്പിച്ചുപറഞ്ഞു ഞാൻ. അയാൾക്കതു രസിച്ചില്ല. രസക്കേടു നോക്കാതെ ഞാൻ പറഞ്ഞു.

“വാ.... നമുക്കു പോകാം വനജേ..”

പ്രായമുള്ള ഒരു ദന്തഡോക്ടറെ തേടിപ്പോയി പിന്നെ വനജയുടെ പല്ലിനു ക്ലിപ്പിട്ടു. ഉണങ്ങിത്തുടങ്ങിയ പിച്ചകച്ചെടിയിലമർന്ന ശേഷിച്ച പൂവുകൾപോലെയായി വനജയുടെ പല്ലുകൾ. ചുണ്ടുകളിൽ കടിക്കുമ്പോൾ കമ്പിവല കുത്തി.

ഒരു എൽ ഐ സി ഏജന്റ് എന്നെ പെണ്ണുകാണാൻ വന്നു. പേരാമ്പ്ര നിന്നാണ്. പ്രാരാബ്ധമൊന്നുമില്ല. എനിക്കു കല്യാണം വേണ്ടെന്നു ഞാൻ ശഠിച്ചു പറഞ്ഞിട്ടും പെണ്ണുകാണൽ ചടങ്ങിനു വഴങ്ങേണ്ടിവന്നു. വനജ അന്ന് അവളുടെ വീട്ടിൽ കരഞ്ഞുകിടപ്പായിരുന്നു. പെണ്ണുകാണാൻ വന്ന വർ ഇറങ്ങിയപ്പോഴേക്കും അവരെക്കടന്ന് ഞാൻ വനജയുടെ വീട്ടിലേക്ക് ഓടി.

"മോളേ.. ഞാനയാളെ നോക്കിയതേയില്ല.... നിന്നെവിട്ട് ഞാനൊരി ടത്തും പോവില്ല..."

എന്നെ അനാവൃതയാക്കി എന്റെമേൽ പറ്റിക്കിടന്ന് കരഞ്ഞുകൊണ്ട് വനജ എന്റെ മുലകുടിച്ചു. ആ ആഴ്ചതന്നെ വനജയെ കാണാനും ഓരാൾ വന്നു. കാസറ്റ്ഷോപ്പ് നടത്തുന്ന വീഡിയോക്കാരനാണ്. കല്യാണവീടു കളിലൊക്കെ കാണാറുണ്ട്. വനജ അയാളെ കാണാനേ കൂട്ടാക്കിയില്ല. വീട്ടുകാരെ അനുസരിക്കാതെ അവളിറങ്ങിപ്പോന്നു. നേരെ എന്റെയടു ത്തേക്ക്. ഞങ്ങൾ മുറിയിൽക്കയറി കെട്ടിപ്പിടിച്ചു കിടന്നു. കാറ്റിൽ ആമ്പൽപ്പൊയ്കയുടെ മണം നിറഞ്ഞു.

എന്നെ ഇഷ്ടമായെന്നും കല്യാണം വേഗം വേണമെന്നും എൽ ഐ സി ഏജന്റ് അറിയിച്ചു. വനജയെ പലതവണ കണ്ടിട്ടുള്ള വീഡിയോക്കാ രനും സമ്മതം. "ഞങ്ങളുടെ ശവത്തെ കല്യാണം കഴിക്കേണ്ടിവരും". ഞാനും വനജയും പൊട്ടിത്തെറിച്ചു.

"നിങ്ങക്കെന്താ പ്രാന്തുണ്ടോ കുട്ട്യോളെ?...."

"ഞങ്ങൾക്കു കല്യാണം വേണ്ട."

"ആൺതുണയില്ലാണ്ട് നിങ്ങളെങ്ങിന്യാ കഴിയാ..."

"ഞങ്ങൾ ഒന്നിച്ചുകഴിയും."

"എങ്ങനെ കഴിയും?"

"എങ്ങനെയും കഴിയും."

ഉരുകിയൊന്നായ ആത്മാവുകൊണ്ട് ഞങ്ങൾ പ്രതിരോധിച്ചു.

"നമുക്കൊരു വീട് വാടകയ്ക്കെടുക്കാം. എന്നിട്ട് ഒന്നിച്ചു ജീവിക്കാം... ഒരിക്കലും പിരിയാതെ..."

വനജ പറഞ്ഞു.

ഞാൻ അവളെ ആസക്തിയോടെ ഉമ്മവച്ചു. ചുണ്ടുകൾ കണ്ണുകളിലെ പൗർണ്ണമിതൊട്ട് ആമ്പൽമണം വരെ ആനന്ദിച്ചിറങ്ങി.

ആരും വാടകവീടു തന്നില്ല. എല്ലാവരും ഞങ്ങളെ പരസ്പരം അക റ്റാൻ ശ്രമിക്കുകയാണ്. ലോകത്തെക്കുറിച്ചു പറഞ്ഞ് പേടിപ്പിക്കുകയാണ്. ചിലർ കളിയാക്കി.

"നല്ല ആണിനെ കാണാഞ്ഞിട്ടാ.. "

"കിട്ടേണ്ടതു കിട്ടാഞ്ഞിട്ടാ..."

"നിങ്ങളിലാരാ ആണ്... ആരാ മോളില്..."

"പ്ഫ..."

വനജ അവരെ ആട്ടി.

വനജ പറഞ്ഞു.

"നമുക്ക് നഗരത്തിൽ ഒരു ടെയ്‌ലറിങ് ഷോപ്പ് തുടങ്ങാം. ലോണെ ടുത്ത് മിഷ്യൻ വാങ്ങാം.."

പരിചയമുള്ള ഒരു ബാങ്ക് മാനേജർ സഹായിക്കാമെന്നേറ്റു.

നഗരത്തിൽ സ്ഥലം കണ്ടെത്തി. ചുരുങ്ങിയ വാടകയ്ക്ക് സൗകര്യ മുള്ള ഒരു മുറി ഒത്തുവന്നു. ബാങ്ക് മാനേജരെയും കണ്ട് ആഹ്ലാദത്തോടെ മടങ്ങുമ്പോഴാണ് നിങ്ങൾക്കൊക്കെ അറിയാവുന്നതുപോലെ അപകടം സംഭവിച്ചത്. ഞാനും വനജയും ഒരേ സീറ്റിലായിരുന്നു. എന്റെ കൈകൾ അവളുടെ തുടകളെ ബലമായി പിടിച്ചിരിക്കുകയായിരുന്നു. ബസ് രണ്ടു തവണ മലക്കം മറിഞ്ഞ് തീ പിടിച്ചു. ആളിപ്പടർന്ന തീയിൽനിന്ന് ആരവ ങ്ങളുയരുമ്പോൾ ഞാനൊരു ആകാശക്കീറു കണ്ടു. തീക്കാറ്റുലയുന്ന ആ ചതുരത്തിൽനിന്ന് ആരോ എന്നെ താങ്ങി. എന്റെ ദീർഘശ്വാസത്തിനു കീഴെ വനജ കത്തി. കൈയിലും കാലിലും ചെറിയ പൊള്ളലിന്റെ പാടു കളുമായി ഞാനും തിരഞ്ഞു. മോർച്ചറിയിലെ കരിഞ്ഞമർന്ന അവശിഷ്ട ങ്ങൾക്കരികിൽ ആർത്തലയ്ക്കുന്നവരോടൊപ്പം എന്റെ വനജയെ.

വെള്ളത്തണ്ടുപോലുള്ള ശരീരം
സിൽക്ക് മുടി.
കണ്ണുകളിലെ പൗർണ്ണമി
ക്ലിപ്പിട്ട പല്ല്
കുപ്പിവളക്കൈകൾ..

വാടിയ ആമ്പലിന്റെ മണമുള്ള തുടകൾ. ഒന്നും കണ്ടില്ല. അവസാനം കണ്ടെത്തി. ഐബ്രോപെൻസിൽകൊണ്ട് ഞാൻ വരഞ്ഞുണ്ടാക്കിയ വെള്ളാട്ടുകോലത്തിന്റെ ഒരു കഷണം. ഇനിയും വെന്തുകരിയാത്ത ആ പൂമൊട്ടു നോക്കി ഞാൻ പൊട്ടിക്കരഞ്ഞു.

പിണങ്ങിയവൾ

വി ആർ സുധീഷ്

പുള്ളും പുഷും പണ്ടേ കൺഫ്യൂഷനാണ്. പുൾ കാണുമ്പോൾ തള്ളും. പുഷ് കണ്ട് വലിക്കും. പണ്ട് അടിച്ചുപഠിപ്പിച്ചതാണ് തോമസ് മാഷ്. വലിച്ചും തള്ളിയും പുള്ളും പുഷും കാണുമ്പോൾ തോമസ്മാഷുടെ കൈ തുമ്പിക്കൈപോലെ നീണ്ടുവന്നു. കക്ഷങ്ങൾക്കിടയിൽ ഇറച്ചിയിൽ കൈ ചൂണ്ട കോർത്ത് തോമസ്മാഷ് മേലോട്ടുയർത്തി

പുസ്തകശാലയുടെ കണ്ണാടിവാതിലിൽ ദിയ പുഷ് കണ്ടു. ഒന്നു വിഭ്രമിച്ചുനിന്ന് വലിക്കുക തന്നെ ചെയ്തു. അനിയത്തിക്ക് സ്കൂളിൽ ചെല്ലാൻ കവിത വേണം. നാലാള് കൂടുന്നേടത്തൊക്കെ അലറിവിളിക്കുന്ന കാസറ്റ് കവിത ചൊല്ലി തൊലയ്ക്കണ്ട എന്നു പറഞ്ഞപ്പോൾ പുതിയ കവിത ഒന്നു പഠിപ്പിച്ചുതരണമെന്നായി അവൾ. വെല്ലുവിളിയായി അയ്യപ്പ പണിക്കരെയും കുമാരപിള്ളയെയുമോർത്ത് ദിയ ഏറ്റു. അവരുടെ കവിതയും പറ്റിയില്ലെങ്കിൽ ദേശമംഗലത്തെയോ കുരീപ്പുഴയെയോ നോക്കണം.

കണ്ണാടിവാതിലിൽ ദിയയുടെ കൈ പെട്ടു. എല്ലുമുറിയെ ചതഞ്ഞ് ദിയ നിലവിളിച്ചു. പുസ്തകശാലയിലെ ചേച്ചി 'ശ്ശോ' എന്ന് ഒച്ചവെച്ച് ഓടിവന്ന് വാതിൽ അകത്തേക്കു വലിച്ചു. ദിയയുടെ പ്രാണൻ പിടഞ്ഞു. കൈത്തണ്ടയിൽ 'ഥ' രൂപത്തിൽ ചോര കല്ലിച്ചതു കണ്ട് ദിയയ്ക്കു സഹിക്കാനായില്ല. അന്നൊന്നും ഇങ്ങനെ പറ്റാത്തത്. പുസ്തകശാലയിലെ ചേച്ചി ദിയയുടെ കൈപിടിച്ച് 'ഥ' പാടിൽ നക്കിനനയ്ക്കാൻ തുടങ്ങി. ദിയയ്ക്ക് തെല്ല് ജാള്യം തോന്നി.

"സ്വന്തം നാവുകൊണ്ടു ചെയ്താല് ഫലോണ്ടാവില്ല." ചേച്ചി പറഞ്ഞു. "കുട്ടിക്ക് നന്നായി വേദനിച്ചു... ല്ലേ.." അവർ ദിയയുടെ കൈ ബലമായി പിടിച്ച് പുസ്തകശാലയിലെ പയ്യനോട് ഐസ്കട്ട കൊണ്ടുവരാൻ പറഞ്ഞു. തൊട്ടടുത്ത കടയിൽനിന്ന് പയ്യൻ ഐസ് കൊണ്ടുവന്നു. ചോര

കല്ലിച്ച പാടിൽ ഐസ്കട്ട വച്ചപ്പോൾ ചേച്ചി ദിയയുടെ കൈയിൽ ഉമ്മ വെച്ചു.

"എല്ലാം മാറിക്കോളും ... ട്ടോ.."

ചേച്ചിയുടെ കറുത്ത ചുണ്ടുകളിൽ ദിയ നിറം മാറുന്നതറിഞ്ഞു. പയ്യനെ വിട്ട് ചേച്ചി ദിയയ്ക്ക് കാപ്പിയും വരുത്തി. പുക മണമുള്ള കാപ്പി ദിയ സങ്കോചത്തോടെ കുടിച്ചു. ദേശമംഗലത്തിന്റെ പുതിയ കവിതാപുസ്തകവുമായി ദിയ ഇറങ്ങാൻ തുടങ്ങുമ്പോൾ ചേച്ചിതന്നെ വാതിൽ തുറന്നു കൊടുത്തു. പുൾ- വലിക്കുക, ചേച്ചി ചിരിച്ചുകൊണ്ട് പറഞ്ഞു.

ദിയ പിന്നീട് പുസ്തകശാലയിൽ ചെന്നത് കുറേ ദിവസങ്ങൾക്കു ശേഷമാണ്. ജോലികഴിഞ്ഞ് ഒരു വൈകുന്നേരം ആ വഴി പോകുമ്പോൾ ചേച്ചിയെ ഓർത്തു. പുസ്തകശാലയിൽ ചേച്ചി മാത്രമേ ഉണ്ടായിരുന്നുള്ളൂ. കണ്ടപാടെ ഓടിവന്ന് ചേച്ചി കണ്ണാടിവാതിൽ വലിച്ചുതുറന്ന് ദിയയുടെ കൈയിൽ പിടിച്ചു.

"നോക്കട്ടെ ... ചതവൊക്കെ മാറിയോ? ..."

മാഞ്ഞ കൈത്തണ്ടയിൽ ചേച്ചി മുത്തി. കറുത്ത ചുണ്ടുകളിലെ നിറം മാറ്റം ദിയ ശ്രദ്ധിച്ചു. ദിയയെ ചേർത്തുപിടിച്ച് ചേച്ചി പുസ്തകറാക്കുകളുടെ മറവിലേക്കു നടന്നു. കഥകളിലൊക്കെ കാണുന്ന തരത്തിലുള്ള പെണ്ണാണ് അവരെന്ന് ദിയയ്ക്കു തോന്നി. സുഖമുള്ള മിടിപ്പ് ദിയയുടെ നെഞ്ചിലുണ്ടായി. ചേച്ചിയുടെ വിരലുകൾ ദിയയുടെ ശരീരത്തിൽ അലഞ്ഞു. അപ്പോഴും അവർ നിർത്താതെ സംസാരിച്ചുകൊണ്ടിരുന്നു. ദിയയുടെ കൈയിൽ മൃദുവായി അവർ അമർത്തി. നിന്റെ തലമുടിക്ക് എന്തു ഭംഗിയാണെന്നു പറഞ്ഞു. ഇത്ര നല്ല വിരലുകൾ മറ്റാർക്കും കണ്ടിട്ടില്ലെന്നു പറഞ്ഞു. അപ്പോൾ ദിയ മുന്നിലെ റാക്കിൽ പുസ്തകങ്ങളുടെ പേരു വായിച്ചു: "വശീകരണയന്ത്രം, രക്തംകുടിക്കുന്ന പെൺകുട്ടി, ഭ്രാന്ത്."

സന്ധ്യയാകാറായി. വീട്ടിലെത്തണം എന്നു ദിയ പറഞ്ഞപ്പോൾ ചേച്ചി സമ്മതിച്ചില്ല. സ്കൂട്ടറിൽ നിന്നെ വീട്ടിൽ കൊണ്ടുപോയി വിട്ടിട്ടേ ഞാൻ പോകുന്നുള്ളൂ എന്ന് അവർ ശഠിച്ചു പറഞ്ഞു.

ദിയ മുള്ളിന്മേൽ നിന്നു. ചേച്ചി ദിയയുടെ മുടിയിൽ വിരലോടിച്ചു. പെട്ടെന്ന് ദിയയുടെ കവിളിൽ ഉമ്മ വീണു. അതിന്റെ നനവിൽ സങ്കോചത്തോടെ ദിയ കുളിർന്നു.

"നിന്നെ ആരാ വീട്ടിൽ കാത്തിരിക്കുന്നേ?..." ചേച്ചി കൊഞ്ചലോടെ ചോദിച്ചു.

"അച്ഛനും അമ്മയും അനുജത്തിയും."

"കെട്ടിയോനില്ലല്ലോ... എനിക്കുമില്ല. ഉണ്ടാക്കല്ലേ മോളേ.. ഇപ്പോ ആരും നമ്മെ കെട്ടിയിടാനില്ലല്ലോ. ചെറുപ്പകാലത്ത് തന്തേടേം തള്ളേടേം ബന്ധനം. ആങ്ങളയുണ്ടെങ്കിൽ അവന്റെ ബന്ധനം. കെട്ടിയോൻ വന്നാൽ പിന്നെ അവന്റെ നായാട്ട്... പിന്നെ മക്കളുടേം... പെണ്ണിന്റെ കാര്യം ശരിക്കും കട്ടപ്പൊക..."

പുസ്തകശാല അടച്ച് ഏഴുമണിക്ക് ചേച്ചി ദിയയെയും കൂട്ടി ഇറങ്ങി.

തൊട്ടടുത്ത് ഐസ്ക്രീം ബാറിൽ കയറി രണ്ട് ചിക്കൻ പിസ്സ ഓർഡർ ചെയ്തു. വേണ്ടെന്നു വിലക്കാൻ തുനിഞ്ഞ ദിയയുടെ വിരലിൽ നുള്ളി ചേച്ചി കണ്ണിറുക്കി. വഴിക്ക് ഒരാൾ സ്കൂട്ടറിൽ ചേച്ചിയുടെ പിന്നാലെ എത്തി. ചേച്ചി അവനെ ദിയയ്ക്കു പരിചയപ്പെടുത്തി. "വാഹിദ്. എന്റെ ബെസ്റ്റ് ഫ്രണ്ടാ. ഇവിടെ ഒരു കമ്പ്യൂട്ടർ അക്കാദമി നടത്തുകയാ." തന്റെ അത്രയും പ്രായമേയുള്ളൂ വാഹിദിന് എന്ന് ദിയ നിരൂപിച്ചു.

വീടിന്റെ ഗേറ്റ് വരെ ചേച്ചി ദിയയെ കൊണ്ടുവിട്ടു. വീട്ടിൽ കയറി യിട്ട് പോകാൻ ദിയ ക്ഷണിച്ചെങ്കിലും ചേച്ചി ഒഴിഞ്ഞു. വാഹിദ് കാത്തു നില്ക്കുന്നുണ്ട്. ദിയയുടെ നെഞ്ചിൽ മൃദുവായി കൈവെച്ച് കവിളിൽ തൊട്ട് ചേച്ചി സ്കൂട്ടറെടുത്തു.

ചേച്ചി ഫോണിൽ പിറ്റേന്ന് ദിയയെ വിളിച്ചു. ചേച്ചിയുടെ ഗുഡ്മോർണിങ് ദിയയ്ക്ക് മധുരിച്ചു. ചേച്ചിയുടെ കറുത്ത ചുണ്ടുകൾ തേരട്ടയെപ്പോലെ ഫോണിലൂടെ ഇഴഞ്ഞുവരുന്നതായി തോന്നി. ദിയ യുടെ ശരീരത്തിൽ ആ ശബ്ദം എന്തൊക്കെയോ കോരിത്തരിപ്പിച്ചു. പല ഹാരത്തിന് മാവു കുഴയ്ക്കുന്നതുപോലെ ശബ്ദം നിയന്ത്രിച്ച് കനപ്പിച്ച് ചേച്ചി ഈണമിട്ടു വർത്തമാനം പറയുമ്പോൾ വാതിലുകൾ പതിയെ തുറന്ന് ദിയ പുതുമഴ നനഞ്ഞു.

"വൈകീട്ട് നീ വാ..." ചേച്ചി ഫോൺ വെച്ചു.

ദിയ വരാമെന്നു പറഞ്ഞിരുന്നെങ്കിലും ജോലി കഴിഞ്ഞപ്പോൾ തല വേദന തോന്നി. വേഗം മടങ്ങി. ചേച്ചി പിറ്റേന്നും വിളിച്ചു.

"എനിക്കു നിന്നെ കാണണം. നീ എനിക്കു ഭ്രാന്തായിരിക്കുന്നു." ചേച്ചി ഒരു കാമുകന്റെ പരവശതയിലാണെന്ന് ദിയയ്ക്കു തോന്നി. ദിയ അതു ശരിക്കും ആസ്വദിച്ചു. കവി പറഞ്ഞതുപോലെ തന്റെ കവിളിലെ നുണക്കുഴി ഉമ്മ യാചിക്കുന്നതുപോലെ ദിയയ്ക്കു തോന്നി.

അടുത്തനാൾ ദിയ വന്നപ്പോൾ ആവേശത്തോടെ ചേച്ചി കോരിപ്പി ടിച്ച് നുള്ളിയും മാന്തിയും മുത്തിയും വലിച്ചുകൊണ്ടുപോയി. കരുതിവെച്ച ചോക്ലേറ്റ് ദിയയുടെ വായിൽ വെച്ച് പാതി കടിച്ചു മുറിച്ചു. കരിന്തേരട്ട ദിയയെ ഇക്കിളിയാക്കി. തണുത്ത കാറ്റിൽ ദിയ ചാറ്റൽമഴ നനഞ്ഞു. റാക്കിലെ പുസ്തകങ്ങൾ ഒന്നൊന്നായി അവൾ വായിച്ചു. "ഭഗവദ്ഗീതയും കുറേ മുലകളും, പിഴച്ചവൾ, ആരും തൊടാത്ത തേൻകനി, വേട്ടക്കാരനും വിരുന്നുകാരനും, മരക്കൂട്ടങ്ങൾക്കിടയിലെ നനഞ്ഞ മണ്ണ്, ഒടുവിലത്തെ സൂര്യകാന്തി..."

ആരോ പുസ്തകശാലയിലേക്ക് വന്നു. പ്രായംചെന്ന ഒരാൾ. കൈയിൽ ബാഗും കാലൻകുടയും. ചേച്ചി ദിയയുടെ ശരീരംവിട്ട് കൗണ്ട റിലേക്ക് ഓടി. ചെറിയ ചമ്മലോടെ ദിയ പിന്നാലെ ചെന്നു. വന്ന ആളെ അറിയുമോ എന്ന് ചേച്ചി ദിയയോടു ചോദിച്ചു. ദിയയ്ക്ക് അറിയില്ലായി രുന്നു. ചേച്ചിതന്നെ പരിചയപ്പെടുത്തി. വല്ലച്ചിറ മാധവൻ. വലിയ എഴു ത്തുകാരനാണ്. ദിയ കേട്ടിട്ടുണ്ടായിരുന്നു. സ്വീറ്റ് ഡ്രീംസും പഞ്ചാര മുത്തങ്ങളും വായിച്ച് ഒരു സ്നേഹിത പറഞ്ഞിട്ടുണ്ടായിരുന്നു.

ചേച്ചിയുടെ പുസ്തകശാലയിൽ വല്ലച്ചിറയുടെ ധാരാളം പുസ്തകങ്ങൾ. ദിയ ഓരോന്നായി വായിച്ചു. “സ്വർണ്ണഖനി, സാലഭഞ്ജിക, പാനപാത്രത്തിൽ വീഞ്ഞ്, അഗ്നിജ്വാല...”

വല്ലച്ചിറ പോയപ്പോൾ ചേച്ചി ദിയയുടെ തുടയിൽ നുള്ളി.

പുറത്തു തടവി ബ്രായുടെ ഇലാസ്തികതയിൽ പുള്ളും പുഷും കളിച്ചു. ദിയയ്ക്ക് അനവധി കോരിത്തരിച്ചു. കോരിത്തരിച്ച നാൾ എന്ന പുസ്തകം അവൾ മുന്നിൽ കണ്ടു. വല്ലച്ചിറയുടെ പാനപാത്രത്തിൽ വീഞ്ഞ് ചേച്ചി ദിയയ്ക്കു കൊടുത്തു. “വായിച്ചോളൂ.”

അടുത്ത നാൾ ചേച്ചി വിളിച്ചു ചോദിച്ചു: “വായിച്ചോ?”

ദിയ കിനാവിലായിരുന്നു. ഒരു കരിന്തേരട്ട മുലകൾക്കിടയിലൂടെ ഇഴഞ്ഞിഴഞ്ഞ് നാഭിച്ചുഴിയിൽ വന്നിറങ്ങുന്നു. “ഞാനിവിടെ ഒറ്റയ്ക്കാണ്... നീയിങ്ങോട്ട് വാ എന്ന് ചേച്ചി ദിയയെ ക്ഷണിച്ചു. പോകാൻ ചാടിപ്പിടിച്ച് ദിയ ഒരുങ്ങുന്നതിനിടയിൽ കാലവർഷം തെറ്റി. ഇടിപ്പൂ വിരിഞ്ഞു. തലകറക്കവും നടുവേദനയുമായി ദിയ കിടന്നു.

പിറ്റേന്നു പുസ്തകശാലയിൽ ചെന്നപ്പോൾ ചേച്ചി പരിഭവം കാണിച്ചു. ഒരുപാട് ആളുകളുള്ളതിനാൽ ദിയയ്ക്ക് അധികം വർത്തമാനം പറയാൻ കഴിഞ്ഞില്ല. ഇറങ്ങുന്നതിനിടയിൽ അവൾ ചേച്ചിയെ നോക്കി. ഗൗരവത്തിലാണ്. കരിന്തേരട്ടയ്ക്ക് നിറംമാറ്റമില്ല. രാത്രി ചേച്ചിയുടെ ഫോൺ വന്നു.

“ദിയ... ഒരു പ്രധാന കാര്യം...”

“എന്താ?”

“എനിക്കു കല്യാണാ”

ദിയ ഒന്നു കിടുങ്ങി.

“കളി പറയല്ലേ!”

“സത്യാ... അന്നു കണ്ടില്ലേ... വാഹിദ്...അയാളാ... അടുത്തമാസം പതിനഞ്ചിനാ... ഇനി എനിക്കു പിടിച്ചുനില്ക്കാനാവില്ല ദിയാ... വയസ്സ് പത്തുമുപ്പത്തഞ്ചായില്ലേ? ...”

ദിയ ഫോൺ കട്ടു ചെയ്തു.

പാനപാത്രത്തിൽ വീഞ്ഞ് മേശപ്പുറത്തുനിന്ന് വലിച്ചെറിഞ്ഞു. കരിന്തേരട്ട കരിഞ്ഞ മണം ചുറ്റും പൊങ്ങി.

ദിയ പിന്നെ ചേച്ചിയെ കണ്ടില്ല. കല്യാണത്തിനു പോയില്ല. ചേച്ചി പുസ്തകശാലയിൽത്തന്നെ ഉണ്ടായിരുന്നു.

കുറേനാൾ കഴിഞ്ഞ് സ്കൂളിൽ വീണ്ടും യുവജനോത്സവത്തിന് ചൊല്ലാൻ അനിയത്തി കവിത വേണമെന്നു പറഞ്ഞപ്പോൾ ദിയ പുസ്തകശാലയുടെ കണ്ണാടിവാതിലിനു മുന്നിൽ പുള്ളും പുഷും കൺഫ്യൂഷനായി നിന്നു.

ചേച്ചി ഉദാരമായി ചിരിച്ചു. ദിയയെ ഓടിവന്ന് ആശ്ലേഷിച്ചു.

“നീ എവിടെയായിരുന്നു ഇത്രകാലവും...?”

ദിയ ബലംപിടിച്ചുനിന്നു.

"എനിക്കൊരു കവിതാപുസ്തകം വേണം"

"ഏതാ?..."

"ഞാൻ നോക്കിക്കോളാം...."

മനസ്സു തുറക്കാതെ ദിയ കവിതയുടെ റാക്കുതേടി. ചേച്ചി ദിയയുടെ അടുത്തു ചെന്നുനിന്നു. ദിയയുടെ മുടിയിൽ തലോടി കൈകൊണ്ടു വാർന്ന് "നീ മുടി നല്ലോണം നോക്കുന്നില്ലേ" എന്ന് കൊഞ്ചലോടെ ചോദിച്ചു. ചേച്ചിയെ ദിയയ്ക്ക് ഈന്തിൻകായ മണത്തു. ദിയയുടെ ചന്തിയിൽ ചേച്ചി മൃദുവായി ഒന്നുരസി. ചേച്ചിയുടെ വിരലിൽനിന്നും ദിയയ്ക്ക് പനിനീർമുള്ള് കൊണ്ടു. ചുരിദാറിന്റെ ടോപ്പ് പിന്നിൽനിന്ന് ഉയർത്തിയ ചേച്ചിയുടെ കൈ ദിയ ബലമായി പിടിച്ചമർത്തി. തോമസ്മാഷും പ്രൈംനമ്പർ എണ്ണി കൈവിരലാഴ്ത്തുന്ന മാഷും ദിയയുടെ മനസ്സിലെത്തി. *ലന്തൻബത്തേരിയിലെ ലുത്തിനിയകൾ* ദിയ മുന്നിൽ കണ്ടു. കനത്ത ചട്ടയുള്ള ആ വലിയ പുസ്തകമെടുത്ത് ചേച്ചിയുടെ തലയ്ക്കടിച്ച് ദിയ അലറി:

"കുടുംബംകലക്കീ... എനിക്ക് തന്ത ഒന്നേയുള്ളൂ."

വിമതലൈംഗികം

വി ആർ സുധീഷ്

ഇത് ഒരു കടന്ന കൈയായിപ്പോയി റോസലിറ്റി. പെണ്ണിന്റെ എരിവും പുളിയും മധുരവും അറിയാവുന്ന പെണ്ണുതന്നെ ഇങ്ങനെയൊക്കെ ഇറങ്ങിപ്പുറപ്പെടുന്നത് വിശ്വസിക്കാനാവുന്നില്ല. നിങ്ങളെ ഞാൻ ഒരിക്കലും കണ്ടിട്ടില്ല. എന്നെ മനസ്സിലായിലല്ലോ. സ്ത്രീയും സ്ത്രീയും ഒന്നിച്ചു ജീവിക്കുന്ന ഈ കാലത്ത് അതിന്റെ പേരിൽ എല്ലാം സഹിക്കേണ്ടിവരുന്ന ഒരു ഭാഗ്യഹീനൻ. ആഗ്രഹിച്ച പെണ്ണിനെ മറ്റൊരാൾ സ്വന്തമാക്കുന്നത് അത്ര വലിയ ആനക്കാര്യമൊന്നുമല്ലെന്നറിയാം, അതികഠിനമായി സ്നേഹിച്ചവളെ മറ്റൊരാൾ -അതും ഒരു പെണ്ണ്- സ്വന്തമാക്കി കൂടെ പൊറുപ്പിക്കുന്ന നെറികേട് എനിക്ക് ഉണ്ടാക്കിവെച്ച മാനനഷ്ടവും ദുഃഖവും നിങ്ങൾക്കു മനസ്സിലാകുമെന്നു തോന്നുന്നില്ല. വല്ലാത്ത ജീവിതവിരക്തിയിലാണ് ഞാൻ. എന്റെ പേര് സന്തോഷ് രാമൻ. ഇപ്പോൾ നിങ്ങളുടെ കൂടെയുള്ള ശ്രീദിവ്യ എന്റേതായിരുന്നു. എന്റേതാണ്. കുട്ടിക്കാലം മുതല്ക്കേ എനിക്ക് അവളെ അറിയാം. ഞങ്ങൾ അന്നേ പരസ്പരം ഇഷ്ടപ്പെട്ടു വളർന്നതാണ്. അവൾക്ക് എന്നെയോ എനിക്ക് അവളെയോ വേർപെട്ടു ജീവിക്കേണ്ടിവരുന്ന അവസ്ഥ ഞങ്ങൾക്ക് അചിന്ത്യം. ഞാനോ അവളോ തമ്മിൽ ഓർക്കാതെ ഈ കാലത്തിനിടയിൽ ഒരു രാപ്പകലും കടന്നുപോയിട്ടില്ല. ആഴത്തിൽ ഹൃദയബന്ധിതരായ ഞങ്ങളുടെ ജീവിതത്തിനിടയിൽ കയറി നിങ്ങൾ ഇങ്ങനെയൊരു പാര പണിഞ്ഞത് എന്തിനാണെന്നു മനസ്സിലാകുന്നില്ല. ശ്രീ ഒരു പാവമാണ്. ഏതു മോഹവലയിലും ചെന്നു കയറിയേക്കാവുന്ന ഒരു പരൽമീൻ. ഞങ്ങൾ ഒരുപാട് സ്വപ്നങ്ങൾ സ്വരുക്കൂട്ടിയിരുന്നു. അടുത്ത ഡിസംബറിൽ കല്യാണവും തീരുമാനിച്ചതാണ്. ഹയർസെക്കൻഡറിയിൽ മലയാളത്തിന് എനിക്ക് ഒരു പോസ്റ്റ് ഒത്തുവരാൻ കാത്തിരിക്കുകയായിരുന്നു. കിണഞ്ഞു പണിപ്പെട്ട് ഇപ്പോൾ അതു തരമായിവന്ന

പ്പോഴേക്കും നിങ്ങൾ എന്റെ തലയ്ക്കടിച്ചു. പെണ്ണുങ്ങൾക്കു നിരക്കുന്ന തല്ല റോസലിറ്റി, നിങ്ങളുടെ കൃത്യം. തീവ്രമായി എന്നെ സ്നേഹിച്ച പെൺകുട്ടിയെ നിങ്ങൾക്ക് എങ്ങനെയാണ് വശത്താക്കാൻ കഴിഞ്ഞത്? സ്ത്രീ സ്ത്രീയെ വശീകരിക്കുന്ന ഈ നീചതന്ത്രം മനുഷ്യരാശിയുടെ ഭാവിക്ക് ഭൂഷണമാണോ? പെണ്ണും പെണ്ണും ഭാര്യാഭർത്താക്കന്മാരെപ്പോലെ ജീവിക്കുന്ന പാരമ്പര്യം നമ്മുടെ നാട്ടിലുണ്ടോ? പ്രകൃതിസന്തുലനം നിങ്ങ ളെന്തിനാണ് തകർത്തുകളയുന്നത്? മലയാളസംസ്കാരത്തെ എന്തിനാണ് മലിനപ്പെടുത്തുന്നത്? നമ്മുടെ നാട്ടിൽ ആനുപാതികമായി പെൺകുഞ്ഞു ങ്ങളുടെ സംഖ്യ കുറഞ്ഞുവരുന്നതിന്റെ വിപൽസൂചനകൾ മാധ്യമങ്ങൾ നല്കുന്നത് ശ്രദ്ധയിൽപ്പെട്ടിട്ടുണ്ടാകുമല്ലോ. അറിയാഞ്ഞിട്ട് ചോദിക്കുക യാണ്. ഒരു പെണ്ണിന് എങ്ങനെയാണ് അധികകാലം മറ്റൊരു പെണ്ണിനെ സഹിക്കാൻ കഴിയ്വാ? പെണ്ണും പെണ്ണും എങ്ങനെയാണ് ലൈംഗിക സംതൃപ്തി കൈവരിക്കുക? വീട്, ഭർത്താവ്, കുഞ്ഞുങ്ങൾ.. അങ്ങനെ മോഹിച്ചല്ലേ നിങ്ങളും വളർന്നത്? അമ്മയായി നിങ്ങൾക്ക് കുഞ്ഞിന് മുല പ്പാലൂട്ടണ്ടേ? ഏതായാലും എന്റെ ശ്രീയുടെ സ്വപ്നങ്ങളെല്ലാം അങ്ങനെ യായിരുന്നു. അവൾക്ക് നിങ്ങൾ പറയുന്ന ഭാഷയൊന്നും മനസ്സിലാവില്ല. ആരുപറയുന്നതും എന്റെ ശ്രീ എളുപ്പത്തിൽ വിശ്വസിക്കും. ആർക്കും എളു പ്പത്തിൽ അവളെ കുരുക്കിലാക്കാം. അവളുടെയും എന്റെയും സ്വപ്നസങ്ക ല്പങ്ങളിൽ നിങ്ങളൊക്കെ പറയുന്നതരത്തിലുള്ള ജീവിതമേയില്ല. അവ ളിപ്പോഴും വഴുതനായ്ക്കലെ വയൽവരമ്പിലൂടെ ഒറ്റയ്ക്ക് തന്നോടുതന്നെ വർത്തമാനം പറയുന്ന കുട്ടിയാകുന്നുണ്ടാവും. കരിമ്പിൻകാടുകൾക്കുമീതെ ഉരുണ്ടുകൂടുന്ന മേഘങ്ങളെ നോക്കി മൂളിപ്പാട്ടു പാടുന്നുണ്ടാകും. നീരൊ ഴുക്കുകൾ പൊട്ടിക്കുന്നുണ്ടാകും. തനി നാടൻ പെൺകിടാവാണ് അവൾ. അവളുടെ മനസ്സ് ആകപ്പാടെ പഠിച്ച എനിക്കു തീർത്തും പറയാൻ കഴി യും, നിങ്ങളുടെ ആശയങ്ങളോ പരീക്ഷണങ്ങളോ ആഗോളവല്ക്കരണ ജീവിതസമ്പ്രദായങ്ങളോ കുന്ത്രാണ്ടങ്ങളോ ഒന്നും അവളിൽ അടിച്ചേല്പി ക്കാനാവില്ല. അവൾ എന്റെ പാവം ശ്രീ ആണ്. നിങ്ങളെക്കുറിച്ച് പത്ര ത്തിൽ അച്ചടിച്ചുവന്നതൊക്കെ ഞാൻ വായിച്ചു. മുടി പറ്റെവെട്ടി ജീൻസും ടോപ്പുമിട്ട് നിങ്ങൾ ആണിനെപ്പോലെ വേഷമിട്ടതും കണ്ടു. പുരുഷന്റെ സ്ഥാനമാണല്ലോ നിങ്ങൾക്ക്. പുരുഷനാവാനുള്ള മോഹമായിരുന്നെങ്കിൽ ഇതുതന്നെ വേണമായിരുന്നോ? എന്റെ ശ്രീയുടെ ജീവിതം കുരുതികൊ ടുക്കണമായിരുന്നോ. റോസലിറ്റി ശ്രീയുടെ ജീവിതം തകർക്കരുത്. അവ ളുടെ കോലം കെടുത്തരുത്. അവളുടെ നീണ്ട് നിബിഡമായ തലമുടിയും ഇടതൂർന്ന കൺപുരികവും ഇലക്കുറിയും എവിടെപ്പോയി? ശ്രീയുടെ കണ്ണു കളിലെ സ്വപ്നവെളിച്ചങ്ങൾ ഇത്ര പെട്ടെന്ന് അസ്തമിച്ചുപോയോ? ഫോട്ടോയിൽ ഞാൻ അതു കണ്ടുപിടിച്ചു. ശ്രീക്ക് മാപ്പുകൊടുക്കാനേ എനിക്കു കഴിയുകയുള്ളൂ. അവളെ ഉപേക്ഷിച്ചുകൊണ്ടുള്ള ഒരു ജീവിതം എനിക്കു വേണ്ട. മറ്റുള്ളവരുടെ മുന്നിൽ എന്തുമാത്രം നാണംകെട്ടാലും എനിക്കു ശ്രീയെ വീണ്ടെടുക്കണം. ഞങ്ങളുടെ സ്വപ്നത്തിലെ കുഞ്ഞു

ങ്ങളുടെ ജന്മം നിങ്ങൾ പാഴാക്കരുത്. ശ്രീയെ തിരിച്ചുതരണം. കഴിഞ്ഞതെല്ലാം മറന്ന് ഞങ്ങളൊരു പുതിയ ജീവിതം തുടങ്ങും. ഇതുപോലുള്ള ചില സുനാമിപിരികൾ വേറെ സ്ഥലങ്ങളിലും സംഭവിച്ചതായി കേൾക്കാനായി. അക്കാര്യത്തിലേക്കൊന്നും ഞാൻ കടക്കുന്നില്ല. ശ്രീക്ക് ഞാനയച്ച കത്തുകളൊന്നും അവളുടെ കൈയിൽ കിട്ടിക്കാണില്ല. നിങ്ങൾ അതൊക്കെ പൂഴ്ത്തിയിരിക്കും. എന്റെ ജീവിതം ഇപ്പോൾ തീരുമാനിക്കേണ്ടത് നിങ്ങളാണ്. അധികകാലം കാത്തിരിക്കാനാവില്ല. എന്നെ ഒരു ദുരന്തനായകനാക്കില്ലെന്ന വിശ്വാസത്തോടെ

സന്തോഷ് രാമൻ

പ്രിയപ്പെട്ട സന്തോഷ് രാമൻ

ആദർശാത്മകമായ സ്ത്രൈണവ്യക്തിത്വത്തിന് അനുരൂപമായവിധത്തിൽ സ്ത്രീകളെ പുനർരൂപീകരിക്കേണ്ടതാണെന്നു വിശ്വസിക്കുന്ന ഒരു സ്ത്രീവാദിയാണ് ഞാൻ. സ്ത്രീപുരുഷബന്ധങ്ങളെയും അധികാരസമവാക്യങ്ങളെയും അപനിർമ്മാണം നടത്താനുള്ള ശ്രമത്തിന്റെ ഭാഗമായാണ് ഞാനും ശ്രീയും ഒന്നിച്ചു ജീവിക്കാൻ തീരുമാനിച്ചത്. സാമൂഹ്യബന്ധങ്ങൾ തികച്ചും ഉപകരണാത്മക ക്രിയവിക്രയ ബന്ധങ്ങളായി തരംതാഴ്ന്ന ഇന്നത്തെ വ്യവസ്ഥിതിയിൽ സ്ത്രീ, സ്ത്രീയുടെ ലോകത്തെ പൊളിച്ചെഴുതുന്ന ഒരു പ്രക്രിയയായി വേണം ഞങ്ങളുടെ വിമതലൈംഗികതയെ നോക്കിക്കാണാൻ. അപകടകരമായ യാഥാസ്ഥിതികസ്വത്വത്തോട് ചേർത്തു മാത്രമേ എനിക്കും ശ്രീക്കും നിങ്ങളുടെ പ്രതിലോമവാദങ്ങളെ പരിഗണിക്കാനാവൂ. തീർച്ചയായും ഫാഷിസ്റ്റ് സങ്കല്പനങ്ങളിൽനിന്നും ഉല്പാദിക്കപ്പെട്ട ശുദ്ധകാല്പനികവാദത്തിന്റെ ബഹുസ്വരതയാണ് നിങ്ങളുടെ എഴുത്തിലുള്ളത്. സമുദായികസമ്മാന്യത നേടിയിട്ടില്ലെങ്കിലും നിയമസാധുത ഞങ്ങൾക്ക് അനുവദിക്കപ്പെട്ടുകഴിഞ്ഞു. ഭിന്നലൈംഗികത പ്രകൃതിസന്തുലനം കെടുത്തുമെന്ന പ്രസ്താവനയിൽനിന്നുതന്നെ താങ്കളുടെ പൊള്ളത്തരവും കാപട്യവും വെളിപ്പെട്ടു കഴിഞ്ഞു. ഒരുമിച്ചു ജീവിക്കാനുള്ള ഞങ്ങളുടെ അവകാശം പ്രപഞ്ചമാനവികതയുടെ അവകാശമായി മാത്രമേ കണക്കാക്കാനാവൂ. ലെസ്ബിയൻ സ്ത്രീകൾ എന്നു വിളിച്ച് നിങ്ങൾക്ക് ഞങ്ങളെ പരിഹസിക്കാം. ഭിന്ന ലൈംഗികതയിൽ നിറവേറ്റപ്പെടുന്നതും മാനുഷിക പൂർണ്ണതയാണ്. ആദ്യശ്യവും സ്വകാര്യവുമായ പീഡാനുഭവങ്ങൾ ഇവിടെയില്ല. ഒരാൾ സ്ത്രീ പ്രണയി ആയതുകൊണ്ട്- സ്ത്രീ സ്ത്രീയെ പ്രണയിക്കുന്നതുകൊണ്ട്- ലൈംഗികത ആഘോഷിക്കപ്പെടുന്നില്ല എന്നുള്ള നിങ്ങളുടെ അജ്ഞത പരിഹരിച്ചുതരാൻ തല്ക്കാലം നിർവ്വാഹമില്ല. ലെസ്ബിയൻ സ്ത്രീകളുടെ അവകാശങ്ങൾക്കുവേണ്ടി പ്രവർത്തിക്കുന്നവരുടെ ഒരു സംഘടന ഞങ്ങൾക്കുണ്ട് 'ഹെൽപ്പ് ഹാൻഡ്' എന്നാണ് പേര്. അവരെ സമീപിച്ചാൽ താങ്കൾക്ക് ഞങ്ങളുടെ അന്തഃസ്തോഭങ്ങളെക്കുറിച്ചും വിമതലൈംഗികതയിൽ ഞങ്ങൾ അനുഭവിക്കുന്ന ആനന്ദത്തെക്കുറിച്ചും തിരിച്ചറിയാനാകും. ഇനിയെങ്കിലും സ്ത്രീ പ്രതിനിധാനം ചെയ്യുന്ന ഇടം വിശാലാർത്ഥത്തിൽ തിരിച്ചറിയപ്പെടുകയും

പുരുഷലൈംഗികതയിൽനിന്നും വേറിട്ടുകൊണ്ടുള്ള ഒരു അടയാളപ്പെടുത്തൽ അവൾക്ക് അനിവാര്യമാകുകയും വേണം. സ്ത്രീകർത്തൃത്വാധിഷ്ഠിതമായ സ്വത്വം സ്ഥാപിക്കപ്പെടുകയും കീഴാളായ്മയിലേക്ക് ഇകഴ്ത്തപ്പെടുന്ന പ്രവണത ഉന്മൂലനം ചെയ്യുകയും വേണം. ഞങ്ങൾ സ്ഥാപിച്ച 'വിമതം' ഞങ്ങളുടെ ലൈംഗികതസ്വത്വത്തെ അചഞ്ചലമാക്കി ഉറപ്പിച്ചു നിർത്തിക്കോളും. സ്ത്രീവാദസങ്കല്പങ്ങളുടെ അപകേന്ദ്രണം നടത്തിയാൽ വിവിധ വ്യവഹാരങ്ങൾക്കകത്ത് വിമതസ്വത്വത്തിന്റെ തിരിച്ചറിവുകൾ താങ്കൾക്കു ലഭിക്കും.

ആശംസകളോടെ റോസലിറ്റി

പ്രിയപ്പെട്ട ശ്രീ,

നിനക്കു ഞാൻ മൂന്ന് എഴുത്തുകൾ എഴുതിയിരുന്നു. മറുപടി കണ്ടില്ല. അതിനുശേഷം റോസലിറ്റിക്കും എഴുതി. അതിനു കിട്ടിയ മറുപടി എത്ര ആവൃത്തി വായിച്ചിട്ടും എനിക്കു മനസ്സിലായില്ല. സകല അപമാനങ്ങൾക്കും ദുഃഖങ്ങൾക്കുമപ്പുറത്ത് നിന്നെ ഞാൻ കാത്തിരിക്കുകയാണ്. വിമതം ഉപേക്ഷിച്ച് എത്രയും പെട്ടെന്ന് നീ വരുമെന്ന പ്രതീക്ഷയോടെ

നിന്റെ രാമേട്ടൻ.

പ്രിയപ്പെട്ട രാമൻ,

റോസലിറ്റിക്ക് ഒരു ലിംഗമാറ്റശാസ്ത്രക്രിയയ്ക്കുവേണ്ടി ഞങ്ങൾ ഇപ്പോൾ ബോംബെയിലാണ്. അയച്ച കത്തുകളൊക്കെ ഞാൻ കണ്ടിരുന്നു. സ്വവർഗ്ഗാഭിമുഖ്യം പുലർത്തുന്ന സ്ത്രീകളുടെ ഒരു സഹായശൃംഖല രൂപപ്പെടുത്താനും അവർക്ക് കൗൺസിലിങ് നിയമസഹായങ്ങൾ ലഭ്യമാക്കാനും വേണ്ടി ഞങ്ങൾ ഉടനെ നാട്ടിലേക്ക് മടങ്ങുന്നുണ്ട്. കേരളത്തിലെ ദ്വിലൈംഗിക സ്ത്രീകളുടെ പ്രാന്തവല്ക്കരണം നിർമ്മാർജ്ജനംചെയ്യാൻ ഒരു ശില്പശാല സംഘടിപ്പിക്കാനും ഉദ്ദേശ്യമുണ്ട്. താങ്കളുടെ സഹായസഹകരണങ്ങൾ ഞങ്ങൾക്ക് ഉണ്ടാവട്ടെ.

ശ്രീദിവ്യ

ഹരിതവൈശികം

ബി മുരളി

സുന്ദരികളായ രണ്ട് വേശ്യമാർ രാത്രി ഉപ്പിടാംമൂട് പാലത്തിനു സമീപത്തെ പാലമരത്തിനു സമീപത്തായി ഇരുട്ടിലേക്ക് മാറി നില്ക്കുകയായിരുന്നു. നക്ഷത്രങ്ങൾ തിളങ്ങുന്നുണ്ടായിരുന്നു. ചന്ദ്രൻ ഉയർന്നുവന്നിരുന്നില്ല. വാഹനങ്ങൾ ഒഴുകുന്നത് മെല്ലെ മെലിഞ്ഞുവന്നു. വല്ലപ്പോഴും വഞ്ചിയൂർ ഭാഗത്തുനിന്ന് വല്ല വണ്ടികളും വന്നാലായി. പക്ഷേ, ഇടയ്ക്കിടയ്ക്ക് പൊലീസ്ജീപ്പുകൾ വന്നുപോയിക്കൊണ്ടിരുന്നു. അതു കാണുമ്പോഴൊക്കെ അവർ പാലമരത്തിന്റെ പകുതി മറഞ്ഞ് താഴേക്ക് ഇറങ്ങി നില്ക്കും. ഒരു ഫ്ളൈയിങ് സ്ക്വാഡ് വണ്ടി നീങ്ങിവരുന്നത് മുൻകൂട്ടിക്കണ്ട് ഇരുട്ടിലേക്ക് ചാടാൻ ഒരുങ്ങിയപ്പോഴാണ് സത്യത്തിൽ രണ്ടുപേരും മുഖാമുഖം കണ്ടത്. രണ്ടുപേർക്കും ഏതാണ്ട് അടുത്തടുത്ത പ്രായമാണെന്ന് നേരിയ വെട്ടത്തിൽ രണ്ടുപേർക്കും മനസ്സിലായെങ്കിലും അവരിൽ കുറച്ച് മനോബലം കൂടുതലുള്ള വനിത മറ്റേയാളോട് ആധികാരികമായി ചോദിച്ചു: "കൊച്ചേ എന്തിനാ ഇവിടെ നില്ക്കുന്നേ? വേറെ ജോലിയൊന്നുമില്ലേ?"

"നിങ്ങള് നില്ക്കുന്ന ജോലിക്കുതന്നാ ഞാനും നില്ക്കുന്നേ." മറ്റേയാൾ ഈർഷ്യയോടെ പാലത്തിന്റെ എതിർഭാഗത്തേക്ക് ട്രാഫിക്ക് ഐലൻഡ് മുറിച്ചുകടന്ന് നീങ്ങാൻ ഒരുമ്പെട്ടു. പകുതി നടക്കുകയും ചെയ്തു. അന്നേരം മറ്റേ വനിത പറഞ്ഞു: "വെറുതെ പൊല്ലാപ്പുണ്ടാക്കി വെക്കണ്ടെ. അവിടെ നല്ല വെട്ടമുണ്ട്. മറ്റേ കഴുവേറികൾ വന്ന് പൊക്കിക്കൊണ്ടുപോയാൽ നിനക്കിന്നൊറങ്ങാൻ പറ്റുകേല."

മറ്റേ സ്ത്രീ തിരിച്ചുവന്ന് പാലമരത്തിന്റെ മറുവശത്തായി നിന്നു. പൊലീസിന്റെ കാര്യം പറഞ്ഞപ്പോൾ അവൾക്ക് അല്പം പേടി വന്നതുപോലെ. ഇരുട്ടത്തോട്ട് മാറിയാണ് അവൾ വീണ്ടും നിലയുറപ്പിച്ചത്.

പിന്നെയും കുറേനേരം അവർ പല ദിശകളിലേക്ക് നോക്കിക്കൊണ്ട് അസ്വസ്ഥരായി റോഡിലേക്ക് കേറിയും ഇറങ്ങിയും നിന്നു. വണ്ടികളുടെ വരവ് ഏതാണ്ട് നിലച്ച മട്ടായി. നിലാവും തെളിഞ്ഞുവന്നു തുടങ്ങി. ചീവീടും കൊതുകും അവരവരുടെ രീതിയിൽ ആക്രമണം തുടങ്ങി. പാലത്തിന് കീഴിലൂടെ അമൃത എക്സ്പ്രസ് പ്രകൃതിയെ വിറപ്പിച്ചുകൊണ്ട് കടന്നുപോയി. ശബ്ദം അടങ്ങിയപ്പോൾ അറിയാതെ ഇരുവരും മുഖാമുഖം നോക്കി. രണ്ടുപേരും നേരത്തേ പറഞ്ഞപോലെ സുന്ദരികളായിരുന്നു.

പിന്നെയും കുറേക്കഴിഞ്ഞ് ആദ്യത്തേ സ്ത്രീ വീണ്ടും ചോദിച്ചു: "ആരെ നോക്കിയാ കൊച്ചേ നില്ക്കുന്നത്?"

"നിങ്ങളൊന്ന് ചുമ്മാതെ നിന്നേ. ഞാനിവിടെ നില്ക്കുന്നതിൽ നിങ്ങൾക്കെന്താ നഷ്ടം?" മറ്റേയാൾ പറഞ്ഞു.

"ഞാൻ വെറുതെ വർത്തമാനം പറഞ്ഞോണ്ടു നില്ക്കാമെന്നും വിചാരിച്ച് പറഞ്ഞെന്നേയൊള്ളൂ. എന്തായാലും ഈ നേരത്ത് നമ്മളു രണ്ടും ഇവിടെ നിക്കുവല്ലേ?"

മറ്റവൾ മറുപടിയൊന്നും മിണ്ടാതെ വീണ്ടും പടിഞ്ഞാറേക്കോട്ട ഭാഗത്തുനിന്ന് വളവുതിരിഞ്ഞ് വണ്ടി വല്ലതും വരുന്നുണ്ടോ എന്ന് നോക്കി വീണ്ടും റോഡിലേക്ക് കയറി. കാൽ കഴയ്ക്കുന്നതുപോലെ ഭാവിച്ച് ആദ്യത്തെ സ്ത്രീ പാലമരത്തിലേക്ക് ചാരി. പിന്നീടൊന്നും അവളും മിണ്ടിയില്ല.

കുറച്ചുനേരംകൂടി ചെന്നപ്പോൾ രണ്ടാമത്തെ സ്ത്രീ സംസാരിക്കാൻ ആരംഭിച്ചു. "കളിപ്പിച്ചതാ. ഇനി വരാനൊരു സാദ്ധ്യതയുമില്ല. നാശം. വെറുതെ എറങ്ങിത്തിരിച്ചു."

"ഇതിലൊക്കെ ഇത്രേം വെഷമിക്കാനെന്തിരിക്കുന്നു? അതൊക്കെ ഇതിലൊള്ളതല്യോ?" സംസാരത്തിന്റെ രീതികൊണ്ട് ആദ്യത്തെ സ്ത്രീ അധികാരം നേടിയിരുന്നു. "നീയിങ്ങോട്ടിരി. ദേ ഇവിടെ താഴേക്കിറങ്ങിവന്നാൽ ഒരു കലുങ്കുണ്ട്. ആരും കാണുകേല. അതോ ഇപ്പംതന്നെ തിരിച്ചുപോണോ?"

"ഓ പോയിട്ടെന്നാ ഒണ്ടാക്കാനാ? അല്ല, ചേച്ചിക്ക് ഇപ്പത്തന്നെ പോവേണ്ടിവരുമോ? അല്ല... എപ്പഴാ വരുന്നത്?" ആദ്യത്തെ സ്ത്രീ നോക്കിക്കൊണ്ടിരുന്ന വഞ്ചിയൂർ ഭാഗത്തേക്ക് തലനീട്ടി രണ്ടാമത്തെ ആൾ ചോദിച്ചു.

"അങ്ങനെയൊന്നുമില്ല കൊച്ചേ. ഒരു പ്രതീക്ഷയ്ക്ക് നിന്നെന്നേയുള്ളൂ. വരുന്നെങ്കി ഈ സമയമാകുമ്പോ ഒരു മാരുതിയിൽ വരും. അങ്ങനാ ശീലം. അല്ലെങ്കിൽ വേറെയെന്തെങ്കിലും നോക്കും." അവൾ ചെറിയ ഹാൻഡ്ബാഗ് തുറന്ന് ഒരു മിഠായി എടുത്ത് മറ്റെയാൾക്ക് കൊടുത്തു. വേറൊന്നെടുത്ത്, വൃത്തിയായി വെട്ടി നിറംപൂശിയ നഖംകൊണ്ട് മൃദുവായി തുറന്ന് വായിലിട്ട് നുണഞ്ഞു. ഈ പ്രവൃത്തിക്കിടയിൽ ഏതോ ഒരു മാസിക ബാഗിൽനിന്ന് താഴെ വീണു. അത് മറ്റെയാൾ എടുത്ത് നിലാവിന്റെ വെട്ടത്തിൽ മുഖചിത്രത്തിലേക്ക് നോക്കി, പിന്നെ മറിച്ചുനോക്കാതെ

വീശാൻ തുടങ്ങി. പാല പൂത്തിരുന്നു. നല്ല മണം വരുന്നുണ്ടായിരുന്നു. കിഴക്കേക്കോട്ട ഭാഗത്തുനിന്ന് ഒരു കാറ്റ് ആദ്യമായി വീശിത്തുടങ്ങിയപ്പോൾ കുറച്ചു പൂവ് അവരുടെ ഇടയിലേക്ക് പൊടുന്നനേ വീണു.

"ഇനിയെനിക്ക് മേല. ഇങ്ങനെ രാത്രിയിൽ ഇറങ്ങിത്തിരിച്ച് വല്ലടത്തും വന്നിരിക്കാൻ." രണ്ടാമത്തെ സ്ത്രീ പറഞ്ഞു.

"അതിനെന്താ, അങ്ങനെയൊന്നും വെഷമിക്കരുത്. പിന്നെ എപ്പഴും നല്ല നല്ല സ്ഥലങ്ങളിൽ പോകാൻ പറ്റുമെന്ന് ആശിക്കുന്നതും ശരിയല്ല." ആദ്യത്തെയാൾ.

"അല്ല നല്ല സ്ഥലമാന്ന് വിചാരിച്ച്, കൂടെ വരുന്നവർ എങ്ങനെയുള്ള വനാണെന്ന് എങ്ങനെ ഊഹിക്കാൻ പറ്റും? മനുഷ്യനാണെന്ന ബോധമില്ലാതെയാണല്ലോ പ്രവൃത്തികൾ കാണിച്ചുകൂട്ടുക. കഴിഞ്ഞാഴ്ച ഞാൻ ചുറ്റിപ്പോയി. കുടിച്ചേച്ചുംവെച്ച് ഒരു........ ഞാൻ പറയുന്നില്ല. എനിക്ക് മനസ്സിന് രുചിയായിട്ട് വാങ്ങിച്ചുവെച്ച ഭക്ഷണംപോലും കഴിക്കാനൊത്തില്ല."

"ശരിയാ, അതാലോചിക്കുമ്പോ ഈ നില്പൊന്നും ഒരു കുഴപ്പമല്ല. ചേച്ചീ, ഈ ക്യൂട്ടെക്സ് എവിടന്നാ വാങ്ങിയത്? നല്ല നിറമായിരിക്കുന്നു. ചേരും. നീളമുള്ള വിരലല്ലേ?"

"ചാലേന്നാ. നീ അവിടെയൊന്ന് പോയിനോക്ക്. വലിയ വിലയുമില്ല. നിറങ്ങൾ ഒരുപാടുണ്ട്. സ്ഥിരം വാങ്ങുകയാണെങ്കിൽ പിന്നേം കൊറയും. നിന്റെ നഖം വെട്ടിക്കൊറയ്ക്കണം. കേട്ടോ. ഇതിലൊക്കെ നല്ല ശ്രദ്ധ വേണ്ടേ?"

"ഞാൻ ചെയ്യുന്നതാ ചേച്ചീ. പക്ഷേ, കഴിഞ്ഞ ഒരാഴ്ചയായി ഒന്നിലും ശ്രദ്ധവെക്കാൻ തോന്നുന്നില്ല. മനസ്സിനൊരു സുഖമില്ല. "

"വീട്ടിലാരൊക്കെയുണ്ട്?"

"അതൊന്നും ചോദിക്കുകയും വേണ്ട: ഞാൻ പറയത്തുമില്ല."

"പോട്ടെ. ഞാൻ സംസാരിച്ചിരിക്കാൻ വേണ്ടി ചോദിച്ചെന്നേയുള്ളൂ. നല്ല മണം. പാല പൂത്തതിന്റെയാ."

"ചേച്ചിക്ക് യക്ഷിയെ പേടിയൊണ്ടോ?"

"ഓ, അതിനെയൊക്കെ ആണുങ്ങൾ പേടിച്ചാൽ പോരെ? ചെലപ്പോ ഞാൻ വിചാരിക്കാറുണ്ട്. യക്ഷിയായാൽക്കൊള്ളാമെന്ന്. ഇവന്റെയൊക്കെ ചോര ഊറ്റിക്കുടിച്ച്, നെഞ്ചൊക്കെ കീറിപ്പറിച്ച്,കണ്ണ് കുത്തിയെടുത്ത്..."

"ച്ഛെ, അങ്ങനെയൊന്നും പറയാതെ. നല്ലവരുമില്ലേ ചേച്ചീ?"

"ഉം. എന്നാലും എല്ലാവനും പ്രശ്നക്കാരാ. പോട്ടെ. ഇനി അതും പറഞ്ഞോണ്ടിരിക്കണ്ട. നിനക്കു വെശക്കുന്നുണ്ടോ? ഞാൻ ഇത്തിരി ചപ്പാത്തി പൊതിഞ്ഞു വാങ്ങിച്ചിട്ടൊണ്ട്. ഒന്നിച്ചു കഴിക്കാം."

"വേണ്ട. ഇപ്പം വേണ്ട. കുറച്ചു ദിവസമായി നല്ല വെശപ്പേയില്ല."

"കൊഴപ്പം വല്ലതുമുണ്ടോ കൊച്ചേ? സൂക്ഷിച്ചോളണേ. പിന്നെ മിനക്കേടാന്ന് മാത്രമല്ല, ഭയങ്കര മനഃപ്രയാസവുമാന്നേ."

"ചപ്പാത്തിയെടുക്കാൻ ഉദ്ദേശിച്ച സ്ത്രീ അതു വേണ്ടെന്നു വെച്ചു. ബാഗ് കലുങ്കിനു താഴേക്കുവെച്ച് കാൽ നീട്ടിയിരുന്നു. മുകളിൽ റോഡി

ലൂടെ രണ്ടുമൂന്നു വാഹനങ്ങൾ പോയി. എന്നാൽ അതേതു വണ്ടികളെന്നു നോക്കാൻ രണ്ടുപേരും ഒട്ടും താല്പര്യം കാണിച്ചില്ല. മറ്റേ സ്ത്രീ സാരി ഒതുക്കി അരയിൽ കുത്തിവെച്ചശേഷം കൈകൾ രണ്ടും പിന്നിലേക്കു കുത്തി ആകാശത്തെവെട്ടത്തിലേക്കു നോക്കുന്നവണ്ണം മലർന്നിരുന്നു. അവളുടെ സുന്ദരമായ മുലകൾ തെറിച്ച് കുസൃതിയോടെ നിന്നു. മറ്റേ യാൾ സ്നേഹത്തോടെ അവളെ ആകെ നോക്കിക്കൊണ്ടിരുന്നു.

"നമ്മളിപ്പോ ഇരിക്കുന്നതെവിടാണെന്നറിയാമോ?" ആദ്യത്തെ സ്ത്രീ ചോദിച്ചു. പിന്നെ തുടർന്നു: "ദേ പാലത്തിന്റെ ആ മൂലയിൽനിന്ന് താഴോട്ട് ചാടിയാ ആളുകൾ ചാവുന്നത്. ആഴ്ചയിൽ രണ്ടുംമൂന്നും കാണും."

"അയ്യോ, ഇവിടിരിക്കണോ?"

"എന്താ നിനക്കു പേടിയുണ്ടോ? പേടിക്കണ്ട. ആദ്യം കേൾക്കുന്നതു കൊണ്ടാ. പിന്നെ ചാടിച്ചാകുന്നതെല്ലാം ആണുങ്ങളാ. കഴിഞ്ഞാഴ്ച ഒരു പെണ്ണും ചത്തു. ഏതോ കോളേജുകാരിയായിരുന്നു."

"പാവം. ചാടിച്ചാകാൻ ഒരു ധൈര്യമൊക്കെ വേണം , അല്ലേ?"

"ഇവിടിരിക്കുന്ന അത്രേം ധൈര്യം മതി. അവർക്കൊന്നും ഇത്രേം ധൈര്യംതന്നെ കാണത്തില്ല."

പെട്ടെന്നു റോഡിൽ ഒരു ജീപ്പ് വന്ന് സ്ലോ ചെയ്തു. ഇരുവരും തല താഴ്ത്തിയിരുന്നു. അത് സ്പീഡെടുത്തുപോയപ്പോൾ ആദ്യത്തെ സ്ത്രീ പറഞ്ഞു: "ഇനി ഇവിടിരിക്കണോ? നീ എങ്ങോട്ടാ പോകുന്നത്? വേറെ സ്ഥലം വല്ലതുമുണ്ടോ?"

"ഇല്ല. പിന്നെ എനിക്കിവിടെത്തന്നെ ഇരിക്കാൻ തോന്നുന്നു. ഈ പാലേടെ മണവും നിലാവും കാറ്റും ഒക്കെക്കൂടി ഒരു സുഖം തരുന്നുണ്ട് ഇല്ലേ?"

അന്നേരം പാലത്തിന്റെ എതിർവശത്തെ കുഴിയിലെ ചേരിയിൽനിന്ന് ഒരു നിലവിളി കേട്ടു. രണ്ടാമത്തെ സ്ത്രീ ഭയന്ന് അങ്ങോട്ടു നോക്കി.

"അത് കാര്യമാക്കേണ്ട. മിക്കവാറും ഒള്ളതാ. ഏതോ ഒരുത്തൻ കുടി ച്ചിട്ടു തല്ലുന്നതാവും."

നിലവിളി വന്നതുപോലെ നിന്നു. പിന്നാലെ ഉറക്കെ ഒരു പ്രാകൽ കേട്ടു. അതും നിലച്ചപ്പോൾ എവിടെ നിന്നോ ഒരു പക്ഷി കരഞ്ഞു. അത് ഒരു പാട്ടുപോലെ നീണ്ടു നിന്നപ്പോൾ ഇരുവരും മുഖത്തോടു മുഖം നോക്കി. അപ്പോൾത്തന്നെ ചേരിയിൽനിന്ന് കുഴഞ്ഞ ശബ്ദത്തിൽ മാന സമണിവേണുവിൽ ഗാനം പകർന്നൂ... എന്ന പാട്ട് മുറിഞ്ഞുമുറിഞ്ഞു വന്നു. ആദ്യത്തെ സ്ത്രീ മറ്റേയാളെ കൈയിൽ പിടിച്ച് എണീപ്പിച്ചു. അവൾ അനു സരിച്ചു. ഇരുവരും അവരവരുടെ ബാഗുകളെടുത്ത് കലുങ്കിൽനിന്നു മാറി കൂടുതൽ ഇറക്കത്തിലേക്ക് നീങ്ങി. ഒരാളുടെ കൈയിൽ ഒരു നനഞ്ഞ ഇലക്കൊമ്പ് വന്നുമുട്ടി. നിലാവ് വെള്ളിനിറത്തിലാക്കിയ ഒരു ഉണക്കമര ക്കഷണത്തിൽ മറ്റേയാൾ മെല്ലെ ചവിട്ടിനോക്കി. ത്രസിച്ചുനില്ക്കുന്ന മര ങ്ങളുടെ മണം അവിടെയാകെ മെല്ലെ പരന്നു.

വഴുക്കുന്ന നിലാവിൽ തെന്നിത്തെന്നി അവർ താഴേക്കിറങ്ങിക്കൊ

ണ്ടിരുന്നു. പാലം മുകളിൽ എങ്ങോ മറഞ്ഞിരുന്നു. പൊലീസ് ജീപ്പിന്റെയും മൂളുന്ന വണ്ടികളുടെയും ഇരമ്പൽ മെല്ലെ മെല്ലെ ഇല്ലാതായിവന്നു. അവർ സാരിത്തുമ്പുകൾ കാറ്റിനു വിട്ടുകൊടുത്ത് കൈകൾ കോർത്ത് നീങ്ങിക്കൊണ്ടിരുന്നു. റെയിൽവേട്രാക്കിനോരത്ത് കൂട്ടിയിട്ടിരുന്ന ചവറുകൾ പ്രത്യേക സുഗന്ധം പുറപ്പെടുവിക്കുന്ന കടലാസുപൂക്കൂട്ടങ്ങളായി മാറിയിരുന്നു നിമിഷങ്ങൾ നീങ്ങുംതോറും. മുള്ളുകുത്തുന്ന മൃദുസസ്യങ്ങൾ നിരന്നു തുടങ്ങി. “നീ ഏതെങ്കിലും കാടിന്റെ സൗന്ദര്യം കേട്ടിട്ടുണ്ടോ?” ഒന്നാമത്തെ സ്ത്രീ മറ്റേയാളുടെ ചെവിയോടു ചേർന്ന് പതുക്കെ ചോദിച്ചു. “സൗന്ദര്യം കേൾക്കാനോ. എന്താ ചേച്ചീ ഈ പറയുന്നത്?” മറ്റേയാൾ ചോദിച്ചു. “അങ്ങനെയുമുണ്ട്, നോക്ക്.” ആദ്യത്തെയാൾ പറഞ്ഞു. അപ്പോൾ പാട്ടുപാടുന്നതരം ഒരു ശലഭം അവരുടെ മുഖത്തു തട്ടിത്തടഞ്ഞുകൊണ്ടു ശബ്ദമുണ്ടാക്കിപ്പോയി. “കടവാവൽ!” ഒരാൾ പറഞ്ഞു. “ച്ഛേ, മണ്ടത്തരം പറയാതെ, അത് സുന്ദരിയായ ഒരു യക്ഷിയാണ്.” മറ്റേ ആൾ. മെറ്റലും ചരൽക്കല്ലുകളും പൂഴിപോലെ പതിഞ്ഞുകൊടുത്തു. അവർ ഇപ്പോൾ കൈകൾ പരസ്പരം അരക്കെട്ടിൽ കോർത്ത് മെല്ലെ ഇറങ്ങിക്കൊണ്ടിരിക്കുകയാണ്.

ചെവിതുളയ്ക്കുന്നവിധം പ്രാണികൾ മൂർച്ചയുള്ള ഒരു സംഗീതയന്ത്രം കൂട്ടത്തോടെ വായിക്കുകയായിരുന്നു. അതിൽ ലഹരിപിടിച്ച് രണ്ടാമത്തെ സ്ത്രീ ആദ്യത്തെയാളെ അരയ്ക്കു ചുറ്റിപ്പിടിച്ച് ഒരു ദ്രുതനൃത്തത്തിലെന്നപോലെ കറക്കി. “വെറുതെയിരിക്ക്.” കറങ്ങിയവൾ മറ്റേയാളുടെ തലയിൽ തട്ടി. രണ്ടുപേരും ഉറക്കെ ചിരിച്ചപ്പോൾ പ്രാണികൾ പെട്ടെന്നു പാട്ടു നിർത്തി. ഇളകുന്ന തളിരിലകൾക്ക് സംസാരിക്കാൻ അവസരം കൊടുത്തു. അവയ്ക്കിടയിലൂടെ ഊളിയിട്ട് ഇരുവരും തുറസ്സായ ഒരു പ്രതലത്തിലേക്കു പ്രവേശിച്ചു. ഒരാൾ അതിന്റെ മദ്ധ്യത്തിൽ ഉയർന്നു നിന്ന തിട്ടിയിലെ പുൽപ്പുറത്തു കിടന്നു. മറ്റേയാൾ അവളെ വലം വയ്ക്കുന്ന മട്ടിൽ പുൽപ്രതലത്തിനു ചുറ്റും ഒഴുകിനടന്നു. കിഴക്കേക്കോട്ട ഭാഗത്തുനിന്നു നേരത്തെ വീശിത്തുടങ്ങിയ കാറ്റ് ആശ്വസിപ്പിക്കുന്ന കടൽക്കാറ്റുപോലെ ചീറിക്കൊണ്ട് അവരെ കരുത്തോടെ ആലിംഗനം ചെയ്യാൻ തുടങ്ങി. ആ സമയംതന്നെ ഒരു ഉല്ലാസത്തീവണ്ടി അകലെ ചേരിവീടുകളുടെ സമീപത്തുകൂടി കളിച്ചുചിരിച്ച് പോയി. ഒറ്റപ്പെട്ടുനിന്ന രണ്ടു വന്മരങ്ങളുടെ തണ്ടുകളിൽ ചാരി ഇരുവരും പരസ്പരം നോക്കി മന്ദഹസിച്ചുനിന്നു.

അല്പനേരം അവിടെ തുടർന്നശേഷം, തിരിച്ചുനടക്കാം എന്ന് രണ്ടുപേരും തീരുമാനിച്ചു. നിലാവ് അവസാനിക്കുകയും ചീവീടുകൾ കൂകാൻ ആരംഭിക്കുകയും മുൾച്ചെടികൾ ക്രോധത്തോടെ തല വിറപ്പിക്കുകയും ചെയ്തു. പാലത്തിനു മുകളിൽ കുഴഞ്ഞു തെറിച്ചുവന്ന ഒരു ക്വാളിസിൽനിന്ന് പറന്നുവന്ന ഒരുകുപ്പി റോഡിൽ വീണുപൊട്ടിച്ചിതറി. രണ്ടാമത്തെ സ്ത്രീ പേടിയോടെ മറ്റേയാളെ പിടിച്ചു. അവർ വീണ്ടും പാലമരത്തിനു സമീപമെത്തിയപ്പോൾ വെടിയുണ്ടയായി കടന്നുപോയ ഫ്ളൈയിങ് സ്ക്വാഡ് വണ്ടിയിൽനിന്ന് ഛർദ്ദിപോലെ വാക്കുകൾ തെറിച്ചുവന്നു. പാല

മരത്തിന്റെ ഇരുട്ടിൽ രണ്ടാമത്തെ സ്ത്രീ മറ്റേയാളെ അമർത്തി കെട്ടിപ്പിടി ച്ചു നില്ക്കുകയായിരുന്നു.

ആദ്യത്തെയാൾ കരഞ്ഞുകൊണ്ടിരുന്ന സ്ത്രീയുടെ മുടിയിൽ ഒന്നും മിണ്ടാതെ തഴുകിക്കൊണ്ടിരുന്നു. അവൾ മുഖമുയർത്തിയപ്പോൾ നെറ്റി യിൽ തടവി മെല്ലെ മുഖം അടുപ്പിച്ചു. എന്നിട്ട് നാവുചുഴറ്റി അവളുടെ അധരങ്ങളിൽ ഉമ്മവച്ചു.

"വാ ഇവിടെ നില്ക്കേണ്ട." ആദ്യത്തെയാൾ പറഞ്ഞു. "നീ നന്നായി പേടിച്ചിരിക്കുന്നു."കരഞ്ഞുകൊണ്ടിരുന്നയാൾ ഒന്ന് ഉറക്കെ വിതുമ്പി.

"വാ എന്റെ സ്ഥലത്തേക്കു പോകാം. അവിടെ ഞാൻ ഒറ്റയ്ക്കേ യുള്ളൂ." മറ്റേയാൾ പറഞ്ഞു.

ലെസ്സി

ബി മുരളി

ഈ ലെസ്ബിയൻസിനെക്കൊണ്ട് ശങ്കരൻകുട്ടി പൊറുതിമുട്ടി. ഇവ ത്തുങ്ങളുടെ എടുപ്പും വർത്തമാനവുമൊക്കെ ഒരു പരിധിവരെ സഹിക്കാം. മെനക്കേടായാൽ ആ വഴിക്കുള്ള സംസാരങ്ങളിൽനിന്നും ചർച്ചാസമ്മേള നങ്ങളിൽനിന്നും ഒക്കെ അങ്ങ് ഒഴിഞ്ഞുനിന്നാൽ മതിയല്ലോ. എന്നാൽ നമ്മുടെ ജീവിതത്തിന്റെ പരിയമ്പുറത്തേക്ക് കയറിവന്നാൽ എന്തു ചെയ്യും?

ശങ്കരൻകുട്ടി മിനിമം സ്റ്റാൻഡേർഡുള്ള ഒരു ബുദ്ധിജീവിയാണ്. മദ്യ പാനമില്ല. അതുകൊണ്ട് സർക്കാർ ജോലി കഴിഞ്ഞാൽ കിട്ടുന്ന വൈകു ന്നേരത്ത് നേരം കളയാൻ ഈ ബുദ്ധിജീവിതമേ ഉള്ളൂ. ഓഫീസിൽ ഇരുന്നു തന്നെ *മാധ്യമ*വും *മാതൃഭൂമി*യും *ഭാഷാപോഷിണി*യും അതുപോലുള്ള വായിച്ചിരിക്കേണ്ട വസ്തുക്കളൊക്കെ തീർത്തിരിക്കും. പിന്നെ അങ്ങനെ കിട്ടിയ വിവരങ്ങളൊക്കെ പ്രയോഗിക്കാൻ അവസരം കിട്ടിയാൽ കുറെ സമയം മാറിക്കിട്ടും. അതുകൊണ്ട് അദ്ദേഹം ആപ്പീസിൽനിന്ന് ഇറങ്ങി യാൽ നേരെ ഒരു ചായയും കുടിച്ച് അടുത്തുള്ള പുസ്തകക്കടയിലേക്കു നീങ്ങും. ഈ മട്ടിൽ കുറെ നീങ്ങിയപ്പോഴാണ് ശങ്കരൻകുട്ടി ഒരുമാതിരി അംഗീകരിക്കപ്പെടുന്ന ഒരു ബുദ്ധിജീവിയായിപ്പോയത്.

ലെസ്ബിയനിസം ശങ്കരൻകുട്ടിയെ ഷൾഗവൃത്തിലാക്കിയ ഒരു കാര്യ ത്തിലേക്കു വരാം. അതിനു മുമ്പായി ചില വിവരങ്ങൾകൂടി എഴുതേണ്ട തുണ്ട് അയാളുടെ ജീവിതത്തപ്പറ്റി. പുസ്തകക്കടയിലെ കേറിയിറക്കത്തെ പ്പറ്റി പറഞ്ഞല്ലോ. അവിടെ ഇദ്ദേഹം എട്ടിനു കടയടയ്ക്കുന്നതുവരെ കറങ്ങിനില്ക്കും. കട മാനേജരുമായി പുള്ളി നല്ല അടുപ്പത്തിലുമാണ്. എല്ലാ ദിവസവും ഇങ്ങനെ പെരുമാറുന്നതിനാൽ ഇംഗ്ലീഷും മലയാളവു മായി എല്ലാത്തരം പുസ്തകങ്ങളും എവിടെയൊക്കയാണ് വിലയം പ്രാപി ച്ചിരിക്കുന്നതെന്ന് ഇയാൾക്ക് നന്നായി അറിയാം. ആഴ്ചയിൽ മൂന്നു പുസ്തകങ്ങളെങ്കിലും വാങ്ങും. അതുകൊണ്ടുതന്നെ മാനേജർക്ക്

ശങ്കരൻകുട്ടിയോട് മമതയാണ്. വേറെ വിദ്വാന്മാരൊന്നും പുസ്തകം വാങ്ങില്ല. കവികളും കഥാകൃത്തുക്കളുമൊന്നും തട്ടിൽ നിന്ന് ഒന്നെടുക്കുകപോലുമില്ല. ദൂരെനിന്നും നോക്കിക്കൊണ്ട് മാനേജരോട് രണ്ടു കാര്യവും പറഞ്ഞ് വൈകുന്നേരം കൂടുന്ന കാര്യത്തെപ്പറ്റി പൊതുവെ ചർച്ച ചെയ്ത് തിരക്കിട്ട് ഇറങ്ങിപ്പോകും. വായനയാണ് ശങ്കരൻകുട്ടിയെ ഒരർത്ഥത്തിൽ വെട്ടിലാക്കിയത്. നിലയുറപ്പിച്ച ജീവികളുമായുള്ള ഇപ്രകാരമുള്ള പെരുമാറ്റത്തിലൂടെ ശങ്കരൻകുട്ടി വളർന്നു.

ഈ ബുദ്ധിജീവികളുമായി സംസാരിച്ചുനില്ക്കാൻ നല്ല രസമാണ്. നമ്മൾ ഒരു കാര്യം എടുത്തിട്ടു കൊടുത്താൽ മതി, അഭിപ്രായങ്ങൾ വന്നു കൊള്ളും. പക്ഷേ, സൂക്ഷിക്കണം. പലപ്പോഴും ഇവർക്ക് നമ്മൾ പറയുന്നത് പിടിച്ചെന്നുവരില്ല. ചിലപ്പോൾ കടുത്ത പുച്ഛരസത്തിൽ അവഗണിക്കുന്നതു കാണാം. ചിലപ്പോൾ നമ്മൾ മാറിയാൽ കമന്റ്സ് നിർത്തില്ല. എന്നാലും നമുക്ക് ഇടപെടാനുള്ള സ്പെയ്സ് കിട്ടും. ഇതുവഴിയാണ് ശങ്കരൻകുട്ടി അകത്തു കയറിയത്. അങ്ങനെ അകത്തുകയറുന്നവരെ ആദ്യമാദ്യം അവർ വാത്സല്യത്തോടെയും കരുതലോടെയും എടുക്കും. നമ്മുടെ പറച്ചിലുകൾ ചില ലെവലുകൾ കടക്കും എന്നായാൽ അവർ പഴയ അവഗണനയെടുക്കും. ശങ്കരൻകുട്ടി ആ സ്റ്റേജിൽ എത്തിയപ്പോൾ ഇത് അനുഭവിച്ചിരുന്നു. ആദ്യമാദ്യം അദ്ദേഹത്തിന് ഒരു പിടുത്തവും കിട്ടിയിരുന്നില്ല. പിന്നെ ചെറുതായി മനസ്സിലായി വന്നു. പക്ഷേ, അത് കുഴപ്പമില്ല. കാരണം ശങ്കരൻകുട്ടിക്ക് സമയം പോകണമെന്നേയുള്ളൂ. എന്നാൽ കവികളെയും കഥാകൃത്തുക്കളെയുംകൊണ്ട് വലിയ മിനക്കേടില്ല. അവർ പൊതുവെ അഭിപ്രായങ്ങളൊന്നും പറയില്ല. കവികളാണെങ്കിൽ ഇഷ്ടംപോലെയുണ്ടുതാനും. ഈയിടെ പക്ഷേ, കഥാകൃത്തുക്കളെക്കൊണ്ടായിരുന്നു വയ്യാതായത്. തലങ്ങും വിലങ്ങും അവർ ഉരുത്തിരിഞ്ഞു വരികയായിരുന്നല്ലോ. ഇപ്പോൾ അത്രയ്ക്ക് വരവില്ലെന്നു തോന്നുന്നു. ഈ ഗ്രൂപ്പുകാരോട് എളുപ്പത്തിൽ പിടിച്ചുനില്ക്കാം. കാരണം, ആ ആഴ്ച ഏതെങ്കിലും വാരികയിൽ കൃതി വന്നിട്ടുണ്ടെങ്കിൽ അവരുടെ മുഖത്തു നോക്കിയാൽ അറിയാം. ഒരുതരം അലസപ്രഭ അവിടെ കാണും. എല്ലാവരുടെയും മുഖത്തേക്ക് അവർ നോക്കിയില്ലെന്ന മട്ടിൽ നോക്കും. ശങ്കരൻകുട്ടി ആപ്പീസിൽ ഇരുന്നു മൊത്തം വായിക്കുമല്ലോ. അറ്റ്‌ലീസ്റ്റ്, രചനകൾ കാണുകയെങ്കിലും ചെയ്യും. അതേപ്പറ്റി അഭിനന്ദനപരമായി ഒരു കമന്റു കൊടുത്താൽ മതി, സുകുമാരാ, കണ്ടായിരുന്നു. ഗംഭീരമായി എന്നോ സാർ, വായിച്ചു കഴിഞ്ഞയാഴ്ച *കലാകൗമുദി*യിൽ വന്നതും എന്നോ ഇവരോടു വർത്തമാനം പറയാൻ തിയറിയുടെയൊന്നും സഹായം വേണ്ട ഈഗോയിൽ കുത്താതിരുന്നാൽ മതി. തലോടിയാൽ കേമവും. ഇവർ തമ്മിൽ ഇടപെടുന്നതിന്റെ പരിസരത്തു നിന്നാൽപ്പോലും കുറേനേരം മാറിക്കിട്ടും. കഴിഞ്ഞ ദിവസം ഒരു കൃതി പുറത്തുവിട്ട കവി എതിരേ നിന്ന കഥാകൃത്തിനോട് അക്കാര്യം സൂചിപ്പിക്കാനല്ലെന്ന മട്ടിൽ ഇപ്പോൾ കഥയെഴുത്തൊന്നുമില്ലേ സദാനന്ദാ എന്നു ചോദിച്ചപ്പോൾ, ഓ കവികൾക്ക് *കലാകൗമുദി*യിൽ കൊടുക്കാൻവച്ചതിന്റെ രണ്ടു സ്റ്റാൻസാ കീറി മാധ്യമത്തിനു കൊടുക്കരുതോ, കഥാകൃ

ത്തുക്കൾക്കങ്ങനെയാണോ, ഒരു ആദിമദ്ധ്യാന്തപ്പൊരുത്തമൊക്കെ ഒണ്ടാക്കിയെടുക്കണ്ടായോ എന്നാണ് മറുപടി പോയത്. രസകരംതന്നെ. സാമൂഹികവിഷയങ്ങളിൽ ഇടപെടുന്നവരും ഇക്കൂട്ടത്തിൽ കുറവാണ്. സക്കറിയയൊക്കെയല്ലാതെ ഇപ്പോൾ ഈ വിഭാഗത്തിൽ ആളു കുറവാണ്. അവരൊന്നും ശങ്കരൻകുട്ടിയുടെ കൺവെട്ടത്തു വരുന്നവരുമല്ല. എന്നാൽ പറഞ്ഞുനില്ക്കാനും നേരം പോക്കാനും വകുപ്പു കൂടുതലുള്ളതിനാൽ സോഷ്യൽ ക്രിട്ടിക്കുകളെയാണ് ശങ്കരൻകുട്ടിക്ക് കൂടുതൽ ഇഷ്ടം.

കുട്ടിയും ലെസ്ബിയനിസവും തമ്മിലുള്ള കോൺഫ്രണ്ടേനിലേക്കാണ് കടക്കുന്നത്. നേരത്തേ പറഞ്ഞുവച്ച മാതിരി കൃത്യമായ ബുദ്ധിജീവി ശീലങ്ങൾ സൂക്ഷിക്കുന്ന ശങ്കരൻകുട്ടി ലൈംഗികകാര്യങ്ങളിൽ ഉത്സാഹിയും ഗൂഢബുദ്ധിക്കാരനുമാണ്. ഒരുപാട് ആഗ്രഹങ്ങളും ആലോചനകളും ഈ വിഷയത്തിൽ ശങ്കരൻകുട്ടിക്കുണ്ട്. എന്നാൽ ശരീരത്തിന്റെ സമ്പൂർണ്ണ പ്രത്യയശാസ്ത്രം വിട്ട് കാല്പനികതയുടെ തലങ്ങളിലേക്ക് ഇക്കാര്യം ഉയർത്തിയെടുക്കുന്നതിനെപ്പറ്റി ഈയിടെ ഇദ്ദേഹം അതീവ നിരാശയോടെ ആലോചിക്കാറുണ്ട്. ഒരു പ്രണയത്തിന്റെ കാര്യംതന്നെ, നിരാശയുടെ പ്രശ്നം എന്താണെന്നുവച്ചാൽ ആ ഭാഗത്തുവരുമ്പോൾ കുട്ടി ബുദ്ധിമുട്ടിലായിപ്പോകുന്നു. നിർഭാഗ്യങ്ങളുടെ തുടർച്ചയെന്നോണം പെണ്ണുങ്ങളെല്ലാം വഴിതിരിഞ്ഞുപോകുന്നു. പുതിയ കഥാസാഹിത്യം പിന്തുടരുന്നതിനിടയിലാണ് നവ കാല്പനികത ജീവിതത്തിലേക്കു പ്രവേശിക്കാൻ ഉഴറിനില്ക്കുന്നത് ശങ്കരൻകുട്ടി അനുഭവിച്ചത്. ഒന്നു പ്രേമിച്ചു നോക്കിയേ, എന്നിട്ട് ഒന്നു പറഞ്ഞേ ഈ ജീവിതം എമ്മാതിരി സാധനമാണെന്ന് എന്ന മട്ടിൽ ഒരു ഹിന്ദിപ്പാട്ടില്ലേ? അതുപോലെ സെക്രട്ടേറിയറ്റിൽ കൂടെ ജോലി ചെയ്യുന്ന പെണ്ണുങ്ങളൊക്കെ തന്നെ കടന്നുപോയവരായതിനാലും തന്റെ വൈകാരികതലം വേറെ ആയതിനാലും ഇദ്ദേഹം സ്വയം അറിയാതെ അന്വേഷണം വ്യാപിച്ചത് മറ്റേ ബൗദ്ധിക മേഖലയിലാണ്. പണ്ടൊരു കഥയിൽ രാമകൃഷ്ണൻ എന്നൊരു കഥാപാത്രത്തിനു പറ്റിയ അക്കിടി ഇയാൾക്ക് നേരിട്ടറിയാവുന്നതാണ്. എന്നാലും ആഗ്രഹം ഒരു പാപമല്ലല്ലോ. അങ്ങനെ വന്നപ്പോളാണ് ബോറന്മാരായ പരുഷബുദ്ധിജീവികളിൽനിന്നു വിട്ട് ശങ്കരൻകുട്ടിയുടെ നില സ്ത്രീപക്ഷപാതികളിലേക്കു തിരിഞ്ഞത്. പാതി സ്ത്രീകളാണെങ്കിലും ഈ വകുപ്പിൽപെട്ടവർ കുറവാണ്. പറഞ്ഞതുപോലെ സോഷ്യൽ ക്രിട്ടിസിസത്തിന്റെ മേഖലയിൽ ശ്രദ്ധപതിപ്പിച്ചാൽ ഈ ലക്ഷ്യത്തിലേക്ക് ഒരു വഴി തുറന്നുകിട്ടും എന്ന് ശങ്കരൻകുട്ടി മനസ്സിലാക്കുന്നു. അനുവാചകനായിരുന്നിട്ടു കാര്യമില്ല. ക്രിയേറ്ററാകണം. മറ്റവൻ വഴിയിൽ കിടക്കുകയേയുള്ളൂ. നവകാല്പനികതയിൽ പിടിച്ചുനില്ക്കുന്ന കഥാകൃത്തുക്കളൊക്കെ ജീവിതവും സുരഭിലമാക്കുന്നുണ്ട്. തനിക്ക് സർഗ്ഗാത്മകമായ അസൂയ തോന്നിയിട്ടുള്ള ഒരു കഥാകൃത്ത് കഴിഞ്ഞ *ഗൃഹലക്ഷ്മി*യിലോ മറ്റോ പ്രണയാനുഭവത്തെപ്പറ്റി എഴുതിയതു വായിച്ചല്ലോ. എത്രമാത്രം അസൂയാവഹം. പുതിയ പ്രസാധകരൊക്കെ രണ്ടാമത്തെ ഗ്രന്ഥമായി ഇറക്കുന്ന അനുഭവപ്പുസ്തകങ്ങളുണ്ടല്ലോ. അതിലൊക്കെ ഓരോരുത്തരും ചോരകൊണ്ടും ഉമിനീരുകൊണ്ടും വർണ്ണി

ക്കുന്ന സന്ദർഭങ്ങൾ കഥയെ അസൂയപ്പെടുത്തും. ഒരെഴുത്തുകാരൻ ഇഹലോകാവാസം വെടിഞ്ഞ് നാലിന്റെന്ന് ജീവിച്ചിരിക്കുന്നയാൾ എഴുതുന്ന ആസ്വാദനമുണ്ടല്ലോ, ഹൃദയത്തിൽകൊള്ളും, പല ആധുനികാന്തരവന്മാരും എഴുതുന്ന ജീവിതാനുസ്മരണങ്ങൾ വായിച്ചാൽ വിങ്ങിപ്പൊട്ടിപോകുമെങ്കിലും അതിൽനിന്നു പൈങ്കിളി പറക്കുമെങ്കിലും ഇതൊക്കെയല്ലയോ ജീവിതം. ആയിരിക്കും

ശങ്കരൻകുട്ടി ആലോചനയിൽ കാല്പനികതയിൽത്തന്നെ നിന്നു. മരണവും അടിയന്തിരവും ഒന്നുമല്ല അജണ്ട. അങ്ങനെ ബിന്ദു, രാധാമണി, ആയിഷ, സുഗുണൻ, ബാബു എന്നീ കഥാപാത്രങ്ങൾ വരുന്നു. ഇവരൊക്കെ വ്യാപരിക്കുന്ന വിമർശന നിരീക്ഷണ മണ്ഡലങ്ങളിലേക്ക് ശങ്കരൻകുട്ടി കഷ്ടപ്പെട്ടു കയറുന്നു. സെക്രട്ടേറിയറ്റിൽ നിന്നു ലീവെടുക്കുന്നു. ചർച്ചകളുടെ പരിസരങ്ങളിലേക്ക് കാലെടുത്തു വയ്ക്കുന്നു. കൂടുതൽ സമയം വായിക്കുന്നു, കാലികനാകുന്നു. ഉള്ളതിനേക്കാൾ ഒരു പതിനഞ്ചു ശതമാനംകൂടി ബുദ്ധിജീവിയാണെന്നൊരു പ്രഭ പരത്തുന്നു. ഈ വിരട്ടിൽ നേരത്തേ പറഞ്ഞ കഥാപാത്രങ്ങളും അവരുടെ അനുബന്ധ സമൂഹവും വീഴുന്നു.

ബിന്ദു, രാധാമണി, ആയിഷ, സുഗുണൻ, ബാബു എന്നിവർ ശ്രദ്ധാലുക്കളായ സാമൂഹിക നിരീക്ഷകരും സ്ത്രീപക്ഷചിന്തകരും ആഗോളീകരണവിരുദ്ധരുമാണ്. ആശയങ്ങൾ ഒറ്റയടിക്ക് ഇഷ്ടംപോലെയായി ഇവരിൽ. ബിന്ദു ദിവസവും മാറി മാറി മനോഹരങ്ങളായ ചുരിദാറുകൾ ഇടുന്ന പെൺകുട്ടിയാണ്. രാധാമണിയും ആയിഷയും കാഴ്ചയിൽത്തന്നെ സമ്പൂർണ്ണ സ്ത്രീപക്ഷപാതികൾതന്നെ. ബാബു ഒരു ഫെമിനിസ്റ്റാണ്. സുഗുണൻ സാമ്പത്തികവിദഗ്ദ്ധനും. സമ്പദ്രംഗത്തെപ്പറ്റിയുള്ള ലേഖനങ്ങൾ രണ്ടുവട്ടം വായിച്ചാൽ മനസ്സിലാകുമെങ്കിലും പറഞ്ഞുനില്ക്കാൻ ശങ്കരൻകുട്ടിക്കാകില്ല. അതുകൊണ്ട് കടുത്ത പ്രണയ ലൈംഗികദാഹിയായ ശങ്കരൻകുട്ടി ആത്മാർത്ഥതയുള്ള ഒരു ഫെമിനിസ്റ്റായി മാറി. ബാബുവിലൂടെ അകത്തു പ്രവേശിച്ച് രാധാമണിയെയും ആയിഷയെയും കടന്ന് ബിന്ദുവിലേക്കെത്താനുള്ള ഒരു ഗൂഢപ്രവൃത്തി വരച്ചുണ്ടാക്കുന്നു.

ഈ ബാബു എന്തിനാണ് ഫെമിനിസ്റ്റ് ആണെന്നും പറഞ്ഞു നടക്കുന്നതെന്ന് ശങ്കരൻകുട്ടിക്ക് ഈർഷ്യവന്നു. കാരണം ഈ പുരുഷ ഫെമിനിസ്റ്റുകൾ ഒരു മറ്റൊരുവിധത്തിൽ പറഞ്ഞാൽ മിനക്കേടും. ബിന്ദുവിലേക്കുള്ള വാതിൽ തുറക്കുകയായിരുന്നല്ലോ ശങ്കരൻകുട്ടിയുടെ ഉന്നം. ഇതിനാണ് ബാബു ഒരു തടസ്സമാകുന്നത്. ബൗദ്ധികമായ ഇടപെടലുകൾ മാത്രമേ ബാബു നടത്തുന്നുള്ളു. എങ്കിലും അത് ശ്രദ്ധാപരമായ സാന്നിദ്ധ്യം നേടുന്നതിൽനിന്ന് ശങ്കരൻകുട്ടിയെ വല്ലാതെ തടയുന്നുണ്ടായിരുന്നു. തിയറിവച്ചാണ് ബാബുവിന്റെ കളി. ആയിഷയ്ക്കുമാത്രമേ അതിനെയൊന്നു സപ്ലിമെന്റ് ചെയ്യാനുള്ള ആശയശേഷി ഉണ്ടായിരുന്നുള്ളു. ബിന്ദുവും രാധാമണിയും വായും തുറന്നു കേട്ടിരിക്കും. അവരുടെ വായ് ഒന്ന് അടച്ചുകിട്ടാൻ വഴി നോക്കുകയായിരുന്നു. ശങ്കരൻകുട്ടി. കുറഞ്ഞത് ബിന്ദുവിന്റെ എങ്കിലും. സാധാരണ മാർഗ്ഗങ്ങളായ ഹോംവർക്ക്

ചെയ്യലും മറ്റും ഇയാൾ കൃത്യമായി നടത്തുന്നുണ്ടായിരുന്നു. ഞങ്ങൾക്ക് പുരുഷ ലൈംഗികായവയവമുള്ള ഒരു ഫെമിനിസ്റ്റിനെ വേണ്ട എന്ന് അലൈൻ ഷോവാൾട്ടർ (ആണെന്നു തോന്നുന്നു) പറഞ്ഞതുപോലെ അങ്ങോട്ടു തട്ടി, എടേ, പോടേ എണീറ്റുപോടേ എന്ന് ആയിഷയെങ്കിലും ബാബുവിനോട് പറഞ്ഞിരുന്നുവെങ്കിൽ എന്ന് ശങ്കരൻകുട്ടി ആഗ്രഹിച്ചു പോയി (അതിനിടയിൽ സൈദ്ധാന്തിക കാര്യങ്ങളിൽ ഇയാൾ നേടിക്കഴിഞ്ഞ ഉദ്ധാരണശേഷി ശ്രദ്ധിക്കുക). സുഗുണൻ മന്ദസ്മേരസമാനമായ ഒരു നിശ്ശബ്ദ നിലപാടാണ് എടുക്കുക. അയാൾക്ക് തന്റെ സാമ്പത്തിക പഠനങ്ങളുമായി പുതിയ ചിന്താധാരകൾ എല്ലാം ചേർന്നു പോകണമെന്നേയുള്ളു. ഒളിഞ്ഞുള്ള അജണ്ടകൾ എന്തെങ്കിലും ഉണ്ടെന്ന് കണ്ടാൽ തോന്നുകയില്ല. ബാബുവിന്റെ കാര്യത്തിലാകട്ടെ ശങ്കരൻകുട്ടിക്ക് അങ്ങനെ ഒരു തീർച്ച ഇല്ല. അതാണ് മനശ്ശല്യത്തിനു കാരണമായതും.

ഈ ചാനലുകൾ എല്ലാം വന്നതിനുശേഷം ആക്ടിവിസ്റ്റുകൾക്ക് ഇരിക്കപ്പൊറുതി ഇല്ലാതായിരിക്കുന്ന സാഹചര്യവുമായിരുന്നു. അക്കാലം ആയിഷരാധാമണിബിന്ദുമാർ ചേർന്ന് ഒരു സാമൂഹിക പരിപാടി ആങ്കർ ചെയ്യാൻ തീരുമാനമെടുത്തു. ഇതിനിടെ, കഴിഞ്ഞുപോയ ഫിലിം ഫെസ്റ്റിവൽ ആയിരുന്നു അതിനു പ്രചോദനമായത്. നമ്മുടെ പുസ്തകക്കടയിൽ വച്ചാണല്ലോ ഇപ്പോൾ മിക്ക ബൗദ്ധികപരിപാടികളും ഷൂട്ട് ചെയ്യുന്നത്. പുസ്തക അലമാരകളുടെ ഒരു ആംബിയൻസ് ഇവകൾക്ക് നല്ലൊരു മുറുക്കം നല്കുമല്ലോ. ബുക് റിവ്യുകൾ അങ്ങനെ ഗംഭീരമായി വരികയും ചെയ്യും. പഴയ പരിപാടി പുസ്തകം എഴുതിയവൻ മാത്രമേ കാണുകയുണ്ടാവു. ഇതിപ്പോൾ തന്റെ പുസ്തകം ഷെൽഫിൽനിന്ന് ഫ്രെയിമിലേക്കെങ്ങാൻ പ്ലാൻ ചെയ്തു വരുന്നുണ്ടോ എന്നു നോക്കി ഒരുമാതിരി എഴുത്തുകാരൊക്കെ സൂക്ഷിച്ചിരിക്കും. വിദുഷി പറയുന്നത് കേൾക്കുന്നുണ്ടോ ഇല്ലയോ എന്നതല്ല പ്രശ്നം. ഇത്തിരിയെങ്കിലും ടാം റേറ്റിങ് കൂടിയാൽ പരിപാടി നടന്നുപോകും. പരസ്യക്കാരൻ ബുദ്ധിഹീനനാണല്ലോ. സാംസ്കാരിക വിദ്വേഷി. അവന്റെ സഹായം പ്രതീക്ഷിക്കേണ്ട.

ഈ സാംസ്കാരിക ചിന്ത എവിടെ കടന്നുവന്നാലും ഇങ്ങനെയാണ്. വഴിതിരിഞ്ഞു തിരിഞ്ഞു പോകും. നമ്മൾ പക്ഷേ, കാല്പനികകാര്യങ്ങളിലേക്കാണ് നീങ്ങുന്നത്. അതുകൊണ്ട് ഇതിനൊക്കെ ഒരു നിയന്ത്രണം വേണം. ശങ്കരൻകുട്ടിയുടെ പ്രണയാഭിമുഖ്യത്തിലേക്കുതന്നെ വരാം. ആയിഷ രാധാമണി ബിന്ദുമാരുടെ പുതിയ സംരംഭം ശങ്കരൻകുട്ടിക്ക് പുതിയ വാതിലുകൾ തുറന്നിട്ടുകൊടുക്കുന്ന നേരത്ത്. ചില ആക്ടിവിസ്റ്റ് ഏർപ്പാടുകളിൽ ഇടിച്ചുകയറിനിന്നും ധീരനിലപാടുകൾക്കു പിന്തുണയെറിഞ്ഞും സിംപതൈസറുടെ വേഷമിട്ടുമാണ് ശങ്കരൻകുട്ടി ബിന്ദുവിന്റെ സാമീപ്യം കൈവരിച്ചുപോന്നത്. അതിനു തന്റെ സമാന്തരജീവിതചുറ്റുപാടുകളിൽ അയാൾക്ക് വലിയ വില നല്കേണ്ടി വന്നിട്ടുണ്ട്. ഉദാഹരണത്തിന് സെക്സ് വർക്കേഴ്സിന്റെ പ്രശ്നത്തിൽ, ഒരുമാതിരി സൈദ്ധാന്തികമായി വൈകുന്നേരങ്ങൾ ശാന്തമായി ഇരുട്ടിക്കൊണ്ടിരുന്നപ്പോഴാണ് ആയിഷ പുതിയൊരു സംഭവവുമായി രംഗപ്രവേശം ചെയ്തത്. നമ്മുടെ

സെക്സ് വർക്കേഴ്സ് വലിയ ഒരു തൊഴിൽപ്രതിസന്ധി നേരിടുകയാണ്. അവരെ സമൂഹത്തിന്റെ മുൾനഖങ്ങളിൽനിന്നു രക്ഷപ്പെടുത്തണം. അവരെ സെന്റർ സ്റ്റേജിലേക്കു കൊണ്ടുവരണം. എന്താ അതിനെന്താ? ബാബുവും സുഗുണനും ഒറ്റ ശ്വാസത്തിൽ ഏറ്റു. ശങ്കരൻകുട്ടിക്ക് അത് കുറച്ച് ഉപ്പും കൂട്ടി വിഴുങ്ങേണ്ടിവന്നു. ഒരു അഗ്നിപരീക്ഷണമാണ് മുന്നിൽ. പിന്മാറിയാൽ നമ്മൾ കൾച്ചറൽ കോൺടെക്സ്റ്റിന് വെളിയിലാവുകയാണ്. പിന്നെ അകത്തു കേറണമെങ്കിൽ ഒരു സാംസ്കാരികജീവിതം മുഴുവൻ ആദ്യം മുതൽ ജീവിച്ചുണ്ടാക്കണം. സെന്റർ സ്റ്റേജിൽ കൊണ്ടുവരിക എന്നുപറഞ്ഞാല്, ദെറിദയൊക്കെ സെന്ററേ ഇല്ല എന്നല്ലേ പറഞ്ഞിട്ടുള്ളത് എന്ന രീതിയിൽ ശങ്കരൻകുട്ടി മുരടനക്കി നോക്കിയത് വിലപ്പോയില്ല. പഴയ നക്സലൈറ്റ് കാലത്തെ ചാഞ്ചാട്ടസ്വാഭാവമുള്ള മദ്ധ്യവർഗ്ഗബുദ്ധിജീവി അനുഭവിച്ച വൈകാരിക പ്രതിസന്ധി ശങ്കരൻകുട്ടിയെ ബാധിച്ചു. എന്നാൽ അപ്പോഴേക്കും സുഗുണൻ, ശരീരംതന്നെ മൂലധനം ആകുന്നതിനെപ്പറ്റിയും ആനന്ദനിയമങ്ങൾ ഉല്പാദനമേഖലയിൽ വരുമ്പോൾ എങ്ങനെ മാറ്റിയെഴുതേണ്ടി വരുമെന്നതിനെപ്പറ്റിയും വാചകങ്ങൾ ഉണ്ടാക്കിത്തുടങ്ങിയിരുന്നു. പിന്നെ മുമ്പിൽ നോക്കാൻ ശങ്കരൻകുട്ടിക്ക് സാഹചര്യമുണ്ടായിരുന്നില്ല. തമ്പാനൂർ സ്റ്റാൻഡിൽ നില്ക്കുന്ന ഒരു പെണ്ണുമ്പിള്ളയുടെ കൂടെ എങ്ങോട്ടുപോയതാ ശങ്കരൻകുട്ടിസാറേ എന്ന് സെക്രട്ടേറിയറ്റിലെ പ്യൂണും സാംസ്കാരികകാര്യങ്ങളിൽ ബോധനിലവാരം ഇല്ലാത്തവളുമായ സുഭാഷിണി ചോദിച്ചപ്പോൾ, ഛേ, അത് സെക്സ് വർക്കേഴ്സിനെ സെന്റർ സ്റ്റേജിൽ കൊണ്ടുവരാനുള്ള ഒരുയോഗത്തിലേക്കു വിളിച്ചുകൊണ്ടുപോയതാ എന്നു പറഞ്ഞ് ശങ്കരൻകുട്ടി മേശവലിപ്പു തുറന്ന് കാര്യമായി എന്തോ കടലാസ് പരതി പിന്നെ മുന്നാലു ദിവസം ലീവെടുത്തു. ഇപ്പോൾ ടി വി പരിപാടി ഷൂട്ടിങ്ങിന് ശങ്കരൻകുട്ടിക്ക് സംഘാടനപരമായ പങ്കാളിത്തം ലഭിക്കുന്നു. സന്തോഷപൂർവ്വം ലോസ് ഓഫ് പേയിൽ ലീവെടുത്ത് അദ്ദേഹം ബിന്ദുവിനൊപ്പം വെയിലുകൊള്ളുന്നു. മൂന്നാമത്തെ പരിപാടിയുടെ ടൈറ്റിലിൽ ശങ്കരൻകുട്ടിക്ക് ഒരു നന്ദി കിട്ടുന്നു. ആപ്പീസിൽ ഫയലുകൾ പതുക്കെയായെങ്കിലും എവിടെയൊക്കെയോ ആലോചനകൾക്ക് വേഗമേറുന്നു. ആറാമത്തെയോ ഏഴാമത്തേയോ പരിപാടിക്കാണ് ലെസ്ബിയനിസം ആദ്യമായി രംഗപ്രവേശനം ചെയ്യുന്നത്.

സബ്ജക്റ്റ് ഡിസ്കഷനിൽ ആയിഷയാണ് ഇക്കാര്യം എടുത്തിട്ടത്. ബാബുവും സുഗുണനും സ്വന്തം വർഗ്ഗത്തിന്റെ പിന്തുണ തൊട്ടടുത്ത ശ്വാസത്തിൽ അറിയിച്ചു. ലൈംഗികമായി ഒളിഞ്ഞുനോട്ട മനഃസ്ഥിതി കൂടിയുള്ള ശങ്കരൻകുട്ടിക്ക് ലെസ്ബിയനിസത്തെ ഒരു പുരുഷ ഗൂഢവിചാരത്തിന്റെ ഭാഗമായിട്ടുമാത്രമേ അറിയാമായിരുന്നുള്ളു. ചർച്ചയ്ക്കു ചൂടുവന്നപ്പോൾ ശങ്കരൻകുട്ടി ബിന്ദുവിന്റെ മൂക്കുത്തി തിളങ്ങുന്നതു നോക്കിയിരുന്നു. അവൾ എത്ര മധുരമായിട്ടാണ് ഇടപെടുന്നത്. ആയിഷയുടെ ആവേശവും രാധാമണിയുടെ ആലോചിച്ചുള്ള അഭിപ്രായപ്രകടനങ്ങളും പോലെയല്ല ഈ ബിന്ദുവിന്റേത്. എന്തെങ്കിലും

അറിവില്ലായ്മയിൽ വന്നു തട്ടി നില്ക്കുമ്പോഴുള്ള ആ ലജ്ജയുണ്ടല്ലോ. ശങ്കരൻകുട്ടിക്ക് ഒരു പാട്ടുപാടാൻ തോന്നി. അപ്പോഴേക്കും ബാബുവും സുഗുണനും തമ്മിൽ കേറിക്കൊരുത്തിരുന്നു. അത് അപൂർവ്വമായി മാത്രം കാണുന്ന കാഴ്ചയാണ്. പിന്തുണ കൊടുക്കുക മാത്രമാണ് നാം ഇതുവരെയൊക്കെ കണ്ടതുപോലെ അവരുടെ നിലപാട്. ഇവിടെയിപ്പോൾ സുഗുണൻ ഒരഭിപ്രായം പറഞ്ഞു. ലെസ്ബിയനിസം പുരുഷലൈംഗികതയെ ഫെയ്സ് ചെയ്യാൻ പറ്റാതെയുള്ളതിന്റെ ഒളിച്ചിരിക്കലാണെന്ന്. ആയിഷയുടെ ദേഷ്യം ബാബു ഏറ്റുപിടിച്ചതായിരിക്കണം. ശങ്കരൻകുട്ടി സംഭവം ശ്രദ്ധിച്ചിരുന്നില്ല. ഒരു ശരീരത്തിന്റെ സ്വാതന്ത്ര്യത്തിൽ കേറി ഇടപെടുന്ന ഷോവനിസ്റ്റ് ശീലത്തിൽനിന്ന് സുഗുണനെ ശകാരം കൊണ്ട് രക്ഷപ്പെടുത്താൻ രാധാമണിയും ഉത്സാഹിക്കുന്നുണ്ടായിരുന്നു. വിവിധ ആശയങ്ങളുടെ ഒന്നാകലിൽനിന്നല്ലേ നമ്മുടെ പരിപാടി വിജയിക്കുക എന്ന് ബിന്ദു പറഞ്ഞപ്പോൾ അവളുടെ ചുണ്ടുകൾ തുറക്കുന്നതും അടയുന്നതും ശങ്കരൻകുട്ടി തരളമായി നോക്കി. ആയിക്കോട്ടീശ്വരാ, ഓരോ ശരീരവും എന്തു വേണമെങ്കിലും ആയിക്കോട്ടെ. നമുക്കെന്തു ചേതം? ശങ്കരൻകുട്ടി ലെസ്ബിയനിസത്തിന് കൈകൊടുത്തു. ടി വി ഷോ മാത്രംകൊണ്ട് ലെസ്ബിയനിസം നിന്നില്ല. വി ജെ ടി ഹാളിൽ അപരലൈംഗികവിഷയത്തിൽ സെമിനാർ നടത്താൻതന്നെ തീരുമാനമായി. ആശയങ്ങളുടെ സംഘാടകൻ എന്ന നിലയിൽ, ലെസ്ബിയനിസത്തെപ്പറ്റി ഈയിടെ കഥയെഴുതിയ മറ്റേ കൊച്ചിനെക്കൂടെ സെമിനാറിന് വിളിക്കേണ്ടേ എന്ന് ശങ്കരൻകുട്ടി ചോദിച്ചു. ക്രീയേറ്റീവ് റൈറ്റേഴ്സിനെ വിശ്വസിക്കാൻ കൊള്ളില്ലെന്നും അവർക്ക് ആശയബലം കുറവാണെന്നും ആയിഷ പറഞ്ഞു. വേണ്ടെങ്കിൽ വേണ്ട; പരിപാടി നടക്കട്ടെ.

ശങ്കരൻകുട്ടിസാറേ പ്രായം കേറിപ്പോകുവാന്നേ, ആപ്പീസിലെ റിട്ടയർ ചെയ്യാൻ പോകുന്ന ക്ലാർക്ക് മോഹനകുമാരൻ പിള്ള ഒരു ദിവസം ശങ്കരൻകുട്ടി അപൂർവ്വമായി ജോലിക്കു വന്നപ്പോൾ സൂചിപ്പിച്ചു. എല്ലാത്തിനും ഓരോ പ്രായമൊക്കെയുണ്ട് അയാൾ ഒരു മാര്യേജ് ബ്യൂറോ ആർത്തി സ്ഥിരമായി സൂക്ഷിക്കുന്ന കണ്ണുകൾകൊണ്ട് അനുബന്ധമായും സൂചനകൾ എറിഞ്ഞു. അതെന്താ തനിക്കറിയാൻ വയ്യാത്തതാണോ? ശങ്കരൻകുട്ടി പിടികൊടുക്കാതെ മേശവലിപ്പിൽനിന്ന് എന്തോ കടലാസു തിരഞ്ഞു. സെമിനാർ നടത്തിയതിനെപ്പറ്റി ബിന്ദു എഴുതിയ ലേഖനം വന്ന മാസിക അയാളുടെ കൈയിൽ തടഞ്ഞു. അന്നേരം പൊടുന്നനെ ശങ്കരൻകുട്ടി തീർച്ചയാക്കി എല്ലാത്തിനും ഒരു സമയമുണ്ട്. കൊണ്ടുക്കളഞ്ഞിട്ടു കാര്യമില്ല.

പിന്നെ മൂന്നാലു ദിവസം കഴിഞ്ഞപ്പോൾ പുസ്തകക്കടയുടെ തിണ്ണയിൽ ആരെയോ നോക്കിനില്ക്കുന്നവണ്ണം ബിന്ദു നില്ക്കുന്നത് ശങ്കരൻകുട്ടി കണ്ടു. ബാക്കിയുള്ളവരൊക്കെ എത്തണമെങ്കിൽ അരമണിക്കൂറെങ്കിലും കഴിയും. ഇതുതന്നെ തക്കമെന്ന് തീർച്ചയാക്കി ആ വ്യവസ്ഥാപിത ഗൂഢബുദ്ധിക്കാരൻ ബിന്ദുവിനോട്, ബിന്ദു എനിക്കൊരു കാര്യം പറയാനുണ്ടായിരുന്നു എന്നു പറഞ്ഞു.

"പറഞ്ഞോ"- ബിന്ദു മൊഴിഞ്ഞു

"നമുക്ക് ഇവിടെയിരിക്കണോ?"

"ഇവിടെ നില്ക്കാം."

"ആയിഷയും രാധാമണിയും വരത്തില്ലേ?"

"അവരു കുറച്ചുവൈകും. ശങ്കരൻകുട്ടിക്ക് എന്നതാണ് ഡിസ്കസ് ചെയ്യാനുള്ളത്?"

"ബിന്ദുവിന്റെ ലേഖനം അസ്സലായിട്ടുണ്ട്."

അത് കഴിഞ്ഞ വ്യാഴാഴ്ച ശങ്കരൻകുട്ടി പറഞ്ഞതല്ലേ; ശങ്കരൻകുട്ടി സ്വയം ചോദിച്ചു. എന്നിട്ട് ബിന്ദുവിനോട് 'ബിന്ദു, അതായത്, അതായത്, ഐ ലവ് യു' എന്നു പറഞ്ഞു.

"അയ്യേ"

ശരിയാണ് ഇത് പതിവുമട്ടിലായിപ്പോയി. താൻ അല്പംകൂടി ക്രിയേറ്റീവ് ആകേണ്ടതായിരുന്നു. ശങ്കരൻകുട്ടി ചിന്തിച്ചു പിന്നെ ക്ഷമിക്കണം. ബിന്ദു ഞാൻ തിരക്കുകൊണ്ട് അല്പം സ്ട്രെയ്റ്റ് ആയിപ്പോയതാണ് എന്നു പറഞ്ഞു. എന്നാലും എനിക്ക് പറയാനുള്ളത് അതാണ് എന്ന് ഉറച്ച ഒരു നിലയുമെടുത്തു.

ബിന്ദു നാണത്തോടെ അപ്പുറത്തേക്കു തിരിഞ്ഞു. ശങ്കരൻകുട്ടി മുന്നിൽ തുറക്കാൻ പോകുന്ന ലോകത്തെ മിന്നലൊളിവിൽ കണ്ടപ്പോൾ, അവൾ വീണ്ടും തിരിഞ്ഞു കോപത്തോടെ പറഞ്ഞു. "ഞാൻ ഒരു ലെസ്ബിയൻ ആണ്."

പിന്നെ കുറച്ചുനേരം ശങ്കരൻകുട്ടി ബിന്ദുവിനോട് വാശിക്കുതർക്കിച്ചു. ഇയാൾക്ക് ഇതുവരെ ഒരു അപര ശരീരത്തിന്റെ സ്വതന്ത്ര നിലപാടുകളെപ്പറ്റി ബോധമുണ്ടായിട്ടില്ലേ എന്ന് ലോഹത്തിൽ ലോഹമുരയുന്ന ശബ്ദത്തിൽ ബിന്ദു ചോദിച്ചതു കേട്ട് പുസ്തകക്കടയിൽ ഗൈഡുകളും മറ്റും വാങ്ങിക്കാൻ എത്തിയവർ ഇറങ്ങി നോക്കി.

അപ്പോഴേക്കും പിന്നോട്ടു മാറിയ ശങ്കരൻകുട്ടി തനിക്കു പറ്റിയ വീഴ്ച പരിഹരിക്കാൻ അവളുടെ സൗഹൃദ സംഭാഷണങ്ങളിൽ ഏർപ്പെട്ടു. ആരാണ് അവളുടെ കാമുകൻ അഥവാ കാമുകി എന്നറിയാൻ ഒരു പരദൂഷണക്കാരന്റെ ആർത്തിയോടെ ശങ്കരൻകുട്ടി ആഗ്രഹിച്ചു. എന്നാലും ഒരു തീരുമാനമായതിന്റെ സന്തോഷത്തിൽ അയാൾ ശ്വാസംവിട്ടു. അപ്പോൾ ബിന്ദു, നമുക്കൊരു ചായകുടിക്കാം. അപ്പോഴത്തേക്കും മറ്റുള്ളവരും വരും എന്നും പറഞ്ഞ് ശങ്കരൻകുട്ടിക്ക് മുന്നാലെ നടന്നു.

പിറകേ നടന്ന ശങ്കരൻകുട്ടി ലെസ്ബിയനിസത്തെപ്പറ്റി ബഹുമാനത്തോടെ സംസാരിച്ചുകൊണ്ടിരുന്നു. ചായക്കടയെത്താറായപ്പോൾ അയാൾ. "അതിരിക്കട്ടെ ബിന്ദു, മറ്റേ റിലേഷൻഷിപ്പിൽ താൻ ഡൊമിനന്റ് പാർട്ണറാണോ അതോ സബ്മിസീവ് ആണോ" എന്നു ചോദിച്ചു.

"അയ്യോ ഞാനതിൽ പെണ്ണാ"- അവൾ പറഞ്ഞു

ശങ്കരൻകുട്ടിയുടെ തലയ്ക്കകത്ത് എന്തോ മുഴച്ചുവന്നു. അപ്പോഴേക്കും രണ്ടു ചായ വന്നു.

മഞ്ജുള

ബി മുരളി

അവധി ദിവസമായിരുന്നതിനാൽ ഉച്ചയോടെയാണ് ഉണർന്നത്. ഒരു സിനിമയ്ക്കുശേഷം വൈകുന്നേരത്തിലേക്ക് ഇറങ്ങി നടക്കുകയായിരുന്നു. ഫുട്പാത്തിൽ ആളുകളെ മുട്ടാതെ ഈ ദിവസങ്ങളിൽ നടക്കാൻ പ്രയാ സം. അങ്ങനെ പോകുമ്പോഴാണ് ഞാൻ മഞ്ജുളയെ വീണ്ടും കണ്ടത്.

മഞ്ജുള എന്നെയാണ് കണ്ടത്. വഴിയുടെ ഒരു വശത്തുനിന്ന് എടാ എന്നൊരു വിളിയും പിന്നാലെ ഷർട്ടിന്റെ കൈയിൽ പിടിച്ചുള്ള വലിയും. മഞ്ജുള വലിയൊരു ബാഗ് പ്രയാസപ്പെട്ട് തൂക്കിയെടുത്ത് ഒരു ഭാഗം ചരിഞ്ഞാണ് എന്റെ സമീപത്ത് നിന്നത്. അവളുടെ ആ കുസൃതിയും കേമ ത്തവും നിറഞ്ഞ നോട്ടം ഒട്ടും മാറിയിട്ടില്ല. ഞങ്ങളുടെ ഗ്രൂപ്പിലെ വെളു മ്പിപ്പിള്ളേർ കൂട്ടത്തിൽ മഞ്ജുള ഇത്തിരി നിറം മങ്ങിയ ഒരു ഇരുനിറക്കാ രിയായിരുന്നു. "എടീ കറുമ്പീ, നീ എവിടെനിന്നു പൊട്ടിവീണു" എന്നു ഞാൻ അത്ഭുതത്തോടെ മിഴിച്ചുകൊണ്ടു ചോദിച്ചു.

എടീ എന്ന് ഞാൻ ആദ്യമായി ഒരു പെണ്ണിനെ വിളിക്കാൻ ധൈര്യ പ്പെട്ടത് ഈ മഞ്ജുളയെയായിരുന്നു. കറുമ്പീ എന്നു വിളിക്കുമ്പോൾ മഞ്ജുളയുടെ കണ്ണുകൾ അപൂർവ്വമായി മാത്രം പ്രസരിപ്പിക്കുന്ന പരിഭവ മായിരുന്നു ആദ്യമൊക്കെ എന്റെ ആക്രമണങ്ങൾക്കു പിന്നിൽ. നീ പിന്നൊരു സുന്ദരൻ, പോടാ എന്ന മട്ടിൽ അവൾ പിന്നീട് ഏറെ അടുപ്പ ത്തോടെയും വാത്സല്യത്തോടെയും പ്രതികരിച്ചു തുടങ്ങി. മഞ്ജുള എന്റെ കണ്ണിൽ ഞങ്ങളുടെ ഗ്രൂപ്പിലെ ഏറ്റവും മനോഹരിയും പ്രിയങ്കരിയുമാ കാൻ കൂടുതൽ സമയം വേണ്ടിവന്നില്ല. ഇതൊക്കെക്കഴിഞ്ഞിട്ട് ഇപ്പോൾ വർഷം രണ്ടെണ്ണമങ്ങു പോയി.

"അല്ലാ നീയെങ്ങനെ ഇവിടെയെത്തി?" എന്നു ഞാൻ വീണ്ടും ചോദിച്ചു. ഇത്തിരിനേരം നിന്നപ്പോഴേക്ക് മഞ്ജുളയുടെ ബാഗ് അവളുടെ

കൈകളെ പീഡിപ്പിച്ചുതുടങ്ങിയിരുന്നു. ഉച്ചയ്ക്ക് എപ്പോഴോ പെയ്ത മഴ ഫുട്പാത്തിനെ വൃത്തികേടാക്കിയിരുന്നു. ബാഗ് കൈമാറിപ്പിടിക്കാൻ ശ്രമിച്ചപ്പോഴേക്കും രണ്ടുമൂന്ന് ആൾക്കാർ ധൃതിപ്പെട്ട് ഞങ്ങൾക്കിടയിലൂടെ പോയി. അതിനിടെ മഞ്ജുളയുടെ കൈയിൽനിന്നു വഴുതിപ്പോയ ബാഗിന്റെ ഒരു കൈപ്പിടി ഞാൻ തൂക്കിയെടുത്തു. ഭാരം പങ്കുവയ്ക്കപ്പെട്ടപ്പോൾ അവൾ ആശ്വാസത്തോടെ ചിരിച്ചു. "നിന്റെ പിശുക്ക് മാറിയിട്ടില്ലല്ലേ, ഒരു ഓട്ടോ പിടിച്ചുകൂടായിരുന്നോ?" ഞാൻ ചോദിച്ചു.

"എങ്കിൽ നിന്നെ കാണാൻ പറ്റുമായിരുന്നോ?" മഞ്ജുള പറഞ്ഞു. "പിന്നെ ഇപ്പോൾ ഞാൻ പിശുക്കിയൊന്നുമല്ല. ഇവിടുത്തെ ഒരു ഗംഭീരൻ ഹോട്ടലിൽ താമസിക്കാനാണ് ഞാൻ വന്നിരിക്കുന്നത്."

എത്രനാൾ ഇവിടെയുണ്ട്, എന്താണു പരിപാടി. ഇതുവരെ.... എന്നിങ്ങനെ എല്ലാ സംശയങ്ങളും ഒന്നിച്ച് ഉന്നയിക്കാൻ ശ്രമിക്കുമ്പോഴേക്ക് ഫുട്പാത്തിൽ വീണ്ടും തിരക്കു കൂടി. ഞാൻ വിചാരിച്ചു നീ റെയിൽവേ സ്റ്റേഷനിലേക്ക് ആയിരിക്കുമെന്ന്, ഞാൻ പറഞ്ഞു. ആദ്യം ഇതൊന്ന് എവിടെയെങ്കിലും വയ്ക്കാം. മഞ്ജുള ബുദ്ധിമുട്ടി. ഞങ്ങൾ എതിർവശത്തുള്ള ഒരു കൊച്ചുചായക്കടയിലേക്കു കയറി. അവിടെ ഒരു മൂലയ്ക്ക് ബാഗുവെച്ച് ഞങ്ങൾ ഒഴിഞ്ഞ ഒരു മേശ പിടിച്ചു.

ഞാൻ സീസൺസിൽ ഒരു മുറി ബുക്കുചെയ്തിട്ടുണ്ട്. എവിടെയാണത്? അവൾ വർത്തമാനത്തിനിടയിൽ ചോദിച്ചു. അപ്പോഴേക്കും പുറത്തെ വഴിയിൽ ചാറ്റൽ മഴ പെയ്തു തീർന്നിരുന്നു. ഞാൻ വഴി പറഞ്ഞുകൊടുക്കാൻ നോക്കി. പക്ഷേ, അവൾക്കു മനസ്സിലായില്ല. ഈ നഗരത്തിന്റെ ഭൂമിശാസ്ത്രം അവൾക്കു വഴങ്ങുന്നില്ല. ഞാൻ അവളെ ഹോട്ടലിൽ കൊണ്ടാക്കാമെന്ന് ഏറ്റു. ഓട്ടോറിക്ഷയിൽ വച്ച് അവൾ പറഞ്ഞു: "വൈകിട്ട് നീ മുറിയിൽ വരുമോ സംസാരിച്ചിരിക്കാം. വലിയ മുറിയാണെന്നേ."

ചഞ്ചലചിത്തനായ ഒരാളെ ബുദ്ധിമുട്ടിലാക്കാൻ മഞ്ജുളയ്ക്ക് ഇതുപോലെ നല്ല മിടുക്കാണ്. കണ്ടില്ലേ, ഇതുപോലുള്ള ചോദ്യങ്ങൾ മതി എന്നെ ആശങ്കയിലേക്ക് തള്ളിവിടാൻ. ഇപ്പോൾ അവൾ ഒരു പദ്ധതി നടത്തിക്കുവാനായി വന്നിരിക്കുന്ന കമ്പനിയുടെ (ജോലിക്കാര്യം അവൾ ചായക്കടയിൽ വച്ച് പറഞ്ഞതാണ്) ട്രെയിനിങ് പ്രോഗ്രാമിൽ ഞങ്ങൾ പതിനഞ്ചുപേർ ഉണ്ടായിരുന്നു. പെണ്ണുങ്ങളായി നാലുപേർ. കോഴ്സിനിടയ്ക്ക് മറ്റുള്ളവരെയൊക്കെ ഉപേക്ഷിച്ചു ഞാൻ മുങ്ങുകയായിരുന്നു. അവരുടെ ഏർപ്പാടിൽ ഒരു ഇഷ്ടവും ഉണ്ടായിട്ടു ചേർന്നതല്ല. വേറൊരു ജോലി കിട്ടുംവരെ എന്ന സമാധാനമായിരുന്നു. പിന്നെ എപ്പോഴോ പെൺകുട്ടികളിൽനിന്ന് വന്ദനയും പോയെന്ന് കേട്ടു. ഞാൻ എന്റെ ഇപ്പോഴത്തെ പണിയിൽ മുങ്ങിത്താണ്, പഴയവയൊക്കെ മറന്നുപോയിരുന്നു.

മഞ്ജുളയെ പക്ഷേ, ഞാൻ ഓർക്കുന്നുണ്ടായിരുന്നു. ഞങ്ങളുടെ ഗ്രൂപ്പിൽ മഞ്ജുളയുമായാണ് ഞാൻ ഏറ്റവും അടുത്തത്, ആദ്യം തന്നെ. ബോറടിപ്പിക്കുന്ന ക്ലാസ് സെഷനുകളിൽ എന്റെ അടുത്തിരുന്ന് മഞ്ജുള

ലക്ചർമാരെ കളിയാക്കിയിരുന്നു. അവളുടെ ഒഴുക്കൻ വരകളിലൂടെ നോട്ട്ബുക്കുകളിലൂടെ ആശാന്മാരുടെ ഹാസ്യചിത്രങ്ങൾ പിറന്നു. പിന്നെപ്പിന്നെ, ഉറക്കം വരാൻ തുടങ്ങുമ്പോൾ ഞങ്ങൾ വരകളിലൂടെ ആശയ വിനിമയം നടത്തി. അവളുടെ തൊട്ടപ്പുറത്ത് ഇരുന്ന ജോയി ജേക്കബിനോട് മഞ്ജുള ഒരു സംവാദത്തിനു നിന്നില്ല. അതാണ് എന്നെ ഏറ്റവും ആശങ്കാകുലനാക്കിയത് (ജോയിയായിരുന്നു ഗ്രൂപ്പിലെ ഏറ്റവും ഡ്രാഷിങ് ഫെലോ). ഞങ്ങൾ എല്ലാവരും പഠനം കഴിഞ്ഞ് നേരെയിങ്ങു വന്നവരാണ്. അതുകൊണ്ടുതന്നെ എനിക്ക് കോളേജ് ക്ലാസിന്റെ തുടർച്ചപോലെയാണ് ഈ പഠനതമാശകൾ അനുഭവപ്പെട്ടത്. ഈ ക്ലാസ് ബഹളത്തിനിടയിൽ ഒരു സ്റ്റാന്റ് അപ്പ് അല്ലെങ്കിൽ ഒരു ഗെറ്റ് ഔട്ട് ഞാൻ പ്രതീക്ഷിച്ചു (കോളേജിൽ ഞാൻ ഹാജർ മുടക്കാത്ത ഒരു പാവമായിരുന്നു). പക്ഷേ, ഇതു കളി വേറെയാണെന്ന് മഞ്ജുള എനിക്ക് സൂചനകൾ തന്നു. ഒരിക്കൽ, അവളുടെ തകർപ്പൻ കമന്റ് കേട്ട് അമ്പരന്ന് അവളുടെ വായിലേക്ക് നോക്കിയിരുന്ന എന്നെ പ്രസംഗകൻ പിടികൂടുകതന്നെ ചെയ്തു. പക്ഷേ, "മിസ്റ്റർ മുകുന്ദൻ എനി ഡൗട്ട്സ്?" എന്നു മാത്രമേ അയാൾ ചോദിച്ചുള്ളൂ.

അങ്ങനെയൊക്കെയാണ് ഞാൻ മഞ്ജുളയോട് സംസാരിച്ചു തുടങ്ങിയത്. അന്തംവിട്ടു സാഹിത്യം വായിക്കുന്ന ആളാണ് ഞാൻ എന്ന് ഇതിനിടെ മഞ്ജുള കണ്ടുപിടിക്കുന്നു. ഞങ്ങളുടെ ഈ സാങ്കേതിക വൈജ്ഞാനിക സംഘത്തിൽ ഇങ്ങനെയൊരു പ്രത്യേകത ഒരുപക്ഷേ, അല്പം കൗതുകമുണ്ടാക്കുന്ന ഒന്നായി മഞ്ജുളയ്ക്കു തോന്നിയിരിക്കാം എന്നാണ് ആദ്യം എനിക്കു തോന്നിയത്. പക്ഷേ, എന്നെക്കൊണ്ടു വായിച്ചതൊക്കെ വിളമ്പിക്കാനും അതൊക്കെ ആവേശപൂർവ്വം കേട്ടിരിക്കാനും മഞ്ജുള അവസരമൊരുക്കുമായിരുന്നു. മഞ്ജുളയും ഈ പണിയിൽ മോശക്കാരിയല്ലെന്ന് എനിക്ക് മെല്ലെ മനസ്സിലായി. അങ്ങനെയൊരു ചൂടൻ സംവാദത്തിനിടയ്ക്കാണ് അവളെ ഞാൻ നീ എന്നു കയറി വിളിച്ചത്. പെട്ടെന്നു മഞ്ജുള നിശ്ശബ്ദയായത് ഞാൻ കൃത്യമായി ഓർക്കുന്നു. ഞാൻ പെട്ടെന്നു വല്ലാതായി. ഔപചാരികമല്ലാത്തവിധത്തിൽ ഒരു ക്ഷമാപണത്തിനുവേണ്ടി ഞാൻ ഒരുങ്ങവേ, അമ്പരപ്പിച്ചുകൊണ്ട് മഞ്ജുള എന്റെ കണ്ണിലേക്ക് നോക്കി സ്നേഹത്തോടെ പറഞ്ഞു: "നീ ഇനി എന്നെ അങ്ങനെ വിളിച്ചാൽ മതി."

മഞ്ജുള എനിക്കുചുറ്റും കറങ്ങുന്നുവെന്ന് മറ്റുള്ളവർക്ക് കണ്ടെത്താൻ ഒരുപാടു ബുദ്ധിമുട്ടേണ്ടിവന്നില്ല. ഞാൻ മഞ്ജുളയ്ക്കു ചുറ്റും കറങ്ങിയെന്നു പറഞ്ഞാലാണ് ശരി. അവൾ എന്നെ കെട്ടിവരിഞ്ഞതിനുശേഷം ഞാൻ സ്വാഭാവികമായുള്ള സൗഹൃദങ്ങൾ പോലും ഉപേക്ഷിച്ചതുപോലെയായി. ഇവിടെ ചേർന്നപ്പോൾ ആദ്യം കിട്ടിയ സൗഹൃദങ്ങളായിരുന്നു ജോയിയുടെയും രമേഷ് നായരുടെയും. അതുപോലും വല്ലാതെ ഫോർമലായിപ്പോയി. മഞ്ജുളയാകട്ടെ എല്ലാവരോടും ഒരു ഹായ് സൂക്ഷിച്ചു. പക്ഷേ, റൂംമേറ്റ് വന്ദനയോടുപോലും ഔദ്യോഗികത വിട്ട് ഒരു അടുപ്പം മഞ്ജുള പ്രകടിപ്പിക്കുന്നതു ഞാൻ കണ്ടില്ല. വന്ദനയായിരുന്നു മഞ്ജുള

യേക്കാൾ, റോസിലിയേക്കാൾ, രാജരത്തിനത്തേക്കാൾ സുന്ദരി. വെളുത്തു തുടുത്ത പെണ്ണ്. അവളെ ഭ്രമണം ചെയ്യാനായിരുന്നു ബാക്കി യുവാക്ക ളുടെ തൃഷ്ണ. എന്റെ മഞ്ജുള പ്രേമം അങ്ങനെ അവഗണിക്കപ്പെട്ടുവെന്നു പറയാം.

ഒരിക്കൽ, ഞാൻ ഓർക്കുന്നു, ഒരു വൈകിട്ട് മഞ്ജുള എന്നെ ഒരു സിനിമയ്ക്കു ക്ഷണിച്ചു. ഹോസ്റ്റലിലെ രാത്രിക്കഞ്ഞിയിൽനിന്ന് തനി ക്കൊരു സൈൻ ഔട്ട് മോചനം വേണമെന്നും അവൾ പറഞ്ഞു. സിനിമ കഴിഞ്ഞ് രാത്രി നീ ഒറ്റയ്ക്ക് പോകേണ്ടി വരും. ഞാൻ പറഞ്ഞു. "നീ എന്നെ വഴിയിൽ ഉപേക്ഷിച്ചിട്ട് പോകുമോ?" അവൾ ചിരിച്ചു. "രാത്രി ഞാൻ നിനക്ക് എസ്കോർട്ടു വരുന്നതിൽ ചില കുഴപ്പങ്ങൾ ഉണ്ട്. ഇപ്പോൾതന്നെ ഗോസിപ്പ്...." ഞാൻ ചില പ്രശ്നങ്ങൾ അവതരിപ്പിച്ചു. "താൻ കൂടെ വരേണ്ട. വന്ദനയും എന്നോടൊപ്പമുണ്ട്. ഞാൻ ഒറ്റയ്ക്കാണ് വരുന്നതെന്നു വിചാരിച്ചോ?" മഞ്ജുള പറഞ്ഞു. അവൾ ചൊടിച്ചോ എന്ന് എനിക്ക് സംശയം വന്നു. അതിനിടെ, അവൾ എന്നെയൊന്ന് ഇരുത്തു കയും ചെയ്തില്ലേ? ഞാൻ അസ്വസ്ഥനായി. പക്ഷേ, ഈ സാഹചര്യം ഇങ്ങനെ വളരുംമുമ്പ് ഒരു തമാശ പറഞ്ഞ് മഞ്ജുള കാര്യങ്ങൾ നേരെ യാക്കി.

തിയേറ്ററിന് മുന്നിൽ മഞ്ജുളയും വന്ദനയും ഉണ്ടായിരുന്നു. എന്നെ ക്കണ്ടപ്പോൾ വന്ദന പിണങ്ങിയെന്നു തോന്നുന്നു. അവൾക്ക് ഇഷ്ടപ്പെ ട്ടില്ലേ? മഞ്ജുള എന്നോടു ചേർന്ന് നിന്നുകൊണ്ടു പറഞ്ഞു: വന്ദനയ്ക്ക് സുഖമില്ല. അവൾ തിരിച്ചു പോകുന്നു. തലവേദന. സിനിമ കണ്ടാൽ കൂടി യേക്കുമെന്ന് വന്ദന എന്നോട് പറഞ്ഞു. ഞാൻ ആരോടും മറുപടി പറ ഞ്ഞില്ല. അതേ ഓട്ടോറിക്ഷായിൽ വന്ദന പോയി.

രാത്രി ഞങ്ങൾ വഴിയോരത്തുകൂടി നടക്കുകയായിരുന്നു. ഇരുട്ട്. ഇപ്പോ മഴ പെയ്തേക്കുമെന്ന മട്ടിൽ തണുത്ത കാറ്റ്. "നീയെന്താണ് ആലോ ചിക്കുന്നത്." മഞ്ജുള ചോദിച്ചു. "വന്ദന എന്തിനാണ് തിരിച്ചു പോയത്!" ഞാൻ തിരിച്ചു ചോദിച്ചു. "അവളോടു ചോദിക്കണം. പെണ്ണു ങ്ങളുടെ കാര്യം നിനക്കെന്തറിയാം?" മഞ്ജുള കളിയാക്കും മട്ടിൽ പറ ഞ്ഞു. ഞങ്ങൾ ഒരു ഹോട്ടലിൽ നിന്ന് നന്നായി ഭക്ഷണം കഴിച്ചു. ഹോസ്റ്റ ലിലേക്ക് ഓട്ടോറിക്ഷാ വേണ്ടെന്ന് മഞ്ജുള പറഞ്ഞു. ഇരുട്ടിലേക്ക് വീണ്ടും. തണുത്ത കാറ്റ് ആക്രമണകാരിയായപ്പോൾ ഞാൻ മഞ്ജുളയെ ചേർത്തുപിടിച്ചു. "എടാ, എന്തുപറ്റി?" മഞ്ജുള ചോദിച്ചു. മഞ്ജുള സുന്ദ രിയാണ്. ഞാൻ പറഞ്ഞു. "ഹ...ഹ... അത് ഇരുട്ടത്താണോ അറിയുന്നത്?" - മഞ്ജുള പൊട്ടിച്ചിരിച്ചു.

ഹോസ്റ്റലിന്റെ വാതില്ക്കൽ വന്നുതിരിഞ്ഞ് അവൾ പറഞ്ഞു, "സൂക്ഷിക്കണം. നീ അപകടത്തിൽ പെട്ടിരിക്കുകയാണ്, കേട്ടോ."

എനിക്കു പിടികിട്ടിയില്ല. പിറ്റേന്നു വൈകിട്ടുവരെ ഞാൻ മഞ്ജുള യോട് സംസാരിച്ചില്ല. ഒടുവിൽ അന്നത്തെ സെഷൻ കഴിഞ്ഞപ്പോൾ, ഞാൻ എന്റെ ഉൽക്കണ്ഠ പൊട്ടിച്ചു. മഞ്ജുള, ഞാൻ ഒരു പ്രസ്താവന നടത്താൻ

പോകുകയാണ്. പക്ഷേ, അതിനുശേഷവും നമ്മുടെയിടയിൽ ഭൂകമ്പങ്ങളൊക്കെ സംഭവിക്കില്ലെന്ന് ഉറപ്പുതരണം.

മഞ്ജുള എന്നോടു വാത്സല്യത്തോടെ പറഞ്ഞു: "ഇന്നലത്തേതിന്റെ ബാക്കിയല്ലേ നീ പറയാൻ പോകുന്നത്? നമ്മൾ ഇപ്പോഴും സ്നേഹിക്കുന്നുണ്ടല്ലോ. നമ്മൾ രണ്ടും ഒന്നല്ലേടാ? അതു മറ്റൊരു തലത്തിലായാൽ നീ രണ്ടാകും. നീ ഭർത്താവും ഞാൻ ഭാര്യയുമായാൽ നമ്മൾ എന്നത്തേക്കും രണ്ടുപേരായി പോവില്ലേ?"

എനിക്കു പറയാനുള്ളതിന് പിന്നീട് പ്രസക്തിയുണ്ടായിരുന്നില്ല. രണ്ടു മാസങ്ങൾക്കുശേഷം ഞാൻ ഗ്രൂപ്പ് വിട്ടു.

സീസൺസിൽ, മഞ്ജുളയുടെ മുറിയിൽ, ഞങ്ങൾ സോഫ്റ്റ് ഡ്രിങ്ക്സുമായി ചുറ്റും സംസാരിച്ചിരിക്കുകയായിരുന്നു. അവളുടെ ജോലി, ഗ്രൂപ്പിലെ മറ്റുള്ളവർ, എന്റെ ഒളിച്ചോട്ടം, പുതിയ ഉദ്യോഗം. എന്റെ ജോലിയിൽ അസൂയപ്പെടുന്നു എന്ന് അവൾ പറഞ്ഞു. ഏയ് ബോറൻ പണി. ഞാൻ ചാടിപ്പോരേണ്ടായിരുന്നു എന്നു ഞാൻ തിരുത്തി. അതിനിടെ, കുറെ വട്ടംചുറ്റലുകൾക്കിടയിൽ ഞാൻ ചോദിച്ചു: "മഞ്ജുള കല്യാണം കഴിക്കുന്നില്ലേ?"

"ഏയ് എനിക്കൊരു മൂഡില്ല." ഉറക്കെ ചിരിച്ചുകൊണ്ട് എങ്ങും തൊടാതെ അവൾ പറഞ്ഞു.

"എങ്കിലും...." ഞാൻ വിട്ടില്ല.

"എങ്കിലും പങ്കിലും ഒന്നൂല്യ." അവൾ ടീവീപ്പരസ്യത്തിലെ പെണ്ണിനെ അനുകരിച്ചു. "അതിരിക്കട്ടെ. നിനക്ക് ഒരു നവവരന്റെ വേഷം കെട്ടാറായില്ലേ?" മഞ്ജുള എന്റെ കണ്ണിലേക്കു നോക്കി കുസൃതി കാട്ടി.

ഒരു ഇടവേള കിട്ടാനായി ഞാൻ ഡ്രിങ്ക് മുഴുവൻ വലിച്ചുകുടിച്ചു. "ഞാൻ നിനക്കെഴുതാനിരിക്കുകയായിരുന്നു. അതിനു നിന്റെ വിലാസം അറിഞ്ഞിട്ടു വേണ്ടേ?" ഞാൻ പറഞ്ഞു.

"ആരാണ്?" മഞ്ജുള ചോദിച്ചു. ഒരു താളത്തിൽ.

"നിനക്കറിയാം. അതിശയിക്കരുത്. നിന്റെ പഴയ റൂംമേറ്റ് വന്ദന. അവൾ ഇപ്പോൾ ഇവിടെയൊരു കോളേജിൽ ചേർന്നിട്ടുണ്ട്."

മഞ്ജുള പെട്ടെന്നു നിശ്ശബ്ദയായി. എന്നിട്ട് ഞാൻ പറഞ്ഞ വാർത്തയോട് ഒരു സ്നേഹവും കാണിക്കാതെ ഉറക്കെപ്പറഞ്ഞു: "നിനക്കു സഹിക്കാൻ പറ്റുമോ? ഞാൻ വേറൊരു വാർത്ത പറയാം. അവളെ വേറൊരാൾ പ്രേമിക്കുന്നു."

"ഇവൾക്കെന്തുപറ്റി? ഇതൊന്നും ഞാൻ അറിഞ്ഞിട്ടില്ല. വന്ദനയോട് ഞാൻ വിശദമായി സംസാരിച്ചതുമാണ്. എനിക്കു വല്ലാത്ത ലാഘവമാണ് തോന്നിയത്."

"ആരാണാവോ?" ഞാൻ ചിരിച്ചു.

മഞ്ജുള പറഞ്ഞു: "നീ വിഷമിച്ചുപോകുമെന്നാണ് ഞാൻ വിചാരിച്ചത്. ഞാൻ പറഞ്ഞത് സത്യമാണ്. ഈ ഞാൻ വന്ദനയെ ഭയങ്കരമായി പ്രേമിക്കുന്നു."

ഞാൻ ഒന്നും മിണ്ടിയില്ല.

"വന്ദന എന്തൊരു സുന്ദരിയാണ്." എന്നെ നോക്കാതെ മഞ്ജുള പറഞ്ഞു. അവൾ ഡ്രിങ്ക്സിന്റെ അവശേഷിപ്പിൽ സ്ട്രോ ഇട്ടു കറക്കിക്കൊണ്ട് ശബ്ദം പതുക്കെയാക്കി. "വന്ദനയ്ക്ക് മനോഹരമായ വിരലുകളാണ്. നീയതു ശ്രദ്ധിച്ചിട്ടുണ്ടോ? എന്നും നഖങ്ങൾ വെട്ടി വൃത്തിയാക്കി വയ്ക്കുകയായിരുന്നു റൂമിൽ അവളുടെ പണി. ഞാൻ അവൾക്കുവേണ്ടി ഒരുപാടു നെയിൽപോളിഷ് വാങ്ങിയിട്ടുണ്ട്."

"മഞ്ജുള ഇതെന്താണ് പറയുന്നത്?" ഞാൻ അമ്പരന്നു. "ഒരിക്കൽ ബാത്ത്റൂമിൽ വഴുതിയപ്പോൾ വാതിലിന്റെ ബോൾട്ടിൽ വന്നിടിച്ച് അവളുടെ കൈത്തണ്ടയിൽ മുറിവുണ്ടായി. ഉണങ്ങിയിട്ടും ആ പാടു മാഞ്ഞില്ല. എന്തുരസമുള്ള ഒരു മാർക്കാണത്."

ഞാൻ ഉറക്കെ ചിരിച്ചു. അല്ലാതെയൊന്നും ചെയ്യാനില്ല. മഞ്ജുളയുടെ വർത്തമാനം ഏതോ വഴുക്കലുകളിൽ മൂക്കുകുത്തി വീഴുന്നതുപോലെ വളപ്പൊട്ടുകൾ നിലത്തുവീഴുംപോലെ അതു ചിലമ്പുന്നുണ്ട്. ഞാൻ ഒഴിഞ്ഞ സോഫ്റ്റ് ഡ്രിങ്ക് ബോട്ടിൽ തട്ടിമറിച്ചിട്ടുകൊണ്ട് ചോദിച്ചു. "ആട്ടെ, അപ്പോൾ എന്റെ വധുവിന്റെ മുഖമെങ്ങനെയുണ്ട്? ഈസ് ഷി പ്രസന്റബ്ൾ?"

മഞ്ജുള പൊടുന്നനെ തിരിച്ചു വന്നപോലെ പ്രസാദവതിയായി: "നീ പോയതിനു പിന്നാലെ അവളും മുങ്ങിയില്ലേ? രണ്ടുവർഷമായി വന്ദനയെ കണ്ടിട്ട്. അവളുടെ സൗന്ദര്യം മാത്രമേ ഞാൻ ഓർക്കുന്നുള്ളൂ."

എനിക്ക് പോകേണ്ട സമയമാകുന്നു. തമാശപറച്ചിലാണ് എനിക്കും മഞ്ജുളയ്ക്കുമിടയിലുള്ള പാലം. പൊട്ടിച്ചിരികളും. അതുകൊണ്ട് ഞാൻ ചോദിച്ചു: "എന്താ, അപ്പോൾ നിന്റെ കാമുകിയെ ഞാൻ കല്യാണം കഴിച്ചോട്ടേ?"

എഴുന്നേറ്റ് എന്റെ ഷർട്ടിൽ പിടിച്ചു വലിച്ചുകൊണ്ട് മഞ്ജുള പറഞ്ഞു: "നമ്മൾ എന്നും ഒന്നല്ലേടാ? എനിക്കായി നീ അവളെ പാണിഗ്രഹണം ചെയ്യ്."

പെൺമാറാട്ടം

ബെന്യാമിൻ

"നമ്മളിങ്ങനെ ചേർന്ന് കിടക്കുന്നപോലെ ഒരിക്കലും രണ്ട് പുരുഷശുനകന്മാർക്ക് കിടക്കാനാവില്ല വിമലാ, സ്വവർഗ്ഗവീമ്പ് മുഴക്കുന്ന അവന്മാർക്കൊത്തിരി - വടിച്ചാലും തുടച്ചാലും പോവാത്ത- രോമവന്യതകളുടെ ഗുഹ്യഭീഷണികളുണ്ട്. അതിന്റെ അലോസരങ്ങൾ അവരുടെ രതിപരിശ്രമങ്ങളെ പാതിവഴിയിലിട്ട് ക്രൂരമായി നശിപ്പിച്ചുകളയും. സ്ത്രീ മേനിയുടെ സുവർണ്ണതയും ശുഭ്രതയും സ്വപ്നം കണ്ട് സ്വയംഭോഗം ചെയ്ത് പാതിരാവിൽ അന്ത്യശ്വാസം വലിക്കാനാണ് എല്ലാ പുരുഷശുംഭ ശിരോമണികളുടെയും ഇനി മുതലുള്ള ദാരുണവിധി! "

ഒരു പൊട്ടിച്ചിരിയിലേക്ക് ഞെരിഞ്ഞമർന്ന പ്രേമ- ഇരുപത്തിരണ്ടുകാരി, ജേർണലിസം ഈവനിങ് ക്ലാസ്, ഇളം കറുപ്പ്, തലസ്ഥാനത്തെ വൈ ഡബ്ലിയു സി എയിൽ മുറിയും പിന്നെ കിടക്കയും പങ്കിടും. സെന്റ് തെരാസാസിൽ പഠിച്ച വല്ലാർപാടം സ്വദേശി വിമലയുടെ 34 മാറിനോട് കൂറേക്കൂടി ഒട്ടിക്കിടന്നു.

അന്നേരം വിമല- വിമെൻസ് കോളേജിൽ ജൂനിയർ ലക്ചറർ, മലയാള വിഭാഗം, സുരേഷ് ഗോപി ചിത്രങ്ങളുടെ നേർശത്രു, സുഹാസിനിയുടെ പടംവെച്ചു പൂജിക്കും ആരാധിക, ഇരുപത്തിയേഴ് വയസ്സ് 34-24-34, തലസ്ഥാനത്തെ വൈ ഡബ്ലിയു സി എയിൽ മുറിയും പിന്നെ കിടക്കയും പങ്കിടും. കുന്നംകുളം ഒർജിനൽ സന്തതി പ്രേമയുടെ നിമ്നോന്നതങ്ങളിൽ വിരൽചിത്രങ്ങൾ വരയ്ക്കുകയും അധരങ്ങളിൽ ജന്മം ലേപനമിട്ടുകൊടുത്ത കടും ചുമപ്പിനെ സ്വന്തം വന്യതയുടെ ആഴങ്ങൾക്കൊണ്ട് ഒപ്പിയെടുക്കുകയും ചെയ്യുകയായിരുന്നു.

ആ ഊറ്റിയെടുക്കലിന്റെ ചുഴികളിൽ പിണഞ്ഞ് പ്രേമയുടെ സർവ്വപ്രാണനും സ്തൂപാകാരം പൂണ്ട് ഒരൊറ്റ ബിന്ദുവിൽ ഉറഞ്ഞുകൂടി

വിജ്രംഭസ്ത്രൈണതയുടെ ഉറവയൊഴുക്കി. തന്റെ ജീവനും ശ്വാസവും നില ച്ചുപോകുംവരെ പിന്നെ അതാസ്വദിച്ചു കിടന്ന പ്രേമ ഒടുവിൽ കുതറി മാറി കിതച്ചൊടുങ്ങിയപ്പോൾ വിമല തന്റെ വികാരമൊടുങ്ങാത്ത ചുണ്ടു കൾ അവളുടെ കാതോട് ചേർത്തുവെച്ച് പെൺപൂരണങ്ങളുടെ അനിവാ ര്യതയും സിദ്ധൗഷധവുമായ കിന്നാരങ്ങളിലൊന്ന് ചിതറിയ സ്വരത്തിൽ പുലമ്പിയാർത്തു.

"നിന്റെ മണമെന്നെ മത്തുപിടിപ്പിക്കുന്നല്ലോ പ്രിയപ്പെട്ടവളേ... ഉന്മാ ദത്തിന്റെ ഇത്തരം രാത്രി ഭ്രാന്തുകളിൽ ഒരു പുരുഷ മുഷ്കിൽ കിടന്ന് പിടയുവാനല്ല നിന്റെ സൗരഭ്യം പൊഴിക്കുന്ന ഇളം പ്രദേശങ്ങളെ ചുംബി ച്ചുണർത്താനാണ് എനിക്കിഷ്ടം, നേര്...!"

പുരുഷ എത്തിനോട്ടങ്ങളുടെ ആവർത്തനങ്ങളിൽ വെന്റിലേഷൻ നഷ്ടപ്പെട്ട ഹോസ്റ്റൽ കുളിമുറിയിലെ (ജനാല വഴി മുഖം മറച്ച നഗ്നത കാട്ടുന്ന എറണാകുളം സ്റ്റൈൽ തലസ്ഥാനത്തിന് ഇനിയും പരിചിതമാ യിട്ടില്ലല്ലോ..) ആവിവിങ്ങുന്ന കുളിക്കടവിൽ തുണിവാരിച്ചുറ്റി മുറിയിലേ ക്കോടി ഫാൻ ഫുൾസ്പീഡിലിട്ട്- എന്നാലും അതിന്റെയൊരു ഇഴഞ്ഞ കറക്കത്തിൽ- മുഴുനീള കണ്ണാടിക്ക് മുന്നിൽ നഗ്നയായി നിന്ന് തന്റെ രഹ സ്യങ്ങളിലെല്ലാം ധാരാളിത്തത്തോടെ തേച്ചുപിടിപ്പിക്കുന്ന കുന്നംകുളം നിർമ്മിതിയും വിദേശനാമവുമുള്ള ഇലഞ്ഞിപ്പൂമണത്തിന്റെ വശ്യതാ സാദ്ധ്യതകളോർത്ത് പ്രേമ അപ്പോൾ കുലുങ്ങി ചിരിക്കുകയും വിമലയുടെ മാറിലെ - അസൂയ തോന്നിപ്പിക്കുന്ന- നാണയവട്ടം നക്ഷത്രക്കണ്ണിനെ ചുംബിച്ച് രസിക്കുകയും ചെയ്തു.

വിമല അപ്പോൾ പുറപ്പെടുവിച്ച സീൽക്കാര ശബ്ദത്തിന്, പഴയ പല യാത്രകളിലെ തിരക്കു നിറഞ്ഞ ആടിയുലയലുകൾക്കിടയിൽ ബ്രോഡ്വേ യിലെ സാറാസ് സീക്രട്ട് ബ്രാഷോപ്പ് സമ്മാനിക്കുന്ന തന്റെ സ്പോഞ്ച് മുഴുപ്പുകളിൽ (വിമല പോലും ഒരിക്കൽ അത്ഭുതം കൂറിയതല്ലേ..? ഈ കുന്നംകുളംകാരിയുടെ നേരറിയും മുമ്പ്.. പിന്നെ കുമ്പിൾ തയ്ക്കും ടെയ്ല റുടെ ആഗ്രഹവും ഭാവനയുമാണ് ഈ ഷേപ്പും വലിപ്പവുമെന്ന് പറഞ്ഞ് ഞങ്ങൾ ചിരിച്ചാർത്തതല്ലേ..?) തൊട്ടും പിടിച്ചും രസിക്കുന്ന കൗമാരവികൃ തിക്കാരുടെയും വയസ്സൻ സ്വപ്നാടകരുടെയും ഞരമ്പുപൊട്ടുന്ന വിക്ഷുബ്ദ്ധ ശബ്ദങ്ങളോട് തികഞ്ഞ സാമ്യമുണ്ടല്ലോ എന്നവളോർത്തു. എന്നാലാശബ്ദത്തിന്റെയും പിന്നത്തെ വാരിയണയ്ക്കലിന്റെയും വികാര പൂർണ്ണതയിൽ പുരുഷ സ്പർശത്തിന്റെ ക്ലിഷ്ടതയോ മരവിപ്പോ അല്ല അവൾക്കുണ്ടായത്- ഒരൊന്നാന്തരം ജ്വലനമാണ്. "വിമലാ, സ്ത്രീയുടെ ദയയും പുരുഷന്റെ കരുത്തും പേറുന്നവൾ- നീ! അഹന്ത പേറുന്ന പുരു ഷമാറിൽ തലതല്ലി സ്വയം വ്രണപ്പെടുന്നതിനേക്കാൾ നിന്റെ ദാക്ഷിണ്യ മുള്ള ചേർത്തണയ്ക്കൽ എന്നെ വശീകരിക്കുന്നു. കത്തിത്തുടങ്ങുന്ന എന്റെ ശരീരം നിന്റെ വിരലിഴച്ചിൽ തേടി അസ്വസ്ഥമാകുന്നു. എന്റെ വിമലാ, എന്റെ പ്രിയപ്പെട്ടവളേ..."

തന്റെ പഞ്ച് പിടുത്തത്തിന്റെ വെല്ലുവിളികൾ സ്വീകരിക്കാതെ ഓടി

മറയുന്ന ട്യൂഷൻ ക്ലാസ് സഹപാഠിയന്മാർ! ഇനി വല്ലവനും അർദ്ധധൈര്യത്തിൽ വീണ് പോയാൽ അവനെ മലർത്തിയടിച്ച് പുരുഷത്വത്തെ ചോദ്യം ചെയ്ത് പരിഹസിച്ചയയ്ക്കുന്ന തന്റെ കൈക്കരുത്ത്! ഏഴിൽ പഠിക്കുമ്പോൾ മുല, ചന്തി ഇത്യാദി പെൺമുകുള വളർച്ച തപ്പി രസിക്കാനെത്തിയ കസിൻസ് എന്ന വല്ലാർപാടം അർബ്ബൻ നാമധേയമുള്ള, അമ്മാവൻ മക്കൾസിലൊന്നിനെ അടിച്ചു മലർത്തി, അവന്റെ നെഞ്ചിൽ കയറിയിരുന്ന് മുഖത്തേക്ക് മൂത്രം ചീറ്റിച്ച്, പിടിച്ചുമാറ്റാൻ വന്ന അമ്മായിക്ക് തന്റെ പാവാടപൊക്കി ആസനം കാട്ടി പെൺസ്വാതന്ത്ര്യത്തിന്റെ ധീരത ഉദ്ഘോഷിച്ച ചരിത്ര മഹതിയാം പെണ്ണ് താൻ! കഴിഞ്ഞ മൂന്ന് വർഷക്കാലമായി ഒട്ടും മടുക്കാതെ തന്റെ മുറിയും പിന്നെ കിടക്കയും പങ്കിടും (മൂന്നാം മാസം അടിച്ചു പിരിയുകയും പുതുമുറിയിൽ മുൻമിത്രത്തിന്റെ സമസ്താപരാധങ്ങളും വിളിച്ചുകൂവുകയും ചെയ്യുന്ന പെൺഹോസ്റ്റൽ പാരമ്പര്യത്തിനിടയിലും) പ്രേമ പുകഴ്ത്തിയ തന്റെ കരുത്തോർത്ത് വിമല അഭിമാനപ്പെടുകയും അതേപ്പറ്റി അവളുടെ ചെവിക്ക് പിന്നിൽ ഇക്കിളിപ്പെടും ഒരു രുചിസ്പർശം സമ്മാനിക്കുകയും ചെയ്തു..!

അന്നേരമാണവളാ ലാളനാ പതിവുകളുടെ തുടക്ക കാരണങ്ങളിലേക്ക് മനസ്സിൽ ഓടിയെത്തുന്നതും പ്രേമയുടെ കാതിൽ ഒരു മുലയൂട്ടൽപോലെ ഓർമ്മകളോതിക്കൊടുക്കുന്നതും. "ഓർക്കുന്നുണ്ടോ പ്രേമാ, നമ്മളാദ്യം തമ്മിലറിഞ്ഞ ദിവസം! പാഴ്ക്കഥകൾ പറഞ്ഞ്, വിരൽ ഞൊട്ടയിട്ട്, ഒരേ കട്ടിലിൽ, മുഖാമുഖം നോക്കി ജനാലയ്ക്ക് പുറത്ത് മകരക്കുളിരും അകത്ത് പവർകട്ടും! ആ ഇരുൾ കൂമ്പാരത്തിൽ നിന്റെ മുഖമെന്റെ മാറിൽ അഭയമായത്, സങ്കടങ്ങളുടെ ജലധാര എന്റെ മാറിലൂടെ പുഴയായത്, ഞാൻ നിന്നെ ചേർത്തണച്ചത് എന്റെ വിരലുകൾ കുസൃതി തിന്നതും നിന്റെ രഹസ്യങ്ങൾ ഗൗരവപ്പെട്ടതും, നമ്മളന്നേരം ജലസ്ഥലങ്ങളിൽ കുഴഞ്ഞുപോയതും. എന്റെ പ്രേമാ നീ ഓർക്കുന്നുവോ ആ രാത്രിയുടെ സുഗന്ധം, അതിന്റെ ഓർമ്മ- അതെന്നെ ഭ്രാന്തുപിടിപ്പിക്കുന്നു...."

"ഓർക്കുന്നുണ്ടോന്നോ- സ്വന്തമെന്ന് കരുതിയവൻ മറ്റൊരുവളുടെ കൈപിടിച്ചു പോകുന്ന കാഴ്ചയുടെ സങ്കടമായിരുന്നു എനിക്കന്ന്.. എന്റെ കണ്ണുനീരാവഹിച്ച നിന്റെ മാറ് ഏത് പുരുഷന്റേതിനേക്കാളും ശക്തമാണെന്ന് ഞാൻ തിരിച്ചറിഞ്ഞു. അത് നല്കുന്ന ആശ്വാസം ഒരു പുരുഷനും നല്കാനാവില്ലെന്ന് ഞാൻ കണ്ടെത്തി. എന്റെ പഴകിയ നീതിസാരങ്ങൾ ദുർബ്ബലമാവുകയായിരുന്നു. നിന്റെ വിരലുകൾ എന്റെ കയറ്റിറക്കങ്ങളിൽ പടംവരച്ചപ്പോൾ വികാരത്തിന്റെ തീക്ഷ്ണശലഭങ്ങൾ പറന്നുയരുന്നത് ഞാനറിഞ്ഞു. ഇത്തരമൊരു സ്പർശത്തിന് ഇരയാവുകയാണ് എന്റെ കൊതിയെന്ന് എനിക്ക് മനസ്സിലായി.."

കോളേജിൽ പഠിക്കുന്ന മൂന്നിലധികം പെൺമക്കളുള്ള പുസ്തകവേട്ടക്കാരൻ വയസ്സൻ പ്രൊഫസറുടെ കാമാകാരം പൂണ്ട പ്രണയ യാചനകളെ പരിഹസിച്ചും (വിമല ജീവിതത്തിൽ ആദ്യമായും അവസാനമായും എഴുത്ത് പരീക്ഷണം നടത്തിയ പെൺമാറാട്ടം കഥകാട്ടി അഭിപ്രായമ

റിയാൻ ചെന്നപ്പോൾ) തലസ്ഥാനത്തെ പ്രൈവറ്റ് ബസ്, സിറ്റി ബസ് യാത്രകളിലെ കിളി, കണ്ടക്ടർ, യാത്രക്കാരൻ പരമ്പരയുടെ ഉരസലുകളെ പുലഭ്യം പറഞ്ഞും, എം ഗോവിന്ദൻ മലയാളത്തിന് നല്കിയ സംഭാവനകളെപ്പറ്റി (രസീതില്ലാതെ) പി എച്ച് ഡി ചെയ്യുന്ന സഹാദ്ധ്യാപകന്റെ വിവാഹ- അനന്തരകോണ്ടംരഹിത സംഭോഗ-സ്വപ്നങ്ങളെ തള്ളിക്കളഞ്ഞും, ലാസ്റ്റവറൊഴിവാക്കി ഹോസ്റ്റലിലേക്കോടിപ്പാഞ്ഞെത്തി- പ്രേമയില്ലാത്ത മുറിയിൽ- അവളുടെ മണമുള്ള (കുന്നംകുളം വ്യാജനെന്ന് ഇനിയും വിമലയറിയാത്ത, പ്രേമ പറയാത്ത) വസ്ത്രങ്ങളിൽ കെട്ടിപ്പിടിച്ച് തലയിണയിൽ ഉമ്മവെച്ച് കിടക്കുന്ന വിമലയുടെ മാറിലേക്ക്, ഈവനിങ് ക്ലാസിന്റെ പാതിവഴിയിലിറങ്ങിയോടി, വണ്ടികൾക്കു കുറുകേ ചാടി, പാണ്ടി ഡ്രൈവറുടെ പുളിച്ച തെറി കേട്ട്, ഓഫീസനന്തരം പച്ചക്കറി വാങ്ങി സിറ്റിബസിന്റെ പിന്നാലെ ഓടുന്ന ഏജീസ് ജീവനക്കാരിയുടെ തോളിൽ തട്ടി സോറി പറയാൻ മറന്ന്, റോഡിന്റെ അങ്ങേ വളവിൽനിന്ന് കൈകലാശം കാട്ടുന്ന പാലാ സെന്റ് തോമസ് കോളേജിലെ പഴയ ക്ലാസ്മേറ്റ് ചുരിദാറുകാരിയെ കണ്ടില്ലെന്ന് നടിച്ച് ഹോസ്റ്റൽ ഒന്നാം നിലയിലേക്കുള്ള 21 പടികൾ 13 ചാട്ടത്തിന് കടന്ന് മുറി തള്ളിത്തുറന്ന് വലിച്ചടച്ച് പ്രേമ തളർന്നു വീഴും! പിന്നെ വിയർപ്പുമണം, നാഭീ പ്രകമ്പനം, കാൽ വിറയൽ, അധരാർത്തി !!

പാതിരാവിൽ ഞെട്ടിയുണർന്നു നോക്കുന്ന എന്റെ കൺമുന്നിലൂടെ- തുണിയില്ലാത്ത അമ്മയുടെ വിലാപങ്ങൾക്ക് പിന്നാലെ - പുളിച്ച വാടയുടെ ബലത്തിൽ- നീട്ടിപ്പിടിച്ച നഗ്നതയുമായി ഓടുന്ന അച്ഛന്റെ കാഴ്ച- അഞ്ചാം ക്ലാസിലായിട്ടും മകളെ മുറിമാറ്റി കിടത്താതിരുന്ന അവിവേകം ആരുടെ ബുദ്ധിശൂന്യത..? ആവർത്തനമായപ്പോൾ ഇത്തരമൊരു ഓട്ടത്തിന്റെ അനന്തര ഫലമാണ് ഞാനെന്ന് മനസ്സിലാക്കിയ വൈരാഗ്യത്തോടെ ഉണർന്നിരുന്ന്, എന്റെ ജനന ഹേതുവിലേക്ക് ചൂട് വെള്ളം കോരിയൊഴിച്ച് അമ്മയെ പാതിരാഭീതികളിൽനിന്നും എന്നന്നേക്കും രക്ഷിച്ച 'വിമലാബാല്യചരിതം' പലവട്ടം പ്രേമയുടെ പൂ കാതിൽ വീണ് കഴിഞ്ഞിട്ടുള്ളതാണ്. എന്നാലും ആ പുരുഷാധികാരത്തിന്റെ ശമനകഥ ഇനി എത്രവട്ടം കേട്ടാലും പ്രേമയ്ക്ക് മതി വരില്ല. "എന്റെ ഭയങ്കരീ എന്നാലും നിനക്കതിനെങ്ങനെ ധൈര്യം വന്നു..?" എന്നൊരു പ്രേമയുടെ പതിവ് ചോദ്യമുണ്ട്. "അമ്പലമുകൾ സീറോസ് പ്രൈ. ലിമിറ്റഡിൽ സീനിയർ സെയിൽസ് മാനേജർക്ക് അത്തരമൊരു ദാരുണ വിധി പുറത്താരോടും പറയാനാവില്ലെന്ന് മനസ്സിലാക്കാനുള്ള സാമാന്യബുദ്ധി അവൾക്കന്നേയുണ്ടായിരുന്നു! അക്കാലത്ത് ഞാൻ ശരിക്കും ഭയപ്പെട്ടിരുന്നു പ്രേമാ- ഒരച്ഛൻ തന്റെ മകളെ കൊന്നെറിഞ്ഞ കഥ മുൻപേജ് ചതുരകോളത്തിൽ ഞാൻ വായിച്ചിരുന്നു. അവളുടെ വസ്ത്രങ്ങൾ കീറപ്പെട്ടിരുന്നതായും അവളുടെ മുലകൾ മുറിപ്പെട്ടിരുന്നതായും അവളുടെ തുടകൾക്കിടയിൽ രക്തം കട്ടപിടിച്ചിരുന്നതായും അവളുടെ തൊണ്ടയിൽ ഒരു നിലവിളി കുരുങ്ങിക്കിടന്നതായും ഞാനറിഞ്ഞു. ലഹരി പതയുന്ന രാത്രികളിലൊന്നിൽ എന്റെ ജനനഹേതു

എനിക്ക് നേരേ തിരിയുന്നത് ഞാൻ ദുഃസ്വപ്നം കണ്ട് നിലവിളിച്ചു"

പുരുഷാക്രമണ കാഴ്ചകൾ സഹനങ്ങളിൽനിന്ന് പ്രേമയുടെ കൗമാരങ്ങൾക്കും മോചനമില്ലായിരുന്നു. പാതിരാമറവിൽ അടുക്കളയ്ക്കപ്പുറത്തെ ഫ്രിഡ്ജിരിക്കും ഇടനാഴിയിലിട്ട് വേലക്കാരിയുടെ നിശ്ശബ്ദ ചീറലുകൾക്ക് മുകളിൽ ഒരായിരം വട്ടം ആണയിട്ടിട്ടുള്ള- സഹോദരൻ. കുന്നംകുളം കശുമാവിൻ തോട്ടങ്ങളുടെ റൂറൽ വശ്യതയിലിട്ട് തന്റെ ദേഹത്ത് കാമാഭ്യാസ പരിശീലനം നടത്തി അവധിയാഘോഷിച്ചു തീർക്കാൻ ജയന്തിജനതയിലെ ത്രിദിന യാത്ര താണ്ടി വർഷന്തോറുമെത്തുന്ന മെട്രോപ്പോലീത്തൻ ബന്ധുസന്തതികൾ.

കണ്ടാലും കൊണ്ടാലും ഞാനൊന്നും എതിർത്ത് പറയില്ലായിരുന്നു. ആൺമോന്തയിൽ മൂത്രം ചീറ്റിക്കാനുള്ള വല്ലാർപാടം ധൈര്യം ഈ നാടൻ പെൺകൊടിക്കെവിടുന്ന്..! എന്നിട്ടും നിയമലംഘനത്തിന്റെ പേരിൽ, ടെറസ്സിൽ അലക്കിവിരിച്ചിരുന്ന അടിവസ്ത്രങ്ങൾ എടുത്തുകൊണ്ടുപോയി, തിരികെ വേണമെങ്കിൽ 25 രൂപാ ഫൈനാവശ്യപ്പെട്ട മേട്രനോട് (ഈ താടകയാര്? ഗോപികമാരുടെ ചേല കവരും അമ്പാടിക്കണ്ണനോ... എന്ന് മനസ്സിൽ) 'അതെല്ലാമങ്ങെടുത്തോണ്ട് മാഡമെനിക്കാ 25 റുപ്പീസ് തന്നേര്, ഞാൻ പോയൊരു ഷാർജാ ജ്യൂസടിക്കട്ട്' എന്നൊരു തമാശ പൊട്ടിക്കാനും മാത്രം ധൈര്യത്തിലേക്ക് ഞാനെങ്ങനെ വളർന്നു...? ബൈക്കിന്റെ പിന്നിലൊരു കോവളം ട്രിപ്പിന് ക്ഷണിച്ച തലസ്ഥാന ചെത്തിനോട് (വഴിയിൽ രണ്ട് സഡൻ ബ്രേക്ക്, പഞ്ചാരമണലിൽ കൈകോർത്ത നടത്തം, തിര കൊണ്ടൊരു നനയൽ, മുഴുപ്പുകളുടെ ദൃശ്യപ്പെടൽ- ഒരു ലിറ്റർ പെട്രോളിന്റെയും രണ്ട് ഗഡ്പെഡിന്റെയും ചെലവിൽ ഇത്രയൊക്കെ പോരേ.. കഴുവേറിടെ മോൻ) "പോടാ പോയി നിന്റെ അമ്മയെ വിളിച്ചോണ്ട് പോ.." എന്ന് ചീറാൻ ഈ കുന്നംകുളം നാണം കുണുങ്ങിക്ക് എങ്ങനെ സാധിച്ചു? വിമലാ അത് നിന്റെ മാറിന്റെ ചൂരിന്റെ ബലം...!!

"ഇതാണ് പുരുഷ സാന്നിദ്ധ്യമെങ്കിൽ എനിക്കൊരിക്കലുമൊരു ഭർത്താവുണ്ടാകരുതേ എന്ന് ലൂർദ്ദ് പള്ളിയിലെ തിരുരൂപത്തിന് മുന്നിൽ മെഴുകുതിരി ബലത്തിൽ പ്രാർത്ഥിച്ച, ചോറ്റാനിക്കര ഭഗവതിക്കൊരു നെയ്പായസം നേർന്ന ദിവസങ്ങൾ മാത്രമുണ്ടായിരുന്ന എനിക്കാണ് പ്രേമാ നിന്റെ കിടക്കയൊരു സങ്കേതമായത്...!

"പുരുഷൻ ചതിവാണ് വിമലാ. ഞാനവനെ എന്നോളമാണ് ഇഷ്ടപ്പെട്ടത്- ചേച്ചിയുടെ അനുഭവമൊരു പാഠമായിരുന്നിട്ടുകൂടി- എല്ലാ പുരുഷന്മാരും ഒരേ നുകം കാളകളല്ലെന്ന ആൺപ്രേമി പെണ്ണുങ്ങളുടെ നീതിശാസ്ത്രം ഞാനും വിശ്വസിച്ചു. അവന്റെ ഐസ്ക്രീം വാക്കുകൾക്ക് പിന്നിൽ സ്നേഹത്തിന്റെ കടലില്ലെങ്കിലും ഒരു പുഴയെങ്കിലുമുണ്ടാകുമെന്ന് ഞാൻ കരുതി. പക്ഷേ, അതിനൊരു കുളത്തിന്റെ ആഴം പോലുമില്ലെന്ന് എത്ര വേഗമാണ് ഞാൻ തിരിച്ചറിഞ്ഞത്..."

"ഹും! ഈ പിടിമുറ്റാ മുടിയുള്ള പിംഗലവർണ്ണ കണ്ണുള്ള മഴമേഘത്തിൻ നിറമുള്ള പ്രേമയേക്കാൾ ആ പല്ലകന്ന സേലത്തെ ഓലഷെഡിൽ

പഠിക്കും ക്യാപ്പിറ്റേഷൻ ഫീ നേഴ്സിന് എന്താണ് കൂടുതലായിട്ടുള്ളത്? മാർമാംസമോ..? എന്റെ ബ്രോഡ്‌വേ കപ്പുകൾക്ക് അതിനേക്കാൾ വലിപ്പം തോന്നുമായിരുന്നല്ലോടാ.. ആ വെള്ളപ്പാറ്റയുടെ മുഖകാന്തിയും തുളുമ്പലുകളും ഒരു സ്യൂഡോ ആർട്ടല്ലെന്ന് ആരറിഞ്ഞു..?

"പുരുഷൻ ആർത്തികൂടിയാണ് പ്രേമാ- അവന്റെ ഏത് പ്രായത്തിലും ഇരയുടെ ഏത് പ്രായത്തിലും ! ഒരുവനെപ്പറ്റി കേൾക്കുക- പയ്യൻ- പഠനങ്ങളിൽ ഞാനവന് സംശയനിവാരണമായി, അവന്റെ സിനിമാ ഭ്രാന്തിന് ഞാൻ കൈ മടക്കുകൾ കൊടുത്തു, അവന്റെ കുസൃതികളെ ഞാൻ ചിരിയോടെ സ്വീകരിച്ചു. എന്നിട്ടും എന്റെ പ്രേമേ- അവന്റെ കൗമാരഭ്രാന്ത് തീർക്കാൻ കണ്ടെത്തിയ ഇര ഞാനായിരുന്നു. പുരുഷന്റെ മുഖത്ത് കാമം നിറയുമ്പോൾ അതിന് എന്തൊരു ഭീകരതയാണെന്ന് ഞാൻ കണ്ടു. ചേച്ചീ എന്ന് വിളിക്കുന്ന നാവിന് ഒരു ചെന്നായയുടെ സ്വഭാവമുണ്ടെന്ന് അവന്റെ നിഷ്കളങ്കതയ്ക്ക് പിന്നിൽ ഒരു കഴുകനുണ്ടെന്ന് ഞാൻ തിരിച്ചറിഞ്ഞു."

"ചേച്ചിയുടെ മുറിയിൽനിന്നും പ്രണയത്തിന്റെ സർപ്പസീൽക്കാരം ഞാൻ കേട്ടിരുന്നു വിമലാ- എന്റെ സംശയങ്ങളെ പ്രണയവാഴ്ത്തലുകളോടെ ചേച്ചി തള്ളിക്കളഞ്ഞു. വിശ്വാസത്തിന്റെ അതിരുഭേദിക്കലായിരുന്നു അവൾ! എന്നിട്ടും ഒരു രാത്രി അവന്റെ കൂർത്ത കണ്ണുകൾ എന്റെ കിടക്ക തേടി വന്നപ്പോൾ തകർന്നത് ഞാനല്ല അവൾ തന്നെയായിരുന്നു!"

"പ്രണയ നഷ്ടങ്ങളുടെ നൊമ്പരം മനസ്സിലാക്കാൻ പുരുഷാധികാരികൾക്ക് ഒരിക്കലും കഴിയില്ല പ്രേമാ. അതിന് പെൺവിശാലത വേണം. അവന്മാർക്ക് നേടിയെടുക്കലിന്റെ ക്രൂരസ്വപ്നങ്ങളേയുള്ളൂ. വിശ്വസിക്കരുത് പ്രേമാ അവന്മാരുടെ സ്വകാര്യവിലാപങ്ങളെല്ലാം. ബാർമേശക്കൂട്ടത്തിൽ നമ്മുടെ രതി വികൃതികളെപ്പറ്റി വിവരിച്ച്, മറ്റവന്മാരുടെ ചുണ്ടീമ്പലുകൾ കണ്ട് രസിക്കാൻ വേണ്ടി കാണിക്കുന്ന നാടകങ്ങൾ മാത്രം! അതിലൊന്നും വീണുപോവല്ലേ എന്റെ പ്രേമാ- നഷ്ടപ്പെടലിന്റെ ദുഃഖവും നേടിയെടുക്കലിന്റെ ക്രൂരതയുമില്ലാതെ നമ്മളന്യോന്യം പങ്കുവെക്കുന്നില്ലേ-"

"എന്റെ പ്രേമേ എന്നെ വിട്ടേച്ച് ഇനി നീയെങ്ങും പോയേക്കല്ലേ.. നീ എന്നെ പിരിഞ്ഞു പോയാൽ ഇണ നഷ്ടപ്പെട്ട മകൗസ് പക്ഷികളെപ്പോലെ ഞാൻ കണ്ണെത്താ മുകളിലേക്ക് പറന്നുയർന്ന് ചിറകുകൾ പെട്ടെന്ന് പൂട്ടി താഴേക്ക് വീണ് ജീവനൊടുക്കിക്കളയും - തീർച്ച, തീർച്ച..!!"

"വിഡ്ഢിത്തം പുലമ്പാതെ വിമലാ- ഞാൻ നിന്നെ ഇട്ടേച്ച് പോവാനോ? നിന്റെ കൈക്കരുത്തിൽ ഈ തലസ്ഥാനത്തൊരു ആമസോൺ പെൺവാഴ്‌വ് കഥ ആവർത്തിക്കാൻ പോവുകയല്ലേ നമ്മൾ! നമ്മുടെ നെഞ്ചത്ത് കൈത്തരിപ്പ് തീർക്കാൻ വരുന്ന എല്ലാ പുരുഷമുട്ടാളന്മാരോടും ഏറ്റുമുട്ടി, കീഴടക്കി, തടവുകാരാക്കി, നമ്മുടെ അടിപ്പാവാട കഴുകിപ്പിക്കും. പക്ഷേ, ആ കാനിബോൾ പെണ്ണുങ്ങളെപ്പോലെ നമ്മളവരിൽ കാമദാഹമൊന്നും ശമിപ്പിക്കാൻ പോകുന്നില്ല. പകരം അവരിലൊരു എഴുത്തനെ പിടിച്ച് നമ്മുടെ വാക്കുകൾ അക്ഷരം പ്രതി പകർത്തിച്ച് പെൺമാറാട്ടം കഥയാക്കി, ആയിരം കോപ്പി സ്വന്തം കാശ് മുടക്കി അടി

പ്പിച്ച് വിതരണം ചെയ്യിക്കും! സ്വദേശത്തും വിദേശത്തുമുള്ള എല്ലാ പുരുഷ ശിരോമണികളും അത് വായിച്ച് കടിമൂത്ത്, തുടയുരച്ച്, അലറിക്കൂവി– ഞരമ്പ് മുറിയെ സ്വയംഭോഗം ചെയ്യുന്നതും സ്വവർഗ്ഗ കോമാളികളാവു ന്നതും കണ്ട് നമ്മൾ മതിയാവോളം ചിരിക്കും! ചിരിച്ച് തുടങ്ങിക്കോ വിമലാ– കാലമിത് ഉത്തരാധുനികമാണ്. പാശ്ചാത്യസാഹിത്യം മാത്രം വാരിയുണ്ണുന്ന വയസ്സൻ നിരൂപകരും ഗൃഹാതുരത്വം പാടി കുന്തിച്ചിരുന്ന് തൂറന്ന കാല്പനിക കവികളും തലസ്ഥാനത്തൊരു ചിരി കേട്ട് ഞെട്ടിയു ണരാൻ പോകുന്നതേയുള്ളൂ...!!!

ശ്രീഹവ്യയും ചില അക്കാദമിക് പ്രശ്നങ്ങളും

ചന്ദ്രമതി

അചുംബിതമായ ഒരാശയം കണ്ടെത്തുക എന്നത് ഗവേഷണ രംഗത്തെ സംബന്ധിച്ചിടത്തോളം ഏതാണ്ട് അസാദ്ധ്യമായ ഒന്നാണ് എന്നു മനസ്സിലാക്കിയതിന്റെ നിരാശതയിലായിരുന്നു സൗമ്യ. അത്തരം ഒരാശയം വേണമെന്നത് ഒരു നിർബ്ബന്ധമായി അവൾ കൂടെക്കൊണ്ടു നടന്നിരുന്നു. പക്ഷേ, അവൾ നിരത്തിയ ഓരോ വിഷയത്തിനും ഗൈഡ് പൂർവ്വസൂരികളെ കണ്ടെത്തി സൗമ്യയെ ലഘുവായി കളിയാക്കിക്കൊണ്ടിരുന്നു. "അമ്മ സമ്മതിക്കില്ല. ഇല്ലെങ്കിൽ ഞാനൊരു ലെസ്ബിയൻ വിഷയം കണ്ടെത്തിയേനെ" എന്നവൾ പറഞ്ഞപ്പോൾ ഗൈഡ് ലെസ്ബിയൻ ഉപപാഠങ്ങളെക്കുറിച്ച് ഹൈദരാബാദിൽ ഗവേഷണം നടത്തിയവരെക്കുറിച്ചും സാഫിക് ആധുനികതയിൽ പി എച്ച് ഡി എടുത്ത ഡൽഹി സുഹൃത്തിനെക്കുറിച്ചുമൊക്കെ മറുവർത്തമാനം പറഞ്ഞു.

"ഇങ്ങനെയാണെങ്കിൽ ഗവേഷണം വേണ്ടെന്നുവെക്കുകയേ നിവൃത്തിയുള്ളൂ" എന്ന് സൗമ്യ പരിഭവിച്ചപ്പോൾ "തികച്ചും മൗലികം എന്ന ശാഠ്യം ഉപേക്ഷിച്ചാലും മതി" എന്ന് ഗൈഡ് സൗമ്യമായി പറഞ്ഞു. "നമ്മൾ കണ്ടെത്തുന്ന വസ്തുതകൾ മൗലികമായിരുന്നാൽ മതി, അവർ പറഞ്ഞു. "ഒരു ഗവേഷകനും തൊടാത്ത രചയിതാവിനെ ഒരുപക്ഷേ, നിനക്കു കണ്ടെത്താൻ കഴിഞ്ഞേക്കും പക്ഷേ, ആ രചയിതാവ് പലരെയും പലതിനെയും സ്പർശിച്ചേ നില്ക്കുകയുള്ളൂ."

സൗമ്യക്ക് ആകെ ഒരു ചെടിപ്പ് അനുഭവപ്പെട്ടു. കോളേജിലേക്ക് ഡ്രൈവു ചെയ്തുപോകുമ്പോൾ അവൾക്കു തോന്നി, താരതമ്യേന മൗലികതയുള്ളൊരാശയം ലെസ്ബിയനിസം തന്നെയാണ്. പക്ഷേ, ഈ അമ്മ! "ഇനി അങ്ങനെയൊരു പേരുകൂടി കേൾക്കേണ്ട." അമ്മ പറഞ്ഞു.

"നീ വിവാഹത്തിനു സമ്മതിക്ക്, വിവാഹം കഴിഞ്ഞാൽ നിന്റെ ഒരു

കാര്യത്തിലും ഞാനിടപെടില്ല." എന്തിനിടപെടണം, സൗമ്യ ചിരിച്ചു. അതി ഭയങ്കരമായ ഇടപെടലുകാരന്റെ കൈയിലേക്കാവുമല്ലോ ഏല്പിച്ചുകൊടുക്കുന്നത്! വിവാഹച്ചന്തയിൽ ലെസ്ബിയൻ സാഹിത്യത്തിൽ ഗവേഷണം ചെയ്യുന്ന പെണ്ണിന്റെ വില ഇടിയുമെന്നതാണു പ്രശ്നം. അതൊക്കെയെന്തിന് വരൻ അന്വേഷിക്കണം? സ്ത്രീധനം എത്ര കിട്ടുമെന്നും പെണ്ണിന് അംഗവൈകല്യമില്ലെന്നും മാത്രം ഉറപ്പുവരുത്തിയിരുന്ന പഴയരീതിയൊക്കെ മാറിപ്പോയി.

ഉദാഹരണത്തിന് സൗമ്യയുടെ സഹോദരൻ നവീൻ സ്വന്തം വിവാഹത്തിന് ഒരു വ്യവസ്ഥയേ വെച്ചുള്ളു. ഹോസ്റ്റലിൽ താമസിച്ചവളാകരുത്. "എന്തുകൊണ്ടു പാടില്ല ?" സൗമ്യ കയർത്തു. "പി ജി കഴിഞ്ഞ് ഞാൻ ദൂരെ എവിടെയെങ്കിലും പോയി ഹോസ്റ്റലിൽ താമസിക്കുവാനാണ് ഉദ്ദേശിക്കുന്നത്'. "നീ എവിടേക്കും പോവില്ല. " നവീൻ പറഞ്ഞു. അതുപോലെതന്നെ സംഭവിക്കുകയും ചെയ്തു.

ജീവിതത്തിൽനിന്ന്, അനുഭവങ്ങളിൽനിന്ന്, തന്നെ അകറ്റി നിർത്തി അനീതി കാണിക്കുന്ന വ്യവസ്ഥിതിയോട് അവൾ ഉള്ളിൽ നിന്നു പൊരുതി. പക്ഷേ, സൗമ്യ പരാജയപ്പെട്ടുകൊണ്ടിരുന്നു. ഹോസ്റ്റലിൽ താമസിക്കാത്ത പെണ്ണിനെ വിവാഹം കഴിച്ച സഹോദരൻ ആറാം മാസത്തിൽ വിവാഹമോചന ഹർജി കൊടുത്തപ്പോൾ അവൾ രഹസ്യമായി സന്തോഷിച്ചുവെന്നതാണ് സത്യം .

കോളേജിൽ മരത്തണലിൽ കാർ പാർക്കുചെയ്തിട്ട് കാന്റീനിലേക്കു നടന്ന സൗമ്യ ക്ലാസ് കഴിഞ്ഞു മടങ്ങുന്ന സുഹൃത്ത് മെറീനയെക്കൂടി ചായകുടിക്കാൻ ക്ഷണിച്ചു. യന്ത്രം ഉല്പാദിപ്പിക്കുന്ന കടുപ്പവും മധുരവുമുള്ള ചായയും കാന്റീൻ ജീവനക്കാർ ഉല്പാദിപ്പിക്കുന്ന ബ്രഡ്ബോണ്ടയും വാങ്ങി അദ്ധ്യാപകരുടെ ഇടത്തിൽ ഇരിക്കുമ്പോൾ മെറീന ചോദിച്ചു "ഇന്നും ഗൈഡുമായി വഴക്കിട്ടോ ? നിനക്കാ ഗൈഡിനെ അങ്ങു മാറ്റിക്കൂടേ ? വേറെ എത്രയോ പേർ ആരെങ്കിലും റിസർച്ച് ചെയ്യാൻ വരുന്നുണ്ടോ എന്ന് വഴിക്കണ്ണും നട്ടിരിക്കുന്നു! "

"എനിക്ക് അങ്ങനെയുള്ളവരിൽ താല്പര്യമില്ല."

"ശരി , ഇനി നിന്നോടൊരു കാര്യം പറയാം. പട്ടണത്തിലൊരു ഡോക്ടറേറ്റ് ദമ്പതികളുണ്ട്. എം എ പ്രോജക്ട് മുതൽ പി എച്ച് ഡി. തിസീസ് വരെ തയ്യാറാക്കി കൈയിൽത്തരും. നല്ലൊരു തുക കൊടുത്താൽ മതി. വെറുതെ നമ്മളെന്തിനു കഷ്ടപ്പെടണം? നിന്നെപ്പോലെ കഷ്ടപ്പെടുന്നവർക്കും കിട്ടും ഡോക്ടറേറ്റ്; എന്നെപ്പോലെ തുക കൊടുത്തു വാങ്ങുന്നവർക്കും കിട്ടും ഡോക്ടറേറ്റ്."

സൗമ്യ വെറുതെ ചിരിച്ചതേയുള്ളു. ചായ ധൃതിയിൽ കുടിച്ച് മെറീന അടുത്ത ക്ലാസിലേക്കു പോയി. ഉച്ചവരെ അവധി എഴുതിക്കൊടുത്തിരുന്നതുകൊണ്ട് സൗമ്യ സാവകാശം ചായകുടിച്ചും ബോണ്ട ആസ്വദിച്ചും അവിടെത്തന്നെ ഇരുന്നു. മനസ്സിൽ ഗവേഷണവിഷയങ്ങൾ ഫാസ്റ്റ് മോഡിൽ ഓടിക്കൊണ്ടും ഇരുന്നു.

"സൗമ്യാ, നീ ശ്രീഹവ്യയെ ഓർമ്മിക്കുന്നുവോ?"എന്നു ചോദിച്ച് ലക്ഷ്മി മാഡം മുന്നിൽ വന്നു. അഴകും ഓമനത്തവും തികഞ്ഞ ഒരു കുഞ്ഞിനെ വഹിച്ചുകൊണ്ട് ചുരിദാറിട്ട പെൺകുട്ടി ആദരവോടെ സൗമ്യയെ തൊഴുതു.

"മിസ്സ് എന്നെ മറന്നെന്നു തോന്നുന്നു" അവൾ ചിരിച്ചു.

പെട്ടെന്ന് ശ്രീഹവ്യ ഒരു തിരശ്ശീലമാറ്റി, പിന്നൊന്നുകൂടി മാറ്റി, വീണ്ടും ഒന്നുകൂടി മാറ്റി, സൗമ്യയുടെ മനസ്സിൽ വന്നു.

"ഞാനോർക്കുന്നു" സൗമ്യ പറഞ്ഞു. ശ്രീഹവ്യയെ അവസാനം കണ്ടത് വിവാഹക്ഷണക്കത്തുമായവൾ വന്നപ്പോഴാണെന്ന് സൗമ്യ അവളോടു പറഞ്ഞു. അന്നു വൈകുന്നേരം ബസ് സ്റ്റോപ്പിൽനിന്ന് വീടുവരെയുള്ള നടത്തത്തിനിടയിൽ ലക്ഷ്മി മാഡവും താനും സംസാരിച്ചത് അവളെക്കുറിച്ചായിരുന്നുവെന്ന് സൗമ്യ പറഞ്ഞില്ല. പക്ഷേ, ആ വൈകുന്നേരം ലക്ഷ്മിമാഡം വളരെ വളരെ സന്തോഷവതിയായിരുന്നു. നരകത്തിലേക്കു പതിക്കാൻ തുടങ്ങിയ ഒരാത്മാവിനെ രക്ഷിച്ചെടുക്കാൻ കഴിഞ്ഞതിന്റെ സന്തോഷം! ഇപ്പോൾ ശ്രീഹവ്യയുടെ കൈയിൽ കാണുന്ന കുഞ്ഞ് ലക്ഷ്മി മാഡത്തിനു സംതൃപ്തി പകരുന്നുണ്ടാവണം.

ശ്രീഹവ്യയോടു സംസാരിക്കുവാൻ ഒരു താല്പര്യവും തോന്നാത്തതുകൊണ്ട് ക്ലാസിൽ പോകാൻ വൈകി എന്നൊരു കള്ളം പറഞ്ഞ് സൗമ്യ എഴുന്നേറ്റു.

"ശ്രീഹവ്യക്ക് ടെക്നോപാർക്കിലെ ഒരു കോൾ സെന്ററിൽ ജോലിയായി."

ലക്ഷ്മി മാഡം പറഞ്ഞു. "ഇനി ചെന്നൈയിലേക്കു പോകുന്നില്ല. ഭർത്താവ് ഇങ്ങോട്ടു വരും. അല്ലേ ശ്രീഹവ്യാ?"

"അതെ. ട്രാൻസ്ഫറിനു ശ്രമിക്കുന്നു."

അതിനു ഞാനെന്തുവേണം. സൗമ്യമനസ്സിൽ ചോദിച്ചു. ഒരു ശരാശരി കുടുംബിനിയായിട്ട് നീ ജീവിച്ച് മരിക്ക്. ഐ സിംപ്ളി ഡോൺട് കെയർ.

"ശരി ഞാൻ പോട്ടെ?" അവൾ ധൃതി അഭിനയിച്ചു.

"ഒരു സർട്ടിഫിക്കറ്റ് വാങ്ങാൻ വന്നതാണ്. " ശ്രീഹവ്യ പറഞ്ഞു.

"ഞാൻ സ്റ്റാഫ്റൂമിലേക്ക് വരുന്നുണ്ട്. ടീച്ചേഴ്സിനെ കാണാൻ."

"അവിടെ ആരുമില്ല." തികച്ചും മര്യാദകേടായി സൗമ്യ പറഞ്ഞു.

"എല്ലാവരും വാല്യുവേഷൻ ക്യാമ്പിലാണ്." ഞാനും മെറീനയും മാത്രമേയുള്ളു."

തന്റെ പ്രകടമായ ഈർഷ്യയിൽ അസ്വസ്ഥയായി ലക്ഷ്മി മാഡം നോക്കുന്നതു കണ്ട് സൗമ്യ ഒന്നു താഴ്ന്നുവന്ന് മുഖത്തു പ്രസന്നത വരുത്തി ശ്രീഹവ്യയുടെ കുട്ടിയുടെ കവിളിൽ സ്പർശിച്ചു.

"കുട്ടിയുടെ പേരെന്താണ് ?"

"പ്രിയംവദ. മിന്നുക്കുട്ടീന്നു വിളിക്കും" ഒരു പേരിട്ടിട്ട് മറ്റൊരു പേരിൽ വിളിക്കുന്ന നല്ല പതിവ് അവൾ തെറ്റിച്ചില്ലോ എന്ന് പുച്ഛത്തോടെ വിചാ

രിച്ചുകൊണ്ട് സൗമ്യ ലൈബ്രറിയിലേക്കു നടന്നു.

ഗൂഗ്ളിന്റെ സേർച്ച് എഞ്ചിനിലൂടെ സൗമ്യ ലെസ്ബിയൻ സാഹിത്യത്തിലേക്കു പറന്നു. ലൈംഗിക നിലപാടുകൾ ജന്മസിദ്ധവും ശരീരാധിഷ്ഠിതവുമാണെന്ന വാദഗതി വായിച്ചപ്പോൾ ചുണ്ടിൽപ്പറ്റിയ ബോണ്ടാക്ഷണവുമായി ശ്രീഹവ്യയുടെ മിന്നുക്കുട്ടി മനസ്സിൽ വന്നു. ശ്രീഹവ്യ എന്നൊരു വ്യക്തി ഉള്ളപ്പോൾ, അവളുടെ കൈയിൽ മിന്നുക്കുട്ടി എന്നൊരു കുട്ടിയുള്ളപ്പോൾ, ആ വാദമെങ്ങനെ സമ്മതിച്ചുകൊടുക്കാനാവും ?

അത്രത്തോളം ശക്തമായിരുന്നല്ലോ ശ്രീഹവ്യയും 'സുഹൃത്തും' തമ്മിലുണ്ടായിരുന്ന ബന്ധം.

ഒരു പ്രണയിതാവിനെപ്പോലെ എന്നും ആ പെൺസുഹൃത്ത് തന്റെ സ്കൂട്ടറിൽ ബസ് സ്റ്റോപ്പിൽ കാത്തുനിന്നു. മറ്റു കൂട്ടുകാരികളെ വിട്ട് ശ്രീഹവ്യ അവളോടു ചേർന്നു. ചില വൈകുന്നേരങ്ങളിൽ ബസ് സ്റ്റോപ്പിൽനിന്ന് ശ്രീഹവ്യ അവളുടെ സ്കൂട്ടറിൽ കയറി സ്വന്തം വീടിനെതിർവശത്തേക്ക് സ്പീഡിൽ പോയി.

"എന്തിനതിലൊരു മറുപാഠം കാണുന്നു ?" സൗമ്യ അന്ന് ലക്ഷ്മിമാഡത്തിനോടു ചോദിച്ചിരുന്നു.

"അവർ നല്ല സുഹൃത്തുക്കൾ. ഇക്കാലത്ത് ആണുങ്ങളേക്കാൾ നമുക്കു വിശ്വസിക്കാവുന്നവർ പെണ്ണുങ്ങൾ."

ഓരോ വ്യക്തിക്കും സ്വകാര്യതയ്ക്കവകാശമുണ്ടെന്ന് അന്നും ഇന്നും സൗമ്യ വിശ്വസിക്കുന്നു. പക്ഷേ, ലക്ഷ്മിമാഡം അങ്ങനെ വിശ്വസിക്കുവാൻ കൂട്ടാക്കിയില്ല.

"സ്വകാര്യത സ്വകാര്യതയിലായിക്കോട്ടെ, ബസ് സ്റ്റോപ്പിൽവെച്ചു വേണ്ട" എന്നവർ തറപ്പിച്ചു പറഞ്ഞു. പെൺകൂട്ടായ്മകളെക്കുറിച്ച് ഒന്നുമറിയാത്ത സംതൃപ്തി വിധവയായിരുന്നു ലക്ഷ്മിമാഡം. തിങ്കളാഴ്ച ശിവസഹസ്രനാമവും ചൊവ്വയും വെള്ളിയും ലളിതാ ത്രിശതിയും വ്യാഴാഴ്ച ഹനുമാൻ ചാലീസുയം മുടങ്ങാതെ ജപിക്കുന്ന ആത്മീയതയ്ക്ക് ഇതൊന്നും സഹിക്കാനുള്ള ത്രാണിയുണ്ടാവില്ലെന്ന് സൗമ്യക്ക് തോന്നി.

അന്യസ്ത്രീകൾക്കു പ്രവേശനമില്ലാത്ത കോളേജ് വളപ്പിൽ ഒരാഘോഷവേളയിൽ സുഹൃത്തിന്റെ കൈപിടിച്ച് ശ്രീഹവ്യ തുള്ളിച്ചാടി നടക്കുന്നതു കണ്ടപ്പോൾ അവരുടെ ധാർമ്മികരോഷം തിളയ്ക്കുകയും സൗമ്യ കടിഞ്ഞാണിട്ടതുകൊണ്ടുമാത്രം അത് പൊട്ടിയൊഴുകാതിരിക്കുകയും ചെയ്തു.

സ്കൂട്ടറിന്റെ സീറ്റിൽ വിരലുകൾ കോർത്തു വിശ്രമിക്കുന്ന രണ്ടു കൈകളെ സൗമ്യ മനസ്സിൽനിന്ന് തള്ളിക്കളയാൻ ശ്രമിച്ചു. നഖങ്ങൾ കൂർപ്പിച്ചു ചായം പുരട്ടിയ വിരലുകളുള്ള ശ്രീഹവ്യ കൈയും അതൊന്നും ചെയ്യാത്ത സാധാരണ കൈയും മനസ്സിൽ നിന്നു പോകൂ, സൗമ്യ കൈകളോടു പറഞ്ഞു. എനിക്ക് ഗൗരവകരമായ കുറച്ചു ജോലി ചെയ്യാനുണ്ട്.

ഇന്റർനെറ്റിൽ സൗമ്യ തന്റെ അന്വേഷണം തുടർന്നു. കുറേയധികം ലെസ്ബിയൻ കവികളുടെയും കഥ/നോവൽ രചയിതാക്കളുടെയും

സൈദ്ധാന്തികരുടെയും വിവരങ്ങൾ തന്റെ ഫോൾഡറിലേക്കു ഡൗൺലോഡു ചെയ്തു. ഗവേഷകയുടെ ജാഗ്രതയോടെ പാസ്‌വേഡിട്ടു പൂട്ടിവെച്ച് സൗമ്യ വലയിൽ നിന്നു പുറത്തുവന്നു. ലെസ്ബിയനിസം തന്നെയാണ് തന്റെ വിഷയം, ആരെതിർത്താലും! കല്യാണച്ചന്തകൾ പോയിത്തുലയട്ടെ!

വീണ്ടും കാന്റീൻ വീണ്ടും ലക്ഷ്മി മാഡം. ശ്രീഹവ്യയില്ലാത്ത മേശയ്ക്കരികിൽ ചൂടുചോറിൽ മോരുകറിയൊഴിച്ചു കുഴച്ച് പച്ചക്കറികളും കൂട്ടി അവർ ഊണുകഴിച്ചുകൊണ്ടിരുന്നു. ശ്രീഹവ്യ വിവാഹക്ഷണക്കത്തുമായി വന്നപ്പോൾകൂടി തന്റെ മനസ്സിൽ കാർമേഘങ്ങളായിരുന്നുവെന്നും ഇപ്പോൾ മിന്നുക്കുട്ടി അവയെ അലിയിച്ചു കളഞ്ഞുവെന്നും താൻ ശരിക്കും സന്തോഷവതിയായെന്നും ലക്ഷ്മി മാഡം പറഞ്ഞു. മിന്നുക്കുട്ടി ഉൾപ്പെടെ ശ്രീഹവ്യ ഇന്നനുഭവിക്കുന്ന സർവ്വസൗഭാഗ്യങ്ങൾക്കും താനാണ് ഉത്തരവാദി എന്ന് ഒരഹങ്കാരവും അവകാശവും അവരുടെ വാക്കുകളിലുണ്ടായിരുന്നു.

ഒരിക്കൽ ലക്ഷ്മി മാഡത്തിന്റെ കൂർത്തചോദ്യങ്ങൾക്കു മുന്നിൽ ശ്രീഹവ്യ പരുങ്ങുന്നത് അസ്വസ്ഥതയോടെ കണ്ടുനിന്നിട്ടുണ്ട് സൗമ്യ. അന്ന് സ്കൂട്ടർ സുഹൃത്ത് വന്നിരുന്നില്ല. നിശിത വിമർശനങ്ങളും ഭീഷണികളും താങ്ങാനാകാതെ വന്ന ഒരു ഘട്ടത്തിൽ ശ്രീഹവ്യ പൊട്ടിക്കരയുകയും ധാർമ്മികതയുടെ വിജയകാഹളമായി അതിനെക്കണ്ട് ലക്ഷ്മി മാഡത്തിന്റെ മുഖം ദീപ്തമാവുകയും ചെയ്തു.

"ആ കുട്ടി എന്തെങ്കിലും അവിവേകം ചെയ്തുകളയുമോ എന്നെനിക്കു പേടിയുണ്ട്." ലക്ഷ്മി മാഡം പറഞ്ഞു:

"ഇന്നു വൈകുന്നേരം ഞാനവളെ എന്റെ വീട്ടിലേക്കു കൊണ്ടുപോയി ഒരു ചായയൊക്കെ കൊടുത്ത് സംതൃപ്തയാക്കുവാൻ പോകുന്നു. നീയും പോരുന്നോ? "

"ഇല്ല"എന്ന് സൗമ്യ പറഞ്ഞു. കാരണം അന്ന് വൈകീട്ട് അവൾക്ക് നേരത്തെ വീട്ടിലെത്തേണ്ടിയിരുന്നു. ചായ അവൾക്കും പകർന്നു കൊടുക്കേണ്ടതുണ്ട്. തന്നെ കാണാനെത്തുന്ന പുരുഷനും കുടുംബത്തിനും. വർഷങ്ങളായി പിന്നീടവളാചരിച്ച ചായകൊടുക്കൽ ചടങ്ങിന്റെ ഉദ്ഘാടന ദിവസമായിരുന്നു അന്ന്. വന്നയാളിന്റെ സ്ത്രൈണമുഖം അവൾക്കിഷ്ടപ്പെട്ടില്ല. ഒരു മീശവെച്ചാൽ പ്രശ്നം തീരുമെന്നും സ്ത്രീവിചാരിച്ചാൽ പുരുഷൻ മീശയല്ല, താടിതന്നെ വളർത്തുമെന്നും സൗമ്യയുടെ വിവാഹിതയായ ചേച്ചി പ്രസ്താവിച്ചു. തന്റെ ആട്ടിൻതാടിയിൽ തലോടി ചേച്ചിയുടെ ഭർത്താവ് കേട്ടിരുന്നു. "മീശ വയ്പിക്കാം" സൗമ്യ പറഞ്ഞു: "പക്ഷേ, അയാളുടെ കിളിസ്വരം ഞാനെന്തു ചെയ്യും ? അതോ ഭാര്യ വിചാരിച്ചാൽ അതും മാറുമോ ?"

പുരുഷൻ എന്ത്, എങ്ങനെ എന്ന് സൗമ്യക്ക് വ്യക്തമായ ധാരണകൾ ഉണ്ടായിരുന്നു. അതിനോട് യോജിക്കുന്നൊരാളെ കിട്ടുന്നതുവരെ താൻ അവിവാഹിതയായി തുടരുമെന്നവൾ പ്രഖ്യാപിച്ചു.

അന്ന് ആറുമണിവരെ താൻ ശ്രീഹവ്യയോട് സംസാരിച്ച് അവളുടെ മനസ്സ് മാറ്റിയെടുത്തുവെന്നും വീട്ടിൽക്കൊണ്ടുചെന്നാക്കിയെന്നും ലക്ഷ്മി മാഡം പിറ്റേന്ന് സൗമ്യയോടു പറഞ്ഞു. വിരൽകോർത്തിരിക്കുന്ന രണ്ടു കൈകളിലൊന്ന് പെട്ടെന്ന് പിൻവലിയുമ്പോൾ അനാഥമാകുന്ന മറ്റേ കൈയെക്കുറിച്ചോർത്താണ് സൗമ്യ വിഷമിച്ചത്. പക്ഷേ, ലക്ഷ്മിമാഡം വളരെ സന്തുഷ്ടയായിരുന്നു.

“പ്രകൃതിയുടെ സന്തുലിതാവസ്ഥ നിലനിർത്തണം” അവർ പറഞ്ഞു, “ഇല്ലെങ്കിൽ പ്രകൃതി കോപിക്കുകയും എല്ലാം നശിക്കുകയും ചെയ്യും.”

പ്രകൃതിയെ താങ്ങി നിർത്താൻ കഴിഞ്ഞതിന്റെ അഹന്ത കലർന്ന സന്തോഷം അവരുടെ മുഖത്തുണ്ടായിരുന്നു. ഒരു മനുഷ്യജീവിതം കൊണ്ട് ഇത്രയൊക്കെയല്ലേ പറ്റൂ എന്ന് സൗമ്യ ഓർത്തു.

ശ്രീഹവ്യക്കും പെൺസുഹൃത്തിനും തമ്മിലെന്ത് എന്ന ചോദ്യം സൗമ്യ ചോദിക്കാതെതന്നെ ലക്ഷ്മി മാഡം ഉത്തരം പറഞ്ഞുകൊടുത്തു. ശ്രീഹവ്യക്കും ആ സ്ത്രീക്കും തമ്മിൽ എല്ലാമുണ്ട്. ആ സ്ത്രീ വീട്ടിലെല്ലാവരോടും വഴക്കിട്ട് വീടിന്റെ ഒരു ഭാഗം തന്റെ പാർപ്പിടമാക്കി കഴിയുന്നവർ. ശ്രീഹവ്യയും അവരും ഒരുമിച്ച് ഹോട്ടലിൽ പോയി ആഹാരം കഴിക്കുന്നു. സിനിമയ്ക്ക് പോകുന്നു, കടൽത്തീരത്തിരുന്ന് കാറ്റുകൊള്ളുന്നു, പാർക്കിൽ പോകുന്നു. സ്റ്റഡിടൂറെന്ന് വീട്ടിൽ കള്ളം പറഞ്ഞ് ശ്രീഹവ്യ രണ്ടു ദിവസം ആ സ്ത്രീയുടെ വീട്ടിൽ ഉറങ്ങിയിട്ടുമുണ്ട്.

പ്രകൃതി പ്രകമ്പനം കൊള്ളാതെയെന്തു ചെയ്യും എന്നോർത്ത് സൗമ്യ ചിരിച്ചു. പ്രണയിക്കാൻ സൗമ്യ ഒരുപാടാഗ്രഹിച്ചിട്ടുണ്ട്. പക്ഷേ, പ്രണയം എപ്പോഴും അവളുടെ കൈയിൽനിന്നും വഴുതിമാറി ബഹുമാനമുള്ള ഒര കലം പാലിച്ചു നിന്നു. തനിക്ക് ചെയ്യാനാവാത്തത് ചെയ്യുന്നവരോട് ആദരം കലർന്ന മനോഭാവമായിരുന്നു സൗമ്യക്ക്. അതുകൊണ്ടുതന്നെ അവൾക്ക് ലക്ഷ്മി മാഡം ഒറ്റയ്ക്ക് പൊരുതിനേടിയ ധാർമ്മിക വിജയത്തിൽ പങ്കു ചേരാനായില്ല.

പെൺ സുഹൃത്ത് പിന്നീട് ബസ് സ്റ്റോപ്പിൽ പ്രത്യക്ഷപ്പെടാതിരിക്കുകയും ശ്രീഹവ്യ നല്ലകുട്ടിയായി എന്നും കോളേജിൽ വന്നുപോവുകയും ചെയ്തു. ദിവസവും അവളെക്കാണുമ്പോൾ സൗമ്യ അവജ്ഞയോടെ മുഖം തിരിച്ചു. ഒരു സ്ത്രീയുടെ ഉപദേശം കേട്ടാലുടനെ ആത്മബന്ധം മാറ്റിവെക്കുന്നവരോട് പുച്ഛം തോന്നാതിരിക്കുന്നതെങ്ങനെ? ലക്ഷ്മി മാഡത്തിന്റെ വാക്കുകൾക്കൊരു തട്ടുകൊടുത്ത് അവൾ സുഹൃത്തുമായുള്ള ബന്ധം തുടർന്നിരുന്നുവെങ്കിൽ സൗമ്യ അവളെ ബഹുമാനിക്കുമായിരുന്നു. ഒരുപക്ഷേ, രണ്ടുപേരെയും വീട്ടിലേക്കു ക്ഷണിച്ച് ഒരു ചായകൊടുത്തേനെ. പെണ്ണുകാണാനെന്ന ഭാവത്തിൽ വന്ന് ബേക്കറി പലഹാരങ്ങൾ അകത്താക്കുന്നവർക്കു ചായ കൊടുക്കുന്നതിനേക്കാൾ എത്രയോ നന്ന്!

ശ്രീഹവ്യ പി ജി ക്ക് ചേരുമ്പോൾ ലക്ഷ്മി മാഡം പറഞ്ഞു “അവൾ അതു പൂർത്തിയാക്കുകയില്ല. വീട്ടുകാർ കല്യാണമാലോചിക്കുകയാ

ണ്. ഇന്നലെ അവളുടെ അമ്മ എനിക്കൊരു വരിക്കച്ചക്ക കൊണ്ടുവന്നു തന്നപ്പോൾ പറഞ്ഞതാ. ആ പഴയ സ്ത്രീ വീണ്ടും അടുക്കുമോ എന്ന വർക്കു പേടിയുണ്ട്. "

ചക്കപ്പഴം തിന്നുകൊണ്ട് സംതൃപ്തയായി ശ്രീഹവ്യയുടെ അമ്മ യോടു സംസാരിക്കുന്ന ലക്ഷ്മി മാഡത്തിനെ മനസ്സിൽക്കണ്ട് സൗമ്യ ചിരിച്ചു. ഗുരുദക്ഷിണ അതുമാകാം.

അവരുടെ വാക്കുകൾ സത്യമാക്കിക്കൊണ്ട് രണ്ടാം സെമസ്റ്ററിന്റെ മദ്ധ്യത്തിൽ ശ്രീഹവ്യ വിവാഹക്ഷണക്കത്തുമായി വന്നു. വിവാഹത്തിന് സൗമ്യ പോയില്ല. അന്നു മുഴുവൻ അവൾ ആ സ്കൂട്ടർ സുഹൃത്തിനെ ഓർത്തുകൊണ്ടിരുന്നു. വഴിയിൽ വെച്ചെങ്കിലും കണ്ടിരുന്നെങ്കിൽ ആ സ്ത്രീയെ തന്റെ സുഹൃത്താക്കാമായിരുന്നു. ഏകാകിതയുടെ ആഴങ്ങൾ ഒട്ടും കാല്പനികമല്ല. അതനുഭവിക്കാത്തവരാണ് ഏകാകിതയ്ക്കു പൊൻതൂവലും നിലാവെളിച്ചവും കൊടുത്ത് ആദർശവല്കരിക്കുന്നത്.

എല്ലാം പറയാനും പങ്കുവെക്കാനും കഴിയുന്ന ഒരു സുഹൃദ്ബന്ധം സൗമ്യ കൊതിച്ചു തുടങ്ങിയിരുന്നു. യു ജി സി സ്കെയിലും അരിയേഴ്സുമൊക്കെ ആവേശത്തോടെ ചർച്ചചെയ്യുന്ന സഹപ്രവർത്തകരിൽ ആരെയും അതിന് കൊള്ളില്ലെന്ന് മനസ്സിലാക്കിയതുകൊണ്ടാണ് അവൾ ശ്രീഹവ്യയുടെ സ്കൂട്ടർ സുഹൃത്തിനായി കൊതിച്ചത്.

ചില രാത്രികളിൽ അവൾ ആ സ്ത്രീയെ സ്വപ്നത്തിൽ കണ്ടു. "ശ്രീഹവ്യ പോയതിൽ വിഷമമുണ്ടോ." അവൾ ചോദിച്ചു. "ഇല്ല. എനിക്ക് നീയുണ്ടല്ലോ." അവൾ പറഞ്ഞു. തന്റെ കുറുകിയ വിരലുകൾ അവർ സൗമ്യയുടെ നീണ്ട വിരലുകളിൽ കോർത്തു. ചില സ്വപ്നങ്ങളിൽ അവർ ഏതോ മണൽത്തിട്ടയിൽ സൗമ്യയെ ചേർത്തുപിടിച്ചു കിടന്നു. ജീവിതത്തിലിന്നോളമനുഭവിക്കാത്ത ആർദ്രത സൗമ്യ തൊട്ടറിഞ്ഞു.

അവരെ മറന്ന് ഏതോ ഒരുവന്റെ കുഞ്ഞിനേയും ചുമന്ന് ശ്രീഹവ്യ പ്രത്യക്ഷപ്പെട്ടാൽ എങ്ങനെയാണ് സൗമ്യക്ക് അവളോട് അനുഭാവം തോന്നുക?

"ഇപ്പോഴാണെനിക്ക് ശരിക്കും സമാധാനമായത്." ഊണുകഴിഞ്ഞ് കൈകഴുകുമ്പോൾ ലക്ഷ്മി മാഡം പറഞ്ഞു.

"കുഞ്ഞൊക്കെയായ സ്ഥിതിക്ക് ഇനി അവൾ ആ സ്ത്രീയുടെ കാര്യം ഓർക്കുകപോലുമില്ല. രക്ഷപ്പെട്ടു!"

മനപ്പൂർവ്വം പ്രതികരിക്കാതെ സൗമ്യ സ്റ്റാഫ്റൂമിലേക്ക് നടന്നു. രണ്ടര മുതൽ മൂന്നരവരെയാണ് അവളുടെ പി ജി ക്ലാസ്. വില്ലാകാതറുടെ *മൈ അന്റോണിയാ* എന്ന നോവലിനെക്കുറിച്ച് പറഞ്ഞ് സ്ത്രീരചനാ സിദ്ധാന്തങ്ങളിലേക്ക് കുട്ടികളെ നയിക്കാനാണ് അവൾ ഉദ്ദേശിക്കുന്നത്. സ്ത്രീയെന്ന നിലയിൽ സ്ത്രീയെക്കുറിച്ചും പുരുഷനെന്ന നിലയിൽ പുരുഷനെക്കുറിച്ചും എഴുതാനാഗ്രഹിച്ച വില്ലാ കാതറിനിൽനിന്ന് വെർജിനിയ വുൾഫിന്റെ അർദ്ധനാരീശ്വര- സർഗ്ഗാത്മകതയിലേക്ക് ഒരു ചുവടുമാത്രം. അവിടെനിന്ന് പിന്നെയൊരു രസകരമായ യാത്ര ഗോറില്ലാ പെൺകുട്ടികൾ വരെ.

ഒരാളിന് ശരിയാകുന്ന ജീവിതം എപ്പോഴെങ്കിലും രണ്ടുപേർക്ക് ശരിയാകുമോ എന്നു ഞാൻ ചിന്തിച്ചുപോകുന്നു എന്ന ഉദ്ധരണിയാണ് ഇന്നവളുടെ തുടക്ക വാചകം. അത് ഒരു ചോദ്യമായി കുട്ടികളിലേക്കെറിയണം.

“ആരുമില്ല, അല്ലേ മിസ്സ് ? ”എന്ന ചോദ്യവുമായി ശ്രീഹവ്യ അവളുടെ മുന്നിൽ നിന്നു. അവളുടെ തോളിൽ തലചായ്ച്ച് കുഞ്ഞ് ഉറങ്ങിക്കിടന്നു.

“ആരുമില്ലെന്ന് നേരത്തെ ഞാൻ പറഞ്ഞതല്ലേ ?”

സ്വരത്തിലെ സ്നേഹമില്ലായ്മ തിരിച്ചറിഞ്ഞ് ശ്രീഹവ്യ ഒന്നു വിഷമിച്ചുനിന്നു. സൗമ്യ തന്റെ ടീച്ചിങ്നോട്സിലേക്കു തലകുനിച്ച് അവളെ അവഗണിച്ചു.

“മിസ്സിന് എന്നോടെന്താ ദേഷ്യം ?” ശ്രീഹവ്യ ചോദിച്ചു.

“മുൻപും ഞാൻ ചോദിക്കണമെന്നു വിചാരിച്ചിട്ടുണ്ട്. ഞാനെന്തു തെറ്റാണു ചെയ്തത് ? ”

“നീ തെറ്റുചെയ്തത് എന്നോടല്ല. നിന്റെ പഴയ സുഹൃത്തിനോടാണ്.”

സൗമ്യ പൊട്ടിത്തെറിച്ചു. “എത്രവേഗം നീ എല്ലാം മറന്നു! ഭർത്താവും കുഞ്ഞുമൊത്ത് സുഖിച്ചുവാഴുമ്പോൾ നീ അവരെ ഓർക്കാറുണ്ടോ?”

ശ്രീഹവ്യയുടെ മുഖം താഴുമ്പോൾ സൗമ്യയിൽ ക്രൂരമായൊരാനന്ദം നിറഞ്ഞു.

കൂർത്ത അമ്പുകൾ ആവനാഴിയിൽ തയ്യാറാക്കിവെച്ചുകൊണ്ട് അവൾ ശ്രീഹവ്യയെ നോക്കി. നിനക്കെന്റെ മുഖത്തുനോക്കാനാവില്ല. അവൾ മനസ്സിൽ പറഞ്ഞു. നിനക്ക് മറുപടി പറയാനാവില്ല.

പക്ഷേ, ശ്രീഹവ്യ മറുപടി പറഞ്ഞു:

“മേമ ഇപ്പോൾ എന്റെ കൂടെത്തന്നെയുണ്ട്.”

“മേമ..... അതായിരുന്നുവോ ആ കർക്കശമുഖക്കാരിയുടെ പേര്?” സ്വപ്നത്തിൽ അവർ പേരു പറഞ്ഞിട്ടില്ലല്ലോ. സൗമ്യക്ക് എന്തോ പൊരുത്തക്കേട് അനുഭവപ്പെട്ടു അവർക്ക് ആ പേരുവരുവാൻ സാദ്ധ്യതയില്ലെന്നവൾക്കു തോന്നി.

അമ്പരന്ന് തന്നെ നോക്കുന്ന സൗമ്യയെ നോക്കി ചിരിച്ചുകൊണ്ട് ശ്രീഹവ്യ പറഞ്ഞു:

“പി ജി ക്ലാസിൽ മിസ്സ് ഞങ്ങൾക്കൊരു കഥ പറഞ്ഞു തന്നിരുന്നു. ഓർമ്മയുണ്ടോ ? ഭുമിക്ക് അവകാശികളായി മൂന്ന് ആൾക്കാരെ സൃഷ്ടിച്ച സിയസ് ദേവന്റെ കഥ? അസൂയകൊണ്ട് പിന്നീടവരെ വെട്ടിമാറ്റിയ കഥ?”

സൗമ്യക്ക് വ്യക്തമായും ഓർമ്മയുണ്ടായിരുന്നു. ഭൂമിക്ക് മൂന്ന് അവകാശികൾ. പൂർണ്ണനായ പുരുഷനും പൂർണ്ണയായ സ്ത്രീയും മൂന്നാമതായി പകുതി പുരുഷനും പകുതി സ്ത്രീയും ചേർന്ന ഉഭയലിംഗിയും. ക്ലാസിൽ സൗമ്യയുടെ വാക്കുകളിൽനിന്ന് സിയസ് എന്ന ജൂപ്പിറ്റർ സ്വന്തം സൃഷ്ടികളോടുള്ള അസൂയയോടെ ജ്വലിച്ചുകൊണ്ട് ഇറങ്ങിവന്നു. മിന്നലെന്ന വജ്രായുധംകൊണ്ട് ഓരോരുത്തരെയും നേർപകുതിയായി പിളർന്നു.

“അന്നു മിസ്സ് പറഞ്ഞത് ഇപ്പോഴും ഓർമ്മയുണ്ട്. പുരുഷനിൽനിന്ന്

വേർപെട്ട പകുതിക്ക് പുരുഷനോടേ ചേരാനൊക്കൂ. സ്ത്രീയിൽനിന്ന് വേർപെട്ട പകുതിക്ക് സ്ത്രീയോടും. മിസ്സ്, ഞാൻ സ്ത്രീയിൽനിന്ന് വേർപെട്ട പകുതിയാണ്."

തന്റെ വാക്കുകൾ തന്നിലേക്കുതന്നെ തിരിച്ചെറിയപ്പെട്ടപ്പോൾ സൗമ്യ പതറിപ്പോയി.

"അത്............തിയറി വിശദീകരിക്കാൻ ഞാൻ പറഞ്ഞ ഗ്രീക്ക് പുരാവൃത്തം....."

"ആയിക്കോട്ടെ മിസ്സ്. പക്ഷേ, എന്നെ സംബന്ധിച്ച് അതു ശരിയായിരുന്നു. ഈ കുഞ്ഞ് എങ്ങനെയോ ഉണ്ടായി എന്നേയുള്ളു. എനിക്കൊരിക്കലും അയാളോട് പൊരുത്തപ്പെടാനായില്ല. ഞങ്ങൾ പിരിഞ്ഞു. ഇപ്പോൾ ഞാനിവിടെ മേമയോടൊത്താണ്. ഇനി എന്നും അങ്ങനെത്തന്നെ."

ശ്രീഹവ്യ വാതില്ക്കലേക്ക് നടക്കുമ്പോൾ അടുത്ത ക്ലാസിന്റെ മണി മുഴങ്ങി. പെട്ടെന്ന് എന്തോ ഓർത്ത് അവൾ തിരിഞ്ഞുനിന്നു.

"മിസ്സ്, ഒന്നും ലക്ഷ്മി മാഡത്തിനോട് പറയരുതേ, മാഡത്തിനു താങ്ങാനാവില്ല. എന്നെ അത്രയ്ക്കിഷ്ടമാണ്."

ആരാണ് തന്നെ ചതിച്ചത് എന്ന് സൗമ്യ ഒരു നിമിഷം പകച്ചിരുന്നു. കൂടുതൽ നേരം അങ്ങനെയിരിക്കാൻ അവൾക്കാവില്ലല്ലോ. തന്നെ കാത്തിരിക്കുന്ന ഒരുപിടി പെൺകുട്ടികളുടെ അരികിലേക്കവൾക്ക് പോകേണ്ടതുണ്ട്. ഒരാളിന് ശരിയാകുന്ന ജീവിതം എപ്പോഴെങ്കിലും രണ്ടുപേർക്ക് ശരിയാകുമോ, നിങ്ങളെന്തു വിചാരിക്കുന്നു എന്നവൾക്ക് ചോദിക്കേണ്ടതുണ്ട്. അവരുടെ ഉത്തരങ്ങളിൽ പിടിച്ചു പിടിച്ച് അവൾക്ക് അവരോടൊപ്പം സിദ്ധാന്തങ്ങളുടെ ലോകത്തിലേക്കു പോകേണ്ടതുണ്ട്.

നിശാകേന്ദ്രം

സി വി ബാലകൃഷ്ണൻ

നിങ്ങളുടെ ലൈംഗികതയെ അഭിസംബോധന ചെയ്തുകൊണ്ട് ചില കാര്യങ്ങൾ തുറന്നു സംസാരിക്കാൻ നിയുക്തനായിരിക്കയാണ് ഞാൻ. ഞങ്ങൾ നിങ്ങളുടെ ലൈംഗികതയെ പൂർണ്ണമായും അംഗീകരി ക്കുന്നുവെന്നതിന്റെ മൂർത്തമായ തെളിവത്രെ ഈ നിശാകേന്ദ്രം. ഇവി ടേക്കു നിങ്ങളെ സ്വാഗതം ചെയ്യാൻ നിശാകേന്ദ്രത്തിന്റെ വക്താവെന്ന നിലയിൽ എനിക്ക് അതിയായ സന്തോഷമുണ്ട്.

ചില്ലുപാളികളുടെ സുതാര്യതയാണ് ഇവിടെയെങ്ങും. സന്ദർശകർക്ക് ഒരു ക്ലേശത്തിനും ഇടയില്ല. രഹസ്യമാർഗ്ഗങ്ങളിലൂടെ ഇവിടെ എത്തിച്ചേ രുന്നതും നിങ്ങളുടെ മനസ്സുകളിൽ ആനന്ദം വന്ന് നിറയുന്നു. ആനന്ദ ത്തിന്റെ കണികകളാണ് ശിതോഷ്ണങ്ങൾ ക്രമീകൃതമായ അന്തരീക്ഷ ത്തിലാകെ. ഇതിനുള്ളിലേക്കു കാൽവെക്കുന്നതോടെ ഓരോ ശ്വാസ ത്തിലും നിങ്ങൾ ആനന്ദം അനുഭവിച്ചു തുടങ്ങുന്നു. നിങ്ങളുടെ ശ്വാസ കോശങ്ങൾ മുൻപൊരിക്കലും അറിയാത്തൊരു സുഖാനുഭൂതിയിൽ ത്രസി ക്കുന്നു. നിങ്ങളുടെ സ്നായുക്കളും സർവ്വ ഞരമ്പുകളും ഉണരുന്നു.

ഉവ്വ്, ഇവിടെ സാദ്ധ്യതകൾ പലതാണ്. ഇതിന്റെ നിഗൂഢതകളിൽ നഷ്ടപ്പെടാൻ സ്വയം അനുവദിക്കുക. അതിനുമുമ്പായി മുഖംമൂടികൾ ധരിക്കണമെന്നുള്ളവർക്ക് ആദ്യത്തെ കൗണ്ടറിൽ നിന്നുതന്നെ അവ യഥേഷ്ടം തെരഞ്ഞെടുക്കാം. യേശുക്രിസ്തുവും ഗാന്ധിജിയും എബ്രഹാം ലിങ്കണും ജോൺപോൾ രണ്ടാമനും മൈക്കേൽ ജാക്സണും എന്നുവേണ്ട, നിങ്ങൾ ആവശ്യപ്പെടുന്ന ഏതു മുഖംമൂടിയും ലഭ്യമാണ്. സദാ അണിഞ്ഞു നടക്കുന്ന മുഖംമൂടികൾ അല്പനേരത്തേക്കെങ്കിലും അഴിച്ചുമാറ്റണമെന്നുള്ളവർക്ക് അവ കൗണ്ടറിൽ ഏല്പിക്കുകയും ചെയ്യാം. നിങ്ങളുടെ മുഖങ്ങളുടെയും മുഖം മൂടികളുടെയും സുരക്ഷിതത്വം

ഞങ്ങൾ ഉറപ്പുതരുന്നു.

മറ്റൊരു പ്രധാന കാര്യം കൂടി അറിയിക്കട്ടെ. നിശാകേന്ദ്രത്തിന്റെ ഇടനാഴികളിലും റസ്റ്റോബാറിലും പബ്ബിലും നൃത്തശാലകളിലും നഗ്നരായി പ്രത്യക്ഷപ്പെടാൻ ആഗ്രഹിക്കുന്നവർക്ക് യാതൊരു നിരോധനവും ഏർപ്പെ ടുത്തിയിട്ടില്ല. അകത്തു കടന്നാലുടനെ ഒരു നിയമാവലി നിങ്ങൾക്കു ലഭി ക്കും. പുറംകുപ്പായവും കാലുറയും അടിവസ്ത്രങ്ങളുമെല്ലാം അഴിച്ചു മാറ്റി പിറന്നപടിയാകണമെന്നാണ് നിങ്ങൾ ഇച്ഛിക്കുന്നതെങ്കിൽ അതിനുവേണ്ട സഹായം എത്രയും വേഗത്തിൽ നിങ്ങൾക്കു ലഭിക്കുന്നതാണ്. ഞങ്ങൾ നിങ്ങൾക്കു വാഗ്ദാനം ചെയ്യുന്നത് ആത്മാർത്ഥവും കുറ്റമറ്റതുമായ സേവ നമാണ്. നേരുപറഞ്ഞാൽ ഞങ്ങൾ വളരെ കുറച്ചേ വാഗ്ദാനം ചെയ്യു ന്നുള്ളൂ. പക്ഷേ, നിങ്ങൾക്കിവിടെ അനുഭവിക്കാൻ സാദ്ധ്യമാവുക പ്രതീ ക്ഷിക്കാവുന്നതിലും എത്രയോ അധികമായിരിക്കുമെന്നുറപ്പ്. ഇവിടേക്കുള്ള ഒരു സന്ദർശനം നിങ്ങളുടെ ജീവിതത്തിൽ ഒരു വൻ കുതിപ്പായിരിക്കും.

ഞങ്ങളുടെ സന്ദർശകരെ സംബന്ധിക്കുന്ന മുഴുവൻ വിവരങ്ങളും അതീവ രഹസ്യമായിരിക്കുമെന്ന് എടുത്തുപറയേണ്ടതില്ലല്ലോ. രഹസ്യ സ്വഭാവം നിലനിർത്താൻ ഞങ്ങൾ പ്രതിജ്ഞാബദ്ധരാണ്. എന്നിരിക്കിലും സന്ദർശകർ ഞങ്ങളിൽ അർപ്പിച്ച വിശ്വാസത്തിനു ഭംഗം വരുത്താതെ, അവരെ തിരിച്ചറിയാതിരിക്കാനുള്ള തികഞ്ഞ കരുതലോടെ, ചില ഉദാ ഹരണങ്ങൾ ഞാൻ നിങ്ങളുടെ മുമ്പാകെ അവതരിപ്പിക്കുകയാണ്.

മൂന്നു ദശാബ്ദത്തിലേറെയായി പൊതുരംഗത്ത് നിറഞ്ഞുനില്ക്കു ന്നൊരു വ്യക്തി. യഥാർത്ഥ പേരിനു പകരം നമുക്കയാളെ എസ് എന്നു വിളിക്കാം. എല്ലാവർക്കും സുപരിചിതനാണ്. ടെലിവിഷൻ ചാനലുകളിലെ നിരന്തര സാന്നിദ്ധ്യം. വാർത്താധിഷ്ഠിത പരിപാടികളിൽ എതിർകക്ഷി കളുടെ നേതാക്കളുമായുള്ള വാഗ്വാദത്തിന് പാർട്ടി അയാളെയാണ് മിക്ക പ്പോഴും നിയോഗിക്കാറുള്ളത്. അത്യന്തം കണിശമായ വാദഗതികളാൽ എതിരാളികളുടെ വായടപ്പിക്കാൻ അയാൾക്കുള്ള കഴിവ് സുവിദിതമാണ്. പ്രസംഗവേദികളിലെത്തുമ്പോൾ കാതടിപ്പിക്കുന്ന ഹർഷാരവങ്ങളോടെ യാണ് അനുയായികൾ അയാളെ സ്വീകരിക്കുക. ഒന്നാന്തരം കഴിവുറ്റ സംഘാടകൻ. കറതീർന്ന ആദർശവാദി. സസ്യഭുക്ക്.

നിശാകേന്ദ്രത്തിൽ വന്നിറങ്ങുമ്പോൾ മുഖം മ്ലാനമായിരുന്നു. അടു ത്തയിടെ സംഘടനാപരമായ ചില കുഴപ്പങ്ങളിൽ ചെന്നുചാടിയിരിക്ക യാണ്.

"സ്വസ്ഥമായി കുറച്ചുനേരം ഇരിക്കണം. എന്നെ ആരും ശല്യപ്പെടു ത്തരുത്." അയാൾ പറഞ്ഞു.

"വരണം സാർ." ഞാൻ അയാൾക്കു വഴികാട്ടിയായി.

"മാധ്യമങ്ങളെക്കൊണ്ട് ഞാൻ തോറ്റു." അയാൾ പിറുപിറുത്തു.

"റിപ്പോർട്ടർമാരെ ഞങ്ങളിവിടെ പ്രവേശിപ്പിക്കാറില്ല. ഒരുപക്ഷേ, ലോകത്തിലെ ഏറ്റവും സ്വകാര്യമായ സ്ഥലമാണിത്." ഞാൻ അറിയിച്ചു.

"അങ്ങനെ കേട്ടതുകൊണ്ടാണ് ഞാനിങ്ങോട്ടു വന്നിരിക്കുന്നത്.

നാലഞ്ചു ദിവസമായി എന്റെ മനസ്സ് വല്ലാതെ പിരിമുറുക്കത്തിലാണ് ഒന്നിലും ശ്രദ്ധ കേന്ദ്രീകരിക്കാനാവാത്ത അവസ്ഥ.” അയാൾ എന്റെ പിന്നാലെ പ്രത്യേകം സജ്ജമാക്കിയ ഒരു മുറിയിലേക്കു കടന്നു.

“ശല്യമായിത്തീരാത്ത തരത്തിലുള്ള ഒരു കമ്പനി സാർ ആഗ്രഹിക്കുന്നില്ലേ?” ഞാൻ ആരാഞ്ഞു.

“എനിക്കതു ബോദ്ധ്യപ്പെടണം.” അയാൾ ഒരു ശാഠ്യക്കാരനെപ്പോലെ പെരുമാറി.

ഞാൻ കമ്പ്യൂട്ടറിനു മുന്നിലെത്തി. ഞങ്ങളുടെ കമ്പ്യൂട്ടർ ശൃംഖല നിത്യേനയെന്നോണം നവീകരണത്തിനു വിധേയമാണ്. കീബോർഡിൽ എന്റെ വിരലൊന്നു ചലിച്ചപ്പോഴേക്കും മോണിറ്ററിൽ രൂപങ്ങൾ തെളിയുകയായി. മാറിടങ്ങൾ, നാഭികൾ, അരക്കെട്ടുകൾ, കണംകാലുകൾ, ചുണ്ടുകൾ, നാവുകൾ. അവ നീങ്ങിപ്പൊയ്ക്കൊണ്ടിരുന്നു.

“ഇവരൊക്കെ അനുഭവ സമ്പന്നരും പക്വമതികളുമാണ്.” ഒരു സാക്ഷ്യപത്രം നല്കും മട്ടിൽ എസ് പറഞ്ഞു.

“വാസ്തവത്തിൽ അതു പറയേണ്ടിയിരുന്നത് ഞാനാണ്.”

“അതെ.” തിടുക്കത്തിൽ ഞാനയാളുടെ പ്രസ്താവം ശരിവച്ചു.

“എനിക്കു വേണ്ടത് ചെറിയൊരു പെൺകുട്ടിയെയാണ്. മൺസൂൺ വെഡ്ഡിങ് കണ്ടിട്ടുണ്ടോ?” അയാൾ ചോദിച്ചു.

മീരാനായരുടെ മൺസൂൺ വെഡ്ഡിങ്. എനിക്ക് അതോർമ്മവന്നു. അതോടൊപ്പം തന്നെ എസ് വികാരമൂർച്ഛയിലെന്നപോലെ ഒരു ശബ്ദം കേൾപ്പിച്ചു.

“അതെ, ഇതുതന്നെ.” മോണിറ്ററിലെ പെൺകുട്ടിയെ ചൂണ്ടിക്കാണിച്ചുകൊണ്ട് അയാൾ ആവേശപൂർവ്വം പറഞ്ഞു.

ആ മുറിയിൽനിന്ന് അയാൾ പുറത്തുവന്നത് മൂന്നുമണിക്കൂറും ഇരുപത്തിനാലു മിനിറ്റും പതിനഞ്ചു സെക്കന്റും കഴിഞ്ഞപ്പോഴാണ്. അതിനകം അയാളുടെ മാനസികസംഘർഷം തീർത്തും ശമിച്ചിരുന്നു. മുഖത്തു സംതൃപ്തി. കണ്ണടയ്ക്കുള്ളിൽ നേരിയ കുസൃതി. ചുണ്ടുകളിൽ തിളക്കം.

“എനിക്ക് ഇനിയും വരാതിരിക്കാനാവില്ല.” മർലിൻ മൺറോയുടെ ചിത്രത്തിനു മുന്നിൽ നിന്നുകൊണ്ട് അയാൾ ഒട്ടുവികാരാധീനനായി എന്നോടു പറഞ്ഞു. കാറ്റിൽ ഉയരുന്ന തന്റെ വസ്ത്രം താഴ്ത്താനും നഗ്നത മറയ്ക്കാനും വിഫലമായി ശ്രമിക്കുന്ന മർലിൻ മൺറോ ആ യാത്ര പറച്ചലിനു സാക്ഷിയായി. ഇപ്പോൾ എസ് ഞങ്ങളുടെ പതിവു സന്ദർശകരിലൊരാളാണ്. അങ്ങനെ എത്രയെത്ര കർമ്മനിരതർ! അവർക്ക് നിരന്തരമായ പ്രചോദനമേകുകയെന്നത് ഒരു സ്ഥാപനത്തെ സംബന്ധിച്ച് എത്ര അഭിമാനകരം!

ജെ എന്ന എഴുത്തുകാരൻ ഇവിടെ സന്ദർശിച്ചത് കഴിഞ്ഞയാഴ്ചയാണ്. എഴുത്തുകാരനെന്ന നിലയിൽ ലബ്ധപ്രതിഷ്ഠനാണെങ്കിലും കുറെയായി എന്തെങ്കിലും എഴുതിയിട്ട്. റൈറ്റേഴ്സ് ബ്ലോക്ക് എന്ന വിഷമസന്ധിയിലാണ്. ഗബ്രിയേൽ ഗാർഷ്യാമാർക്വസിനെപ്പോലും ഷൂസെ സര

മാഗോയെപ്പോലെയും മരിയോ വർഗാസ് യോസയെപ്പോലെയും മിലൻ കുന്ദേരയെപ്പോലെയും ജെ എം കൂറ്റ്സെയെപ്പോലെയുമൊക്കെ തുടർച്ചയായി എഴുതണമെന്നുണ്ട്. പുതിയ കഥകൾ, ആഖ്യായികകൾ, യോസായുടെയും മാർക്വസിന്റെയും മാതൃകകൾ പിന്തുടർന്ന് ആത്മകഥ എഴുതാൻ തുടങ്ങിയെങ്കിലും നിർഭാഗ്യവശാൽ അതും രണ്ടദ്ധ്യായത്തിനപ്പുറം പോയില്ല. ഇനിയും വളരെയേറെ സൃഷ്ടികൾ അനുവാചകർ തന്നിൽനിന്ന് പ്രതീക്ഷിക്കുന്നുണ്ടെന്നറിയാം. അവർ സ്നേഹാദരങ്ങളോടെ കത്തെഴുതിയും ഫോൺ മുഖേനയും അന്വേഷിക്കുകയാണ്. അവാർഡിനു പരിഗണിക്കാൻ പുതിയ കൃതികൾക്കായി അനേകം അവാർഡ് സമിതികൾ കാത്തിരിക്കുന്നു. പല പ്രസിദ്ധീകരണങ്ങളുടെയും പത്രാധിപന്മാരും പുസ്തകപ്രസാധകരും നിരന്തരമായി സമ്പർക്കം പുലർത്തുന്നു. പക്ഷേ, ഏതൊരു എഴുത്തുകാരന്റെയും ശാപമായ റൈറ്റേഴ്സ് ബ്ലോക്ക് മാറിക്കിട്ടുന്നില്ല. പ്രതിവിധിയെന്ത്? കടുത്ത ആധിയോടെ ജെ തങ്ങളുടെ നിശാകേന്ദ്രത്തിൽ എത്തിച്ചേർന്നു.

എന്റെ കാബിനിലിരുന്നാൽ എല്ലാം കാണാം. ജെ മുഖംമൂടികളുടെ കൗണ്ടറിൽ നില്പാണ്. പരിചാരകൻ പല മുഖംമൂടികൾ അയാളെ കാട്ടുന്നു. അയാൾ തെരഞ്ഞെടുത്തത് പൗരസ്ത്യ സംസ്കാരത്തിന്റെ പ്രതിനിധിയായ ഒരു താപസന്റെ മുഖമാണ്. അതും ധരിച്ച് പതിഞ്ഞ കാൽവെയ്പുകളോടെ എന്റെ മുന്നിലെത്തി. അയാൾക്കു പെൺകുട്ടികളെയോ സ്ത്രീകളെയോ വേണ്ട. ആരുടെ സാമീപ്യവും അയാൾ അഭിലഷിക്കുന്നില്ല. ചില ദൗർബല്യങ്ങളുമുണ്ട്. അതിനാൽ സജീവമായ ഇടപെടൽ സാദ്ധ്യമല്ല. മറഞ്ഞിരുന്ന് കാണാൻ മാത്രമാണ് താല്പര്യം. നിരക്ക് എത്രയായാലും പ്രശ്നമില്ല. ബാങ്കിൽനിന്ന് വലിയൊരു തുക പിൻവലിച്ചിട്ടുണ്ട്.

ജെ കാണാനാഗ്രഹിക്കുന്നത് ഏതു പ്രായപരിധിയിൽപ്പെട്ടവരെയാണെന്നും അവരുടെ ഏതു ക്രീഡയും തനിക്ക് അതിയായ താല്പര്യമുണ്ടെന്നും ജെ പ്രതിവചിച്ചു.

രണ്ടു മണിക്കൂർ നേരം ജെ ഒരു പീപ്ഹോളിനരികെ സ്വസ്ഥനായിരുന്നു. മുഖം മൂടിയണിഞ്ഞ വേറെ ചില സന്ദർശകരുമുണ്ടായിരുന്നു. അതേ മുറിയിൽ പീപ് ഹോളുകൾക്കരികെ.

രണ്ടു മണിക്കൂർ പിന്നിട്ടപ്പോൾ ജെ ഒരു ജീവനക്കാരനെ കൈകാട്ടി വിളിച്ചു. എന്തിനെന്നോ? എഴുതാൻ സൗകര്യപ്രദമായ ഒരു സ്ഥലം വേണം. മേശ, റൈറ്റിങ് ബോർഡ്, മുന്തിയ ഇനം കടലാസ്, ഒരു പാത്രം നിറയെ ചുക്കുവെള്ളം എന്നിവയും എത്രയും പെട്ടെന്ന് ഒരുക്കണം. ശാപവിമുക്തനായിക്കഴിഞ്ഞിരിക്കുന്നു. ഉടനെ എഴുതിയേ തീരൂ. ഉള്ളിലൊരു തിരത്തള്ളൽ. അശാന്തി എങ്ങനെയുണ്ട്? ഞങ്ങളുടെ മേഖല വിപുലീകൃതമാകുന്നതിന്റെ വിധം വ്യക്തമായില്ലേ?

എൽ എന്ന പ്രഖ്യാത ചിത്രകാരിയുടെ ഉദാഹരണവും ഞങ്ങളുടെ സ്ഥാപനത്തെ സംബന്ധിച്ച് വളരെ വിലപ്പെട്ടതാണ്. പഴഞ്ചനൊരു ഇരു

ചക്രവാഹനമോടിച്ച്, തീർത്തും അശ്രദ്ധമായ വേഷത്തിൽ, കടുത്ത അന്തഃസംഘർഷമനുഭവിച്ചു കൊണ്ടെന്നപോലെ എൽ നിശാകേന്ദ്രത്തിലെത്തിയപ്പോൾ ഞങ്ങളുടെ ആഹ്ലാദത്തിന് അതിരുണ്ടായിരുന്നില്ല. മരണത്തിലേക്കു നടന്നുപോയ അമൃത ഷെർഗിൽ മടങ്ങിയെത്തിയതാണെന്നതു പോലെ ഞങ്ങൾ അവരെ എതിരേറ്റു. അവരുടെ ചുണ്ടുകൾ വടിവൊത്തവയെങ്കിലും സിഗരറ്റ് കറ പുരണ്ട അവയ്ക്ക് സ്വാഭാവികനിറം നഷ്ടപ്പെട്ടിരിക്കുന്നു. ക്രോപ്പുചെയ്ത മുടി. ആകെക്കൂടി ഒരു അലക്ഷ്യഭാവം.

എൽ നേരെ പോയത് റസ്സോ ബാറിലേക്കാണ്. ഒരു ജിംലെറ്റിന് ഓർഡർ നല്കി. അതു തീരും മുമ്പേ മറ്റൊന്നിനും. ചുറ്റിലും സിഗരറ്റ് പുക എല്ലായ്പ്പോഴും. എരിഞ്ഞുതീരാറായ സിഗരറ്റിൽനിന്ന് വേറൊന്ന് കൊളുത്തിക്കൊണ്ടുള്ള അവിരാമമായ ധൂമപാനം. അസഹ്യമായ ഏകാന്തതയും വിരസതയും. കാൻവാസ് പൂർത്തിയാക്കിയിട്ട് നാളുകൾ നിരവധിയായി.

“മാഡം, ഹൗ കാൻ ഐ ഹെൽപ് യു?” ഞാൻ ഭവ്യതയോടെ ആരാഞ്ഞു.

“ഐ ബാഡ്‌ലി നീഡ് എ കംപാനിയൻ.” സിഗരറ്റ് പുക കലർന്ന വാക്കുകൾ.

അതൊരു പ്രശ്നമേയല്ലെന്നും ചുരുങ്ങിയ സമയത്തിനകം അവരുടെ ഇംഗിതം നിറവേറുമെന്നും ഞാൻ ഉറപ്പുനല്കി. ഏകാന്തതയിൽ സൗഹൃദത്തിന്റെ ഊഷ്മളത പകരുന്ന ഒരു യുവാവിനെ ഞാൻ മനസ്സിൽ കണ്ടു. അവന് ചിത്രകലയിൽ ഗാഢമായ പ്രതിപത്തിയുമുണ്ട്. അവന്റെ ശരീരത്തിൽ എൽ എന്ന ചിത്രകാരിക്ക് ഏതു ചായമുപയോഗിച്ചും ചിത്രമെഴുതാം. അതല്ല, തന്റെ നഗ്നമായ ശരീരം ഒരു കാൻവാസായി അവർ അവനു സമർപ്പിക്കുകയാണെങ്കിൽ ചിത്രമെഴുതുകയെന്ന കർമ്മം അവന് യഥോചിതം നിർവ്വഹിക്കാം. സമകാലീന ചിത്രകലയെക്കുറിച്ചോ ചിത്രകലാചരിത്രത്തെക്കുറിച്ചോ ചർച്ച ചെയ്യണമെന്നുവരികിൽ അതുമാവാം.

“നോ, നോ” ചിത്രകാരി വിയോജിപ്പോടെ തലയിളക്കി. ദൈവമേ, ഞാനെന്തുകൊണ്ട് ആദ്യമേ സംശയിച്ചില്ല?

“മാഡം, സോറി. തെറ്റ് എന്റെ ഭാഗത്താണ്.” ചിത്രകാരി അതുകേട്ട് തെല്ലൊന്ന് അന്ധാളിച്ചുപോയി.

ഞാൻ പറഞ്ഞു: “മഡോണയെന്ന് ഒറ്റനോട്ടത്തിൽ തോന്നിക്കുന്ന ഒരു പെൺകുട്ടി ഇവിടെയുണ്ട്. അവൾ പുരുഷന്മാരെ സ്വീകരിക്കാറില്ല. മാഡത്തിന് തീർച്ചയായും അവളെ ഇഷ്ടപ്പെടും. എന്നു മാത്രമല്ല, അവളോടൊത്ത് ചെലവഴിക്കുന്ന ഓരോ നിമിഷവും അവിസ്മരണീയമായിരിക്കുകയും ചെയ്യും.”

ചിത്രകാരി പ്രസന്നതയോടെ കൈയിലെ ചെറിയ തുകൽബാഗ് തുറന്നു.

ചെക്ക്ബുക്കും പേനയുമെടുത്തു.

തുകയെഴുതാതെ ഒരു ചെക്ക്‌ലീഫിൽ ഒപ്പിട്ടു.

ഞാനത് ഉപചാരപൂർവ്വം ഏറ്റുവാങ്ങി.

'മെറ്റീരിയൽ ഗേൾ' എന്ന മഡോണയുടെ ഗാനം അലയടിക്കുന്ന മുറിയിലേക്കു ചിത്രകാരി കടന്നുചെല്ലുന്നത് ഞാനെന്റെ ഇരിപ്പിടത്തിലിരുന്ന് കണ്ടു. ഒരു നിറം അതിൽ കലരാനുള്ള മറ്റൊരു നിറത്തിനു നേർക്കെന്നപോലെ ചിത്രകാരി മുറിയിലുള്ള പെൺകുട്ടിയുടെ നേർക്കു നീങ്ങി. മഡോണയുടെ രീതിയിൽ പെൺകുട്ടി നൃത്തം ചെയ്യാൻ തുടങ്ങി. ഓരോ വസ്ത്രങ്ങളായി ഉരിഞ്ഞെറിഞ്ഞുകൊണ്ട് മുറിയിലാകെ ചുവന്ന വെളിച്ചമായി രണ്ടു ശരീരങ്ങളും ചുവന്നു.

മുറിയിൽനിന്ന് ചിത്രകാരി പുറത്തിറങ്ങിയത് കൈവിരലുകൾക്കിടയിൽ എരിയുന്ന സിഗരറ്റുകളില്ലാതെയാണ്.

അവർ പറഞ്ഞു: "നന്ദി, ഒരു പുതിയ ചിത്രം ഞാൻ മനസ്സിൽ വരച്ചു കഴിഞ്ഞു. വേഗം ചെന്ന് ഇനിയത് കാൻവാസിൽ പകർത്തുകയേ വേണ്ടൂ. പഴകിയ വീഞ്ഞു കണക്കെ എന്റെയുള്ളിൽ ആവേശം നുരയ്ക്കുന്നു."

ഞങ്ങളുടെ ചാരിതാർത്ഥ്യം എപ്രകാരം വിവരിക്കാനാണ്!

മൂന്നുനാൾ കഴിഞ്ഞ് എൽ ഞങ്ങൾക്ക് അതിയായ ആഹ്ലാദം പകർന്നുകൊണ്ട് പിന്നെയും വന്നു. കൈയിൽ പ്രൗഢമായ ഒരു ചിത്രവുമുണ്ടായിരുന്നു. എൽ നിശാകേന്ദ്രത്തിനു സമ്മാനിച്ച പ്രസ്തുത ചിത്രം ലൈംഗികതയുടെ പുതിയൊരു മാനം ഉൾക്കൊള്ളുന്നതായി പ്രശസ്ത കലാനിരൂപകനായ എം എഴുതുകയുണ്ടായി. ഞങ്ങളത് ഒരമൂല്യവസ്തുവായി പരിഗണിക്കുന്നു.

ഇത്രയും പറഞ്ഞതിൽനിന്ന് ഒരു വസ്തുത വ്യക്തമാണ്. രാഷ്ട്രീയമായ പ്രതിസന്ധിയാകട്ടെ, സർഗ്ഗാത്മകമായ മുരടിപ്പാകട്ടെ, പ്രത്യയശാസ്ത്ര സംബന്ധിയായ ആശയക്കുഴപ്പമാകട്ടെ. മനംമടുപ്പാകട്ടെ, നിശാകേന്ദ്രം നിങ്ങളുടെ സഹായത്തിനുണ്ട്. എല്ലാ ക്രെഡിറ്റ് കാർഡുകളും ഞങ്ങൾ സ്വീകരിക്കുന്നു. നിശാകേന്ദ്രത്തിലേക്കു വരിക.

ഡോക്ടർ,
ഞാൻ ഒരു ലെസ്ബിയൻ ആണോ?

കെ വി മണികണ്ഠൻ

ഞാൻ ഉമാമഹേശ്വരി. നാല്പത് വയസ്സ്. നോൺവർക്കിങ്ങ് കാറ്റഗറി, ഹാപ്പി വീട്ടമ്മ.

മരിയ ലോന, കൊച്ചിയിലെ ഒരു ക്ലിനിക്കൽ സൈക്കോളജിസ്റ്റാണ്. ലോന മാപ്ലയുടെ മകൾ. ലോന എന്ന വാൽ ചുമക്കേണ്ടിവരുന്നത് കുട്ടി മരിയയ്ക്ക് വലിയ വിഷമമായിരുന്നു പോലും. അറുപഴഞ്ചൻ പേര്. പക്ഷേ, ലോന പ്രൗഢമായ പോർച്ചുഗീസ് നാമം ആണെന്നും മലയാളം ഒറിജിനൽ അല്ലെന്നും പറഞ്ഞുകൊടുത്തത് മരിയയുടെ ആദ്യ കാമുകനാണ്. അയാളുടെ പേർ അനന്തകൃഷ്ണൻ. കക്ഷിയാണ് എന്റെ രണ്ടു പെൺമക്കളുടെ പിതാവ്. സംശയിക്കേണ്ട എന്റെ ഭർത്താവും ആൾ തന്നെ. അവരുടെ പ്രേമം പൂവണിഞ്ഞില്ല എന്ന് ഇനി പറയേണ്ടല്ലോ? ഒന്നാം കാരണം പട്ടർ നസ്രാണി അന്യോന്യം. രണ്ടാമത് ഇവൾക്ക് അനന്തുവിനെക്കാൾ നാല് വയസ്സ് കൂടും. അനന്തു വാസ് ആന്റ് ഈസ് സൊ റൊമാന്റിക് അന്ന് മരിയ വാങ്ങിക്കൊടുത്ത ചോക്ലേറ്റിന്റെ ഗിൽറ്റ് റാപ്പർ ഇന്നും പെട്ടിക്കടിയിൽ നിന്നു എടുത്തുകളയാൻ മടിക്കുന്ന അത്ര റൊമാന്റിക്.

മരിയ ഒരു നസ്രാണി ഡോക്ടറെ കല്യാണം കഴിച്ച്, രണ്ടു തക്കിടിമുണ്ടന്മാരുടെ തള്ളയാണിപ്പോൾ. മൂത്തവൻ എം ഡി ഡോക്ടർ പുറത്താണ്. താഴെയുള്ളവൻ പരിയാരം മെഡിക്കൽ കോളേജിൽ ഫൈനലിയർ. പേരിലെ ലോന മാറ്റി ക്ലീറ്റസ് ആക്കിയില്ല എന്നുമാത്രം. ഒരു കാര്യം കൂടി. പ്രേമം പൊട്ടി പാളീസായി. വീട്ടുകാരുടെ നിർബന്ധത്തിൽ എന്നെയും കെട്ടി ഇവിടെ കൊച്ചിയിൽ താമസമാക്കി വയസ്സുകാലത്താണ് അവർ തമ്മിൽ പിന്നീട് കാണുന്നത് കേട്ടോ. ആദ്യമൊക്കെ എനിക്കൊരു കുശുമ്പുണ്ടായിരുന്നു. പിന്നെ മനസ്സിലായി, ഇവൾ നല്ലവളാണെന്ന്. ഇവൾ എന്നൊക്കെ നേരെ വിളിക്കില്ല കേട്ടോ, ഡോക്ടറല്ലേ! എന്നെക്കാൾ എട്ടു

വയസ്സു മൂത്തതല്ലേ! എനിക്ക് നേരിട്ട് ഡോക്ടറേ എന്നോ ചേച്ചി എന്നോ മാത്രമേ വരൂ. പക്ഷേ, മരിയ എന്നെ എടീ, ടീവ്വളേ എന്നൊക്കെ വിളിക്കുമ്പോൾ ആദ്യമൊക്കെ കലിച്ച് കേറുമായിരുന്നു. പിന്നെ, അതൊരു തൃശൂർ നസ്രാണി സ്നേഹഭാഷയാണെന്ന് മനസ്സിലായപ്പോ ഒക്കെ.

ഇപ്പോൾ മക്കൾക്ക് വെക്കേഷനാണ്. അവർ പാട്ടിയുടെ കൂടെ എന്റെ വീട്ടിൽ വിരുന്നുണ്ട് താമസിക്കാൻ പോയതാണ്.

ഇനി കാര്യത്തിലേക്ക് കടക്കാം. ഇന്ന് ഞാൻ മരിയയുടെ വീട്ടിലാണ്. ഇന്നു രാത്രി ഞാനിവിടെ താമസിക്കാൻ വന്നതാ. അനന്തു മൂന്ന് ദിവസത്തെ കോൺഫറൻസിനു പോയി - തിരുവനന്തപുരത്ത്. ശരിക്കും പറഞ്ഞാൽ മരിയയെ കൺസൾട്ട് ചെയ്യുക എന്നതാണ് ഉദ്ദേശ്യം. അനന്തു അവളോട് പറഞ്ഞിട്ടുണ്ട്. പാവം അനന്തു. കുറച്ച് പരിഭ്രമത്തിലാ.

ആളെ കുറ്റം പറയാൻ പറ്റുമോ? കഴിഞ്ഞ 15 വർഷമായി കൂടെ കഴിയുന്ന ഭാര്യ ഒരു രാത്രിയിൽ വെളിപ്പെടുത്തുകയാണ്, ഏയ്, ഞാനൊരു ലെസ്ബിയനാണ് എന്നെനിക്ക് തോന്നുന്നു എന്ന്. ഏത് ഭർത്താവും ഞെട്ടും. ഇല്ലേ? പക്ഷേ, അനന്തു അത് ചിരിച്ച് തള്ളി, ചിരിക്കുന്നുണ്ടെന്നേ ഉള്ളൂ. ഉള്ളുലഞ്ഞിട്ടുണ്ട്.

ഇതാണ് സംഗതി. ഏകദേശം ഒരു മാസം മുമ്പാണ്, ഫേസ്ബുക്കിൽ ഒരു പോസ്റ്റുകണ്ടു. വനിതകൾക്കുവേണ്ടിയുള്ള ഒരു ആക്റ്റിവിസ്റ്റ് മാഗസിനിൽ ഈ ലക്കം ലെസ്ബിയൻ സ്പെഷലാണത്രേ. അതിന്റെ പരസ്യമായിരുന്നു അത്. (ഒരക്ഷരം വായിച്ചിട്ട് വർഷങ്ങളായ ഞാൻ ആ പുസ്തകം തിരഞ്ഞ് നടന്ന് വാങ്ങി കേട്ടോ!) ആ പോസ്റ്റ് ഇങ്ങനെ മൂന്ന് ചോദ്യമെറിഞ്ഞു:

നിങ്ങൾക്ക് എപ്പോഴെങ്കിലും ഒരു ലെസ്ബിയൻ ഫാന്റസി തോന്നിയിട്ടുണ്ടോ? ലെസ്ബിയൻ ബോധം രതിയുമായി മാത്രമാണോ ബന്ധപ്പെടുന്നത്? അതോ ഓരോരുത്തരുടേയും ഉള്ളിലുള്ള പ്രേമത്തോടുള്ള പരിപൂർണ്ണമായ തിരിച്ചറിവു കൂടിയാണോ അത്? വിദൂരമായ ഒരു ദ്വീപിലേക്ക് നിങ്ങൾ നാടുകടത്തപ്പെട്ടു എന്ന് സങ്കല്പിക്കുക. കൂടെ പാർപ്പിക്കാൻ ഒരു പ്രശസ്തയായ സ്ത്രീയെ നിങ്ങൾക്ക് കൊണ്ടുപോകാം. അങ്ങനെയെങ്കിൽ നിങ്ങൾ കൊണ്ടുപോകുന്ന സ്ത്രീ ആരായിരിക്കും?

അന്നത് കണ്ടതും ഞാൻ ഉത്തരങ്ങൾ ടൈപ്പ് ചെയ്യാൻ തുടങ്ങി. അപ്പോഴാണ് ഓർക്കുന്നത് - ബന്ധുക്കൾ, അയൽക്കാർ എന്തിന്? മൂത്ത മോൾ വരെ ഉണ്ട് ഫേസ്ബുക്കിൽ. ശ്ശൊ, ഒരു ഫേക്ക് ഐഡി വേണമായിരുന്നു.

സ്വർണ്ണമണൽ അതിരിടുന്ന ഇളം പച്ചക്കടലിനു നടുവിലെ ദ്വീപ്! അവിടെ മനുഷ്യനായി ഞാൻ മാത്രം! എന്റെ എക്കാലത്തേയും ഫാന്റസി. ചാൻസ് കിട്ടിയാൽ ഞാൻ ആരെ കൊണ്ടുപോകും? ആണല്ല, പെണ്ണ്? പ്രശസ്തരൊന്നുമല്ല. എന്റെ മനസ്സിലപ്പോൾ അപ്പാർട്മെന്റ് ഹെൽത്ത് ക്ലബ് ആണ് വന്നുകേറീത്. അതെ അവൾ! ശ്ശൊ...

എന്തായാലും എനിക്ക് ഇതിന് പ്രതികരിക്കാതിരിക്കാനാവില്ലെന്ന്

തോന്നി. അപ്പോഴാണ് ആ പോസ്റ്റിനു താഴെ ഒരു കമന്റ് കണ്ടത്. അത് വായിച്ചുതുടങ്ങിയപ്പോഴേ നട്ടെല്ലിൽ ഒരു തരിപ്പുയർന്നു.

"ഞാൻ സ്വയം എത്രയോ തവണ ചോദിച്ച ചോദ്യം! രതിസങ്കല്പം! സങ്കല്പരതി! ശ്ശോ! എനിക്കാ ലോകത്തിൽ സ്ത്രീബിംബങ്ങളേയുള്ളൂ! ചിന്തകളിൽ ആനന്ദം തരുന്ന എന്താണു പുരുഷരൂപത്തിലുള്ളത്? എന്നാലോ, സ്ത്രീശരീരത്തിന്റെ നിഗൂഢത. അതിന്റെ ഉൾവലിയലുകൾ. ഫ്ളക്സിബിലിറ്റി! ശരീരം മാത്രമോ? അല്ലേയല്ല. മെന്റലി പരസ്പരപൂരകമാകാൻ എനിക്ക് പെണ്ണുങ്ങളേ പറ്റൂ... നേർത്ത സുഗന്ധം പരത്തിക്കൊണ്ട് അരഞ്ഞരഞ്ഞ് തീരുന്ന ഹരിചന്ദനങ്ങൾ!"

കടവുളേ. ഇത് ഞാനിടേണ്ട കമന്റാണല്ലോ! സുഗന്ധം പരത്തിക്കൊണ്ട് അരഞ്ഞരഞ്ഞു തീരുന്ന ചന്ദനമരങ്ങൾ! എന്റെ ഹൃദയം എങ്ങനെ ഈ സ്ത്രീ പകർത്തി!

ആ രാത്രി തന്നെയാണ് അനന്തുവിനോട് പറഞ്ഞത്. ലൈറ്റ് അണച്ചുള്ള രതിയിൽ, ഭാര്യ തന്നെ ഒരു സ്ത്രീ ശരീരമായി സങ്കല്പിക്കുന്നതെന്ന സത്യം. നെഞ്ചിലും വയറിലും പുറത്തുമൊന്നും ഒരു നേരിയ രോമം പോലുമില്ലാത്ത പാവം അനന്തു പറഞ്ഞു:

ഇങ്കെ പാരമ്മാ, കോഴീ, മയിൽ, സിങ്കം, യാനൈ... എല്ലാമെ വന്ത് പുരുഷൻ താൻ സൂപ്പറാ അഴകായിറുക്ക്....

ആമാ. ആനാൽ, മനിതർകളിൽ പൊണ്ണുടൽ താൻ സൂപ്പർ.

ഉമാ, ഇങ്കെ പാര്. തേവയില്ലാമൈ എതുക്ക് ഇന്തമാതിരി തിങ്കിങ് പണ്ണി തൂങ്കമില്ലാതെ ഇറിക്കിറേൻ? ഇത് വന്ത് ഉൻ പളക്കം. മാര്യേജ് മുടിഞ്ച് പതിനഞ്ച് വർഷമാകപ്പോറേൻ. ആന്റ് ഐ നോ, യു ആർ കൊയിറ്റ് നോർമൽ. കമോൺ ബേബ്....

പക്ഷേ, എന്നിലെന്തോ പുളിച്ചു തേട്ടുന്നത് ഓരോ ദിവസം ചെല്ലുന്തോറും അനന്തു അറിഞ്ഞു. ആൾതന്നെയാണ് മരിയയോട് കാര്യം അവതരിപ്പിച്ചതും അങ്ങനെ ഞാൻ ഇവിടെ എത്തിയതും. ഒരു കൺസൾട്ടിംഗിന്റേതായ അന്തരീക്ഷം വരരുതെന്ന് അനന്തുവിന് നിർബന്ധമുണ്ടായിരുന്നു. അതുകൊണ്ടാണ്, ഇന്നുരാത്രി തങ്ങാൻ മരിയ ക്ഷണിച്ചത്. മരിയയും ഇന്ന് ഒറ്റയ്ക്കാണ്.

അത്താഴത്തിനു എന്റെ പാചകമായിരുന്നു. ലെമൺ റൈസ് ഭക്ഷണം കഴിഞ്ഞ് ടി വിക്ക് മുന്നിൽ സെറ്റിയിൽ ചുമ്മാ ഇരിക്കുന്നേരമാണ് മരിയ ഒരു വൈപ്പിൻകുപ്പി കൊണ്ടു മുന്നിൽ വച്ചത്.

ഇനി ഞാൻ കുറെ ചോദ്യങ്ങൾ ചോദിക്കും. അറിയാമല്ലോ ഡോക്ടർ, വക്കീൽ... നുണകൾ പറയരുതെന്നു മാത്രമല്ല, എല്ലാ സത്യങ്ങളും പറയാതെയിരിക്കുകയുമരുത്. അതിനു മുൻപ് നമ്മൾ രണ്ടുപേരും മൊബൈൽ ഓഫ് ചെയ്യുന്നു, ഓക്കേ?

സംഗതി ഫ്ളാറ്റിന്റെ വാതിൽക്കൽ വലിയ മരപ്പലക ഇട്ട്, സ്ഥിരമായി കോലം വരയ്ക്കുമെങ്കിലും അസ്സൽ നോൺ വെജ് പട്ടരുടെ പട്ടത്തിയാണ് ഈ ഞാൻ. വൈൻ കുടിക്കാത്തതൊന്നുമല്ല. അതിന്റെ ഒരു ചവർപ്പ് പിടി

ക്കാറില്ലെന്നേയുള്ളൂ എനിക്ക്. പക്ഷേ, ഇതിനു എന്തോ, ദശമൂലാരിഷ്ടത്തിന്റെ രസം. എനിക്കിഷ്ടപ്പെട്ടു. മരിയയുടെ കുടുംബവീട്ടിൽ ഇട്ടതാണെന്ന്. എന്തായാലും സിപ്പ് ചെയ്യാനൊന്നും പോയില്ല. മടമടാന്ന് കുടിച്ചു. വയറ്റിലെത്തിയതും അറിഞ്ഞു; നാരങ്ങാസാദവുമായി വീഞ്ഞിന്റെ അങ്കം. തലയിൽ ചൂട് നിറഞ്ഞു. ഒരിക്കൽ അനന്തുവിന്റെ കൂടെ ഫിൻലാൻഡിൽ പോയപ്പോ ആവിനിറഞ്ഞ സൗനയിൽ ഇരുന്നപോലെ ഒരു ഫീൽ... ഹാ, പത്തു മിനിറ്റിനുള്ളിൽ ഒരു ഭാരമില്ലായ്മ വന്നു. മരിയ ആദ്യ ഗ്ലാസ് അവസാനിപ്പിക്കുന്നതേ ഉണ്ടായിരുന്നുള്ളൂ. എന്തായാലും ഒന്നും മറച്ചുവെയ്ക്കേണ്ടതില്ല. പിന്നെ മരിയയുടെ ജോലിയും ഇതുതന്നെ ആണല്ലോ, നമ്മടെ മനസ്സിനെ കുഴിച്ചെടുക്കുക. എന്തായാലും ഞാൻ എല്ലാം പറഞ്ഞുതുടങ്ങി. തുടക്കം എന്തോ ഒരു വല്ലായ്മ ഉണ്ടായെങ്കിലും, വീഞ്ഞാണെന്ന് തോന്നുന്നു അതിനെ ഓവർകം ചെയ്തു.

മരിയേച്ചീ, അല്ലെങ്കിൽ വേണ്ട. ഡോക്ടർ, ഒരു സ്ത്രീക്കൂട്ടത്തിലായിരുന്നു എന്റെ ജീവിതം. പത്തുവരെ ഞാൻ പഠിച്ചത് കോൺവെന്റിൽ. അവിടെ ആകെ ഓഫീസിലുള്ള ഒരു പ്യൂൺ ആണ് പുരുഷൻ. അതുകഴിഞ്ഞ് അഞ്ചുകൊല്ലം ഹോസ്റ്റലിലായിരുന്നു. പ്രീഡിഗ്രി സെന്റ് ജോസഫ്സിൽ, അവടെയും ആണുങ്ങളെ കണികാണാനില്ല. ഡിഗ്രി പ്രശസ്ത വനിതാ കോളേജിൽ. പേരു പറയുന്നില്ല. വീട്ടിലോ, ഞങ്ങൾ മൂന്ന് പെൺമക്കൾ. പട്ടന്മാരെങ്കിലും ഞങ്ങളുടെ വീട് അഗ്രഹാരത്തിലൊന്നുമായിരുന്നില്ല.

പ്രീഡിഗ്രിക്ക് ഹോസ്റ്റലിൽ എന്റെ സീനിയർ ആയിരുന്ന ചേച്ചിയോട് തോന്നിയ ഒരുതരം വികാരമാണ് എന്റെ ആദ്യത്തെ പെൺപ്രേമം എന്നു പറയാം. കവിതകളോടും എഴുത്തിനോടും ഒരു ചെറിയ കമ്പമുണ്ടായിരുന്ന എനിക്ക് (ഇപ്പോ ഒരു കമ്പവുമില്ല കേട്ടോ) മാഗസിൻ എഡിറ്ററായ അവരോട് എന്തോ ഒരടുപ്പം. അവരുടെ ശ്രദ്ധയാകർഷിക്കാൻ ഞാൻ ഓരോന്നു ചെയ്യും. എന്തെങ്കിലും ഊപ്പ റീസൺ ഉണ്ടാക്കി ഇടയ്ക്ക് മേലെ അവരുടെ മുറിയിൽ കേറിച്ചെല്ലും. ഒരു കാര്യം ഞാൻ പ്രത്യേകം ഓർക്കുന്നു ഡോക്ടർ. അവർക്കൊരു പ്രത്യേകത ഉണ്ടായിരുന്നു. ആണിഷ് പെണ്ണ് എന്ന് പറയില്ലേ, അത്തരമൊരു കൂസലില്ലായ്മ. അവരെ അനുകരിച്ച് ഞാനും ചുരിദാറിന്റെ സ്ലീവ് രണ്ടു ചെറിയ മടക്കുമടക്കി വയ്ക്കുമായിരുന്നു. അന്നൊക്കെ ഞാൻ ഒരുങ്ങുന്നത് തന്നെ അവരെ കാണിക്കാൻ വേണ്ടിയായിരുന്നു.

ഒരു ദിവസം ഞാനും അവരും ഗ്രൗണ്ടിൽ പുല്ലിൽ ഇരിക്കുകയായിരുന്നു. കവിതാപുസ്തകങ്ങൾ ലൈബ്രറിയിൽനിന്ന് എടുത്തുകൊണ്ടുവന്ന് ചിലത് എന്നെക്കൊണ്ട് ഉറക്കെ ചൊല്ലിക്കും. ഒരിക്കൽ അന്നേരം രണ്ടു തുമ്പികൾ പരസ്പരം പിണഞ്ഞുകൊണ്ട് പുല്ലിൽ പറന്നും ഇരുന്നും കളിക്കുന്നത് കണ്ടു. കൗതുകം കൊണ്ട് ഞാനവയെ പിടിക്കാൻ ശ്രമിച്ചപ്പോൾ, അവർ പറഞ്ഞു - ഏയ് അവരെ ശല്യം ചെയ്യരുത്. അവ ഡിങ്കോൾഫിക്കേഷനിലാ...

ഡോക്ടർ, അത് കേട്ടപ്പോൾ, സത്യം എന്റെ ഉള്ളിൽ എന്തോ കമ്പനം കൊണ്ടു.

ഉമ, ഒരു സംശയം, ഈ സ്ത്രീയെ നീയെന്തുകൊണ്ട് അവർ എന്ന് പറയുന്നു, അവൾ എന്നല്ലേ പറയേണ്ടത്?

ഹോ, എന്തോ എനിക്ക് ഇങ്ങനെയേ വരുന്നുള്ളൂ...

ഉം, ബാക്കി പറയൂ.

ഏയ് അത്രമാത്രം. അവരെ പിന്നെ മറന്നു. ഇനി, ഡിഗ്രിക്ക് പഠിക്കുമ്പോഴാണ് ഒന്നാം വർഷം. ഹോസ്റ്റലിൽ ഒരു രഹസ്യ മത്സരമുണ്ട്. ഹോസ്റ്റൽ ഡേയോട് അനുബന്ധിച്ച്. അതിൽ എനിക്ക് സമ്മാനമടിച്ചു. കാക്കപ്പുള്ളി റാണിപട്ടം. നമ്മൾ പങ്കെടുക്കണമെന്നൊന്നുമില്ല. സീനിയേഴ്സ് പങ്കെടുപ്പിച്ചോളും. പക്ഷേ, ഇത്ര കടുപ്പമാണെന്ന് ഞാൻ കരുതിയില്ല. എന്റെ ശരീരത്തിൽ 21 കാക്കപ്പുള്ളികൾ ഉണ്ടെന്ന് അവർ കണ്ടുപിടിക്കുമ്പോൾ ഞാൻ കണ്ണടച്ച് കരയുകയായിരുന്നു. പറയുമ്പോൾ എല്ലാം പറയണമല്ലോ മരിയച്ചേച്ചീ, അനന്തുവിനോട് പണ്ടൊക്കെ പന്തയം കെട്ടാറുണ്ട്. പാവം എന്നെ തിരിച്ചും മറിച്ചും കെടത്തി എണ്ണിയെടുത്തിട്ടും ആകെ 16 എണ്ണമേ കണ്ടുപിടിച്ചിട്ടുള്ളൂ. ഹ... ഹ... ഹ!

ഡോക്ടർ പൊട്ടിച്ചിരിച്ചുകൊണ്ട് എന്റെ വൈൻഗ്ലാസ് നിറയ്ക്കുന്നതിനിടയിൽ പറഞ്ഞു: എനിക്ക് വയ്യാട്ടാ... പാവം അനന്തു, ഇതൊക്കെ തപ്പിപ്പിടിച്ചു വരുമ്പഴയ്ക്കും അവൻ റണ്ണൗട്ട് ആവും, ഷുവർ! ഹ... ഹ... ഹ...! പൂവർ പട്ടരുട്ടി!

ചിരിച്ചുമറിഞ്ഞ് ഞങ്ങൾ കുറച്ച് വേണ്ടാതീനം പറഞ്ഞു അനന്തുനെപ്പറ്റി. മൂക്കു ചൊറിഞ്ഞിട്ടുണ്ടാവും ഷുവർ!

ചേച്ചീ, റാണീ പട്ടമുള്ളതോണ്ട് അടുത്ത വർഷം ഞാൻ ഓട്ടോമാറ്റിക്ക് ആയി കാക്കപ്പുള്ളി ജഡ്ജിമാരിൽ എടുക്കപ്പെട്ടു. അന്നാണ് എന്റേതല്ലാത്ത സ്ത്രീശരീരം ഞാൻ കാണുന്നത്. തിരിച്ചും മറിച്ചും ഒടിവുകളിലും വിടവുകളിലും ഒളിഞ്ഞുകിടക്കുന്ന കാക്കപ്പുള്ളികൾ പരതുമ്പോൾ, എന്റെ അടിവയറ്റിൽ ഷോർട്ട് സർക്യൂട്ട് വരുമ്പോഴുള്ള ശബ്ദംപോലെ ഒരു കിരുകിരുപ്പുണ്ടായിരുന്നു. ഉള്ളിൽനിന്ന് എന്തോ ഉരുകിയൊലിക്കുന്നപോലെ ഫീൽ! കണ്ണടച്ച് നിശ്ശബ്ദ പ്രതിഷേധവുമായി കിടക്കുന്ന ആ കിളിന്തു സ്ത്രീ ശരീരങ്ങളായിരുന്നു പിന്നീട് എന്റെ സ്വപ്നങ്ങളിൽ കൂട്ട്. അതിനു മുൻപ്, എന്റെ ദിവാസ്വപ്നങ്ങളിലെല്ലാം റൊമാന്റിക് ഗാനരംഗങ്ങളോ, ഏറിയാൽ ഒരു ആലിംഗനമോ ഒരു ആൺ ഉമ്മയോ മാത്രമേ ഉണ്ടായിരുന്നുള്ളൂ. ആ സ്ഥാനത്ത്, ഈ ഉയർച്ചതാഴ്ചകളും ഒക്കെ ആയി. സ്വർണ്ണരോമങ്ങളോടു കൂടിയ പൊക്കിളുകളും പർപ്പിൾ വർണത്തിലുള്ള മുലക്കണ്ണുകളും ലോലമായ രോമങ്ങൾക്കിടയിലെ അർദ്ധചന്ദ്രാകൃതിയിലുള്ള ഒരു കാക്കപ്പുള്ളിയും വരയൻപുലി കണക്കെ സ്ട്രെച്ച് മാർക്കുകളുള്ള ചന്തികളുടെ തുളുമ്പലുകളും കടന്നുകൂടി. സ്വയം സന്തോഷത്തിന്റെ ഏറ്റവും സ്വകാര്യമായ നിമിഷങ്ങളിലും അവയെന്നെ സ്നേഹംകൊണ്ട് വീർപ്പുമുട്ടിച്ചു. എന്തോ, ഇവയ്ക്കൊന്നും മുഖങ്ങളില്ലായിരുന്നുവെന്ന്

ഇപ്പോൾ, സത്യം ഡോക്ടർ, ഇപ്പോൾ ഞാൻ തിരിച്ചറിയുന്നു.

ഉം ഇതിലൊന്നും ഞാൻ അബ്നോർമൽ ആയി ഒന്നും കാണുന്നില്ല. ഉമേ ഞാൻ ചോദിക്കാതെ തന്നെ നീ നന്നായി പറയുന്നുണ്ട്. അതിനാൽ തുടരൂ ഞാൻ കേൾക്കുന്നുണ്ട്.

ഞാൻ ഫൈനൽ ഇയർ പഠിക്കുമ്പോഴാണ്, ഹോസ്റ്റലിൽ ഞങ്ങൾ അഞ്ചുപേർക്കാണ് ഒരു റൂം. അതിൽ എന്റെ പ്രിയപ്പെട്ട കൂട്ടുകാരിയായിരുന്നു സൈറ. പെണ്ണുങ്ങളുടെ കോളേജിൽ പൊതുവെ ഇണകൾ ധാരാളമുണ്ടാവുമല്ലോ. ആ സമയം എന്റെ 'പിരി' അവളായിരുന്നു. നാടകം ഡീസോണിൽ പോകേണ്ടതിന്റെ രണ്ടുനാൾ മുന്ന്, സൈറയുടെ കൈ ഒടിഞ്ഞു. അവളാണ് പ്രധാന വേഷത്തിൽ. ഞാനാണ് നാടകത്തിന്റെ നടത്തിപ്പുകാരി. എനിക്കാകെ ദേഷ്യം വന്നു. പകരം ഒരാളെ വെച്ച് പഠിപ്പിക്കാനൊന്നും സമയമില്ല. അന്ന് വൈകുന്നേരം ഒരു പ്രശ്നമുണ്ടായി. അവളന്ന് ഇട്ടിരുന്നത് എന്റെ ചുരിദാറാണ്. പ്ലാസ്റ്റർ ഇട്ടിരുന്നതിനാൽ ചുരിദാർ കൈ വെട്ടിയേ മതിയാകൂ. എന്നാൽ ഞാൻ നാടകം തുലഞ്ഞതിന്റെ ദേഷ്യത്തിലായിരുന്നല്ലോ. പറഞ്ഞു, എന്റെ ചുരിദാർ നശിപ്പിക്കാൻ പറ്റില്ല എന്ന് അവൾ കുറെ കരഞ്ഞു.

രാവിലെ എനിക്ക് പാവം തോന്നി. മറ്റുള്ളവർ ക്ലാസിൽ പോയതിനു ശേഷമാണ് സൈറ ഉണർന്നത്. ഞാൻ ചുരിദാർ കൈവെട്ടി. അന്ന് അവളെ ഞാനാണ് കുളിപ്പിച്ചത്. ഡോക്ടർ, ഞാൻ പറയുന്നതിനപ്പുറം അവൾക്കൊന്നുമില്ലായിരുന്നു. നാടകത്തിൽ അഭിനയിക്കുന്നത് തന്നെ എന്റെ നിർബ്ബന്ധത്താലാണ്. അവളെ കുളിപ്പിക്കുമ്പോൾ ആ ശരീരം ഞാൻ ആദ്യമായി കണ്ടു. എന്റെ ഉള്ള് അപ്പോൾ ആകെ വിറച്ചുപോയിരുന്നു കേട്ടോ. അന്നവളെ എല്ലാ തുണികളുമുടുപ്പിച്ചത് ഞാനാണ്. അവസാനം, അവളുടെ കണ്ണിൽ കണ്മഷി എഴുതാൻ തോന്നി. കണ്മഷിയും പൗഡറും ചേർന്നാൽ ഒരു മാദകഗന്ധമുണ്ട്. എനിക്ക് കൺട്രോൾ പോയി. ഡോക്ടർ വിശ്വസിക്കില്ല. പെണ്ണിനെ പെണ്ണ് ഉമ്മവച്ചാലേ ചവർപ്പോ മധുരമോ അല്ല, തീയിന്റെ സ്വാദാ.

പക്ഷേ, എന്റെ ജീവിതത്തെ അടിമുടി മാറ്റിമറിച്ച ഒന്നാണ് പിന്നെ നടന്നത്. ഇത്തിരിനേരം ചുണ്ടു നീട്ടിത്തന്ന് ഒരു പൂച്ചക്കുട്ടിയെപ്പോലെ എന്നിലേക്ക് ചേർന്നു ഒട്ടിനിന്ന സൈറ, പൊടുന്നനെ ഒറ്റ കൈകൊണ്ട് എന്നെ തള്ളിമാറ്റി. കരഞ്ഞുകൊണ്ട് അവളവളുടെ ബാഗ് നിറച്ചു. എന്നെ ഒന്ന് നോക്കുകപോലും ചെയ്യാതെ ബാഗും വലിച്ച് അവൾ പോയി. അവളുടെ ഹോസ്റ്റൽ ജീവിതം അന്നത്തോടെ അവസാനിപ്പിച്ചു. കൈ ഒടിഞ്ഞതിന്റെ അവധിയിലാണെന്ന് എല്ലാവരും കരുതിയതിനാലും സൈറ ആരോടും ഒന്നും പറയാതിരുന്നിനാലും സംഭവം പുറത്തായില്ലെന്ന് മാത്രം.

ഉം, അതെ. പ്രത്യേകിച്ചും ആ കോളേജ്. ഈ സംഭവം മതിയായിരുന്നു അവർക്ക് നിന്നെ ടി സി തന്നുവിടാൻ. ശരി, അതിനുശേഷം ഏതെങ്കിലും സ്ത്രീകളുമായി നിനക്ക് അടുപ്പമുണ്ടായിട്ടുണ്ടോ? ഇമോഷനലി? ഓർ ഫിസിക്കലി?

ഇല്ല ഡോക്ടർ. സൈറ എനിക്കൊരു ഷോക്ക് ആയിരുന്നു. പിന്നെ... ഡോക്ടർ എന്റെ ഒരു സംശയമാണ്. പക്ഷേ, അത് ശരിയുമാണ്. എന്നിൽ ഒരു ലെസ്ബിയൻ ഉണ്ടെന്ന് എനിക്കറിയാം. എന്നാൽ പൂർണ്ണമായും അല്ല. ആണെങ്കിൽ എനിക്ക് അനന്തുവിനെ ആസ്വദിക്കാൻ പറ്റില്ലല്ലോ? പക്ഷേ, സമാന ചിന്താഗതിക്കാരികളെ എനിക്ക് പെട്ടെന്ന് തിരിച്ചറിയാൻ പറ്റുന്നുണ്ട്. ഒരുതരം റിലേ ശരീരം നടത്തുമെന്ന് തോന്നുന്നു, ഉവ്വോ?

ശരിയാണ്. അതിന്റെ ശാസ്ത്രീയമായ ആധികാരികത പഠിക്കേണ്ടിയിരിക്കുന്നു. ഒരു കാര്യം ചോദിക്കട്ടെ, ഈ കോളേജ് കാലയളവിലൊന്നും നിനക്ക് പുരുഷന്മാരോടു ഒട്ടും ആകർഷണീയത തോന്നിയിട്ടില്ല എന്നാണോ പറഞ്ഞുവരുന്നത്?

ഏയ്, അല്ലേ അല്ല ഡോക്ടർ. പക്ഷേ, എവിടെ പുരുഷന്മാർ? കസിൻസ് പോലും പെണ്ണുങ്ങളല്ലേ. ഒരു അട്രാക്ഷൻ എനിക്ക് തോന്നാൽ ആരെയെങ്കിലും ഒന്നു അടുത്ത് കിട്ടണ്ടേ. പിന്നെ അവസരങ്ങളുടെ അഭാവം മാത്രമാണ് സദാചാരം എന്ന് അനന്തു ഇടയ്ക്കിടയ്ക്ക് പറയും.

ഇതു ഞാൻ മരിയയ്ക്കിട്ടൊന്നു താങ്ങീതാണ് കേട്ടോ. അവൾക്ക് മനസ്സിലായോ എന്തോ? പിന്നീട് ഒരു പതിനഞ്ചു മിനിറ്റ് മരിയ ഒന്നും മിണ്ടിയില്ല. താഴെ ഫ്ളോർ ടെയിൽസിൽ നോക്കി ആലോചിച്ചിരുന്നു. അതിനിടയിൽ അവളുടെ കാലിഗ്ലാസ് ഞാൻ ഫിൽ ചെയ്തുകൊടുത്തു.

പൊടുന്നനെയായിരുന്നു ചോദ്യോത്തര സെഷൻ തുടങ്ങിയത്. ആണ്ടവാ, അതൊരു ഒന്നൊന്നര മണിക്കൂർ നീണ്ടുനിന്നു. ചില ചോദ്യങ്ങൾ കേട്ടാൽ നമുക്ക് തോന്നും, ഇതും സംഭവവും തമ്മിൽ എന്തു ബന്ധം എന്ന്. രണ്ടു പെൺമക്കളെ സാധാരണപോലെ പെറ്റ എന്നോട്, എന്റെ അവടെ, അതേന്ന് കാലുകൾക്കിടയിൽ എന്തെങ്കിലും വ്യത്യസ്തത ഉണ്ടോ എന്ന്! ഡോക്ടറാണെങ്കിലും പൊട്ടിയാണ്. ഭാഗ്യത്തിനു പരിശോധന ഉണ്ടായില്ലെന്നു മാത്രം.

മറ്റൊരു ചോദ്യം, ചെറുപ്പത്തിൽ ടി വി വന്ന കാലത്ത് കൂടുതൽ കാണാറുള്ള ചാനൽ എന്താണെന്ന്? എന്താ സംശയം, ദൂരദർശൻ. അന്ന തല്ലേയുള്ളൂ? കൃഷിദർശൻ വരെ ത്രില്ലിൽ ഇരുന്നു കണ്ടിട്ടുണ്ട്. അപ്പോ കേബിൾ ടി വി വന്നപ്പോ വീട്ടിലാരുമില്ലെങ്കിൽ ഫാഷൻ ടി വി കാണാറുണ്ടോ എന്ന്. മരിയ പൊട്ടിയൊന്നുമല്ല ബുദ്ധിയുണ്ട്. കാരണം അന്ന് അമ്മ കാണാതെയും ഇന്ന് മക്കൾ കാണാതെയും കണ്ടിരിക്കാൻ എനിക്കിഷ്ടമാ എഫ് ടി വി ഇങ്ങനെ ഒരുതരം ചോദ്യങ്ങൾ.

എന്നെ ഉറക്കിക്കിടത്തി ഉള്ളിലുള്ളതെല്ലാം ചികഞ്ഞെടുക്കുന്ന ഏർപ്പാടിനു നിക്കരുതെന്ന് ഞാൻ ആദ്യമേ പറഞ്ഞിട്ടുണ്ട്. ഉള്ളിലുള്ളതെല്ലാം പറയാൻ പറ്റുമോ? അപ്പാർട്മെന്റിലെ വിമൻസ് ഹെൽത്ത് ക്ലബിലെ വിയർപ്പു മണം അപ്പോൾ എനിക്ക് മണത്തു. നമ്മൾക്ക് മാത്രം അറിയുന്ന എന്തെങ്കിലും വേണ്ടേ? ഭാഗ്യം, എന്തായാലും അതിനൊന്നും നിന്നില്ല. എന്നോട് പോയി കിടന്നോളാൻ പറഞ്ഞു. നാളെ രാവിലെ വീട്ടിൽ പോകുന്നതിനു മുൻപ് സംസാരിക്കാം എന്ന് പറഞ്ഞു.

എന്തായാലും ഞാൻ സുഖമായി ഉറങ്ങി. ടെൻഷൻ മാറാൻ ഏറ്റവും എളുപ്പവഴി അതിരുന്ന് കേൾക്കാൻ തയ്യാറുള്ള ഒരാളോട് പറയുകയാണ്. സമാധാനത്തോടെ ഉറങ്ങി.

ഉമാ, സമാധാനമായിരുന്നോളൂ... നിന്റെ കാര്യം തന്നെ ആയിരുന്നു ഇന്നലെ രാത്രി മുഴുവൻ ചിന്ത. ശ്രദ്ധിച്ചു കേട്ടോളൂ. ലോകത്തിലെ പകുതിയിലധികം സ്ത്രീകളും തങ്ങളുടെ സങ്കല്പരതികളിൽ അഭിരമിക്കുന്നത് സ്ത്രീ ശരീരങ്ങളിലാണ്. അതിനാൽ നീ നോർമൽ വിഭാഗത്തിൽ വരുന്ന പെണ്ണാണ്. ഇതിനു കാരണം മറ്റൊന്നല്ല. ജനിച്ച അന്നു മുതൽ ചുറ്റിലും കാണുന്ന കാഴ്ചകൾ ആൺനോട്ടങ്ങളല്ലേ? മനസ്സിലായില്ലേ; ഒരു കലണ്ടർ ചിത്രമാകട്ടെ, സിനിമയാകട്ടെ, ടി വിയാകട്ടെ, എന്തിനേറെ, ആണിന്റെ അണ്ടർവെയർ പരസ്യത്തിലാകട്ടേ, സ്ത്രീ ശരീരങ്ങളല്ലേ പ്രൊമിനന്റ്? ലോകത്ത് ആണുങ്ങളേക്കാൾ കൂടുതൽ പെണ്ണുങ്ങളാണ്. എന്നിട്ടും ആണുങ്ങളെ ആകർഷിക്കാനാണ് ശ്രമം! കാരണം മനസ്സിലായോ? എല്ലാ വിഷ്വൽ വർക്കുകൾക്ക് പിറകിലും ആണുങ്ങളാണ് കൂടുതൽ. അങ്ങനെ കാമറക്കണ്ണുകൾ ആൺനോട്ടങ്ങൾ മാത്രമായി ഒടുങ്ങി. അതു കണ്ടുകണ്ടു, പെൺമനസ്സുകളിലും പെൺശരീരങ്ങളിലുമായിപ്പോകുന്നതാണ്. ഫോഴ്സ്ഡ് ഫാന്റസീയൈസേഷൻ! നീ വറി ചെയ്യണ്ട. ഇറ്റ്സ് അബ്സല്യൂട്ലി നോർമൽ! അനന്തുവിനോട് ഞാൻ പറഞ്ഞിട്ടുണ്ട്. പാവം രാവിലെ തന്നെ വിളിച്ചു. മോളു ധൈര്യമായി പൊക്കോളൂ... ജീവിതം തികച്ചും നോർമലാണ്.

ഹോ, നന്നായി! അപ്പോ ഞാൻ ഓക്കേയാണ്. ലോകത്തിനാണു പ്രശ്നം!

പക്ഷേ, തിരികെ കാറോടിക്കുമ്പോൾ എന്നിൽ നിന്നെന്തോ കൊഴിഞ്ഞുപോയ ഒരു ഫീലായിരുന്നു. അപ്പോ എനിക്ക് പ്രശ്നമൊന്നുമില്ല? ഇല്ലേ? ഉണ്ടല്ലോ. ആ പ്രശ്നം എനിക്ക് സന്തോഷമായിരുന്നല്ലോ? ആ കുഴപ്പം എനിക്ക് വേണം. എന്തിനാണ് വെറുതേ മരിയയെ കാണാൻ പോയത്. ഒരു ക്ലിനിക്കൽ സൈക്കോളജിസ്റ്റ്, ഹും!

ഫ്ളാറ്റിൽ വന്നുകേറിയപ്പോഴാണ് മൊബൈൽ ഓഫായിരുന്നല്ലോ എന്ന് ഓർത്തത്. ഓൺ ചെയ്തപ്പോഴേക്കും അനന്തുവിന്റെ മെസ്സേജുകൾ. തിരിച്ചു വിളിച്ചു. ആൾ ആകെ സന്തോഷത്തിലാണ്. പിള്ളേരെയും കൂട്ടി നാലു നാൾ കൂർഗിൽ പോകാമെന്ന്. എന്റെ ശബ്ദത്തിലെ എന്തോ മൂഡില്ലായമ അനന്തുവിന് മനസ്സിലായില്ലെന്ന് തോന്നുന്നു.

ഒരു ഡോക്ടർ മരിയയാണോ എന്റെ ജീവിതം നിർണ്ണയിക്കുന്നത്? അവളുടെ ഒരു കണ്ടുപിടിത്തം. ഞാൻ കണ്ണാടിയിൽ എന്നെത്തന്നെ നോക്കി. എന്തിനാണ് ഞാൻ ഇതുപോലെ എന്റെ ശരീരം മനോഹരമാക്കി സംരക്ഷിക്കുന്നത്? അനന്തുവിന് വേണ്ടിയോ? ശരിക്കും അനന്തുവിന് ഇതാവശ്യമുണ്ടോ? ഊം, വല്ലപ്പോഴും. ആൾക്കു മുട്ടുമ്പോൾ. നമ്മൾക്ക് മൂഡുള്ളപ്പോഴോ, നോ അപ്പിറൈറ്റ് കണ്ണാ...

കണ്ണാടിയിൽ നോക്കി ഞാൻ വസ്ത്രങ്ങൾ ഊരിമാറ്റി. ജിമ്മിൽ

പോയി പണിയെടുത്ത് വിയർത്ത് ഞാൻ എന്നെ ഇങ്ങനെ സുന്ദരിയാക്കി കൊണ്ടുനടക്കുന്നത് എന്തിനാണ്? അനന്തുവറിയാതെയുള്ള സ്വാഹ്ലാദ നിമിഷങ്ങളിൽ എന്നെ പുണരുന്ന, സുഗന്ധമുയർത്തുന്ന ഹരിചന്ദന ങ്ങൾക്ക് വേണ്ടിയോ? സ്ത്രീ ശരീരത്തിന് എവിടെയും ഒരു വക്രഭംഗി യാണ്. പുരുഷന് ചതുരവും പരപ്പുമാണ് കൂടുതൽ. ഭൂമിയിൽ സ്വയംഭൂ ലായിട്ടുള്ള ഒറ്റ വസ്തുക്കളും ചതുരത്തിൽ ഇല്ല. പുരുഷശരീരം ദൈവ ത്തിന്റെ ഒരു മിസ്റ്റേക്കാണ്.

പത്തരയാവുന്നു.

അമ്പാ! ജിം വർക്കൗട്ടിനു സമയമായി.

പത്തരയ്ക്കവിടെയെത്താൻ ഈയിടെ പ്രത്യേക താല്പര്യമാണ്. പതിനേഴാം നിലയിലെ പുതിയ താമസക്കാരി വരുന്നുണ്ട് ഒരു മാസമായി. അവളുടെ കണ്ണുകൾ കൊളുത്തി വലിക്കുന്നവയാണ്. അവൾ വർക്കൗട്ട് ചെയ്യുമ്പോൾ കണ്ടുനില്ക്കാൻ രസമാണ്. ജിമ്മിൽ എന്റെ വയർ ഭാഗ ത്താണു വിയർക്കുക. ഇവൾക്ക്, ചാരക്കളർ ട്രാക്സ്യൂട്ടിന് പിറകിൽ, തെറി ച്ചുനില്ക്കുന്ന ചന്തികൾക്ക് മുകളിലായി ഇടുപ്പിനു കീഴെ പഴയ കുടും ബാസൂത്രണ ചിഹ്നം പോലെ ഒരു ത്രികോണം തലകുത്തി നില്ക്കും! പിന്നെ രണ്ടു മുലകൾക്ക് താഴേ അർദ്ധചന്ദ്രനും വിരിയും. വിയർപ്പ് അവ ളുടെ ട്രാക്സ്യൂട്ടിൽ ഈ ജ്യാമിതീയ രൂപങ്ങൾ നിർമ്മിക്കുന്നത് കണ്ടോണ്ട് വർക്കൗട്ട് ചെയ്യുമ്പോൾ എനിക്ക് സമയം പോകുന്നതേ അറിയില്ല. പക്ഷേ, അവൾ ജാഡയാണ്. ഒരു പുഞ്ചിരിക്കപ്പുറം ഒന്നുമില്ല.

അന്നത്തെ വർക്കൗട്ട് കഴിഞ്ഞ് ലിഫ്റ്റിൽ കയറുമ്പോൾ അവളും ഒപ്പമുണ്ടായിരുന്നു. മുടി മുന്നിലേക്കിട്ട് കണ്ണാടിയിലേക്ക് തിരിഞ്ഞുനി ല്ക്കുന്ന അവൾ. വിയർത്ത പിൻകഴുത്തിൽ അലസമായി ഒട്ടിക്കിടക്കുന്ന സ്വർണ്ണരോമങ്ങൾ! അവയ്ക്കിടയിൽ ചന്ദ്രക്കലപോലെയുള്ള കാക്കപ്പുള്ളി! ശാസ്ത്രം തോൽക്കട്ടെ. മരിയ തുലയട്ടെ. ഞാനാ വിയർപ്പ് മണത്തു.

ഇന്നലെ രാവിലെ ഞാൻ വരച്ച കോലം വാതിലിനു മുന്നിൽ മങ്ങി ക്കിടന്നിരുന്നു. അവയെ കവച്ചുവെച്ച് നാലു പെൺകാലുകൾ എന്റെ ഫ്ളാറ്റിനുള്ളിലേക്ക് കടന്നു.

ബെഡ്റൂമിൽ ഹെൽത്ത് ക്ലബിന്റെ വിയർപ്പുഗന്ധം നിറഞ്ഞു അപ്പോൾ.

വെളിപ്പെടാൻ ത്രസിച്ചുകൊണ്ട് ഇരുപത്തൊന്ന് കാക്കപ്പുള്ളികൾ എന്നിൽ തുടിക്കുന്നുണ്ടായിരുന്നു.

അവളിലെത്രയെന്നറിയാൻ ഞാൻ തിടുക്കപ്പെട്ടു.

സാർ വയലൻസ്

ലാസർ ഷൈൻ

അയാളെയും അച്ഛനെയുമടക്കം ആണായവരെയെല്ലാം അയാൾ സാർ എന്നാണ് വിളിക്കുക; അമ്മയെയും ഭാര്യയെയുമടക്കം പെണ്ണായവരെയെല്ലാം മാഡം എന്നും. ആരിൽ നിന്നാണ്, എപ്പോഴാണ് ഒരു കച്ചവടം കിട്ടുക എന്നു തിട്ടമില്ലല്ലോ. ഫുള്ളി ഓട്ടോമാറ്റിക്കിൽ കഴുകി, ഉജാല മുക്കി മുക്കി വെളുപ്പിച്ച്, സ്റ്റിഫ് ആൻഡ് ഷൈനിൽ ഉജ്ജ്വലിപ്പിച്ച് തേച്ചു മടക്കിയ വ്യക്തിത്വം. കണ്ണിൽ കണ്ട സകല പെണ്ണിനെയും കക്കൂസിൽ ഒളിച്ചുകയറ്റി ആത്മഗതത്തിന് വിധേയമാക്കാറുണ്ട് ഈ നാറിയെന്നു വേണമെങ്കിൽ കുറ്റം പറയാം. അതിനാവട്ടെ ഒരു തുള്ളി തെളിവുപോലും തറയിൽ വീണിട്ടുമില്ല. ചുരുക്കത്തിൽ അയാൾ ഒരു പരമ വിജയ പുരുഷനാണ് ശ്രീ ശ്രീ സാർ!

തുടർന്നങ്ങോട്ട് സാർ എന്നിയാളെ നാമകരണം ചെയ്താൽ വേറെ കുറെ വാക്കുകളുടെ മാലിന്യം ഒഴിവാക്കാം. സാറിന്റെ അച്ഛനും അമ്മയും അനുജനും അനുജന്റെ ഭാര്യയും അയാളുടെ ഭാര്യയും പല സ്കൂളുകളിൽ അദ്ധ്യാപകരാണ്/ആയിരുന്നു. അമ്മാവനും അമ്മായിയും അമ്മായിഅപ്പനും അളിയനും അദ്ധ്യാപകരാണ്. അവരവരവരുടെ പ്രൊഫഷനുകളിൽ ആവുംവിധം മാലിന്യം സ്ഖലിപ്പിച്ച് മാസാവസാനം അക്കങ്ങൾ വാങ്ങി വാഴുന്നു. മാസാവസാനക്കൂലിയിൽ ഒതുങ്ങുന്നതല്ലല്ലോ പരമപുരുഷന്റെ സ്വപ്നാശ്വമേധം. തീർച്ചയായും ബി ബി എ, എം ബി എ പ്രവിശ്യകളിലൂടെയുള്ള കപ്പലോട്ടങ്ങൾക്കുശേഷം ഇറക്കുമതി ചുങ്കങ്ങളിൽ മായം ചേർത്ത് 1990 നുശേഷമുള്ള ബിസിനസ്സുകളിൽ ഏർപ്പെടുന്നു. 'ലോകമേ തറവാട്' എന്ന വരി സാറിന് ഇഷ്ടമാണ്. തനിക്കിച്ചെടികളും പുൽകളും പുഴുക്കളും കൂടിത്തൻ കുടുംബക്കാർ എന്നത് ഷിഫ്റ്റ് കൺട്രോൾ ഡിലീറ്റാണ്.

തീരുമാനിച്ചുറപ്പിച്ച വർഷം സ്വന്തമായി സ്കെച്ച് ചെയ്ത വീടിന്റെ പാലുകാച്ചും കഴിഞ്ഞ് സാർ നേരേ കയറിയത് മാട്രിമോണിയൽ സൈറ്റുകളിലേക്കാണ്. പുതിയൊരു ഫോൺ നമ്പരും എടുത്തു. ആ നമ്പരിടാൻ നോക്കിയയുടെ പഴയൊരു ഫോൺ സംഘടിപ്പിച്ചു. ക്ലാസിഫൈഡ് കേരളത്തിൽ പരസ്യം കൊടുത്താലത്തെ ഗതി അറിയാമല്ലോ, പരസ്യം വരുന്ന ഞായറാഴ്ചയിൽ കോളുകളുടെ പെരുമഴയാണ്. എല്ലാ കോളും സാർ തന്നെ അറ്റൻഡ് ചെയ്തു. ആ ദിവസങ്ങളിലെ ഊണ്, ഉറക്കം, മൂത്രമലാധികൾ എന്നിവയ്ക്കൊന്നും സാർ അപ്പോയ്മെന്റ് കൊടുത്തില്ല. ജീവിതത്തിലേക്ക് വരാനിരിക്കുന്ന പെണ്ണിനെയോർത്തുള്ള ആണിന്റെ സ്ക്രൂ മുറുക്കമായി അതിനെ തെറ്റിദ്ധരിക്കാനേ പാടില്ല. ആരിൽനിന്നാണ്, എപ്പോളാണ് ഒരു കച്ചവടം കിട്ടുക എന്നു തിട്ടമില്ലല്ലോ.

മാഡത്തെ ആകർഷിച്ചത് തികച്ചും കാഷ്വലായ അയാളുടെ പ്രൊഫൈൽ പിക്ചറാണ്. ഒരു ഫോട്ടോ എടുക്കാൻപോലും സമയമില്ലാത്തയാളാണ് സാർ എന്ന തിരക്ക് ആ ഫോട്ടോയിലുണ്ട്. വേഗം ക്ലിക്കടോ എന്ന് ഫോട്ടോഗ്രാഫറോട് തിരക്കു കൂട്ടുന്ന ഭാവമായിരുന്നു സാറിന്. മാഡത്തിന് ഇതിൽപ്പരമെന്ത് ആനന്ദം. ഭർത്തൃദ്യോഗമല്ല, അയാൾക്ക് വേറെ ജോലിയുണ്ട്. കിടക്കുന്നതിനുമുമ്പേ എഴുന്നേല്ക്കുന്നത്ര ധൃതിക്കാരനാണ്. മരുഭൂമിയിൽ കിണർ കുഴിക്കുന്നവന്റെ ആക്രാന്തമുള്ള കാമുകന്മാരെപ്പോലെ ബോറനായിരിക്കില്ല ഇയാൾ, എന്തുകൊണ്ടും അനുയോജ്യൻ. അച്ഛനമ്മയമ്മൂമ്മ, അപ്പൂപ്പനമ്മാവനനുജത്തി തുടങ്ങിയ കാലാകാലസെന്റിമെന്റ്സിൽ മുക്കി കാമുകന്മാരെ കൊന്നശേഷം സാറിനു മുന്നിൽ മാഡം തലകുനിച്ചു. ഠപ്പേയെന്ന് വരണമാല്യം സാറിട്ടു. ധൃതിയോട് ധൃതി. ആദ്യത്തെ കീഴ്ത്തുപ്പും തുപ്പി സാർ കൂർക്കം വലിച്ചു. മെത്തയിൽ വിരിച്ച മുല്ലപ്പൂക്കൾ ചെവിയിൽ കുത്തിക്കയറ്റാമെന്ന് ബൾബ് കത്തിയശേഷമാണ് മാഡം ചുവരിലേക്ക് തിരിഞ്ഞു കിടന്നുറങ്ങിയത്. അന്നു മുതലിന്നുവരെ ചുമരും മാഡവുമായൊരു പൂച്ചക്കളിയുണ്ട്.

സാർ ഉറങ്ങിയാൽ ചുവരും മാഡവും ഉണരും, കണ്ണിൽക്കണ്ണിൽ നോക്കികിടക്കും. പരസ്പരം മ്യാവു പറയും. പ്രേമിക്കും. കാമിക്കും. ശ്വാസം മുട്ടുംവരെ ചുവരോട് നെഞ്ചമർത്തി മാളത്തിലെ പാമ്പിനെ ഉണർത്തും. ചുവരിനെ അമർത്തിയമർത്തി ചുംബിക്കും. ആൺ പെണ്ണാണ് ചുമർ. പെൺ പെണ്ണാണ് മാഡം. ഹോസ്റ്റൽ രാഖി കടിയുമ്മകൾക്കൊപ്പം രാഖിയുടെ ജീൻസിന്റെ പരുപരുപ്പ് തുടകൾക്കിടയിലൂടെ മുകളിലേക്കിരമ്പുമ്പോഴാണ്, അന്നൊക്കെ പാമ്പുണരുക. രാഖിയുടെ നെഞ്ചും ചുവരുകൾപോലെയാണ്. ഈ പാറയിൽ ഞെക്കി ഞാനെന്റെ ഇരട്ടബലൂണുകൾ പൊട്ടിക്കുമെന്ന് ചുമരിനോട് സീൽക്കരിച്ച് മാഡം ത്രിശങ്കു സ്വപ്നത്തിലേക്ക് ഉറങ്ങി. കിടപ്പറയെ ശബ്ദമുഖരിതമാക്കുന്നുണ്ടെങ്കിലും സാർ അബോധശാന്തതയിലാണ്.

ചുമരു നോക്കി ആലസ്യത്തോടെ ചിരിച്ചുണർന്ന് മാഡം ഓർത്തു, ആദ്യരാത്രി കഴിഞ്ഞുള്ള ഉണർച്ചയല്ലേ, അനങ്ങാതെ എഴുന്നേറ്റ് ബെഡ് കോഫിയുമായി വന്നു വിളിക്കണോ, അതോ ഒരു ക്ലീഷേ കവിളുമ്മ

കൊടുത്ത് പ്രേമം നടിച്ചുണർത്തണോ. ബെഡ് അനക്കാതെ കഷ്ടപ്പെട്ട് എഴുന്നേറ്റ്, അടുക്കളയിൽ പോയി പാത്രം കഴുകി, ഫ്രിഡ്ജ് തുറന്ന് പാലെടുത്ത്, സ്റ്റൗ കത്തിച്ച് തിളപ്പിച്ച്, കോഫി പൗഡർ കണ്ടുപിടിച്ച് അതിട്ട്, ഗ്ലാസിലൊഴിച്ച് പഞ്ചസാര ടിൻ തുറന്ന്, സ്പൂണിട്ടിളക്കി മധുരം ലയിപ്പിച്ച് വരുമ്പോഴേക്കും കോഫിയല്ല, ചായയാണ് എനിക്കിഷ്ടം എന്ന് സാർ പറഞ്ഞാലോ, അതിലും സിമ്പിൾ കവിളുമ്മ കൊടുത്ത് പ്രേമം പ്രഖ്യാപിക്കലാണെന്നുറപ്പിച്ച് മാഡം വലത്തോട് തിരിഞ്ഞു. കിടക്കയിൽ സാറില്ല. അതേസമയം പ്രഷർ കുക്കറിന്റെ വിസിൽ അടുക്കളയിൽ മുഴങ്ങുകയും ചെയ്തു. ഝടുതിയിലുണർന്ന് മാഡം അടുക്കളയിലേക്ക് പാഞ്ഞു. പ്രഭാത സൂര്യനെപ്പോലെ ഉണർന്ന സാർ കിച്ചണിൽ. ഉച്ചവരെയുള്ളതെല്ലാം റെഡി. ബ്രഷു ചെയ്തിട്ടാണോ ചെയ്യാതെയാണോ, കോഫിയാണോ ചായയാണോ, അതറിയാത്തതുകൊണ്ട് ദാ നിനക്കായി രണ്ടും റെഡി, എന്നു ചിരിച്ച് കണ്ട് ആവിക്കപ്പുകൾ സാർ നീട്ടി. ബ്രഷ് ചെയ്യാതെയാണ് പതിവെങ്കിലും ബ്രഷ് ചെയ്തിട്ടാണെന്ന് മാഡം നുണ പറഞ്ഞു; ഗുഡ് ഞാനുമെന്ന്, സാർ സത്യവും.

സാർ പോയതും രാഖി വന്നു. ഒരു ഡോക്ടർ രോഗിയോടെന്ന വിധം ഇന്നലെ രാത്രിയിലെ ഓരോ മാത്രയും കുത്തിക്കുത്തി രാഖി ചോദിച്ചു. തിരിച്ചും മറിച്ചും ചോദ്യം ചെയ്തു. അതിനിടയിൽ മാഡത്തിന്റെ വസ്ത്രം മുഴുവൻ രാഖി അഴിച്ചു മാറ്റിക്കഴിഞ്ഞിരുന്നു. രാഖിയുടെ കൈകളിലെ 11 കണ്ണുകൾ മാഡത്തിന്റെ മുക്കും മൂലയും അരിച്ചു പെറുക്കി. കണ്ണുകൾ തിരിച്ചെടുത്ത് നാവുമ്മ തുടങ്ങും മുൻപ് രാഖി സാറിനെ പുരസ്കരിച്ചു നല്ലവനാണ്, ഒരു പോറൽപോലുമില്ല.

(അതുകണ്ട് സാർ ചിരിച്ചു. രാഖിയുടെ വസ്ത്രം ഇനിയും മാഡം അഴിക്കാത്തതിൽ മാത്രമേ സാറിന് സങ്കടമുള്ളൂ. കോഫി ഹൗസിലെ ടേബിളിനടിയിൽ തുടകൾ ആദ്യമാദ്യം സാവധാനത്തിലും പിന്നെപ്പിന്നെ വേഗതയിലും മുഖാമുഖമാടി. രാഖിതന്നെ അവളുടെ ജീൻസ് ചവിട്ടി അഴിച്ചു.)

വൈകിട്ട് ഓഫീസ് സമയത്തിനുശേഷം പച്ചക്കറി, പാൽ, മുട്ട എന്നിവ പാസഞ്ചർ സീറ്റിൽ വെച്ച് സ്വയം ഡ്രൈവ് ചെയ്ത് സാറെത്തി. പിടക്കോഴി, എരുമ, പശു, പെണ്ണാട് എന്നിവയുടെ ഇറച്ചി ധാരാളമായി വാങ്ങി ഫ്രീസറിൽ വെച്ചിട്ടുണ്ട്. മാഡത്തിന് സാധിക്കുമെങ്കിൽ ഒരു കോഫിയെന്ന ഭവ്യതയോടെ കുളിക്കാൻ കയറി. കോഫിയൂതിയൂതി അന്നു പകൽ ഓഫീസിൽ നടന്ന ചില വളിപ്പുകൾ മാഡത്തിനു മുന്നിൽ നിരത്തി സുതാര്യനായി. അക്കൗണ്ടന്റ് ലൗലി മുതൽ തൂപ്പുകാരി ജാനുവരെയുള്ള സ്ത്രീകളെ കഥകളിലവിടവിടെയായി സ്വാഭാവികമായി ഇറക്കുമതി ചെയ്തു. വൈകുന്നേരത്തേക്കുള്ള ഉള്ളി സാർ പൊളിച്ചു തുടങ്ങിയിരുന്നു. ഉരുളക്കിഴങ്ങ് പിളർന്നപ്പോൾ എന്നത്തേയുംപോലെ രാഖിയെ മാഡം ഓർത്തു. പിളർന്ന ഉരുളക്കിഴങ്ങിൽ മാഡം മൂക്കമർത്തി മണമെടുക്കുന്നതു കണ്ടതും സാർ ചോദിച്ചു പോയി, "മാഡത്തിന് ഇന്ന് ഗസ്റ്റുണ്ടായിരുന്നല്ലേ."

സാറിതെങ്ങനെയറിഞ്ഞുവെന്ന മിന്നൽ മുഖത്തെത്താതിരിക്കാൻ പണിപ്പെട്ട് മാഡം പറഞ്ഞു: "ങ്ഹും.... ഒരു ഫ്രണ്ടാ."

ഫ്രണ്ട് പുല്ലിംഗമല്ലെന്നറിയിക്കാൻ മാഡം എടുത്തു പറഞ്ഞു: "രാഖി."

"അവളിവിടെ."

അതു മുഴുമിപ്പിക്കും മുൻപ് ഫ്രീസറിൽനിന്നും കോഴിയിറച്ചി പുറത്തേക്കെടുത്ത് സാർ പ്രസ്താവിച്ചു "പിടയ്ക്കാ ടേസ്റ്റ്...." ആ ഇറച്ചി കഴുകുമ്പോഴും കട്ട് ചെയ്യുമ്പോഴും ഉപ്പും മുളകും പുരട്ടുമ്പോഴും വേവിക്കുമ്പോഴും ഇളക്കുമ്പോഴും ഒടുവിലൊരു കഷണം എടുത്ത് ടേസ്റ്റ് ചെയ്യുമ്പോഴും സാർ മാരകമായ ഒരു നിശ്ശബ്ദതയിലായിരുന്നു. മന്ത്രവാദിയെപ്പോലെയായിരുന്നു സാറിന്റെ നിഗൂഢഭാവം. പാചകം കഴിഞ്ഞ്, കറിയിറക്കി സാർ ചിരിച്ചു. നിശ്ശബ്ദതയും രഹസ്യവുമാണ് ടേസ്റ്റ് കൂട്ടുന്നത്. പണ്ട് വീട്ടിലൊരു റേഡിയോ ഉണ്ടായിരുന്നു. ആ സാധനം എന്നെ അലട്ടിക്കൊണ്ടേയിരുന്നു. വീട്ടിലാരുമില്ലാതിരുന്ന ഒരു ദിവസം ഞാനാ രഹസ്യം പൊളിച്ചു. കുടലും പണ്ടങ്ങളും പുറത്തെടുത്തു. രാത്രി തന്റെ വയറ്റിൽ സാർ കടിച്ചപ്പോൾ സ്റ്റേഷൻ പോയ റേഡിയോ പോലെയായി മാഡം. ചോരയൊലിപ്പിച്ച്, നെടുകെ പിളർന്നുകിടന്ന് പാടിക്കൊണ്ടേയിരിക്കുന്ന ഒരു കുഞ്ഞു റേഡിയോ മാഡത്തിന്റെ മനസ്സിൽ ഇടയ്ക്കിടയ്ക്ക് വന്നും പോയുമിരുന്നു. ഒരു ഞെട്ടലോടെ മാഡം കണ്ണു തുറന്നു. ആ സ്വപ്നം വിശദീകരിക്കാൻ രാഖിക്കും കഴിഞ്ഞില്ല. അന്നു രാത്രി സാർ മാഡത്തോട് ചോദിച്ചു: "മാഡത്തിന്റെ ഫ്രണ്ടിന് ആറ് വിരലുണ്ടല്ലോ" ഞെട്ടലോടെ മാഡം ഓർത്തു, ഒരിക്കൽ പോലും സാർ രാഖിയെ കണ്ടിട്ടില്ല. പിന്നെങ്ങനെ ഈ ആറാം വിരലിന്റെ കാര്യം...

സാർ ചിരിയോടെ പറഞ്ഞു: "ഊണുമേശയിലെ ചില്ലിൽ ആ വിരലുകൾ പതിഞ്ഞിട്ടുണ്ട്."

ആറാമത്തെ വിരൽ ഒരു രഹസ്യമാണ്. ഇനിയും രാഖിയെ വേർപെടാൻ മാഡത്തിനാകാത്തതും ആ ആറാം വിരലിന്റെ മാന്ത്രികതയിലാണ്. ഒരു പെണ്ണിണയ്ക്കുമാത്രമേ ആ വിരലിന്റെ രഹസ്യമറിയാനാകൂ. രണ്ട് മൂലയ്ക്ക് കിടന്നിരുന്ന ഹോസ്റ്റലിലെ കട്ടിലുകൾ ഒന്നിച്ചാക്കിയത് ഉറങ്ങും വരെ വർത്തമാനം പറയാമല്ലോയെന്നോർത്താണ്. അങ്ങനെ കിടക്കെയാണ് ഒരു രാത്രി വയറ്റിൽനിന്നും താഴേക്ക് പാമ്പിഴഞ്ഞത്. അനങ്ങാതെ ശ്വാസമടക്കിപ്പിടിച്ച് ഉറക്കം നടിച്ച് കിടന്നു. ഉണർന്നാൽ കൈ തട്ടണം, അതുകൊണ്ടുണർന്നില്ല. ആറാമത്തെ വിരലിന്റെ സ്പർശത്തിൽ പുളഞ്ഞുപോയി. അടങ്ങാനായില്ല. ഉടലാകെ ഒന്നു പിടഞ്ഞു. എന്നിട്ടും കണ്ണു തുറന്നില്ല. മേഘവുമായി പോകുന്ന കാറ്റായി ആറാം വിരൽ മാഡത്തെയും കൊണ്ടുപോയി. ആദ്യത്തെ മഴവിൽപക്ഷികൾ പറന്നു. മാഡത്തിന്റെ ശരീരം ആദ്യമായി കണ്ട സ്വപ്നമായിരുന്നു അത്. രാവിലെ ഉണർന്നപ്പോൾ, ഇന്നലെ കണ്ടതെല്ലാം സ്വപ്നമാണെന്നേ തോന്നിയുള്ളൂ. രാഖിയിലും ഭാവവ്യത്യാസമൊന്നുമില്ല. പക്ഷേ, അവളുടെ ആറാം വിരൽ കണ്ടപ്പോൾ, മാഡമാകെ ചൂളിപ്പോയി. ആ വിരലായിരുന്നു രാഖിയിലെ ആണ്. ആ ആണിനെ, തന്റെ ജാരനെ സാർ കണ്ടെത്തിക്കിഞ്ഞുവെന്നത്

മാഡത്തെ വല്ലാതെ ഉലച്ചു. എപ്പോഴോ ഉറങ്ങിയെങ്കിലും, ഉണർന്നപ്പോൾ കിടക്കവിരി മുഴുവൻ ഞെരിപിരിയിൽ ചതഞ്ഞിരുന്നു. ആറാം വിരൽ കണ്ടു പിടിക്കപ്പെട്ട വിവരം മാഡം രാഖിയോട് പറഞ്ഞില്ല. രാഖി രണ്ടുവട്ടം വിളിച്ചെങ്കിലും സാർ വീട്ടിലുണ്ടെന്ന് നുണ പറഞ്ഞു. എന്തെങ്കിലും വേണ്ടെന്നുവച്ചാൽ, അത് കിട്ടാതെ പിന്നെ അടങ്ങാനാവില്ല മാഡത്തിന്. പിറ്റേന്നും രാഖി വിളിച്ചു. സാർ ഉണ്ടെന്ന അതേ നുണതന്നെ പറഞ്ഞു. മാഡത്തിന്റെ ശബ്ദത്തിലെ ഒളിവും മറയും വളവും രാഖിക്കു മുന്നിൽ നഗ്നമായി. മാഡത്തിന് അങ്ങനെയൊന്നും രാഖിയിൽ നിന്നൊളിക്കാനാവില്ലായിരുന്നു.

(ആറാംവിരൽ കണ്ട കാര്യം പറയേണ്ടിയിരുന്നില്ലെന്ന് സാറിനും തോന്നിയത് അവളെ രണ്ടുദിവസം കാണാതായപ്പോഴാണ്. രാഖിയിലെ ആണ്, സാറിലെ പെണ്ണിനെ അത്രയ്ക്ക് ലഹരിപ്പിടിപ്പിക്കുന്നുണ്ട്. രാഖിക്കായി കാത്തിരുന്ന മൂന്നാം ദിവസം സാറിന് ആകെ സന്തോഷമായി. കോളിങ് ബെൽ കേൾക്കുന്നുണ്ട്. അത് രാഖിയാകണേ...)

ഞെട്ടിയത് മാഡമാണ്. വാതിൽ തുറന്നപ്പോൾ രാഖി. സാറുണ്ടെന്ന മൂന്നാം ദിവസത്തെ നുണ വിശ്വസിക്കാതെ അവൾ വന്നിരിക്കുകയാണ്. വന്നതും തികച്ചും ഔപചാരികമായി രാഖി 'ഹായ്'യിൽ തുടങ്ങി. സാറുണ്ടെന്ന ഭവ്യതയോടെ അതിഥിയുടെ മര്യാദകളോടെ. അദ്ദേഹം ഇല്ലേയെന്ന ചോദ്യത്തിനു മുന്നിൽ മാഡം തുപ്പലു വിഴുങ്ങി. രാഖിക്ക് ഒന്നും മനസ്സിലാകുന്നില്ലായിരുന്നു. മാഡത്തിന് പെട്ടെന്നുണ്ടായ ഭാവമാറ്റത്തെ കീറിമുറിക്കുന്ന നോട്ടം നോക്കി രാഖി ഒന്നേ ചോദിച്ചുള്ളൂ: "വയറ്റിലായോ?"

ഇല്ലെന്ന് മാഡം തലയിളക്കി, എന്തോ ഒരു പേടിയെന്ന് തൊണ്ടയിടറി.

രണ്ട് അണ്ഡങ്ങൾ തലയ്ക്കിടിച്ചാൽ ഡബിൾ ബുൾസ്ഐ ആകുമെന്നല്ലാതെ, ഉണ്ണിയുണ്ടാവില്ലെന്ന് രാഖി പൊട്ടിച്ചിരിച്ചു.

ചിരിച്ചുകൊണ്ടുതന്നെ മാഡത്തിന്റെ ചുണ്ടിൽ ആഞ്ഞാഞ്ഞ് കൊത്തി. ഒന്നു പിണങ്ങിയുണരുമ്പോഴെല്ലാം മാഡത്തിന്റെ ചുണ്ടിനുള്ളിൽ രാഖി കാണാമുറിവുകളേറെയുണ്ടാക്കും. ആ ചോരകൊണ്ട് ചുണ്ടെഴുതി രാഖി ഉന്മാദിയാകും. രണ്ട് തുള്ളി രക്തം കിടക്കവിരിയിലെ പൂക്കൾക്കിടയിൽ വീണു.

സാർ വൈകുന്നേരമെത്തി, കുളിക്കാൻ പോകുംമുൻപ്, മൂക്കു വിടർത്തി മണമെടുത്തു. മണം കണ്ടെത്തിയ പോലെ, കിടക്കവിരിയുടെ ഒരറ്റത്ത് പിടിച്ച് ആഞ്ഞു വലിച്ചു. മാന്ത്രികന്റെ തൂവാലപോലെ ആ വിരി വായുവിൽ വിടർന്നു നിന്നു. ചോര, കറയാണ്. അത് തുണിയിൽ വീണാൽ അപ്പോഴത്തന്നെ കഴുകണം. വാഷിങ് മെഷീനിലേക്ക് കിടക്കവിരിയെറിഞ്ഞ് സാർ കുളിക്കാൻ കയറി. വാഷിങ് മെഷീൻ മാഡത്തെ കശക്കിക്കറങ്ങി. മാഡം വീണ്ടും ഞെട്ടി. മാഡത്തിന് തലചുറ്റി. വിരിയില്ലാത്ത കിടക്കയിലേക്ക് മാഡം ഇരുന്നു പോയി.

ഇതെന്തിരിപ്പാണെന്ന് ചോദിച്ച് ഇറങ്ങിവന്ന സാർ പുതിയ വിരിയെടുത്ത് വിതർത്തിയെറിഞ്ഞു. വലയ്ക്കുള്ളിലെന്നപോലെ മാഡത്തെ ആ വിരി ഉള്ളിലാക്കി. മാഡം ആഴത്തിൽനിന്ന് തല പുറത്തേക്കിട്ട് ആഞ്ഞാഞ്ഞ് ശ്വാസമെടുത്തപ്പോൾ അതിലെ പൂക്കൾ മാഡത്തെ തുറിച്ചു നോക്കി. ഭയത്തിന്റെ തീ അടിവയറ്റിലാളി. രണ്ട് തുള്ളി തീ ഇറ്റു വീഴുകയും ചെയ്തു.

കല്യാണം കഴിഞ്ഞുള്ള ആദ്യനാളുകൾ. നീ പൊയ്ക്കോ. എന്തു ബിസിനസ് വേണമെങ്കിലും ചെയ്തോ, ബിസിയായ്ക്കോ, മോളെ ഇവിടെ നിർത്തെടായെന്ന് അമ്മ പറഞ്ഞപ്പോൾ, ഇല്ല മാഡം, അതു ശരിയാവില്ലെന്ന് സാറങ്ങ് തീർത്തു പറഞ്ഞു. നഗരത്തിൽ പണിത വീട്ടിലേക്കുള്ള ഡ്രൈവിനിടയിൽ സാർ ചിരിയോടെയാണ് പറഞ്ഞത്. അവരുമായുള്ള കച്ചവടം ഇനി ശരിയാവില്ല. സത്യത്തിൽ മാഡത്തിനും ഉള്ളാലെ ആ കച്ചവടത്തിൽ താല്പര്യമില്ലായിരുന്നു. താൻ അച്ഛനെയും അമ്മയെയും ഉപേക്ഷിച്ചാണ് പോന്നത്. സാർ വിവാഹാനന്തരം അവരെ ഉപേക്ഷിക്കുന്നത് അതുപോലെതന്നെയേ ആകൂ. പിന്നെ, കെട്ടിയോനെ ജനിപ്പിച്ചെന്ന പേരിൽ രണ്ട് വൃദ്ധരെ സഹിക്കുന്നതിലും മാഡത്തിന് താല്പര്യമില്ലായിരുന്നു. എങ്കിലും കുലവധുവായി മാഡം മൊഴിഞ്ഞു, അല്ല, അച്ഛനുമമ്മയ്ക്കും വേറെ ആരാ.

അവർക്കോ, അവർക്ക് പെൻഷനില്ലേ സാർ ഒറ്റ നിമിഷംകൊണ്ടവരെ കൈയൊഴിഞ്ഞു. സംതൃപ്തിയോടെയാണ് മാഡം പുതിയ വീട്ടിലേക്ക് കയറിയത്. അടുക്കളപ്പുറത്ത് അരയൊപ്പം വളർത്തിയ വേപ്പില വരെ എല്ലാം ഒരുക്കിക്കഴിഞ്ഞിരുന്നു. ആദ്യം ഒറ്റയ്ക്കായ ദിവസം മാഡം അടുക്കളയിൽ കയറി. അവൾക്ക് ഉള്ളിത്തീയൽ കഴിക്കാൻ തോന്നി. അതിന് വാളംപുളിയെവിടെ.... എല്ലാ പാത്രങ്ങളിലും മാഡം നോക്കി. എന്തെങ്കിലും കാണാതെ പോയാൽ മാഡത്തിന് അത് കണ്ടു കിട്ടും വരെ പ്രാന്താണ്. മാഡം സകല പാത്രങ്ങളും പെറുക്കി താഴെയിട്ടു. അപ്പോളതാ സാർ വിളിക്കുന്നു. എടുത്തയുടൻ സാർ സർപ്രൈസ് പോലെ ചോദിച്ചു: “മാഡം ഇപ്പോൾ എന്തോ തിരയുകയല്ലേ?”

മാഡത്തിൽനിന്ന് ഇതെന്തു മാജിക്കെന്ന് അത്ഭുതം കൂറിയ ശബ്ദം പുറത്തു വന്നു: “അതേ, വാളംപുളി.”

അലുമിനിയം പാത്രം പറഞ്ഞു കൊടുത്ത് സാർ ഫോൺ വെച്ചപ്പോഴും മാഡം ആ കടങ്കഥയ്ക്കു മുന്നിൽ ഉത്തരമില്ലാതെ നിന്നു. ചിലർക്ക് അത്തരം ചില ഇൻറ്റ്യൂഷൻസ് ഉണ്ടാകുമെന്ന് പറഞ്ഞ് രാഖി ജീൻസ് കയറ്റിയിട്ടു.

ഇനി ഈ ചോരയുടെ കാര്യവും അതുപോലെ വല്ല ഇൻറ്റ്യൂഷനുമായിരിക്കുമോ... അപ്പോൾ രാഖിയുടെ ആറാം വിരലിന്റെ കാര്യം പറഞ്ഞതോ മാഡത്തിന് മുഖമുയർത്താനാവുന്നില്ല. ബെർത്ത്ഡേ പാർട്ടിക്ക് പോകാനിറങ്ങിയപ്പോൾ മനുവിനെ ഡ്രൈവ് ചെയ്യാൻ വിളിച്ചു. സാറിന്റെ ഒരു വാലാണ്. മദ്യപിക്കാൻ ഉറപ്പിച്ച് സാറിറങ്ങിയാൽ ഡ്രൈവിങ് മനുവിന്റെ കൈയിലാകും. അപ്പോഴെല്ലാം ചോദിക്കുന്ന ചോദ്യം കാറിലിരിക്കെ മനു

വിനോട് സാർ ചോദിച്ചു: "മനുവിന് ഡ്രിങ്ക് ചെയ്യണമെന്നുണ്ടോ."

അപ്പോഴെല്ലാം കേൾക്കുന്ന അതേ ഉത്തരം ഫോട്ടോസ്റ്റാറ്റ് മെഷീനിൽനിന്നും പുറത്തുവന്നു: "ഇല്ല സാർ, ചെക്കിങ്ങുണ്ടാകും."

മനു പിന്നെ പറയുക ചാരക്കഥകളായിരിക്കും. ഓഫീസിലെ ലോറി ഡ്രൈവർ മനാഫിന്റെ മരണപ്പാച്ചിലുകളെപ്പറ്റിയായിരുന്നു മനുവിന്റെ ദൂഷണം. മനാഫ് മസാജിങ് ചെയറിന്റെ ഡെലിവറിക്ക് പോയിക്കൊണ്ടിരിക്കുകയാണെന്ന് മനു പറഞ്ഞു. അപ്പോൾത്തന്നെ സാർ ചിരിയോടെ ഫോണെടുത്തു, ലൗഡ് സ്പീക്കറിലിട്ടു മനാഫിനെ വിളിച്ചു. ഫോണെടുത്തതും സാർ പറഞ്ഞു: "വലത്തോട്ടെടുക്ക് ആ സൈക്കിളുകാരൻ."

ഞെട്ടലോടെ മനാഫ് തിരിച്ചു ചോദിച്ചു: "അയ്യോ സാറിതെങ്ങനെ... പിന്നിലില്ലല്ലോ... എന്റമ്മോ.... ഇനി സാറീ ലോറിയിലും ക്യാമറ വെച്ചിട്ടുണ്ടോ..."

ആ പേടിയെ ഒരു പുരസ്കാരം പോലെയെടുത്ത് ഉറക്കെ ചിരിച്ച്, സാർ പിൻസീറ്റിലുള്ള മാഡത്തെ നോക്കി പറഞ്ഞു: "ഇവരൊന്നും നമ്മുടെ ഓഫീസിലെ ബാത്ത്റൂമിൽ മുള്ളുകപോലുമില്ല, ഞാനവിടെയെല്ലാം ക്യാമറ വെച്ചിട്ടുണ്ടെന്നാ, ഈ പൊട്ടന്മാരുടെ പേടി. ഞാനെന്റെ എല്ലാ സ്ഥാപനത്തിലും ക്യാമറ വെച്ചിട്ടുണ്ട്. പക്ഷേ, ഒന്നും രഹസ്യമല്ലെന്നേ. ക്യാമറ എവിടെയെല്ലാമാണെന്ന് ഇവർക്കൊക്കെ അറിയാം. നീ ഇത് നോക്ക്..."

ടാബെടുത്ത് ഏതോ വിൻഡോ തുറന്ന് മാഡത്തിനു നേരെ സാർ നീട്ടി. അതിലെ നാല് സ്ക്രീനുകളിൽ മൂന്നെണ്ണത്തിലും ലൈവ് ദൃശ്യങ്ങൾ.

സാർ പറഞ്ഞു: "ആദ്യത്തേത് കാക്കനാട്ടെ ഓഫീസ്. മറ്റേത് വെണ്ണലയിലെ ഗോഡൗൺ, ആ കിടന്നുറങ്ങുന്നതാ രാമേട്ടൻ. മൂന്നാമത്തേത് കോയമ്പത്തൂരിലെ പ്ലാന്റ്. എനിക്കിതു തുറന്നാൽ മൂന്നിടവും കാണാം. ഒന്നും രഹസ്യമല്ലെന്നോ, എല്ലാം സ്റ്റാഫിനറിയാം. ഇതാകുമ്പോ മൂന്നിടത്തും ഒരേ സമയം എത്താമല്ലോ..." നാലാമത്തെ ഇടത്തെ ഇരുട്ടു കണ്ടതും ഒരോക്കാനം മാഡത്തിന്റെ തൊണ്ടയിൽ തികട്ടി. വിൻഡോ ഞെക്കിത്താഴ്ത്തി മാഡം ആഞ്ഞാഞ്ഞ് ഛർദ്ദിച്ചു. കാർ ബ്രേക്കിട്ടു. പുറത്തേക്കിറങ്ങി, കുടലുപിഴിഞ്ഞു പുറത്തേക്കൊഴുകി. സാർ മാഡത്തിന്റെ മുതുകു തടവി - "മിണ്ടുമ്പ ടാക്സാ. എന്നിട്ടെന്നാ, റോഡു മുഴുവൻ കുഴിയാ. വല്ലാതെ കുടുങ്ങി അതാ ഈ ഛർദ്ദി."

തലയ്ക്ക് മത്തുപിടിച്ച് എപ്പോഴോ ഉറങ്ങി.

എഴുന്നേറ്റപ്പോൾ സാറില്ല.

മാഡത്തിനുറപ്പാണ്, ചുമരുകൾ തന്നെ തുറിച്ചു നോക്കുന്നുണ്ട്. മാഡം വേഗത്തിൽ വസ്ത്രങ്ങൾ നേരെയാക്കി.

മാഡത്തിന് ശ്വാസം കിട്ടുന്നില്ല; കുട്ടിക്കാലത്തെന്നോ വിട്ടൊഴിഞ്ഞ ആസ്ത്മയുടെ അസ്കൃതപോലെ. ആൾക്കൂട്ടത്തിന്റെ ആയിരം കണ്ണുകൾ തന്നെ തുറിച്ചു നോക്കുന്നു. കണ്ണുകൾ കൊണ്ടുള്ള വിചാരണ മാഡം ചൂളി. എങ്ങനെയെങ്കിലും ആൾക്കൂട്ടത്തിൽനിന്നും പുറത്തു കടക്കണം.

രാഖിയെ കാണണം. യാതൊരു ധൃതിയും കാണിക്കാതെ സ്വാഭാവികമെ
ന്നോണം മുറ്റത്തേക്കിറങ്ങി. ചെടികൾക്ക് വെള്ളമൊഴിച്ച് ഗെയ്റ്റിനടു
ത്തെത്തി. പെട്ടെന്ന്, ആൾക്കൂട്ടത്തിന്റെ കണ്ണുവെട്ടിച്ച് റോഡിലേക്ക്
പാഞ്ഞിറങ്ങി. അഴിഞ്ഞുലഞ്ഞ് റോഡിലൂടെ വേഗത്തിൽ നടന്നു. ഓട്ടോ
യിൽ കയറി വൈറ്റില ജങ്ഷനിൽ ഇറങ്ങി. റോഡു മുറിച്ചു കടക്കണം.
അപ്പുറത്ത് ബസ് ഹബ്ബിനടുത്ത് രാഖി കാർ പാർക്ക് ചെയ്ത് കിടപ്പുണ്ട്.
വടക്കുനിന്നുള്ള വാഹനങ്ങൾ പോകാനായി കാത്തുനില്ക്കേ, സാറിന്റെ
ഫോൺ വന്നു. ഫോൺ കൈയിലിരുന്ന് വിറച്ചു. മാഡം വിറയലോടെ
ഹലോ പറഞ്ഞപ്പോൾ, സാർ അടുത്ത കടങ്കഥ ചോദിച്ചു: "വൈറ്റിലയി
ലാണല്ലേ?"

കൊല്ലപ്പെടുന്നതിനു തൊട്ടുമുമ്പുള്ള തിളക്കം മാഡത്തിന്റെ കണ്ണിൽ
ഇപ്പോൾ ആർക്കും കാണാം. ചെവിയിൽനിന്ന് ഫോണെടുത്ത് മാഡം ചുറ്റു
പാടും നോക്കി; ആരുടെ കണ്ണിലാണ്, സാറിന്റെ ക്യാമറയെന്ന്. ആരും
മാഡത്തെ നോക്കുന്നതേയില്ല. പിന്നെയാരാണ് തന്നെ ഒറ്റുകൊടുക്കുന്ന
തെന്ന്, മാഡം തലയുയർത്തി നോക്കി. മാഡം കണ്ടു, എല്ലായിടത്തും
ക്യാമറകൾ.

കൊറിഡോറിൽ,
ലിഫ്റ്റിൽ,
പാർക്കിൽ,
ബസിൽ,
റെയിൽവേ സ്റ്റേഷനിൽ,
ദേവാലയത്തിൽ,
റോഡിൽ.

ട്രാഫിക് സിഗ്നൽ മൂന്നാം കണ്ണ് തുറന്നു, തീക്കനൽക്കണ്ണ്. ജങ്ഷനു
നടുവിലേക്ക് വിഭ്രമത്തോടെ പാഞ്ഞു കയറി, വലിയൊരലർച്ചയോടെ
തന്നെ നോക്കുന്ന ക്യാമറകളെ മാഡം തുറിച്ചു നോക്കി. ഒന്നല്ല, അനേകം
ക്യാമറകൾ. നിറഞ്ഞു കവിഞ്ഞ സ്റ്റേഡിയത്തിനു നടുവിലെന്നവിധം മാഡം
നിന്നു. മാഡത്തിന്റെ ശരീരത്തിലെവിടെയോ രഹസ്യമായി ഘടിപ്പിച്ച,
ചിപ്പിൽനിന്നും ക്യാമറകളിലേക്ക് പോകുന്ന നിശ്ശബ്ദ വരകൾ മാഡം
ഒറ്റനിമിഷം കണ്ടു. താൻ ഒറ്റുകൊടുക്കപ്പെട്ടിരിക്കുന്നു. എവിടെയാണ് ആ
ചിപ്പെന്ന ഭ്രാന്തോടെ ശരീരത്തിലൂടെ മാഡം ആഴത്തിൽ വിരലോടിച്ച
പ്പോഴേക്കും തലകറങ്ങിത്തുടങ്ങിയിരുന്നു.

വൈറ്റിലയിൽ സിഗ്നൽ റൂമിന്റെ താഴത്തെ മുറിയിൽ ട്രാഫിക് പോലീ
സുകാർ അഭയം കൊടുത്ത മാഡത്തെ, വീട്ടിലേക്ക് തിരികെ കൂട്ടിക്കൊ
ണ്ടുവരും വഴി, സാർ എത്ര സ്നേഹത്തോടെയാണെന്നോ പറഞ്ഞത്:
"മാഡത്തിന്റെ രക്ഷയ്ക്കല്ലേ, അതിനല്ലേ എന്റെ കണ്ണെപ്പോഴും..."

സാറിന്റെ മൂന്നാമത്തെ കണ്ണ്, മാഡത്തിന്റെ മാലയിൽ ഞാന്ന്, മുല
കൾക്കിടയിൽ കിടന്ന് അപ്പോഴും സിഗ്നലുകൾ അയച്ചുകൊണ്ടേയിരുന്നു.

ഖമറുന്നീസയുടെ കൂട്ടുകാരി

സതീഷ്ബാബു പയ്യന്നൂർ

അങ്ങനെയൊന്നും പതിവുള്ളതായിരുന്നില്ല. മകളുടെ ഫോൺ വല്ലപ്പോഴുമേ അയാളെ തേടിയെത്താറുള്ളൂ. അമ്മയുമായിട്ടാണ് അവളുടെ ഇടപാടുകളധികവും. കോളേജിൽ ഫീസടയ്ക്കാനുള്ള സമയമായാൽ രേണുക ഓർമ്മപ്പെടുത്തും: "നീതൂന് നാളെ കുറച്ച് രൂപ വേണ്ടിവരും."

എന്തിനാണെന്ന് അയാൾ ചോദിക്കാറില്ല. അതൊക്കെ കൃത്യമായി ശ്രദ്ധിക്കുകയും നിയന്ത്രിക്കുകയും ചെയ്യാൻ രേണുകയ്ക്ക് നന്നായറിയാം. എന്നും തിരക്കുകൾക്കിടയിൽ കഴിയുന്ന അയാളെ രേണുകയോ നീതുവോ ഇന്നേവരെ അനാവശ്യമായി ശല്യപ്പെടുത്തിയിട്ടില്ല. മകൾ ജനിക്കുംമുമ്പേ അയാൾ പത്രത്തിലായിരുന്നു. ബ്യൂറോചീഫായും സീനിയർ സബ് എഡിറ്ററായും രാത്രി പതിനൊന്നു പന്ത്രണ്ട് മണിവരെ നീളുന്ന മരണപ്പാച്ചിലുകൾ. നീതു ജനിച്ച് നാലാം വർഷം അയാൾ ന്യൂസ് എഡിറ്ററായി. സമയത്തിൽ വിശേഷിപ്പിച്ചൊരു മാറ്റമൊന്നുമുണ്ടായില്ല. വിവാദങ്ങൾ കത്തിനില്ക്കുന്ന കാലമായിരുന്നു. ടൈറ്റിലുകൾ ആദ്യം വരുത്താനുള്ള തത്രപ്പാടിൽ തിരക്കുകൾ കൂടി.

ഒരിക്കൽ, ഏഴാം ക്ലാസിൽ പഠിക്കുമ്പോൾ, സ്പോർട്സ് ഡേക്ക് നീതുവൊന്നു വീണു. രാത്രി ഏഴു മണിയായപ്പോൾ ഡസ്കിൽനിന്ന് രാമഭദ്രനാണ് വന്നുപറഞ്ഞത്, "സാറിന് മിസ്സിസിന്റെ ഫോണുണ്ടായിരുന്നു. രണ്ടു മൂന്നു തവണ വിളിച്ചു, മോൾ ജൂബിലിയിലാണത്രേ."

ജൂബിലി ഹോസ്പിറ്റലിൽ, അന്നു രാത്രി മുഴുവൻ പ്ലാസ്റ്ററിട്ട നീതുവിന്റെ വലതുകൈയും തലോടി അയാളിരുന്നു. നീതു പുഞ്ചിരിച്ചു: "എന്തിനാ അച്ഛനിത്രേം ടെൻഷൻ! ഇതിപ്പോ നാളെ വെളുക്കുമ്പളേക്കും ശരിയാവൂലോ."

രേണുക പറഞ്ഞു: "ചന്ദ്രേട്ടനെ മൊബൈലിൽ ഒന്നു രണ്ടുതവണ

വിളിച്ചുനോക്കി. കിട്ടാത്തപ്പഴാ ഓഫീസിൽ വിളിച്ചുപറഞ്ഞത്. അത്ര സാരാക്കാനുള്ള കാര്യോന്നല്ല."

അന്നു രാത്രി കഴിഞ്ഞപ്പോൾ അതും മറന്നു. പത്രത്തിന്റെ കണ്ണൂർ എഡിഷന്റെ തിരക്കുകൾ തുടങ്ങിക്കഴിഞ്ഞിരുന്നു. എല്ലാം ചന്ദ്രമോഹൻ നോക്കിക്കൊള്ളണം കേട്ടോ... എം ഡി വിശ്വാസപൂർവ്വം ആ കർത്തവ്യം ഏല്പിച്ചുകൊടുക്കുകയായിരുന്നു. ഉദ്ഘാടന ദിവസംതന്നെ പത്രം ക്ലിക്ക് ചെയ്തു.

വാർത്തകളുടെ ഇന്ദ്രജാലം എന്തുകൊണ്ടോ കൈവിരൽത്തുമ്പുകളിൽ സജീവമായി നിന്നു. രാത്രി വൈകിയെത്തുന്ന വാർത്തകളിലും ഉറങ്ങിക്കിടക്കുന്ന ഒരു കണിക മറഞ്ഞിരിപ്പുണ്ടെന്ന് പെട്ടെന്ന് മനസ്സു പറയും. അതു വിടർത്തിവെച്ചു തന്നെയാണ് സ്റ്റോറിക്കു തുടക്കമിടുക.

മീറ്റിങ്ങുകളിൽ എന്നും സഹപ്രവർത്തകരോടു പറയും: "അതെ, ആ ഒരു ഹിഡൻ എലമെന്റ് കണ്ടെത്തുക എന്നതു തന്നെ കാര്യം."

ഒരു ദിവസം കാലത്ത് രേണുക പറഞ്ഞു: "ഇന്ന് മോളുടെ പ്ലസ്ടൂ റിസൽട്ട് വരും. നേരത്തേ അറിയാൻ പറ്റിയാ ഒന്നറിഞ്ഞേക്കണേ ചന്ദ്രേട്ടാ."

ദൈവമേ, അവളിത്രയും വളർന്നോ? ഉറക്കച്ചടവോടെ എഴുന്നേറ്റു വന്ന നീതുവിനെ അയാൾ അത്ഭുതത്തോടെ നോക്കിനിന്നു. അയാൾക്കിപ്പോഴും മകൾ പഴയ ഏഴാം ക്ലാസുകാരി തന്നെയായിരുന്നു. ഈ നാലഞ്ചു വർഷങ്ങൾക്കിടയിൽ ദേശീയവും അന്തർദേശീയവുമായ എന്തെല്ലാം വാർത്തകളാണ് കടന്നുപോയത് എന്ന് അയാളോർത്തു. "ഒരിഡ്ഡലി കൂടി." ബ്രേക്ഫാസ്റ്റ് ടേബിളിൽ, അയാളുടെ പ്ലേറ്റിലേക്ക് ഒരു ഇഡ്ഡലി കൂടെ വെച്ച് രേണുക പറഞ്ഞു: "നീതൂന്റെ എൻട്രൻസിന്റെ റിസൽട്ടും ഉടനേ വരും ചന്ദ്രേട്ടാ..."

പ്ലസ്ടു റിസൽട്ടും എൻട്രൻസ് റിസൽട്ടും എൻജിനീയറിങ്ങിന്റെ ആറാം സെമസ്റ്റർ റിസൽട്ടും ഒക്കെ അതതു ക്രമത്തിൽ വന്നുപോയി. കുറെക്കൂടി വിശാലമാണ് ഇപ്പോൾ ലോകം. കൊല്ലത്തും മലപ്പുറത്തും കൂടി പത്രത്തിന് എഡിഷനുകൾ വന്നു. ഒരു അസോസിയേറ്റ് എഡിറ്റർ എന്ന നിലയിൽ അയാളുടെ ചുമതലകൾ വർദ്ധിച്ചു. എങ്കിലും എല്ലാം നന്നായി ആസ്വദിച്ചു ചെയ്യാവുന്നതുതന്നെ.

രേണുക കാറോടിക്കാൻ പഠിച്ചു. അതെന്തായാലും നന്നായി. അവളുടെ കാര്യവും നീതുവിന്റെ കാര്യവുമൊക്കെ കൃത്യമായി നടക്കുമല്ലോ. പത്രത്തിന്റെ കാറുള്ളതുകൊണ്ട് അയാൾക്ക് വേവലാതികളില്ല. ഡ്രൈവർ അറുമുഖൻ പന്ത്രണ്ട് വർഷമായി അയാളോടൊപ്പമുണ്ട്.

എല്ലാം അതാതിന്റെ ക്രമത്തിൽ നടന്നുപോകുന്നു. പക്ഷേ, ഇന്ന് പതിവു തെറ്റിച്ച് നീതുവിന്റെ ഫോൺ വന്നു. മകൾക്ക് മൊബൈൽ വാങ്ങിക്കൊടുത്തതും ഇഷ്ടപ്പെട്ട ഫാൻസി നമ്പർ തിരഞ്ഞെടുത്തു കൊടുത്തതുമൊക്കെ രേണുകയായിരുന്നു. അയാളുടെ മൊബൈലിൽ നീതുവിന്റെ നമ്പറുണ്ടായിരുന്നില്ല. അതിനാൽ, സാധാരണമട്ടിൽ, അയാൾ കോളെ

ടുത്തു. "അച്ഛാ, ഇത് ഞാനാ...." നീതുവിന്റെ ശബ്ദം, ഫോണിലൂടെ ഒരല്പം മുഴക്കമുള്ളതായി അയാൾക്കു തോന്നി.

"നീയിതെവിടന്നാ?" അയാൾ ചോദിച്ചു. "കോളേജീന്നാ," നീതു പറഞ്ഞു: "വൈകുന്നേരം അച്ഛനിന്നിത്തിരി ഫ്രീയാണോ?"

"എന്തുപറ്റി?" അയാൾക്ക് തെല്ല് പരിഭ്രമമായി. നീതുവിന് ഇത് പതിവുള്ളതല്ല. ഒരിക്കലും ഒരു കാര്യത്തിനും അവൾ ഫോണിൽ വിളിച്ചിട്ടില്ല. ഏത് ആവശ്യമുണ്ടെങ്കിലും അമ്മയെയാണ് അവൾ ആശ്രയിക്കാറ്.

"ഞാൻ വിളിച്ചത് അമ്മയറിയണ്ട," നീതു പറഞ്ഞു: "ബൈ ഫോർ ഞാൻ ഓഫീസിലേക്കു വരാം."

ഫോൺ കട്ടായപ്പോൾ, അയാൾക്ക് പരിഭ്രമം പെരുകി. എന്തിനായിരിക്കും നീതു വരുന്നത്? തന്നോടു മാത്രമായി എന്ത് രഹസ്യമാണ് അവൾക്ക് ചർച്ച ചെയ്യാനുള്ളത്? രേണുകയോട് പറയാൻ പാടില്ലാത്ത എന്തോ ഒന്ന് അവളെ അലട്ടുന്നുണ്ടാവണം.

മൂന്നുമണിക്ക് രേണുകയുടെ ഫോൺ വന്നു. ദിവസത്തിൽ ഒന്നോ രണ്ടോ തവണ അതു പതിവുള്ളതാണ്. എങ്കിലും ഫോണെടുത്തപ്പോൾ ഇത്തവണ കൈവിറച്ചു. "എന്താ? എന്തുപറ്റി?" അയാളുടെ ശബ്ദത്തിലും വിറയൽ നിറഞ്ഞു.

"ഓ, ചുമ്മാ..." രേണുക പറഞ്ഞു: "ഞാൻ ലക്ഷ്മീടെ കൂടെ ഒന്നു പുറത്തുപോകുവാ. അവൾക്കിത്തിരി പർച്ചേസിങ്..." രേണുക ഫോൺ വെച്ചു. അത് പതിവുള്ളതാണ്. പുറത്തു പോകുമ്പോൾ രേണുക അയാളെ വിളിച്ചറിയിക്കും. വീണ്ടും കസേരയിലേക്കു മലരുമ്പോൾ അയാൾ ആലോചിച്ചു, നീതു വിളിച്ച കാര്യം രേണുകയോട് പറയണോ? പറഞ്ഞില്ലെങ്കിൽ പിന്നീട് അറിഞ്ഞാൽ എന്തു ന്യായീകരണമാണ് പറയുക?

അസ്വസ്ഥതയോടെ അയാൾ കാബിനിൽ അങ്ങുമിങ്ങും നടന്നു. ഒന്നിലും ശ്രദ്ധിക്കാൻ കഴിയുന്നില്ല. അഞ്ചുമണിക്ക് ന്യൂസ് മീറ്റിങ്ങുണ്ട്. അതിനുമുമ്പ് പണികൾ പലതും ബാക്കിയാണ്. നീതു കൊണ്ടുവരുന്ന ബോംബ് നാലുമണിക്ക് പൊട്ടിയാൽ പിന്നെ എല്ലാം നാമാവശേഷമാകും....

ബോംബോ? അങ്ങനെ ചിന്തിക്കേണ്ടിവന്നതിൽ അയാൾ ഖിന്നനായി. മകൾക്ക് കാര്യമായ പ്രശ്നങ്ങളൊന്നും ഉള്ളതായി അയാളുടെ അറിവിലില്ല. നന്നായി വായിക്കുകയും ചിന്തിക്കുകയും ചെയ്യുന്ന കുട്ടി. എല്ലാവരോടും നന്നായി പെരുമാറുന്നവൾ. നല്ല നല്ല കൂട്ടുകാർ. അവരോടൊത്തുള്ള കമ്പൈൻഡ് സ്റ്റഡീസ്... കഴിഞ്ഞ സെമസ്റ്ററുകളിലെല്ലാം നല്ല മാർക്കും അവൾക്കുണ്ട്.

നാലുമണിയുടെ തേങ്ങൽ ക്ലോക്കിൽ നിന്നുയുർന്നപ്പോൾ, അയാൾ വാതിൽക്കലേക്കു നോക്കി. അതു തുറന്ന് നീതു വന്നു. പിറകേ ഒരു പെൺകുട്ടിയും. അവൾ ചുരിദാറിന്റെ ഷാൾകൊണ്ട് തലയിൽ തട്ടമിട്ടിരുന്നു.

"ഇത് ഖമറു. ഖമറുന്നീസ. എന്റെ ക്ലാസിലെ ബെസ്റ്റ് ഫ്രണ്ടാണ്." നീതു പരിചയപ്പെടുത്തി: "ഞാൻ പറഞ്ഞിട്ടുണ്ട് ഇവളെപ്പറ്റി അച്ഛനോട്."

ഖമറുന്നീസ ചിരിച്ചു. അയാൾ ഓർത്തു. ഉമ്മയും ബാപ്പയും ഖത്തറിലുള്ള ഖമറുന്നീസ. മകൾ പറഞ്ഞിട്ടുണ്ട്. ഹോസ്റ്റലിൽനിന്നു പഠിക്കുന്ന ഖമറുന്നീസ. പലതവണ വീട്ടിൽ വന്നിട്ടുണ്ട്. രേണുക പറയാറുണ്ട്: "ഈ പിള്ളേരിതെന്താ വാതിലടച്ച് കുശുകുശുപ്പ് തുടങ്ങീട്ട് നേരമേറെയായല്ലോ. എപ്പോ നോക്കിയാലും ഒരു കമ്പൈൻഡ് സ്റ്റഡി."

"അച്ഛാ," നീതു പറഞ്ഞു: "ഖമറു വല്ലാത്ത ഒരു പ്രശ്നത്തിൽ പെട്ടിരിക്ക്യാ. ഇവളുടെ പേരന്റ്സ് ഒരു മാര്യേജ് പ്രൊപ്പോസലുമായി മുന്നോട്ടു പോവുകയാ. ഇവൾക്കാണെങ്കി ഇപ്പോ അതിലൊട്ടും താല്പര്യവുമില്ല. അച്ഛൻ ഞങ്ങളെയൊന്ന് ഹെൽപ് ചെയ്യണം."

ഖമറുന്നീസയുടെ വാപ്പ ആരാണെന്ന് അയാൾക്കറിഞ്ഞുകൂടാ. മാത്രവുമല്ല, ഇത്തരം കാര്യത്തിൽ ഇടപെട്ടുള്ള ഒരു പരിചയവും തനിക്കില്ലല്ലോ എന്നയാളോർത്തു.

"വായിച്ചും ചിന്തിച്ചും ഒരുപാട് ലോകപരിചയം അച്ഛനുണ്ടല്ലോ." നീതു പറഞ്ഞു: "ഞങ്ങടെ കാര്യത്തില് ഒരു സൊലൂഷൻ കണ്ടെത്താൻ അച്ഛനു മാത്രമേ സാധിക്കൂ."

"ഞാനെന്തു ചെയ്യാനാണ്?" അയാൾ നിസ്സഹായത വെളിപ്പെടുത്തി: "നിന്റെ കാര്യത്തിലാണെങ്കിൽ എന്തെങ്കിലുമൊരു സപ്പോർട്ട് തരാൻ എനിക്കു പറ്റും. ഇതിപ്പോ ഈ കുട്ടിയുടെ കാര്യത്തില്."

"ഇതെന്റേംകൂടി കാര്യായി അച്ഛൻ കരുതണം," നീതു പറഞ്ഞു: "അമ്മയ്ക്കിതൊന്നും പറഞ്ഞാൽ മനസ്സിലാവില്ല. അമ്മയ്ക്ക് ലക്ഷ്മിയാന്റീം ഉഷയാന്റീം ആ വീടും അടുക്കളേം വിട്ടുള്ള ലോകപരിചയമൊന്നുമില്ല. അതച്ഛനുമറിയാമല്ലോ?"

മകളുടെ കണ്ണിൽ വിടരുന്ന ഭാവമെന്തെന്ന് അയാൾ തിരഞ്ഞു. അവിടെ പ്രകാശത്തിന്റെ ചില തിരച്ചാർത്തുകൾ.

നീതു പറഞ്ഞു: "ഖമറു മാര്യേജ് വേണ്ടാന്ന് വെക്കുന്നതിനർത്ഥം എനിക്കും ഇത്തരത്തിലൊരു മാര്യേജ് വേണ്ടാന്ന് തന്ന്യാ. മാര്യേജ്, റിലേഷൻസ്, ലൈഫ് ഇതിലൊക്കെ ഞങ്ങൾക്ക് പതിവുരീതികൾ താല്പര്യമില്ല അച്ഛാ."

നീതു എഴുന്നേറ്റു: "അച്ഛന്റെ അധികം സമയം ഞങ്ങൾ കളയുന്നില്ല. രാവിലെ ഞാൻ അമ്മ കാണാതെ നാലഞ്ച് സെറ്റ് ഡ്രസ്സുമായാണിറങ്ങീത്. എങ്ങോട്ടാണിപ്പോൾ പോകേണ്ടതെന്ന് ഞാനും ഖമറും തീരുമാനിച്ചിട്ടില്ല. അമ്മയെ അച്ഛൻ പറഞ്ഞു ബോധ്യപ്പെടുത്തണം. ഈ ലോകത്തിന്റെ ഏതെങ്കിലുമൊരു കോണിൽ, ഞങ്ങളും ഒരു കിളിക്കൂടു പണിയും. അവിടേക്ക് അച്ഛൻ ഒരു നാൾ അമ്മയേംകൂട്ടി വിരുന്നുവരണം."

ഖമറു അയാളുടെ വിറങ്ങലിച്ച കാൽതൊട്ടു വന്ദിച്ചു: "അനുഗ്രഹിക്കണം അങ്കിൾ."

മകൾക്കു പിറകേ കൂട്ടുകാരിയും വാതിൽ കടന്നു.

പതിവുപോലെ അഞ്ചുമണിക്ക് ന്യൂസ് മീറ്റിങ് തുടങ്ങി.

ഇംപേടിയൻസ് ബക്കാട്ടി

മിഥുൻ കൃഷ്ണ

മഴമേഘങ്ങളൊഴിഞ്ഞ നരച്ച ആകാശത്തിന് കീഴെ, അത്തർമണക്കുന്ന തെരുവിൽ കച്ചവടക്കാരും യാചകരും യാത്രക്കാരുമടങ്ങുന്ന പുരുഷാരത്തിനിടയിലൂടെ അവൾ. കനത്ത വെയിൽ. വിശപ്പും ദാഹവും. രണ്ട് സ്വകാര്യ ആശുപത്രി ഡയറക്ടറമാരെയും സർജിക്കൽ ഷോപ്പ് ഉടമകളെയും കാണുക എന്ന അന്നത്തെ അപ്പോയ്ന്റ്മെന്റുകൾ ഉച്ചക്കുമുൻപേ തീർത്ത ആശ്വാസത്തോടെ ബൃന്ദ ഓഫീസിനോട് ചേർന്ന കഫേയിൽ കയറി. കടുപ്പത്തിലൊരു ചായയും കട്‌ലറ്റും ഓർഡർ ചെയ്തു. അപ്പോഴേക്കും തൊട്ടടുത്ത ടേബിളിന് സമീപം ഒരു യുവതിയും അച്ഛനെന്നു തോന്നിക്കുന്ന മധ്യവയസ്കനും വന്ന് ഇരുന്നു. ബൃന്ദയുടെ മനസിന് തീപിടിച്ചുതുടങ്ങി. സപ്ലെയർ കൊണ്ടുവച്ചുപോയ ചുടുചായയിൽനിന്നും ഉയരുന്ന ആവിക്കൊപ്പം അതവളെ വിഴുങ്ങാൻ തുടങ്ങി.

ചായ രണ്ടുകവിൾ കുടിച്ച്, കട്‌ലറ്റ് തൊട്ടുപോലും നോക്കാതെ ബൃന്ദ എഴുന്നേറ്റു. കൈകഴുകി മുഖം തുടയ്ക്കുമ്പോൾ ബൃന്ദ ആ യുവതിയുടെ മുഖത്തേക്ക് തന്നെ നോക്കി. നെറ്റിയിലെ ചുവന്ന വലിയ പൊട്ട്. നീളൻ മൂക്കിന് ഇരുവശത്തായി വിടർന്ന കണ്ണുകൾ. ചുവന്നുമലർന്ന ചുണ്ടുകൾ. അൽപ്പം തടിവെച്ചിട്ടുണ്ട്. അവൾക്ക് സംശയമുണ്ടായില്ല. മിലി!

സ്വന്തം ഫാർമസ്യൂട്ടിക്കൽ കമ്പനിയിലെ വിശ്രമമുറിയിലെത്തിയ ഉടനെ ബൃന്ദ വെളുത്ത ചുമരിലെ കണ്ണാടിയിൽ നോക്കി. അലസമായി കിടക്കുന്ന മുടി. കറുപ്പുകയറിയ കൺതടം. നീരുവറ്റിയ ചുണ്ടുകൾ. മിലി എപ്പോഴും പിടിച്ചുവലിച്ച് നോവിക്കാറുണ്ടായിരുന്ന പൊടിമീശയിലെ മൂന്നോ നാലോ ഇളംചുവപ്പ് രോമങ്ങൾ. മുഖം കഴുകി മുടി നന്നായി ചീകികെട്ടി. വർഷങ്ങളായി ഈ പതിവ് ഇല്ല. രാവിലെ കുളിച്ചു മുടി ചീകിവെച്ചാൽ വെച്ചു. അത്രതന്നെ. ഇപ്പോൾ മറ്റാർക്കൊക്കയോ വേണ്ടിയാണല്ലോ

ജീവിക്കുന്നത്. സ്വന്തംരൂപംപോലും മറക്കുന്നു.

മിലി എന്തിനായിരിക്കും ഇവിടെ വന്നത്? ബൃന്ദ കൂൾബാറിന് മുന്നിലുള്ള വഴിയിലേക്ക് നടന്നു. അപ്പോഴേക്കും അച്ഛന്റെ കൈ പിടിച്ച് മിലി വലിയ തിരക്കില്ലാത്ത റോഡിലൂടെ നടന്നു തുടങ്ങിയിരുന്നു. ഉച്ച ക്കാറ്റ് അവളുടെ മുടിയിഴയിൽ തഴുകിക്കൊണ്ടിരുന്നു. റോഡ് മുറിച്ചുകടന്ന് വലിയ കെട്ടിടത്തിന് മുകളിലേക്ക് അവർ കയറി. പിന്നാലെ ബൃന്ദയും.

ഒന്നാംനിലയിലെ ബാങ്ക് ഓഫീസ് പിന്നിട്ട് കോണി കയറുമ്പോൾ ബൃന്ദയുടെ കാലുകൾ പതറാൻ തുടങ്ങി. മിലി തനിക്ക് പിന്നാലെ അവശതയോടെ നടന്നുവരുന്ന അച്ഛനെ തിരിഞ്ഞുനോക്കുമ്പോൾ ആ കൺവട്ടത്തിൽ വരരുതെന്ന് ബൃന്ദ ആശിച്ചു. രണ്ടാം നിലയിലെത്തിയപ്പോൾ അവൾ പരിഭ്രാന്തയായി. നിസഹായമായ ഒരു നിലവിളി അവളുടെ ചങ്കിൽ പിടഞ്ഞു. ബൃന്ദ ചുമരിൽ ചാരി നിൽക്കാൻ ശ്രമിക്കവെ മിലിയും അച്ഛനും മുറിക്ക് പുറത്തെ ബെഞ്ചിൽ ഇരുന്നു.

ഇത്തരമൊരു സമാഗമം ബൃന്ദ പ്രതീക്ഷിച്ചിരുന്നതല്ല. മിലിയെ എന്നെങ്കിലും കാണണമെന്ന് അവൾ പ്രതീക്ഷിച്ചിരുന്നു. മോഹിച്ചിരുന്നു. പക്ഷേ ഇവിടെ...

ഇവിടെ കൂട്ടിക്കെട്ടൽ അപൂർവമാണ്. പിരിയാനാണ് ഭൂരിഭാഗം പേരും വരുന്നത്. ഒരുമിച്ച് ജീവിക്കാൻ പറ്റുന്നില്ലെങ്കിൽ പിരിയുന്നതാണ് നല്ലത്. ഭിത്തിയിൽ തൂക്കിവെച്ച ബോർഡിൽ ബൃന്ദ ഒന്നുകൂടി നോക്കി. ഫാമിലി കോർട്ട്! ഇവിടെവെച്ച് താൻ എന്താണ് അവളോട് ചോദിക്കുക. സുഖാന്വേഷണം നടത്തുക. മരവിപ്പ് പടർന്നു.

മിലിക്ക് ഒരു മാറ്റവുമില്ല. പന്ത്രണ്ട് വർഷങ്ങൾക്ക് മുൻപുള്ള കുട്ടിത്തം ഇപ്പോഴും ആ മുഖത്തുണ്ട്. ഒരു നീളൻ ശ്വാസമെടുത്ത് ബൃന്ദ പതിയെ മിലി ഇരുന്ന ബെഞ്ചിന് സമീപത്തേക്ക് നടന്നു. അവർ മുഖത്തോട് മുഖം നോക്കി. അപരിചിതത്വത്തോടെ മിലി ബൃന്ദയുടെ കണ്ണുകളിലേക്ക് ഉറ്റുനോക്കി. ഞൊടിയിടയിൽ സ്തബ്ധയായി. ബൃന്ദ... അവളിൽനിന്നും ഒരു നിശ്വാസം ഉയർന്നു. മിലിയുടെ കണ്ണുകളിലെ മിനുക്കം ബൃന്ദയുടെ മനസിനെ ചുട്ടുപൊളിച്ചു. തീയിൽ പഴുത്ത ചീനക്കല്ലിൽ ഉറ്റിറ്റുവീഴുന്ന വെള്ളത്തുള്ളികളെ പോലെ ഉള്ളംനീറി. ഒരുനിമിഷം മിലിയെ ഗാഢമായി നോക്കി ഒന്നുംമിണ്ടാതെ ബൃന്ദ തിരിച്ചു നടന്നു.

പുറത്ത് വെയിൽ മങ്ങി. ആകാശചുരമിറങ്ങിയ മഴയുടെ കാലുകൾ ഇലത്തുമ്പുകളിൽ ഇറ്റിറ്റുവീഴുന്നത് മിലി കേട്ടു. മഴയുടെ വരവ് പ്രതീക്ഷിക്കുമ്പോഴൊക്കെ ചെവിയിൽ ഉരുണ്ടുകൂടാറുണ്ടായിരുന്ന ബൃന്ദയുടെ വാക്കുകൾ; എനിക്ക് മഴ ഇഷ്ടമല്ല! ഇപ്പോൾ പുറത്ത് കാലംതെറ്റിപെയ്ത മഴയിൽ ബൃന്ദ നനഞ്ഞൊട്ടിപോകുന്നത് അവൾക്ക് ജാലകത്തിലൂടെ കാണാം

രാത്രി മഴയായിരുന്നു മിലിക്ക് ഇഷ്ടം. രാത്രിമഴയുടെ ഈണം കേട്ട് പതുക്കെ പതുക്കെ ഉറക്കത്തിന്റെ കാർമേഘകീറായി ആകാശത്തിലൂടെ ബൃന്ദക്കൊപ്പം സഞ്ചരിക്കുന്നത് ഒരു കാലത്ത് അവൾക്ക് നിത്യസ്വപ്ന

മായിരുന്നു.

അതേകുറിച്ച് പറയുമ്പോഴൊക്കെ ബൃന്ദ അവളോട് വഴക്കിട്ടു. മഴ ശത്രുവിന്റെ നിഴൽപോൽപോലെ പിന്തുടരുന്ന പ്രതിഭാസമായിരുന്നു ബൃന്ദക്കെന്നും. അത് ഇന്നലെകളിലാണ് പെയ്യുന്നത്. ചരിത്രമെപ്പോഴും ശത്രുവിന്റെ നിഴൽലാണെന്ന് അവൾ ദേഷ്യപ്പെട്ടു. പകൽ മഴയുടെ രൗദ്രഭാവത്തിൽ കുളിച്ച് ബൃന്ദ അവളുടെ കണ്ണിൽനിന്നും മറഞ്ഞു. ഇപ്പോൾ ടെറസിൽ വീഴുന്ന മഴയുടെ പരുക്കൻ ശബ്ദം മാത്രമാണ് മിലി കേൾക്കുന്നത്. കോടതിയിൽ ഉച്ചക്കുശേഷമുള്ള ട്രയൽ തുടങ്ങിയപ്പോൾ അച്ഛൻ അവളുടെ തോളിൽവന്നുതൊട്ടു. ഒരു തുള്ളി കണ്ണീർ ഒലിച്ചിറങ്ങിയത് അച്ഛൻ കാണാതെ അവൾ തുടച്ചു.

മിലിക്ക് തന്നെ മനസിലായിട്ടുണ്ട്. ഇപ്പോൾ അവൾ എവിടെയാകും. അന്നവൾ പോയതിന്ശേഷം അന്വേഷിച്ചിട്ടില്ല. നാട്ടിലേക്കാണ് പോയതെന്ന് കൂട്ടുകാരികൾ പറഞ്ഞ് അറിഞ്ഞിരുന്നു. കൂടുതലായി ഒന്നും അറിയാൻ ശ്രമിച്ചിരുന്നില്ല. അവൾ സുഖമായി ജീവിക്കണമെന്ന ആഗ്രഹമാണ് അന്നും ഇന്നും. പക്ഷേ അവളുടെ ജീവിതം വീണുടയുന്നത് കാണുമ്പോൾ...

ജെഎൻയുവിൽ പിജിക്ക് പഠിക്കുമ്പോൾ ഹോസ്റ്റലിൽവെച്ചാണ് ആദ്യമായി മിലിയെ കണ്ടത്. മലയാളിയാണെന്ന് അറിഞ്ഞപ്പോൾ സന്തോഷിച്ചു; ആശ്വസിച്ചു. കേരളത്തിൽനിന്ന് ആ വർഷം അഡ്മിഷൻ കിട്ടിയവരിൽ പെൺകുട്ടികളായി അവരെ ഉണ്ടായിരുന്നുള്ളൂ. അഡ്മിഷനെടുത്ത് രണ്ടുപേരുടെയും അച്ഛൻമാർ പോകാനിറങ്ങിയപ്പോൾ അവർ മുഖാമുഖംനോക്കി. മുറിയിൽ അവരെ കൂടാതെ കനിമൊഴിയെന്ന തമിഴ്നാട്ടുകാരിയും. മൂന്നുമാസംകഴിഞ്ഞ് കനിമൊഴി ഡങ്കിപ്പനി ബാധിച്ച് മരിച്ചപ്പോൾ ആ മുറിയിൽ അവർ രണ്ടുപേരും മാത്രമായി. കണ്ണടയ്ക്കുമ്പോഴെല്ലാം കനിമൊഴിയുടെ മുഖം തെളിഞ്ഞു. അവളുടെ മണം... പാദസ്വരകിലുക്കം...പേടിച്ചരണ്ട് മിലി ഉറക്കെ കരഞ്ഞ നാൾ ബൃന്ദ മുറിയുടെ രണ്ടു മൂലയിലായിരുന്ന അവരുടെ കട്ടിലുകൾ ചേർത്തുവെച്ചു. ഒരുപുതപ്പിനുള്ളിൽ കെട്ടിപിടിച്ചുകിടന്നു. ബൃന്ദയുടെ കൈക്കുള്ളിൽ സുരക്ഷിതായാകുന്നതുപോലെ മിലിക്ക് തോന്നിതുടങ്ങി. ഒരു രാത്രി മിലിയുടെ നീളൻ മൂക്ക് ബൃന്ദയുടെ കഴുത്തിലൂടെ ഇഴഞ്ഞു. ബൃന്ദയ്ക്ക് ആദ്യമായി തന്റെ ഉടൽ ഉണരുകയായിരുന്നു. നല്ലപാതിക്കായുള്ള ഉടലിന്റെ ദാഹം. അവൾ മിലിയുടെ ചുണ്ടുകളിൽ തന്റെ ചുണ്ടുകൾ കോർത്തുവെച്ചു. പിന്നീടുള്ള രാത്രികളിലും അവർ പരസ്പരം നഗ്നമേനിയുടെ ഇളംചൂടിൽ പറ്റിക്കിടന്നു. ബൃന്ദയുടെ പൊടിമീശയുടെ ഇളംചുവപ്പുനിറമുള്ള രോമങ്ങൾ മിലി ഇടയ്ക്കിടെ കടിച്ചെടുത്തു. മിലിയുടെ നെറ്റിത്തടത്തിൽ ബൃന്ദയുടെ കൈകൾ മൃദുവായി തഴുകി. പൂത്തുലഞ്ഞ മേനികളിൽ അവർ നിഗൂഢസ്വർഗ്ഗങ്ങൾ പകുത്തെടുത്തു. അനുദിനം മുറുകിയ പ്രണയത്തിന്റെ ഉന്മാദത്തിൽ നാളുകൾ കൊഴിഞ്ഞുതീർന്നത് വളരെ പെട്ടെന്നായിരുന്നു.

'പിരിയേണ്ട സമയമായി...' ഫൈനൽ പരീക്ഷ കഴിയുന്ന നാൾ ക്യാം

പസിന് പുറത്ത് ബസ് സ്റ്റോപ്പിന് സമീപമുള്ള ഹോളി അമൽതസ് മര
ത്തിന് ചുവട്ടിൽ നിന്ന് ബൃന്ദ പറഞ്ഞു. അപ്പോൾ മരത്തിന്റെ ശിഖരങ്ങ
ളിൽ തേച്ച മഴവിൽ നിറങ്ങളിലേക്ക് ഉറ്റുനോക്കുകയായിരുന്ന മിലിയുടെ
കണ്ണുകളിൽ നനവ് പടർന്നു. മിലി ബൃന്ദയുടെ കൈ ചേർത്തുപിടിച്ചു.
ഇല്ല... നിന്നെ പിരിയാൻ എനിക്ക് കഴിയുമെന്ന് തോന്നുന്നില്ല... നമു
ക്കൊരുമിച്ച് ജീവിക്കാം... മിലി പറഞ്ഞു.

നമ്മൾ രണ്ടു പെണ്ണുങ്ങൾ ഒരുമിച്ച് ജീവിക്കുന്നത് ഈ സമൂഹം
അംഗീകരിക്കുമെന്ന് നിനക്ക് തോന്നുന്നുണ്ടോ മിലി...?. മിലിക്ക് ഉത്തര
മുണ്ടായില്ല. മുന്നിൽ വരുന്ന ഏറ്റവും ഹീനമായ എതിർപ്പുകളെ മുന്നിൽ
ക്കണ്ട് പൊരുതാൻ നമുക്ക് കഴിയുമോ? മൗനം വിഴുങ്ങിനിൽക്കുന്ന മിലി
യുടെ കവിളുകൾ വിളറി. സ്വവർഗാനുരാഗിണികളാണെന്ന് അറിഞ്ഞാൽ
സമൂഹം കൽപ്പിക്കുന്ന വിവേചനം...

നമ്മളിൽ ഒരാൾക്ക് ആണാകാം... എന്നിട്ട് ഈ ഡൽഹിയിൽ തന്നെ
കഴിയാം... മിലി തെളിച്ചത്തോടെ പറഞ്ഞു. നീ എന്താ പറയുന്നത്?
അതൊക്കെ സാധ്യമാണോ? ആർക്കാണ് ആണിന്റെ റോൾ? ബൃന്ദയുടെ
ചോദ്യത്തിന് കുസൃതി ചിരിയെറിഞ്ഞ് മിലി ബൃന്ദയുടെ പൊടിമീശയിലെ
ഇളംചുവപ്പുനിറമുള്ള രോമങ്ങൾ പിടിച്ചുവലിച്ചു. ബൃന്ദ ഒന്നും പറഞ്ഞില്ല.
അല്ലെങ്കിലും ആണധികാരം എനിക്കാണല്ലോ അവൾ ചാർത്തിതരാറു
ള്ളത്.

ഹോസ്റ്റൽ മുറിയിലെ കട്ടിലിൽ ആണാകുന്നതിനെകുറിച്ച് ആലോ
ചിച്ച് ആശങ്കപ്പെട്ടു കിടക്കുമ്പോൾ ഡൽഹിയിൽതന്നെ ലിംഗമാറ്റ ശസ്ത്ര
ക്രിയ നടത്തുന്ന ക്ലിനിക്കുണ്ടെന്ന വിവരവുമായി മിലി ഓടികിതച്ചെത്തി.
അവൾ ബൃന്ദയുടെ മാറിലേക്ക് വീണു കിതപ്പുമാറ്റി. ബൃന്ദ അവളുടെ
നീളൻ മുടിയിഴകൾ കൈവിരലുകളാൽ തഴുകി.

ഒരു വർഷം പുരുഷ ഹോർമോൺ നൽകുന്ന ചികിത്സയുണ്ടാകു
മത്രേ. പിന്നീട് മുലകൾ നീക്കംചെയ്യും. തുടർന്ന് ഗർഭാശയവും അനു
ബന്ധ അവയവങ്ങളും നീക്കംചെയ്യും. അടുത്തപടി പുരുഷ ജനനേന്ദ്രിയം
സ്ഥാപിക്കലാണ്. തുടയിലെ മാംസവും ഞരമ്പുകളുമെടുത്താണെത്രേ
പുരുഷ ജനനേന്ദ്രിയം ഉണ്ടാക്കുക... ബൃന്ദ ഒന്നും മിണ്ടാതെ കറങ്ങുന്ന
സീലിങ് ഫാനിൽതന്നെ നോക്കി. അവൾ ഒന്നുംമിണ്ടുന്നില്ലല്ലോ... മിലി
തലയുയർത്തി ബൃന്ദയെ തന്നെ നോക്കി എഴുന്നേറ്റു. നമുക്കാ ക്ലിനിക്കിൽ
പോയാലോ? കുറച്ചുനിമിഷത്തെ നിശബ്ദതയ്ക്ക് ശേഷം ബൃന്ദ അതെയ
ന്നർഥത്തിൽ തലയാട്ടി. മിലി ഓടിച്ചെന്ന് മേശപ്പുറത്ത് കിടന്ന കത്രിക
യെടുത്തു. ഇന്നേ തുടങ്ങാം. നാളെ ക്ലിനിക്കിലെത്തുമ്പോൾ കാഴ്ചയിൽ
നീയൊരു ആണായിരിക്കണം. വ്യക്തിപരമായ താല്പര്യംമൂലമാണ് ആണാ
കുന്നതെന്ന് നിന്നെ കണ്ടാൽ ഡോക്ടർക്ക് തോന്നണം. അവൾ ബൃന്ദ
യുടെ കവിളിൽ മുത്തമിട്ട് അവളുടെ നീളൻ മുടിയിൽ പിടിച്ചുമൂക്കിനോട്
ചേർത്തു. നല്ല മണമാണ് നിന്റെ മുടിക്ക്... മിലി പറഞ്ഞു. കത്രികവെച്ച്
വെട്ടാൻ തുടങ്ങവെ ബൃന്ദയുടെ കണ്ണുകൾ തുളുമ്പി മിലിയുടെ കയ്യിലേ

ക്ക് പടർന്നു. മിലി കത്രിക പിൻവലിച്ച് ഒരു നിമിഷം ബൃന്ദയെ തന്നെ നോക്കി... പിന്നെ ഒന്നുംമിണ്ടാതെ കത്രിക മേശപ്പുറത്ത് വെച്ച് ബെഡിൽ അവൾക്ക് അരികിൽ കിടന്നു. പിറ്റേദിവസം 'ഞാൻ പോകുന്നു; അന്വേ ഷിക്കരുത്' എന്നെഴുതിയ കത്ത് മേശപ്പുറത്ത് വെച്ച് യാത്ര പോലും ചോ ദിക്കാതെ പോയ മിലി...

കോടതി മുറിയിൽ വെച്ച് മിലിയെ കണ്ടപ്പോൾ വർഷങ്ങൾ നിമിഷ ങ്ങളായി മുന്നിൽ ചിതറിവീഴുകയായിരുന്നു. തനിക്കാരെയും വേദനിപ്പി ക്കാൻ കഴിയില്ല; ബൃന്ദ വിതുമ്പി. ഉറക്കം വന്നില്ല. ജാലകത്തിന് പുറ ത്തെ നിലാവെളിച്ചം അവളെ അസ്വസ്ഥമാക്കി. പ്രവിയേട്ടനും മകളും നല്ല ഉറക്കത്തിലാണ്. അവൾ കണ്ണാടിയിൽനോക്കി. പൊടിമീശയിലെ ഇളം ചുവപ്പ് നിറമുള്ള രോമങ്ങളിലൂടെ കയ്യോടിച്ചു. നീളൻ മുടിയെടുത്ത് മൂക്കിൽവെച്ചു. നല്ല മണം... മേശതുറന്ന് കത്രികയെടുത്ത് അത് കഴു ത്തറ്റംവെച്ചുമുറിച്ചു. നൈറ്റ് ഡ്രസ് അഴിച്ചുമാറ്റി ഷോർട്സും ടീഷർട്ടുമിട്ടു. മകളുടെ ഇരുകവിളിലും ഉമ്മ വച്ച്, പ്രവിയേട്ടനെ ഒരു നിമിഷംനോക്കി അവൾ പുറത്തേക്ക് ഇറങ്ങി. മഴയിൽ റോഡിൽ തളംകെട്ടിയ വെള്ളത്തോ ടൊപ്പം സ്ട്രീറ്റ്ലൈറ്റിന്റെ വെളിച്ചത്തിൽ അവളുടെ നിഴൽ ഒട്ടിപിടിച്ചു കിടന്നു.

ആസ്വാദനം

കെ പ്രദീപ്

ചുമരിൽ കൊളുത്തിയിട്ട കണ്ണാടിയിലേക്ക് എത്തി നോക്കി. ജാനറ്റ് നെറുകെയിലെ സിന്ദൂരം ഒന്നുകൂടി ശരിയാക്കിയെടുത്തു. കൂടെ കിടന്ന സിമ്രാന്റെ ശബ്ദം അവൾ കേട്ടില്ലെന്നു നടിച്ചു.

"എന്തോന്നാടി കോപ്പേ ചെവികേൾക്കില്ലേ?"

ധൃതിയിൽ ചലിക്കുന്ന ശരീരത്തിൽനിന്നും ജാനറ്റ് പറഞ്ഞു.

"ഞാൻ... വെറുതെ ഒന്ന് പുറത്തേക്ക്..."

"കൂടെ?"

"ആരുമില്ല."

"ങും.... അതെന്താ.... പതിവില്ലാതെ ഒറ്റയ്ക്കൊരു സഞ്ചാരം."

കോറിഡോറിലെത്തിയ ജാനറ്റ് വാതിൽ ചാരിനിന്നു. കൈയിലെ പ്ലാസ്റ്റിക് കവർ പുറകിലേക്ക് മാറ്റിപ്പിടിച്ചു.

അരിശം നിറഞ്ഞ മുഖത്തോടെ കട്ടിലിൽ എഴുന്നേറ്റിരുന്ന സിമ്രാന്റെ നോട്ടം അവളിൽ പതിച്ചുനിന്നു.

"ഞാൻ ഇവിടെ വരയേ പോകുന്നുള്ളു"

"അതല്ലേടി ഞാനും ചോദിച്ചത്... എവിടെയാണ് ഈ ഇവിടം."

"വൈറ്റൽ റിയാലിറ്റി"

കിടക്കയിൽ മുഷ്ടി ചുരുട്ടിയിടിച്ച് സിമ്രാൻ തല ഇളക്കി ചിരിച്ചു. അത് ഇടനാഴിയിലൂടെ ചിന്നിച്ചിതറി ഓരോ വാതിലിലും തട്ടിയുണർത്താൻ തുടങ്ങി. അത് ഭയന്ന് ജാനറ്റ് അകത്ത് കയറി വാതിലടച്ചു.

ചിരിയുടെ ക്ലൈമാക്സിൽ സിമ്രാന്റെ കണ്ണുകൾ നിറഞ്ഞു. അവ ളത് അമർത്തിത്തുടയ്ക്കുമ്പോൾ തല താഴ്ത്തി ജാനറ്റ് അവളെയുരുമ്മി നിന്നു.

ഒരുമിച്ച് ജീവിക്കാൻ തീരുമാനിച്ചതിന്റെ മൂന്നാംദിനം ഓവർബ്രിഡ്ജി

നടിയിലൂടെ നടക്കവെ; ശരീരഭാഗങ്ങൾ ഒന്നും പറിഞ്ഞുപോകുന്നില്ലെ ന്നതിൽ ജാനറ്റ് ആശ്വസിച്ചു. ആനയുടമകളുടെ സംസ്ഥാന സമ്മേളന ത്തിന്റെ ഫ്ളെക്സിൽ നാട്ടിലെ പ്രശസ്തനായ അച്ഛന്റെയും മകന്റെയും ചിത്രം നോക്കവെ സിമ്രാൻ അവളുടെ ശ്രദ്ധയെ മറ്റൊരിടത്തേക്ക് ആകർഷിച്ചു.

"ദി കോണ്ടം ഷോപ്പ്"

തലസ്ഥാന നഗരിയും റോയലിൽനിന്നും മെട്രോവല്ക്കരിക്കപ്പെ ടുന്നു.

നഗരത്തിൽ പുതിയതായതിനാൽ ജാനറ്റ് നാണിച്ചു. റോഡ് മുറിച്ച് കടക്കവെ എതിർവശത്തെ ബിൽഡിങ്ങിലെ ഓരോ ബോർഡിലും അവ ളുടെ കണ്ണുകൾ പരതിക്കൊണ്ടിരുന്നു... കാഴ്ചകൾ അവൾക്ക് പുതുമ യാണ്. അവളൊരു പുതുമുഖമാണല്ലോ... അനന്തപത്മനാഭന്റെ മണ്ണിൽ. നിർത്തിയിട്ടിരിക്കുന്ന കാറുകൾക്കിടയിലൂടെ മുന്നോട്ട്. ആ ബോർഡും അതിനു താഴെയുള്ള കടയും കണ്ടത്... മുൻപിൽ നടക്കുന്ന സിമ്രാന്റെ കൈകളിൽ അവൾ ബലമായി പിടിച്ചു.

"ഞാൻ വരില്ല."

"അതെന്താ?"

ഗ്ലാസ് വാതിലുകൾക്ക് പുറകിലെ മാനിക്യൂനുകളെ അവൾ ഇടം കണ്ണിൽ ചൂണ്ടിക്കാട്ടി....

"ഓ പിന്നെ കടകളിലൊക്കെ... ബുർഖയണിഞ്ഞ പെണ്ണുങ്ങളെ നിർത്താം.... ഒന്നു പോടി..."

കടയിലേക്ക് ചാടിക്കയറിയ സിമ്രാനെ അനുഗമിക്കാതെ നിവൃത്തി യില്ലാതായി ജാനറ്റിന്. ഡിസ്പ്ലേ ചെയ്ത വകകളിലേക്ക് തിരിഞ്ഞു. തിരക്കു കുറവായിരുന്ന കടയിലെ സേവനത്തിനായി നില്ക്കുന്നവരെല്ലാം ആണുങ്ങളായിരുന്നു. ഇളംനീല ജീൻസും വെളുത്ത ഷർട്ടും ധരിച്ച അവർക്ക് കണ്ണുതട്ടാതിരിക്കാനെന്നപോലെ ക്യാഷ് കൗണ്ടറിൽ പെൺ സാന്നിദ്ധ്യമുണ്ടായിരുന്നു.

ഡിസ്പ്ലേ ബോർഡിലേക്ക് കൈചൂണ്ടി സിമ്രാൻ ചോദിച്ചു.

"ആ മെറൂൺ ലെയ്സ് വച്ചതിന് എത്രയാ...?"

"മുന്നൂറ്റൻപത്"

"അതിന്റെ 34 ബി. വേറെ കളറുകൾ ഉണ്ടെങ്കിൽ അതും കൂടി."

ഷെൽഫിൽ തിരയവെ സെയിൽസ്മാൻ ചോദിച്ചു.

"മാഡം.... 32 ബി പോരെ....?"

ഹണിമൂൺ ശേഖരത്തിൽ തറച്ചുനിന്നിരുന്ന അവളുടെ ശ്രദ്ധ ആ ഒറ്റച്ചോദ്യത്തിൽ വേർപെട്ടുപോയി.

"എന്താ...?"

"അല്ല സൈസ് 32 ബി പോലെ....?"

തന്നെക്കാൾ അഞ്ചാറു വയസ്സ് കുറവുള്ള അവന്റെ നോട്ടം ശരീര ത്തിന്റെ അസ്ഥാനത്തേക്ക് നീളുന്നത് അവളറിഞ്ഞു.

"ഫിദൽ"

അവൾ അവന്റെ നെയിംപ്ലേറ്റ് നോക്കി മനസ്സിൽ വായിച്ചു.

"പോരാ.... മോനെ 34 ബി തന്നെ വേണം."

ഉത്തരം അവന്റെ മുഖത്ത് ചുളിപ്പുകൾ വീഴ്ത്തി. അത് ആസ്വദിക്കാനാണ് അവൾ ജാനറ്റിനെ തിരഞ്ഞത്. അത്ഭുതലോകത്തിലെത്തിയ ആലീസിനെപ്പോലെയുള്ള അവളുടെ അവസ്ഥ സിമ്രാനിൽ ചിരിയുണർത്തി.

"നിനക്കെന്തുപ്പറ്റി മുഖം വീർപ്പിക്കാൻ."

"നീ വേറെ ഷോപ്പൊന്നും കണ്ടില്ലേ? എല്ലാം ആണുങ്ങൾ മാത്രം... ഓരോന്നിന്റെ നോട്ടം കണ്ടാൽ മതി."

"മേഡം...."

ഫിദൽ ആണ്.

ഓരോരോ ആവശ്യങ്ങൾക്കായി ഫിദലിനെ വട്ടം കറക്കുകയാണ് സിമ്രാൻ. ജാനറ്റിന് അടിമുടി പെരുത്ത് വന്നു. എങ്കിലും ഫിദലിനെ അവളുടെ കണ്ണുകൾ അളന്നു കൊണ്ടേയിരുന്നു. അവനതു മനസ്സിലാവുകയും ചെയ്തു.

ബില്ലിങ്ങിനും പാക്കിങ്ങിനുമിടയിലുള്ള സമയം സിമ്രാൻ അവളെ മറ്റൊരു രംഗം കാട്ടിക്കൊടുത്തു.

തന്റെ പെണ്ണിനുവേണ്ടി വാങ്ങാനെത്തിയ ചെറുപ്പക്കാരനെ ചൂണ്ടി അവൾ ചിരിക്കാൻ തുടങ്ങി.

"കണ്ടോടീ...? ആ സെയിൽസ്മാനെ കവർ തുറക്കാൻപോലും അയാൾ അനുവദിക്കുന്നില്ല.... അതിൽ മറ്റാരുടെയും കൈവിരൽ പതിയുന്നതുപോലും അയാൾക്കിഷ്ടമല്ല."

അയാളുടെ ചേഷ്ടകൾ ജാനറ്റിലും ചിരി പടർത്തി.

ബില്ലുംകൊണ്ട് അവരുടെയടുത്തെത്തിയ ഫിദൽ ജാനറ്റിനെ നോക്കി ചോദിച്ചു.

"മാഡത്തിനൊന്നും വേണ്ടേ?"

"ങാ, ഞാനതുമറന്നു... നിനക്ക് വേണ്ടേ?"

"വേണ്ട..." ജാനറ്റ് കൗണ്ടറിലേക്ക് നടന്നു... പിന്നെ എന്തോ ഓർത്ത പോലെ പറഞ്ഞു.

"ഇപ്പോൾ വേണ്ട. നേരം വൈകി."

ഹോസ്റ്റൽ മുറിയിൽ കൂട്ടുകാർ ഫിദലിനു ചുറ്റുമിരുന്നു... ഓൾഡ് പോർട്ട് റമ്മിന്റെ മണവും ഫിൽറ്റർ സിഗററ്റിന്റെ ഗന്ധവും ഏവനിലും മനം പുരട്ടലുണ്ടാക്കി.

"എടാ.... ഇന്ന് നിന്റെയടുത്ത് കിടിലൻ ചരക്ക് വന്നില്ലേ.... വെളുത്ത് മെലിഞ്ഞ്.... അഴകളവുകളൊത്ത്.... അവളിവിടെ പുതിയതെന്നാ തോന്നുന്നത്.... കൂടെവന്നവൾ സ്ഥിരം കസ്റ്റമറാ... ടെക്നോപാർക്ക് കക്ഷി...."

അവർ അന്നുവന്നവർ ഓരോരുത്തരെയായി അളന്നുതൂക്കാൻ തുടങ്ങി. കൂട്ടത്തിൽ ചേരാതിരിക്കാനായി അവനുറങ്ങാൻ കിടന്നു. എപ്പോഴോ വന്ന ഉറക്കത്തിൽ മരുഭൂമിയിലൂടെ വെള്ളം കിട്ടാതെ അലയു

ന്നതും ഭ്രാന്തിയായി വീടുവിട്ടിറങ്ങിയ അമ്മ മുലപ്പാൽ നല്കുന്നതായും സ്വപ്നം കണ്ട് അവൻ ഇടയ്ക്കിടെ ഞെട്ടിയുണർന്നു.

ബാത്റൂമിന്റെ വാതിൽ തുറക്കുന്നതും ആരുടെയോ ശ്വാസോച്ഛ്വാസങ്ങൾ... രതിമൂർച്ഛയിലെത്തുന്നതും അവനറിഞ്ഞു. പിന്നെ വീണ്ടും വാതിലടയ്ക്കുന്നതുവരെ മൂടിപ്പുതച്ചുകിടന്നു. അപ്പോഴും ജാനറ്റിന്റെ അളവൊത്ത ശരീരം, അവനുമാത്രമായി കാത്തിരിക്കുന്നതായുള്ള തോന്നൽ... ജ്വലിച്ച ചിന്തയായി... പടർന്നുനിന്നു.

പഴയ ഓർമ്മകളിൽ നിന്നുണർന്ന സിമ്രാൻ പറഞ്ഞു... "ജാനറ്റ് ഞാനും വരാം..." അവൾ അപ്പോഴേക്കും കട്ടിലിൽ നിന്നുമിറങ്ങി. ദേഹശുദ്ധി വരുത്തി... ജാനറ്റിന്റെ മണവും ചുംബനങ്ങളുടെ ചൂടും നഷ്ടമാവുമെന്നറിഞ്ഞും അവളത് ചെയ്തത്... ജാനറ്റിനുവേണ്ടിയായിരുന്നു... അവൾ ഇന്നും പഴഞ്ചനാണ്.... ഉണർന്നെണീറ്റാൽ കുളിച്ചു... പൊട്ടുതൊടണം....

"വേണ്ട... ഞാൻ പോകാം... എത്രയോ തവണ നിനക്കൊപ്പം ഞാനും അവിടെ വന്നിരിക്കുന്നു... ഇന്ന് എനിക്കായ് ഞാൻ അവിടെ പോവാമെന്നേ...."

"വേണ്ട.... ജാനറ്റ്.... ഞാനും വരാം...." പക്ഷേ, ജാനറ്റ് ഇറങ്ങി നടന്നിരുന്നു....

"എന്താ.... ഇവിടെനിന്നും ഒന്നും വാങ്ങാത്തത്.... എന്നും കൂട്ടുകാരിക്ക് തുണവരികയേയുള്ളൂ...."

ആദ്യമായാണ് ഫിദൽ അവളോട് സംസാരിക്കുന്നത്. അവന്റെ നോട്ടം അവളുടെ ശരീരത്തെ.... അളന്നെടുത്തിട്ടുണ്ടെങ്കിലും....

"ദേ... കൂട്ടുകാരി എത്തിയല്ലോ...?" ഒന്നും പറയാനാകാതെനിന്ന അവളെ രക്ഷിച്ചതും ഫിദൽ ആയിരുന്നു.

ദേഷ്യം കലർന്ന മുഖത്തോടെ സിമ്രാൻ അവൾക്കരികിലെത്തി....

ഫിദൽ മനസ്സു തുറക്കാനാകാതെ വിമ്മിട്ടനായി. ഒരു ശലഭമായി ജാനറ്റിനെ വലംവയ്ക്കാൻ അവൻ മോഹിച്ചു. അവന്റെ വിരലുകൾ... കബോഡുകളിൽ ചലിച്ചു.... നിറങ്ങൾ.... അഴകളവുകൾക്കനുസൃതമായി നൃത്തം വച്ചു.

കൗണ്ടർ മേശയിൽ.... അടിവസ്ത്രങ്ങൾ.... വർണ്ണരാജി തീർത്തു....

"വേറെ ഏതെങ്കിലും തരമാണോ വേണ്ടത്...."

ഒന്നും പറയാതെ നില്ക്കുന്ന ജാനറ്റിനോട് ഫിദൽ ചോദിച്ചു.

സിമ്രാന്റെ മുഖമാണ് ഇപ്പോൾ വിളറിയത്. ജാനറ്റ് ഉറച്ച സ്വരത്തിൽ പറഞ്ഞു.

"പാഡ് ആണ് വേണ്ടത്.... പോസ്റ്റ് സർജറി"

ജാനറ്റ് അതുപറയവേ അരുതാത്തത് കേട്ടപോലെ അവൻ ഞടുങ്ങി.

പുഞ്ചിരിച്ചുകൊണ്ട് അവൾ പറഞ്ഞു.

"സൈസ് 30."

ഇപ്പോൾ വരാം എന്ന ആംഗ്യത്തോടെ അവൻ അകത്തേക്ക് പോയി.

അകലെ പുതുമണവാളൻ പുതുമണവാട്ടിക്ക് ഏറ്റവും സുന്ദരമായത് സെലക്ട് ചെയ്യുകയാണ്. മണവാട്ടിയുടെ കവിളിൽ നാണം പ്രകാശം പരത്തുന്നു. അത് കറുത്ത തട്ടവും കടന്ന് കടയാകെ നിറഞ്ഞു.

വാതിൽ തുറക്കവേ... അവൻ അങ്ങോട്ട് തിരിഞ്ഞു...

"ആവശ്യക്കാർ കുറവായതിനാൽ ഇവിടെ വയ്ക്കാറില്ല."

ഫിദൽ ക്ഷമാപണസ്വരത്തിൽ പറഞ്ഞു. ജാനറ്റ് അവനൊരു പുഞ്ചിരി തിരികെ നല്കി. അപ്പോഴും ഫിദൽ സംശയാലുവായിരുന്നു.

തനിക്ക് ഇഷ്ടപ്പെട്ടത് തിരഞ്ഞെടുത്ത് ബില്ലടച്ചശേഷമേ ജാനറ്റ് സിമ്രാനെ നോക്കിയുള്ളൂ. അന്ന് ഹോസ്റ്റൽ മുറിയിലെത്തുംവരെ മൗന മായിരുന്നു അവരുടെ ഭാഷ. പാചകവും കുളിയും പതിവ് തമാശകളും മുടക്കമില്ലാതെ തുടർന്നു... തങ്ങൾക്ക് എങ്ങനെ ഇതുപോലെ പെരുമാ റാൻ പറ്റുന്നുവെന്ന് അവൾ അതിശയിച്ചു.

എന്നിട്ടും ഒരേ കിടക്കയിൽ ഉറങ്ങാൻ കിടക്കവേ... ഉള്ളിലെ വിങ്ങൽ അവർ രണ്ടാളും ഒരുപോലെ തിരിച്ചറിഞ്ഞു. അത് അവരുടെ ഉറക്കം കെടു ത്തുകതന്നെ ചെയ്തു. പിന്നെയും ആരുടെയോ ഉറക്കം അന്നത്തെ രാവ്, മോഷ്ടിച്ചെടുത്തു. അത് അവർ രണ്ടുപേരുടെയും മാത്രമായിരുന്ന രഹസ്യം പങ്കിട്ടെടുത്തവരുടേതായിരുന്നു.

മലയാളത്തിലെ ലെസ്ബിയൻ കഥകൾ-പാഠവും പഠനവും

ഒരേ ലിംഗവർഗ്ഗത്തിൽപ്പെട്ടവർ തമ്മിലുള്ള വൈകാരികവും ലൈംഗി കവുമായ ആകർഷണമാണ് സ്വവർഗ്ഗാനുരാഗം (Homosexuality). സ്ത്രീ, പുരുഷൻ എന്നീ ലിംഗ വിഭാഗങ്ങളിൽ സ്ത്രീക്ക് സ്ത്രീയോടും പുരു ഷന് പുരുഷനോടും ഉടലെടുക്കുന്ന അനുരാഗത്തെ വ്യത്യസ്ത വിഭാഗ ങ്ങളിലായാണ് സംബോധന ചെയ്യുന്നത്. പുരുഷ സ്വവർഗ്ഗാനുരാഗത്തെ ഗേയിസമെന്നും സ്ത്രീ സ്വവർഗ്ഗാനുരാഗത്തെ ലെസ്ബിയനിസമെന്നും സൂചിപ്പിക്കുന്നു. പുരുഷ സ്വവർഗ്ഗാനുരാഗി 'ഗേ'യെന്നും സ്ത്രീ സ്വവർഗ്ഗാ നുരാഗി ലെസ്ബിയനെന്നും അറിയപ്പെടുന്നു. സ്ത്രീ പുരുഷബന്ധം അഥവാ ഭിന്നവർഗ്ഗ ലൈംഗികത (Hetro sexuality) മനുഷ്യസമൂഹത്തിൽ കൂടുതൽ സ്വീകാര്യതയുള്ളതായിരിക്കുന്നതിനാൽ സ്വവർഗ്ഗരതി (ഗേയിസം, ലെസ്ബിയനിസം) പ്രശ്നാധിഷ്ഠിത മേഖലയായി മാറുന്നു. ഭിന്നവർഗ്ഗ ലൈംഗികതയുടെ പ്രചാരകർ മത, രാഷ്ട്രീയ, അധികാര മേല്ക്കോയ്മാഘടകങ്ങളുടെ അടിസ്ഥാനത്തിൽ സ്വവർഗ്ഗാനുരാഗത്തെ സാമാന്യയുക്തിക്കു നിരക്കുന്നതും നിരക്കാത്തതുമായ വഴികളിലൂടെ സ്വവർഗ്ഗാനുരാഗികളെ ഇല്ലായ്മ ചെയ്യുവാൻ ശ്രമിക്കുന്നതിനാൽ ഗേ ലെസ്ബിയനുകൾ പൊതു സമൂഹത്തിനുമുമ്പിൽ അദൃശ്യരായി നില്ക്കുന്നു.

ഗേ/ ലെസ്ബിയനുകളെ സംബന്ധിച്ചിടത്തോളം സുദീർഘമായൊരു ചരിത്രവും പാരമ്പര്യവുമുണ്ട്. ഇന്ത്യൻ സാമൂഹ്യാവസ്ഥയിലെ മത-രാഷ്ട്രീയ സംഘടനകൾ ഇത്തരം പശ്ചാത്തലങ്ങളെ തിരസ്കരിച്ചുകൊ ണ്ടാണ് എതിർപ്പുകൾ ശക്തമാക്കുന്നത്. *രാമായണത്തിൽ* കടൽചാടിക്ക ടന്നു ലങ്കയിലെത്തുന്ന ഹനുമാൻ ആലിംഗനബദ്ധരായി കിടക്കുന്ന സ്ത്രീകളെ കാണുന്നതായി പറയുന്നുണ്ട്. വിശുദ്ധപുസ്തകമായ *ഖുർ ആനിൽ* ലൂത്ത് നബിയുടെ സമൂഹം സ്വവർഗ്ഗാനുരാഗത്തിന്റെ ഉപാസക

രായിരുന്നുവെന്നും സ്വവർഗ്ഗാനുരാഗികളായ പുരുഷന്മാർക്കും സ്ത്രീകൾക്കും ലഭിച്ച താക്കീതുകളും അവരത് സ്വീകരിക്കാതിരുന്നപ്പോൾ ലഭിച്ച കഠിന ശിക്ഷകളും പരാമർശിക്കുന്നുണ്ട്. കന്യകകളല്ലാത്ത സ്ത്രീകൾ തമ്മിലുള്ള സ്വവർഗ്ഗാനുരാഗത്തിനുള്ള ശിക്ഷയും കന്യകമാരുടെ സ്വവർഗ്ഗാനുരാഗത്തിനുള്ള ശിക്ഷയും പ്രാചീന ഇന്ത്യൻ നിയമഗ്രന്ഥമായ *മനുസ്മൃതി*യിലും കൗടില്യന്റെ *അർത്ഥശാസ്ത്ര*ത്തിലും പ്രതിപാദിക്കുന്നുണ്ട്. ഇവയിൽനിന്നും വ്യക്തമാകുന്ന കാര്യം പ്രാചീന മതനിയമഗ്രന്ഥങ്ങൾ സ്വവർഗ്ഗാനുരാഗം അടിച്ചമർത്തപ്പെടേണ്ടതാണെന്നു സ്ഥാപിച്ചെടുക്കാൻ വ്യഗ്രത കാട്ടിയിരുന്നു എന്നതാണ്.

സ്ത്രീ സ്വവർഗ്ഗാനുരാഗികളെക്കുറിക്കുന്ന 'ലെസ്ബിയൻ' എന്ന പദം ലെസ്ബോസ് ദ്വീപിൽനിന്നും ആവിർഭവിച്ചതാണ്. ബി സി ആറാം നൂറ്റാണ്ടിൽ ഗ്രീക്ക് കവയിത്രി സാഫോ തന്റെ കൂട്ടുകാരികളുമൊത്ത് ലെസ്ബോസ് ദ്വീപിൽ താമസിച്ചുകൊണ്ട് സ്വവർഗ്ഗാനുരാഗ ബന്ധങ്ങളിലേർപ്പെട്ടിരുന്നു. രതിദേവതയായ എഫ്റിഡെറ്റിയെ ആരാധിച്ചിരുന്ന സാഫോയുടെ കാവ്യങ്ങളിൽ ധാരാളമായി സ്വവർഗ്ഗാനുരാഗബന്ധങ്ങൾ കടന്നു വന്നിരുന്നു. ലെസ്ബോസിൽനിന്നും ആരംഭിച്ചു എന്ന അർത്ഥത്തിലാണ് സ്ത്രീ സ്വവർഗ്ഗാനുരാഗികളെ സൂചിപ്പിക്കുവാൻ ലെസ്ബിയൻ എന്ന പദം ഉപയോഗിക്കുന്നത്. ബി സി ആറാം നൂറ്റാണ്ട് ഉൾപ്പെടെയുള്ള കാലഘട്ടത്തിൽ സ്വവർഗ്ഗാനുരാഗബന്ധങ്ങൾ ആഘോഷമായി കണ്ടിരുന്നു. സ്ത്രീ- പുരുഷ ബന്ധമാണ് സ്വാഭാവികമെന്ന കാഴ്ചപ്പാട് ഉരുവം കൊണ്ട കാലഘട്ടത്തിലാണ് സ്ത്രീ- പുരുഷേതര ബന്ധങ്ങൾ വിശിഷ്യാ ലെസ്ബിയനിസവും ഗേയിസവും അസ്വാഭാവിക ബന്ധമായി പുറന്തള്ളപ്പെടുന്നത്. ക്രിസ്തുമതം ഉൾപ്പെടെയുള്ളവയുടെ വളർച്ചയോടുകൂടി ലെസ്ബിയനിസം പോലെയുള്ളവ പ്രകൃതിവിരുദ്ധമായി മാറി.

അടിച്ചമർത്തപ്പെട്ടിരുന്ന ലെസ്ബിയനുകളുടെ സാമൂഹ്യാവസ്ഥകൾക്കു മാറ്റമുണ്ടാകുന്നതും രാഷ്ട്രീയമായുള്ള നിലപാടുകൾ രൂപപ്പെടുന്നതും പാശ്ചാത്യഫെമിനിസത്തിന്റെ ഇടപെടലുകളോടു കൂടിയാണ്. പുരുഷാധികാര മേല്ക്കോയ്മകൾക്കെതിരെ പോരാടിയിരുന്ന ഫെമിനിസ്റ്റുകളിൽ തീവ്രചിന്താഗതികൾ പുലർത്തിയിരുന്ന റാഡിക്കൽ ഫെമിനിസ്റ്റുകളാണ് ലെസ്ബിയനിസത്തിന്റെ രാഷ്ട്രീയ നിലപാടുകൾ വ്യക്തമാക്കിയത്. സ്ത്രീയുടെ ലൈംഗികതയിലെ സ്വാതന്ത്ര്യ പ്രഖ്യാപനം, ലൈംഗികതയിലെ വൈവിദ്ധ്യങ്ങളിലൊന്ന് എന്നീ നിലകളിൽ ലെസ്ബിയനിസത്തെ പരിമിതപ്പെടുത്തുവാൻ പുരുഷ കേന്ദ്രീകൃത സമ്പ്രദായങ്ങൾ ഉത്സാഹിക്കുകയും ലെസ്ബിയനുകളോട് അനുഭാവം പ്രകടിപ്പിക്കുന്ന ഫെമിനിസ്റ്റ് പ്രവർത്തകരെ ലെസ്ബിയൻസ് എന്നു മുദ്രകുത്തി ഒറ്റപ്പെടുത്തുവാനും ശ്രമിച്ചിരുന്നത് ഇന്നു ചരിത്രത്തിന്റെ ഭാഗമാണ്. സ്ത്രീകളുടെ സ്വതന്ത്ര ലൈംഗികത എന്നതിനേക്കാളുപരി ലിംഗാധിഷ്ഠിത സാമൂഹ്യവ്യവസ്ഥയിലെ അധികാരകേന്ദ്രമായ പുരുഷനെ നിരാകരിക്കുന്നുവെന്നതാണ് ലെസ്ബിയനിസത്തെ രാഷ്ട്രീയമായി ഉയർത്തുന്നതും.

സ്ത്രീവാദവുമായി ചേർന്നുനിന്നുള്ള ലെസ്ബിയനിസത്തിന്റെ സാദ്ധ്യതകളെ വിശദമായി അവതരിപ്പിച്ച ജിൽജോൺസ്റ്റനാണ് ലെസ്ബിയൻ നേഷൻ (Lesbian Nation)എന്ന ആശയം പ്രചരിപ്പിച്ചത്. പുരുഷനിർമ്മിതമായ സാമൂഹ്യ സമ്പ്രദായങ്ങളിലെ സ്ത്രീകൾ തിരിച്ചറിവോടുകൂടി ഇടപെട്ട് ഒരു സമൂഹമായി മാറുകയും അതിലൂടെ പുതിയൊരു അധികാര സാമൂഹ്യക്രമങ്ങൾ സ്ഥാപിച്ചെടുക്കണമെന്നും ലെസ്ബിയൻ നേഷൻ വ്യക്തമാക്കുന്നു. ലിംഗപദവിയുടെ വാർപ്പുമാതൃകകളെ നിരാകരിക്കുന്ന ലെസ്ബിയൻ രാഷ്ട്രീയം സ്ത്രീയുടെ രണ്ടാം ലിംഗ പദവിയെ മാറ്റി നിർത്തി സ്വതന്ത്ര അസ്തിത്വമായി സ്ത്രീകൾ മാറണമെന്നു സൂചിപ്പിക്കുന്നു. ലൈംഗികതയെ കേന്ദ്രസ്ഥാനത്തു പ്രതിഷ്ഠിക്കുന്ന ലെസ്ബിയൻ രാഷ്ട്രീയം ഭിന്നവർഗ്ഗ ലൈംഗികതയുടെ സ്ഥാപനങ്ങളെ പുറന്തള്ളുന്നു. പുരുഷന്മാർ നിർമ്മിച്ച പരമ്പരാഗത സ്ത്രീ വ്യക്തിത്വങ്ങളെ പുനർനിർമ്മിക്കുവാൻ ലെസ്ബിയൻ രാഷ്ട്രീയം പ്രേരിപ്പിച്ചു. ലിംഗപദവിയെ അടിസ്ഥാനമാക്കിയുള്ള ലൈംഗിക പ്രക്രിയ, തൊഴിൽ വിഭജനം, അധികാരസ്ഥാനങ്ങൾ എന്നിവയെ എതിർക്കുന്ന ലെസ്ബിയനിസം സ്ത്രീവിമോചന പ്രസ്ഥാനത്തിന് കൂടുതൽ കരുത്തു പകർന്നു. ലെസ്ബിയനിസത്തിന്റെ രാഷ്ട്രീയ പ്രാധാന്യത്തെയും പ്രായോഗിക സാദ്ധ്യതകളെയും നിരവധി എഴുത്തുകാരും സൈദ്ധാന്തികരും ഉയർത്തിക്കാട്ടിയിട്ടുണ്ട്. സീലിയ കിറ്റ്സിങ്ങർ, ലിലിയൻ ഫേഡർമാൻ, ആലീസ് വാക്കർ, മോൺടിങ് വിറ്റിങ് തുടങ്ങിയവർ അവരിൽ ചിലരാണ്. പാശ്ചാത്യസാഹിത്യത്തിനു ആശയപരമായി നിരവധി സംഭാവനകൾ നല്കുവാൻ ലെസ്ബിയനിസത്തിനു കഴിഞ്ഞു.

മലയാളസാഹിത്യത്തെ സംബന്ധിച്ചിടത്തോളം ലെസ്ബിയനിസം എന്ന വിഷയത്തെ ഏറ്റെടുക്കുവാൻ തയ്യാറായത് ചെറുകഥാ മണ്ഡലമായിരുന്നു. മലയാളത്തിലെ ആദ്യത്തെ ലെസ്ബിയൻ കഥ മാധവിക്കുട്ടിയുടെ സ്ത്രീയാണ്. സ്ത്രീയുടെ ചരിത്രപരമായ പ്രത്യേകത ഇന്ത്യക്ക് സ്വാതന്ത്ര്യം ലഭിക്കുന്നതിനുമുമ്പ് ഒരു സ്ത്രീ ലെസ്ബിയൻ പ്രമേയത്തെ തുറന്ന് അവതരിപ്പിക്കുവാൻ തയ്യാറായിയെന്നതാണ്. മാധവിക്കുട്ടിയുടെ സ്ത്രീ *മാതൃഭൂമി*യിൽ പ്രസിദ്ധീകരിക്കപ്പെടുന്നത് 1947 ജൂൺ 22 നാണ്. സ്ത്രീക്കുശേഷം മാധവിക്കുട്ടിയുടേതായി പ്രസിദ്ധീകരിക്കപ്പെട്ട ലെസ്ബിയൻ കഥ *ചന്ദനമര*ങ്ങളാണ്. സിതാരയുടെ സ്പർശം; ഇന്ദുമേനോന്റെ ഒരു ലെസ്ബിയൻ പശു, ജലത്തിലൂടെ നടക്കുന്ന കന്യകമാർ; സി എസ് ചന്ദ്രികയുടെ ലേഡീസ് കമ്പാർട്ട്മെന്റ്, കാഞ്ചീപുരം; ശ്രീകുമാരി രാമചന്ദ്രന്റെ സ്വപ്നാടനത്തിനിടയിൽ; വി ആർ സുധീഷിന്റെ വെള്ളത്തണ്ട്, പിണത്തവൾ, വിമതലൈംഗികം; ബി മുരളിയുടെ ഹരിതവൈശികം, ലെസി, മഞ്ജുള; ബെന്യാമിന്റെ പെൺമാറാട്ടം; ചന്ദ്രമതിയുടെ ശ്രീഹവ്യയും ചില അക്കാദമിക് പ്രശ്നങ്ങളും തുടങ്ങിയ കഥകൾ ലെസ്ബിയനിസത്തെ വിഭിന്ന കോണുകളിലൂടെയവതരിപ്പിച്ചു. സാറാ ജോസഫിന്റെ കോഫീ ഹൗസ്, കെ എ ബീനയുടെ സാന്ത്വനം എന്നീ കഥകളിൽ സ്ത്രീ സ്വവർഗ്ഗാനുരാഗത്തിന്റെ ചില സൂചനകളുണ്ടെന്നുള്ള കാര്യം വിസ്മരി

ക്കുന്നില്ല. നോവൽ സാഹിത്യത്തിൽ വിരലിലെണ്ണാവുന്ന ഏതാനും കൃതികൾ മാത്രമേ ലെസ്ബിയനിസത്തെ അവതരിപ്പിച്ചിട്ടുള്ളൂ. വി ടി നന്ദകുമാറിന്റെ രണ്ടു പെൺകുട്ടികൾ (1974) സന്ധ്യ വി സതീഷിന്റെ വീണ്ടും രണ്ടു പെൺകുട്ടികൾ (2012) സാറാ ജോസഫിന്റെ ആളോഹരി ആനന്ദം (2013) തുടങ്ങിയവ ലെസ്ബിയനിസത്തെ ഉപരിപ്ലവമായ രീതിയിൽ ആവിഷ്കരിച്ച നോവലുകളാണ്. ഗിരിജ-കോകില എന്നീ പെൺകുട്ടികളുടെ പ്രണയം പറയുന്ന രണ്ടു പെൺകുട്ടികളിൽ സ്ത്രീ-പുരുഷ ബന്ധത്തിന്റെ ഭാഗമാക്കി അവരെ പ്രതിഷ്ഠിച്ചുകൊണ്ട് ഭിന്നവർഗ്ഗ ലൈംഗികതയുടെ അനിവാര്യതയെ നന്ദകുമാർ ബോധിപ്പിക്കുന്നു. സന്ധ്യ വി സതീഷിന്റെ വീണ്ടും രണ്ടു പെൺകുട്ടികൾ ലെസ്ബിയൻ ബന്ധത്തിന്റെ അസ്ഥിരതകളെ കവിത, ഡെയ്സി എന്നീ കഥാപാത്രങ്ങളിലൂടെ വെളിപ്പെടുത്തിക്കൊണ്ട് കുടുംബ സാമൂഹ്യ ഘടകങ്ങളുടെ പുനഃസ്ഥാപനത്തിനായി നിലകൊള്ളുന്നു. സാറാജോസഫിന്റെ *ആളോഹരി ആനന്ദം* ക്രൈസ്തവ സഭയും കുടുംബസംവിധാനവും ലെസ്ബിയൻ ബന്ധവും തമ്മിലുള്ള സംഘർഷത്തെ തെരേസ്സയുടെ ജീവിതത്തെ അടിസ്ഥാനമാക്കി ആവിഷ്കരിച്ചുകൊണ്ട് ലെസ്ബിയനിസത്തിനു പൊതു സ്വീകാര്യത ലഭിക്കേണ്ടതുണ്ട് എന്ന നിലപാട് പങ്കുവയ്ക്കുന്നു.

സ്ത്രീ, ചന്ദനമരങ്ങൾ

മലയാളത്തിലെ ആദ്യത്തെ ലെസ്ബിയൻ കഥയായ മാധവിക്കുട്ടിയുടെ 'സ്ത്രീ' പ്രസിദ്ധീകരിക്കപ്പെടുന്നത് 1947 ജൂൺ 22നാണ് (*മാതൃഭൂമി* ആഴ്ചപ്പതിപ്പ്, പുസ്തകം 25 ലക്കം 14). രവീന്ദ്രനെന്ന പുരുഷന്റെ കണ്ണിലൂടെ രണ്ടു സ്ത്രീകൾ തമ്മിലുള്ള അസാധാരണ ബന്ധത്തെയാണ് 'സ്ത്രീ' ആവിഷ്കരിക്കുന്നത്. ചിത്രകാരനായ രവീന്ദ്രന്റെ സുഹൃത്തായ പ്രസന്ന അവളുടെ സ്നേഹിത രമയെ പരിചയപ്പെടുത്തുമ്പോൾ തന്നെ അവൾ ഒരു അസാധാരണ സ്ത്രീയായി വിലയിരുത്തപ്പെടുന്നു. ബി എ വിദ്യാർത്ഥിനികളായ അവരുടെ സ്നേഹത്തെ സൗഹൃദത്തിനപ്പുറം പ്രണയമായി തിരിച്ചറിയുവാൻ കഴിയാതിരുന്ന രവീന്ദ്രൻ പ്രസന്നയുമായുള്ള വിവാഹം നിശ്ചയിക്കുമ്പോഴാണ് രമയുടെ വെളിപ്പെടുത്തലുകളുണ്ടാകുന്നത്. "ഞാനവളെ സ്നേഹിച്ചു. അവൾക്കുവേണ്ടി രാവും പകലും ഉറക്കമൊഴിച്ചു. അവളുടെ സുഖത്തിനുവേണ്ടി എന്റെ സുഖങ്ങൾ ബലികഴിച്ചു. ഞാനൊരു സ്ത്രീയായിരിക്കാം. പക്ഷേ, സഹോദരാ ഒരു സ്ത്രീക്കു മറ്റൊരു സ്ത്രീയെ സ്നേഹിച്ചു കൂടെന്നുണ്ടോ?" രമ- പ്രസന്ന ബന്ധത്തെ തിരിച്ചറിഞ്ഞ രവീന്ദ്രൻ വിവാഹത്തിൽ നിന്നു പിന്മാറുകയും വിഷജ്വരം ബാധിച്ച് പ്രസന്ന മരണമടയുകയും ആ മനോവിഷമത്തിൽ രമ ഗംഗാനദിയിൽ ചാടി ആത്മഹത്യ ചെയ്യുകയും ചെയ്യുന്നു. ലെസ്ബിയൻ ബന്ധത്തെക്കുറിച്ചു കേരളീയ സമൂഹം ചിന്തിച്ചു തുടങ്ങിയിട്ടില്ലാത്ത കാലത്തെഴുതപ്പെട്ട 'സ്ത്രീ' ലെസ്ബിയനുകളുടെ ഗാഢവും നിഗൂഢവുമായ പരസ്പര ബന്ധത്തെ ആവിഷ്കരിച്ചുകൊണ്ട് പുരുഷാധികാര മേല്ക്കോയ്മാ സംവിധാനങ്ങളിൽ സ്ത്രീ സ്വവർഗ്ഗ ബന്ധത്തിനു സാദ്ധ്യതയില്ലായെന്ന്

വ്യാഖ്യാനിച്ചുകൊണ്ട് ലെസ്ബിയനുകളുടെ മരണത്തെ രേഖപ്പെടുത്തി യിരിക്കുന്നു. കാലത്തിനു മുമ്പേ സഞ്ചരിച്ച, പ്രണയത്തിന്റെ വിസ്തൃതവും നിഗൂഢവുമായ പ്രത്യയശാസ്ത്രരാഷ്ട്രീയങ്ങളെ ധാരാളമായി വ്യാഖ്യാ നിച്ച മാധവിക്കുട്ടിയുടെ തൂലികയിൽ നിന്നാണ് 'സ്ത്രീ' രചിക്കപ്പെട്ടതെ ന്നുള്ളത് അത്ഭുതപ്പെടുത്തുന്ന കാര്യമല്ല. മറിച്ച് സ്വാഭാവികം തന്നെയാണ്.

മാധവിക്കുട്ടിയുടെ കഥയായ ചന്ദനമരങ്ങളാണ് കേരളീയ സമൂഹ ത്തിൽ ലെസ്ബിയൻ കഥയെന്ന പേരിൽ സജീവ ചർച്ചകൾ സൃഷ്ടിച്ചത്. സ്ത്രീയിൽ അതിലളിതമായി പറഞ്ഞുപോയ സ്ത്രീ സ്വവർഗ്ഗാനുരാഗത്തെ ശക്തമായ പ്രമേയമായി ആവിഷ്കരിച്ച *ചന്ദനമരങ്ങൾ* സാമ്പത്തിക സാമൂഹ്യ ഘടകങ്ങൾ സ്ത്രീ സ്വവർഗ്ഗബന്ധത്തിൽ സൃഷ്ടിക്കുന്ന പശ്ചാ ത്തലത്തെ മനഃശാസ്ത്രാധിഷ്ഠിതമായി വിലയിരുത്തുന്നു. ഡോ. കല്യാ ണിക്കുട്ടിയും ഡോ. ഷീലയും തമ്മിലുള്ള പൂർവ്വാനുരാഗത്തിന്റെ കഥ പറ യുന്ന *ചന്ദനമരങ്ങൾ* സ്ത്രീ പുരുഷ ബന്ധത്തിൽ നിർമ്മിതമാകുന്ന അധി കാര മേല്ക്കോയ്മകളിലെ പൊള്ളത്തരങ്ങളെ തുറന്ന് അവതരിപ്പിക്കു ന്നുണ്ട്. ഷീലയുടെ ബാല്യകാല സുഹൃത്തായ ഗ്രാമീണ പെൺകുട്ടി കല്യാ ണിക്കുട്ടി തന്റെ സ്വവർഗ്ഗാനുരാഗം വെളിപ്പെടുത്തിക്കൊണ്ട് ഒരുമിച്ചു താമ സിക്കുവാൻ ആവശ്യപ്പെടുന്നുവെങ്കിലും ജാതി- മത- സാമ്പത്തിക- സാമൂഹ്യ ഘടകങ്ങളെ മുൻനിർത്തി പ്രായോഗിക ജീവിതത്തിന്റെ വക്താ വാകുന്ന ഷീല കല്യാണിക്കുട്ടിയുടെ ലെസ്ബിയൻ അഭിനിവേശങ്ങളെ നിരാകരിക്കുന്നു.

സ്ത്രീയുടെ ലോകം പുരുഷകേന്ദ്രീകൃതമല്ലാതെ പൂർണ്ണമാക്കുവാ നുള്ള കല്യാണിക്കുട്ടിയുടെ താല്പര്യങ്ങൾക്കു പിന്നിൽ പിതൃ അധികാര കേന്ദ്രത്തിന്റെ നിരാകരണത്തിൽനിന്നുള്ള അപമാനങ്ങൾ, ജാതി/സാമ്പ ത്തിക ശ്രേണിയിലെ കീഴാളത്വ പരിവേഷങ്ങൾ, മേല്ക്കോയ്മാ ബുദ്ധി പ്രകടിപ്പിച്ച് ആധിപത്യം സ്ഥാപിച്ചെടുക്കാൻ ശ്രമിച്ച ഷീലയിൽ അധി കാരം പ്രകടിപ്പിക്കാനുള്ള ഗൂഢതന്ത്രങ്ങൾ തുടങ്ങിയവയാണുള്ളത്. പരാ ജയപ്പെട്ട ലെസ്ബിയൻ ബന്ധത്തിനുശേഷം കല്യാണിക്കുട്ടി തന്നേക്കാൾ ഇരട്ടിപ്രായമുള്ള പുരുഷനേയും ഷീല കുടുംബക്കാർ തെരഞ്ഞെടുക്കുന്ന പുരുഷനേയും സ്വീകരിച്ചുകൊണ്ട് ഭിന്നവർഗ്ഗ ലൈംഗികതയുടെ, സ്വാഭാ വിക സ്ത്രീ-പുരുഷ ബന്ധത്തിന്റെ ഭാഗമായി മാറുന്നു. കുടുംബ- ദാമ്പത്യ ഘടനകളിൽ ഇരുവരുടേയും ബന്ധങ്ങൾ ഹൃദ്യമാകാത്തയിടത്തിലാണ് സ്ത്രീ സ്വവർഗ്ഗബന്ധത്തിനു പ്രസക്തിയേറുന്നത്. ദാമ്പത്യത്തിന്റെ അസ്ഥി രതകൾ, അസ്വസ്ഥതകൾ, മടുപ്പുകൾ, പൊള്ളത്തരങ്ങൾ എന്നിവയെ വില യിരുത്തുന്ന *ചന്ദനമരങ്ങൾ* പൂർവ്വകാല സ്വവർഗ്ഗാനുരാഗത്തിന്റെ സ്ന്ദിഗ്ദ്ധ തകളെ അതിസൂക്ഷ്മമായി അവതരിപ്പിക്കുന്നുണ്ട്. ആധുനിക കാലത്തെ തീവ്രമായ ലെസ്ബിയൻ രാഷ്ട്രീയത്തിന്റെ ആശയങ്ങളെ പിൻപറ്റുവാ നുള്ള ശ്രമങ്ങൾ ഒന്നും തന്നെ *ചന്ദനമര*ങ്ങളിൽ പ്രകടമാകുന്നില്ല. മാധ വിക്കുട്ടിയുടെ ചതി തുടങ്ങിയ കഥകളിലും സ്വവർഗ്ഗപ്രണയം പ്രമേയ മായി കടന്നു വരുന്നുണ്ട്.

സ്പർശം

സിതാരയുടെ *അഗ്നിയെന്ന* കഥാസമാഹാരത്തിലെ 'സ്പർശം' മാദ്രി-മറിയ എന്നീ സ്ത്രീകളുടെ പരസ്പരമുള്ള അനുരാഗത്തെ ആവിഷ്കരിക്കുന്നു. രവിയുമായി പിരിഞ്ഞുകഴിയുന്ന മറിയയും നന്ദന്റെ ഭാര്യ മാദ്രിയും തമ്മിൽ ലെസ്ബിയൻ ബന്ധത്തിലേർപ്പെടുന്നതിനു പിന്നിൽ ഇരുവരുടെയും അസംതൃപ്ത ദാമ്പത്യങ്ങളാണ്. മാദ്രിയുടെ സ്ത്രീത്വത്തെ അംഗീകരിക്കാത്ത നന്ദൻ പുരുഷ നിർമ്മിതമായ കുടുംബസ്ത്രീ- കുലസ്ത്രീ വാർപ്പു മാതൃകയിലേക്കു മാദ്രിയെ പരിവർത്തിപ്പിക്കാനുള്ള ശ്രമങ്ങൾ നടത്തുമ്പോൾ മാദ്രി ആ വ്യവസ്ഥിതിയെത്തന്നെ പുറന്തള്ളുന്നു. എഴുത്തിന്റെ ലോകത്തിലെ സന്തോഷങ്ങളും സ്വാതന്ത്ര്യങ്ങളുമാഗ്രഹിച്ച മാദ്രിയെന്ന സ്ത്രീയുടെ ന്യായമായ ആവശ്യങ്ങളെ നിഷേധിച്ച നന്ദൻ പഴഞ്ചൻ കാല്പനികതയുടെ പേരിൽ അവളെ അവഹേളിക്കുമ്പോൾ സ്വാഭാവികമായി മാദ്രി തന്റെ വ്യക്തിത്വത്തിനുള്ള അംഗീകാരങ്ങൾ തേടുകയും തന്നെ മനസ്സിലാക്കുന്ന മറിയയുമായുള്ള ബന്ധത്തിലെത്തിച്ചേരുകയും ചെയ്യുന്നു.

അസംതൃപ്ത ദാമ്പത്യത്തിന്റെ ഇരയായ മറിയ തന്റെ മാനസിക വ്യാപാരങ്ങൾ, ജീവിതാവസ്ഥകൾ എന്നിവയോട് ഏറെ അടുത്തു നില്ക്കുന്ന മാദ്രിയുമായി ഗാഢമായി ബന്ധത്തിലായി ലെസ്ബിയൻ ബന്ധത്തിലെ കർതൃത്വ സ്ഥാനമേറ്റെടുത്ത് മാദ്രിയെ സംരക്ഷിക്കുന്നു. കുടുംബഘടനയിലെ നിയന്ത്രണങ്ങൾ, നന്ദന്റെ അടിച്ചമർത്തലുകൾ എന്നിവ നിമിത്തം നന്ദനെ ഉപേക്ഷിച്ച മാദ്രി മറിയയുമായി ചേർന്നു സുരക്ഷിതമായ ഇടം ഒരുക്കുവാൻ ശ്രമിക്കുന്നു. ദാമ്പത്യഘടനയെ അസ്ഥിരപ്പെടുത്തുന്ന, കുടുംബ സംവിധാനങ്ങളെ താറുമാറാക്കുന്നവരാണ് ലെസ്ബിയനുകൾ എന്ന ബോധത്തെ സൃഷ്ടിക്കുവാൻ നന്ദന്റെ ദാമ്പത്യ-കുടുംബ തകർച്ച കാരണമാകുന്നുവെങ്കിലും അത്തരം വ്യവസ്ഥിതികളുടെ അടിച്ചമർത്തൽ സംവിധാനങ്ങളാണ് ലെസ്ബിയൻ സാമൂഹ്യരൂപീകരണത്തിനു പിന്നിലെന്ന് സ്പർശം സ്ഥാപിക്കുന്നു. ഭിന്നവർഗ്ഗത്തിൽപ്പെട്ടവരുടെ പ്രണയ-വൈവാഹിക ബന്ധങ്ങൾക്ക് പൊതുസ്വീകാര്യത, സാമൂഹികാംഗീകാരങ്ങൾ എന്നിവ ലഭിക്കുമ്പോൾ സ്ത്രീ സ്വവർഗ്ഗരതിബന്ധങ്ങൾക്ക് അസ്പൃശ്യതയും അസ്വീകാര്യതയുമാണ് നേരിടേണ്ടിവരുന്നത്. പരമ്പരാഗത സ്ത്രീ-പുരുഷ ബന്ധങ്ങളെ, അവയുടെ അടിസ്ഥാനത്തിൽ ക്രമപ്പെടുത്തിവയ്ക്കപ്പെട്ട പൊതുധാരണകളെ മറികടക്കുന്ന മാദ്രി - മറിയമാർ തന്റേടത്തോടുകൂടി ലെസ്ബിയനുകളായി ജീവിക്കുന്നു.

രണ്ടു സ്ത്രീ വ്യക്തിത്വങ്ങൾ ലെസ്ബിയനുകളായിത്തീരുന്നതിനു പിന്നിൽ ശാരീരികവും മാനസികവുമായ ഘടകങ്ങളുണ്ടായിരിക്കും. അസംതൃപ്ത ദാമ്പത്യങ്ങളും പുരുഷനിർമ്മിതമായ ചട്ടക്കൂടുകളും സ്ത്രീത്വത്തിനു അംഗീകാരങ്ങൾ നല്കാതായപ്പോൾ അതിൽനിന്നു പുറത്തുപോകുന്ന സ്ത്രീകൾ സ്ത്രീപുരുഷബന്ധത്തിന്റെ പുതിയൊരു പരീക്ഷണത്തിനു നില്ക്കാതെ സ്ത്രീ-സ്ത്രീ ബന്ധത്തിന്റെ സാദ്ധ്യതകളെ അന്വേഷണയുക്തമായി ഉപയോഗപ്പെടുത്തുന്നു. സ്പർശത്തിലെ മാദ്രിയും മറിയയും ബോധപൂർവ്വമോ അബോധപൂർവ്വമോ പാശ്ചാത്യ ലെസ്ബിയൻ

സിദ്ധാന്തത്തിലെ സ്ത്രീസമത്വമെന്ന ആശയത്തെ ഏറ്റെടുക്കുന്നുണ്ട്.

സ്പർശം പുരുഷന്റെ കാഴ്ചകളിലൂടെയുള്ള ആഖ്യാനമായിരിക്കുമ്പോൾത്തന്നെ പുരുഷ സൃഷ്ടിയായ ഉത്തമ സ്ത്രീ ബിംബങ്ങളെ അവതരിപ്പിക്കുന്നില്ലായെന്നത് ശ്രദ്ധേയമാണ്. പുരുഷനു മുമ്പിൽ പ്രതികരിക്കാതെ, പ്രതിരോധിക്കാതെ കീഴടങ്ങുന്ന സ്ത്രീ രൂപങ്ങളിൽ നിന്നു മാറി സഞ്ചരിക്കുന്ന സ്പർശം ലെസ്ബിയൻ ബന്ധത്തിന്റെയും സ്ത്രീത്വത്തിന്റെയും മുമ്പിൽ കരുത്തു ചോർന്ന് കീഴടങ്ങുന്ന പുരുഷനെ അവതരിപ്പിക്കുന്നു. പുരുഷാധിപത്യത്തെ വാക്കുകൾ, നിലപാടുകൾ, മാനസികോർജ്ജം, കരുത്ത്, പ്രതികരണം എന്നിവ കൊണ്ട് പ്രതിരോധിക്കുവാൻ ലെസ്ബിയനുകൾക്കു കഴിയുമെന്ന് 'സ്പർശം' തെളിയിക്കുന്നു.

ഒരു ലെസ്ബിയൻ പശു, ജലത്തിലൂടെ നടക്കുന്ന കന്യകമാർ

പേരുകൊണ്ടുതന്നെ ലെസ്ബിയൻ കഥയാണെന്നു സൂചിപ്പിക്കുന്ന ഇന്ദുമേനോന്റെ *ഒരു ലെസ്ബിയൻ പശു* മലയാള ചെറുകഥയുടെ പരമ്പരാഗത ആഖ്യാനങ്ങളെ പുറന്തള്ളി പാർശ്വവല്കൃതജീവിതങ്ങളുടെ അസ്തിത്വത്തെ സ്ഥാപിച്ചെടുക്കുവാൻ ശ്രമിക്കുന്നു. മെഹ്റുന്നിസ-ശ്രീഹരി കുടുംബ ബന്ധവും അതിനുള്ളിലേക്ക് അതിക്രമിച്ചു കയറുന്ന നന്ദിനിയെന്ന നേഴ്സ് സൃഷ്ടിക്കുന്ന സംഘർഷങ്ങളുമാണ് ലെസ്ബിയൻ പശുവിലെ പ്രമേയം. മെഹ്റുന്നിസ-കുടുംബം, മെഹ്റുന്നിസ-ശ്രീഹരി, മെഹ്റുന്നിസ- ലെസ്ബിയൻപശു എന്നീ തലങ്ങളിലൂടെ വികസിക്കുന്ന കഥാഘടനയിൽ പ്രണയം- വിവാഹം- ദാമ്പത്യം-കുടുംബം-സദാചാരം തുടങ്ങിയ സ്ഥാപനങ്ങളോടുള്ള കലഹം കൂടിച്ചേരുന്നു. സ്ത്രീ-പുരുഷ ബന്ധത്തിനുള്ളിലെ അടിമ- ഉടമ ബന്ധ സംവിധാനത്തോടു കലഹിക്കുന്ന ലെസ്ബിയൻ പശു സ്ഥാപനവല്കൃതരൂപങ്ങളുടെ കടന്നുകയറ്റം പുരോഗമനങ്ങളെ വ്യാജനിർമ്മിതികളാക്കി പരിഹസിക്കുന്നതിനെ വിമർശിക്കുന്നു.

ആയുർവ്വേദാശുപത്രിയിൽ പരാലിസിസിനു ചികിത്സ തേടിയെത്തിയ മെഹ്റുന്നിസയെ നേഴ്സായ നന്ദിനി ലൈംഗികമായി പീഡിപ്പിക്കുവാൻ ശ്രമിച്ചെന്ന പരാതിക്കു പരിഹാരം കാണാനാണ് ശ്രീഹരി എത്തുന്നത്. നന്ദിനിയെന്ന നേഴ്സ് പരസ്യമായി മെഹ്റുന്നിസയോടുള്ള അഭിനിവേശം തുറന്നു പറയുമ്പോൾ അവൾക്ക് ജോലി നഷ്ടപ്പെടുന്നു. അടുപ്പത്തിലാകുന്ന ശ്രീഹരിയും മെഹ്റുന്നിസയും ഹൈന്ദവ- ഇസ്ലാമിക ജീവിതാചാരങ്ങളെ മാറ്റിനിർത്തി കോ-ഹാബിറ്റേഷൻ വ്യവസ്ഥിതിയിൽ ഒന്നിച്ചു ജീവിക്കുന്നു. മെഹ്റുന്നിസയെ ലൈംഗികമായി പീഡിപ്പിച്ച, അവളോട് ലൈംഗികാഭിനിവേശം തുറന്നു പറഞ്ഞ നന്ദിനിയെന്ന ലെസ്ബിയൻ പശു ഡയറി ഫാം ഉടമയായി പ്രത്യക്ഷപ്പെട്ട് മെഹ്റുന്നിസയെ ഭയപ്പെടുത്തുന്നു. അസാധാരണ സ്ത്രീയായ ലെസ്ബിയൻ പശുവിനെ പ്രാചീന പടക്കപ്പൽപ്പോലെയുള്ള കണ്ണുകളുടെ ഉടമയാക്കി മനുഷ്യർക്കു വെറുപ്പേകുന്ന രൂപമായി കഥാകാരി ചിത്രീകരിക്കുന്നു. സ്ത്രീ-പുരുഷപ്രണയത്തിന്റെ സ്വാഭാവികതാളത്തെ തള്ളിക്കളയുന്ന, സ്ത്രീ-പുരുഷബന്ധത്തിന്റെ അടുപ്പത്തെ

തകർക്കുന്ന ഒന്നായി സ്വവർഗ്ഗരതി നിലകൊള്ളുന്നുവെന്ന് ലെസ്ബിയൻ പശു അവതരിപ്പിക്കുന്നു. സ്വവർഗ്ഗരതിയുടെ വക്താവിനെ പടക്കപ്പലുകളോടും പീരങ്കിമുഴക്കങ്ങളോടും താരതമ്യപ്പെടുത്തുകവഴി സ്വവർഗ്ഗരതി പ്രകൃതിദത്ത പ്രണയത്തിനെതിരെ സൃഷ്ടിക്കാനിടയുള്ള യുദ്ധ സന്നാഹത്തിന്റെ മുന്നറിയിപ്പായും ജാതി- മത സമുദായ വ്യവസ്ഥിതികളെ പ്രകോപിപ്പിച്ച് അട്ടിമറികൾ നടത്തുവാനുള്ള മുന്നേറ്റത്തിന്റെ സൂചനകളായും ലെസ്ബിയൻ പശുവിൽ അവതരിപ്പിക്കപ്പെട്ടിരിക്കുന്നു.

ലെസ്ബിയൻ പശുവിന്റെ ആക്രമണത്തിനു ഇരയായ ശ്രീഹരി മെഹ്റുന്നിസയുടെ സംരക്ഷണത്തിനായി നിയമപരമായി അവളെ വിവാഹം കഴിക്കുന്നു. പ്രകോപിതയായ നന്ദിനി ഡയറി ഫാമിലെ പശുക്കളെ ഇറക്കിവിടുമ്പോൾ നാട്ടുകാർ പശുക്കളോടൊപ്പം ലെസ്ബിയൻ പശുവിനെയും കല്ലെറിഞ്ഞു കൊല്ലുന്നു. സ്വവർഗ്ഗരതി ഒരു നാടിനെ ബാധിക്കുന്ന ഭയാനകവും മ്ലേച്ഛവുമായ ഒന്നായിത്തീരുമ്പോൾ നാട്ടുകാർ ലെസ്ബിയൻ പശുവിനെ ആക്രമിച്ചു കൊലപ്പെടുത്തി ദുരന്തനിവാരണം നടത്തിയെടുക്കുന്നു.

ശ്രീഹരിയും മെഹ്റുന്നിസയും പരമ്പരാഗതവ്യവസ്ഥിതികളെ വെല്ലുവിളിച്ചുകൊണ്ട് 'കോ-ഹാബിറ്റേഷൻ' നടത്തിയെടുക്കുന്നുവെങ്കിലും ലെസ്ബിയൻ പശുവിന്റെ ആക്രമണത്തെത്തുടർന്ന് മതാചാരപ്രകാരം വിവാഹം കഴിക്കുന്നു. സുരക്ഷിതമായ കുടുംബസംവിധാനങ്ങൾക്കു ലെസ്ബിയനിസമുൾപ്പെടെയുള്ള വിമതലൈംഗികബന്ധങ്ങളെ അകറ്റി നിറുത്താമെന്നു സമർത്ഥിക്കുന്ന ലെസ്ബിയൻ പശു എന്ന കഥ സ്ത്രീ-പുരുഷ ലൈംഗികതയ്ക്കപ്പുറമുള്ള മറ്റെല്ലാ ലൈംഗികാഭിരുചികളെയും പൊതുസമൂഹം പുറന്തള്ളുമെന്നും പ്രതിരോധങ്ങൾ സൃഷ്ടിക്കുന്ന വിമതലൈംഗിക ബന്ധങ്ങളെ അടിച്ചമർത്തുമെന്നും വെളിപ്പെടുത്തുന്നു.

ലെസ്ബിയൻ പശുവിനുശേഷം ഇന്ദുമേനോൻ രചിച്ച ജലത്തിലൂടെ നടക്കുന്ന കന്യകമാർ അമുദ-റസിയ ബന്ധത്തിന്റെ നിഗൂഢ തലങ്ങളെ അവതരിപ്പിക്കുന്നു. സ്വവർഗ്ഗാനുരാഗികളായ അമുദയും റസിയയും തങ്ങളുടെ ബന്ധത്തെ പൊതുസമൂഹത്തിന്റെ ചോദ്യം ചെയ്യലുകളിൽനിന്ന് രഹസ്യമാക്കിവെച്ചുകൊണ്ട് ഹോസ്റ്റൽ മുറിയിൽ തങ്ങളുടെ സ്വാതന്ത്ര്യങ്ങൾ ആഘോഷിക്കുന്നു. കുടുംബത്തിന്റെ അരക്ഷിതാവസ്ഥകൾ, ക്രൂരനായ അച്ഛന്റെ ഉപദ്രവങ്ങൾ, ഏകാന്തത, ഒറ്റപ്പെടൽ എന്നിവയെല്ലാമാണ് അമുദത്തെ റസിയ എന്ന പെൺകുട്ടിയോട് അടുപ്പിക്കുന്നത്. ഇരുവരുടേയും തീവ്രമായ വൈകാരികബന്ധം ലൈംഗിക ബന്ധത്തിലേക്കു നയിക്കുന്നുണ്ട്. ഭിന്നവർഗ്ഗ ലൈംഗികതയെ നിലനിർത്തുവാനുത്സാഹിക്കുന്ന സാമൂഹ്യവ്യവസ്ഥിതിയിൽ സ്വവർഗ്ഗ ലൈംഗികതയുടെ വക്താക്കൾക്കു പ്രതിസന്ധികൾ സ്വാഭാവികമായി നേരിടേണ്ടിവരും. അമുദ -റസിയ ബന്ധത്തിൽ പ്രതിനായകനായി എത്തുന്ന അമുദയുടെ അച്ഛൻ ക്രൂരമായി മർദ്ദിച്ച് അവളെ വീട്ടിലേക്കു കൊണ്ടുപോകുകയും ഒരു വയസ്സനെക്കൊണ്ട് വിവാഹം കഴിപ്പിക്കുകയും ചെയ്യുന്നു.

സ്വവർഗ്ഗാനുരാഗികളെ ക്രൂരമായി പരിഹസിച്ച് അടിച്ചമർത്തുവാൻ

പൊതുസമൂഹം കാട്ടുന്ന അമിതോത്സാഹത്തെ സമൂഹത്തിലെ ജാതി-മത സ്ഥാപനങ്ങൾ പിന്തുടരുകയും സമ്മർദ്ദങ്ങളിലൂടെയും ഭീഷണികളിലൂടെയും സ്വവർഗ്ഗബന്ധങ്ങളെ തകർക്കുകയും ചെയ്യാറുണ്ട്. ജലത്തിലൂടെ നടക്കുന്ന കന്യകമാരിൽ ജാതി, മത, വർഗ്ഗ ഘടകങ്ങളോടൊപ്പം വംശീയത, പ്രാദേശികത എന്നീ ഘടകങ്ങൾകൂടി അമുദ-റസിയ ബന്ധത്തിൽ പ്രതിസന്ധികൾ സൃഷ്ടിക്കുന്നു. പ്രാചീനരുടെ പ്രാകൃത ശിക്ഷാ സമ്പ്രദായമായ തല മുണ്ഡനം ചെയ്ത് ഇരുട്ടുമുറിയിൽ തള്ളുന്ന രീതിക്ക് അമുദ ഇരയായിത്തീരുമ്പോൾ തമിഴ് പൊലീസുകാരിയുടെ ആക്രമണമേല്ക്കുക വഴി റസിയയുടെ ഗർഭപാത്രം തകരുന്നു. അമുദയുടെ അച്ഛൻ ചിന്നപ്പ ചെട്ടിയാരുടെ പ്രതികാര നടപടികൾ ഏറ്റെടുത്ത തമിഴ് പൊലീസുകാരി മലയാളിയായ റസിയയെ കടന്നാക്രമിച്ചുകൊണ്ട് തമിഴ് വംശജയെ സംരക്ഷിച്ചു പിടിക്കുവാൻ ശ്രമിച്ചു. സ്വവർഗ്ഗരതിയെ ഇംഗ്ലണ്ടും ഫ്രാൻസും ഉൾപ്പെടെയുള്ള പാശ്ചാത്യ രാജ്യങ്ങൾ അംഗീകരിക്കുമ്പോൾ ഇറാൻ പോലുള്ള രാജ്യങ്ങൾ കഠിനമായ ശിക്ഷാ നടപടികളിലൂടെ സ്വവർഗ്ഗരതിക്കാരെ അടിച്ചമർത്തുന്നു. ഇന്ത്യൻ സമൂഹത്തിലും സ്വവർഗ്ഗരതിക്കാരെ ക്രിമിനൽ കുറ്റവാളികളായി പരിഗണിച്ചു വരുന്നു. റസിയയ്ക്കു നേരെയുള്ള പൊലീസുകാരിയുടെ ആക്രമണം സ്വവർഗ്ഗരതിയെ അടിച്ചമർത്തുവാനുള്ള ഭരണകൂടത്തിന്റെ ഗൂഢതന്ത്രങ്ങളുടെ ഭാഗമായി കാണുവാൻ കഴിയും.

സ്വവർഗ്ഗ ലൈംഗികബന്ധത്തിൽനിന്നു ഭിന്നവർഗ്ഗ ലൈംഗികബന്ധത്തിന്റെ ഇടത്തിൽ നിലനിർത്തുന്നതിനായി നിർബ്ബന്ധപൂർവ്വം വിവാഹം നടത്തുന്നുവെങ്കിലും രക്ഷപ്പെടാൻ കഴിഞ്ഞ ഒരു സന്ദർഭത്തിൽ അമുദം റസിയയുടെ അടുത്ത് എത്തുന്നു. ദുരന്തങ്ങളിൽനിന്നു രക്ഷപ്പെടുന്ന അമുദവും റസിയയും തങ്ങളുടെ ബന്ധത്തെ കുടുംബ ഘടനയോടു ചേർന്നു നില്ക്കുന്ന ഒന്നാക്കി മാറ്റിയെടുക്കുന്നു. റസിയയ്ക്കു പുരുഷനെപ്പോലെ പ്രത്യുല്പാദന ശേഷിയുണ്ടായിരുന്നെങ്കിൽ താനവളുടെ കുഞ്ഞിനെ വേദനിച്ച് പ്രസവിച്ചേനെയെന്ന് ഹോസ്റ്റൽ വാസത്തിനിടയ്ക്കു പറയുന്ന അമുദം റസിയയുമായുള്ള പുനഃസമാഗമ വേളയിൽ അണ്ഡമാറ്റ ശസ്ത്രക്രിയയ്ക്കു വിധേയമാകുന്നുണ്ട്. നിലവിലുള്ള പാരമ്പര്യ കുടുംബസംവിധാനങ്ങളെ ലെസ്ബിയനുകൾ പുറന്തള്ളുന്നുവെന്ന പൊതുബോധം നിലനില്ക്കുമ്പോൾത്തന്നെ അതിനെ അട്ടിമറിക്കുന്ന നിലപാടുകൾ ചില ലെസ്ബിയനുകളെങ്കിലും സ്വീകരിച്ചുവരുന്നുണ്ട്. സ്ത്രീവാദ പ്രസ്ഥാനവുമായി ചേർന്നുനില്ക്കുന്ന റസിയയുടെ നിലപാടുകളെ പത്രമാധ്യമങ്ങൾ ചോദ്യം ചെയ്യുമ്പോൾ അണ്ഡദാനത്തെ എന്റെ പ്രസ്ഥാനം തെറ്റായി വ്യാഖ്യാനിച്ചിട്ടുണ്ടോയെന്ന മറു ചോദ്യത്തിലൂടെ പ്രതിരോധിച്ചുകൊണ്ട് ഇത് തന്റെ വ്യക്തിപരമായ പ്രശ്നമാണെന്നും തനിക്കു പ്രോജനി ആകാമെന്നുമുള്ള നിലപാട് റസിയ സ്വീകരിക്കുന്നു.

ലേഡീസ് കമ്പാർട്ടുമെന്റ്, കാഞ്ചീപുരം

സി എസ് ചന്ദ്രികയുടെ 'ലേഡീസ് കമ്പാർട്ടുമെന്റ്' എന്ന കഥ ട്രെയി

നിലെ ലേഡീസ് കമ്പാർട്ടുമെന്റിൽവെച്ച് യാദൃച്ഛികമായി കണ്ടുമുട്ടുന്ന അഞ്ജലിയും മഞ്ജുവും തമ്മിലുള്ള 'അസാധാരണ' ബന്ധത്തെ അവതരിപ്പിക്കുന്നു. ട്രെയിനിൽ സ്ത്രീകൾക്കു മാത്രമായി സംവരണം ചെയ്തുവച്ചിരിക്കുന്ന കമ്പാർട്ടുമെന്റ് കഥയിൽ സ്വവർഗ്ഗ ലൈംഗികതയുടെ സുരക്ഷിത ഇടമായി ആവിഷ്കരിക്കപ്പെട്ടിരിക്കുന്നു. ഷൊർണ്ണൂരിൽനിന്നും ട്രെയിൻ കയറിയ മ്യൂസിക് ടീച്ചർ അഞ്ജലി വിമെൻസ് കോളേജിലെ എം എ വിദ്യാർത്ഥിനി മഞ്ജുവിനെ പരിചയപ്പെടുകയും അടുപ്പത്തിലാകുകയും ചെയ്യുന്നത് മറ്റൊരു സ്ത്രീയുടെ കാഴ്ചയിലൂടെ ആഖ്യാനം ചെയ്യുകയാണ് ലേഡീസ് കമ്പാർട്ടുമെന്റിൽ. ആ വ്യക്തിയുടെ കണ്ണിലാണ് അഞ്ജലി-മഞ്ജു ബന്ധം 'അസാധാരണത്വ'മുള്ളതായി മാറുന്നത്. ട്രെയിനിലെ കാഴ്ചകളോടൊപ്പം അഞ്ജലിയുടെ തറവാട്ടിലെ കാര്യങ്ങളും ഒന്നിടവിട്ടരീതിയിൽ അവതരിപ്പിക്കുന്ന ലേഡീസ് കമ്പാർട്ടുമെന്റ് സ്ത്രീയുടെ ആന്തരിക സംഘർഷങ്ങളെയും അവയുടെ അതിജീവനത്തിന്റെ മാർഗ്ഗങ്ങളെയും സൂക്ഷ്മമായി ആലേഖനം ചെയ്യുന്നു.

പുരുഷനു സ്ത്രീയെ പൂർണ്ണമായും മനസ്സിലാക്കുവാൻ കഴിയില്ലായെന്നുള്ള ധാരണ നിലനില്ക്കുമ്പോൾ സ്ത്രീക്കു സ്ത്രീയെ പൂർണ്ണമായും തിരിച്ചറിയുവാൻ കഴിയുമെന്നുള്ള വസ്തുത ശരിവെയ്ക്കുന്ന ലേഡീസ് കമ്പാർട്ടുമെന്റ് അപരിചിതരായ രണ്ടു സ്ത്രീകളുടെ അടുപ്പവും അമ്മ-മകൾ വൈകാരിക ബന്ധവും ഒരു നാണയത്തിന്റെ ഇരു പുറങ്ങളിലുമെന്നവണ്ണം ആവിഷ്കരിച്ചിരിക്കുന്നു. അഞ്ജലിയുടെ അമ്മ ഭർത്താവ് അടുത്തില്ലാത്ത അവസരത്തിൽ അഞ്ജലിയുടെ അച്ഛൻ ഇത്രനാളും അവൾ അച്ഛനെന്നു വിളിച്ചുവരുന്ന വ്യക്തിയല്ലായെന്നു വെളിപ്പെടുത്തുന്നു. അമ്മയെ പൂർണ്ണമായി മനസ്സിലാക്കിയ അഞ്ജലി കുറ്റപ്പെടുത്തലുകളില്ലാതെ അമ്മയെ സ്നേഹിക്കുന്നു. അത്തരമൊരു ബന്ധത്തിന്റെ തുടർച്ചയാണ് ലേഡീസ് കമ്പാർട്ടുമെന്റിൽ സൃഷ്ടിക്കപ്പെടുന്നതും. അഞ്ജലി-അമ്മ ബന്ധത്തിന്റെ ഉടൽപ്പകർപ്പ് എന്നതുപോലെ അഞ്ജലി-മഞ്ജു ബന്ധം മാറുന്നു. ലേഡീസ് കമ്പാർട്ടുമെന്റിൽ യാദൃച്ഛികമായി കണ്ടുമുട്ടുന്ന രണ്ടു സ്ത്രീകൾ സ്വവർഗ്ഗാനുരാഗത്തിലാകുന്നത് തികച്ചും അസ്വാഭാവികമാണെങ്കിൽത്തന്നെയും അതിനെ സ്വാഭാവികതയുടെ തലങ്ങളിലെത്തിക്കുന്ന സി എസ് ചന്ദ്രിക സ്ത്രീ സാഹോദര്യത്തിന്റെ പരസ്പരം കണ്ണിച്ചേർക്കപ്പെടുന്ന ഐക്യദാർഢ്യത്തെ വെളിപ്പെടുത്തുന്നു.

സി എസ് ചന്ദ്രികയുടെ കാഞ്ചീപുരം ലേഡീസ് കമ്പാർട്ടുമെന്റിൽ അവതരിപ്പിക്കപ്പെട്ട ലെസ്ബിയനിസത്തിന്റെ രാഷ്ട്രീയ തലങ്ങളെയവതരിപ്പിക്കുന്നു. കാഞ്ചീപുരം ഒരേ സമയം താരയും ദേവിയും തമ്മിലുള്ള ലെസ്ബിയൻ ബന്ധത്തെയും ദേവിയും അഴകും തമ്മിലുള്ള ഭിന്നവർഗ്ഗ ലൈംഗികബന്ധത്തെയും അവതരിപ്പിക്കുന്നുണ്ട്. അഴക് എന്ന പുരുഷനെ വിശ്വസിച്ച് മറ്റൊന്നുമാലോചിക്കാതെ അയാളോടൊപ്പം ഇറങ്ങിപ്പുറപ്പെട്ട ദേവി ഡൽഹിയിൽവെച്ചു പരിചയപ്പെട്ട താരയുമായി തന്റെ നിരാശകളും വേദനകളും പങ്കുവെക്കുന്നു. അഴകിന്റെ പരസ്ത്രീ ഗമനത്തിൽ

പ്രതിഷേധിച്ച് ഇറങ്ങിപ്പോകുന്ന ദേവി താരയുമായി പ്രണയബന്ധത്തിലാകുന്നു. കുടുംബമെന്ന സ്ഥാപനത്തെ തള്ളിപ്പറയാത്ത ദേവി പിന്നീട് അഴകിന്റെ നിർബ്ബന്ധത്തിനു വഴങ്ങി അഴകിന്റെയടുത്തേക്കു മടങ്ങുന്നു. അപ്പോൾ സ്വവർഗ്ഗ പ്രണയബന്ധത്തിന്റെ ഭാഗമായ താര ആവശ്യപ്പെടുന്നത് ഇപ്രകാരമാണ്. “അഴകിനോടു തുറന്നു പറയണം. നമ്മൾ പ്രണയം ആർക്കു മുമ്പിലും ഒളിച്ചു വെക്കേണ്ട. ഒളിച്ചുവെച്ചാൽ അതൊരുതരം അപമാനവും വേദനയുമായി മാറും. അത്തരമൊരു മുറിവ് നമ്മുടെ ജീവിതത്തിൽ വേണ്ട.” ഗേ, ലെസ്ബിയൻ, ട്രാൻസ്ജെൻഡറുകൾ വെളിപ്പെടുത്തലുകൾ നടത്തിയ കാലഘട്ടത്തിൽ എഴുതപ്പെട്ട ചന്ദ്രികയുടെ കാഞ്ചീപുരം അത്തരം വെളിപ്പെടുത്തലിന്റെ രാഷ്ട്രീയത്തെ ആലേഖനം ചെയ്യുന്നു. ഒരേ സമയം സ്ത്രീ-പുരുഷ ബന്ധത്തിന്റെയും സ്ത്രീസ്വവർഗ്ഗബന്ധത്തിന്റെയും ഭാഗമായി നില്ക്കുന്ന ദേവി ഒരു അർത്ഥത്തിൽ ബൈസെക്ഷലാണ്. കാരണം, ദേവി ഒരു ബന്ധത്തിന്റെ ഭാഗമായി നില്ക്കുമ്പോൾ മറ്റേ ബന്ധം പ്രതിസന്ധിയോ പ്രതിബന്ധങ്ങളോ സൃഷ്ടിക്കുന്നില്ലായെന്നു മാത്രമല്ല ആ ബന്ധത്തെ തള്ളിപ്പറയാതെ ദേവി പരസ്യമായി ഉൾക്കൊള്ളുന്നുമുണ്ട്. ദേവി ബൈസെക്ഷൽ ആകുമ്പോൾ താര ഒരു യഥാർത്ഥ ലെസ്ബിയൻ പ്രതിനിധാനമായി നിലകൊള്ളുന്നു. ഡൽഹിവിട്ട് കേരളത്തിലെത്തിച്ചേരുന്ന താരയുടെ ബൗദ്ധിക നിലപാടുകളെ സങ്കുചിത ചിന്താഗതികൾ പിന്തുടരുന്ന സർവ്വകലാശാലാ ജീവികൾ തള്ളിക്കളയുന്നു. അക്കാദമിക് മണ്ഡലത്തിലെ പുരുഷാധിപത്യ സംവിധാനങ്ങളെ ചോദ്യം ചെയ്ത താരയുടെ അക്കാദമിക് രംഗത്തെ ഇല്ലായ്മ ചെയ്യുവാൻ ശ്രമിക്കുന്ന പ്രൊഫസർ നായരും സംഘവും താരയുടെ സ്വവർഗ്ഗരതി ബന്ധത്തെ അതിനായി ഉപയോഗിക്കുന്നു. കപടസദാചാരബോധം പരിപാലിക്കപ്പെടുന്ന അക്കാദമിക് സമൂഹത്തിനു സ്വവർഗ്ഗരതി ബന്ധത്തെ അംഗീകരിക്കുവാൻ കഴിയില്ലായെന്ന് കാഞ്ചീപുരം സ്ഥാപിക്കുന്നു.

സ്ത്രീ-പുരുഷ ബന്ധത്തിനു പൊതു സ്വീകാര്യത കല്പിച്ചുകൊടുക്കുന്ന കേരളീയ സമൂഹത്തിൽ സ്വവർഗ്ഗരതി ബന്ധങ്ങളെ അവഹേളിച്ചുകൊണ്ട് വ്യക്തിഹത്യകൾ നടത്തുന്നവരുടെ പ്രതിനിധാനമാണ് പ്രൊഫസർ നായരടക്കമുള്ള ആൺ പ്രജകൾ. സ്ത്രീയും സ്ത്രീയും തമ്മിലും പുരുഷനും പുരുഷനും തമ്മിലും സാദ്ധ്യമാകുന്ന പ്രണയത്തെ നിരാകരിക്കുന്നവർ ആൺ അധികാരമേല്ക്കോയ്മകൾ നിലനിന്നു കാണുവാനാഗ്രഹിക്കുന്ന, സങ്കുചിത യാഥാസ്ഥിതിക ജാതി-മത ബോധങ്ങൾ പിൻതുടരുന്നവരാണ്. പെൺ പ്രതിരോധത്തിന്റെ ഇടങ്ങൾ സൃഷ്ടിക്കുന്ന കഥയായ കാഞ്ചീപുരം ലെസ്ബിയൻ പ്രണയിനി പൊതുസമൂഹത്തിൽ നിന്നും നേരിടേണ്ടിവരുന്ന പ്രതിസന്ധികളെയവതരിപ്പിച്ചുകൊണ്ട് അക്കാദമിക് സമൂഹത്തിന്റെ കാപട്യങ്ങൾ വിമർശനവിധേയമാക്കുന്നു. ബൈസെക്ഷൽ കഥാപാത്രം പ്രത്യക്ഷപ്പെടുന്ന മലയാളത്തിലെ അപൂർവ്വം ചില കഥകളിലൊന്നായ ‘കാഞ്ചീപുരം’ ലെസ്ബിയൻ ബന്ധത്തിന്റെ രാഷ്ട്രീയ തലങ്ങളെ അനാവരണം ചെയ്യുന്നതോടൊപ്പം സ്ത്രൈണ കേന്ദ്രീകൃതമായ മിത്തുകളേയും ആവിഷ്കരിച്ചുകൊണ്ട് ചെറുകഥയ്ക്ക് പുതു

യൊരു ഭാഷ്യം ചമച്ചിരിക്കുന്നു.

ദുഷ്യന്തനും ഭീമനുമില്ലാത്ത ലോകം

സ്ത്രീ സ്വവർഗ്ഗരതിയുടെ വേറിട്ടൊരു ഭാവത്തെ അവതരിപ്പിക്കുന്ന വത്സലയുടെ കഥയാണ് 'ദുഷ്യന്തനും ഭീമനുമില്ലാത്ത ലോകം.' മനോ രോഗിയായ ഭർത്താവ് മാധവനെ ടൗണിലെ മനോരോഗാശുപത്രിയിൽ ചികിത്സിക്കാനെത്തുന്ന സരോജിനിയുടെ ഓർമ്മകളിലൂടെ നീങ്ങുന്ന ദുഷ്യന്തനും ഭീമനുമല്ലാത്ത ലോകം കൗമാരഘട്ടത്തിലുള്ള രണ്ടു പെൺകു ട്ടികളുടെ സ്വവർഗ്ഗാനുരാഗത്തെ അവതരിപ്പിക്കുന്നു. ഗ്രാമത്തിൽ നിന്നും ടൗണിലെ പെൺപള്ളിക്കൂടത്തിൽ പഠിക്കാനെത്തിയ സരോജിനിയോട് രാജൻ ഡോക്ടറുടെ മകൾ വരദ അടുക്കുകയും സ്കൂൾ നാടകത്തിൽ ദുഷ്യന്തനും ശകുന്തളയുമായി ഇരുവരുമഭിനയിക്കുകയും ചെയ്തു. സ്കൂൾ അവധിക്കാലത്തു സരോജിനിയുടെ വീട്ടിൽ ലഭിക്കുന്ന വരദയുടെ കത്തു കളിൽ അവളുടെ പ്രണയം നിറഞ്ഞു നിന്നത് അസ്വസ്ഥപ്പെടുത്തിയ മാതാ പിതാക്കൾ പഠിപ്പുനിർത്തി, സരോജിനിയെ ചായക്കടയിൽ സഹായിയായി നില്ക്കുന്ന മാധവനെക്കൊണ്ടു വിവാഹം കഴിപ്പിക്കുന്നു. വരദയുടെ കത്തു കളെക്കുറിച്ചറിയാമായിരുന്ന മാധവൻ സരോജിനിയെ ശകുന്തളയായും തന്നെ ദുഷ്യന്തനായും സങ്കല്പിച്ച് ഇടപഴകുമ്പോൾ അതിനെ നിഷേ ധിച്ച സരോജിനിയുടെ മുമ്പിൽ അയാൾ ഭീമസേനന്റെ വേഷമണിയുന്നു. തന്റെ അംഗീകരിക്കപ്പെടാത്ത പൗരുഷത്തെ പുരാണ കഥാപാത്രത്തിലൂടെ ജയിക്കുവാൻ ശ്രമിക്കുന്ന മാധവനെയാണ് ഭ്രാന്താശുപത്രിയിൽ എത്തി ക്കുന്നത്. പരാജയ ദാമ്പത്യത്തിന്റെ ഭാരം ചുമക്കുന്ന സരോജിനി പഴയ ടൗണിലെത്തുമ്പോൾ വരദയെ വീട്ടിലെത്തി കാണുന്നു. അവൾ പഴയ സ്നേഹം വലിയ അളവിൽ സരോജിനിയോട് പ്രകടിപ്പിക്കുന്നു. പരാജയ പ്പെട്ടുപോയ, പാതിയിൽ നിർത്തേണ്ടിവന്ന സ്വവർഗ്ഗാനുരാഗത്തിന്റെ ഫല മായി സരോജിനി അസംതൃപ്ത ദാമ്പത്യത്തിലും വരദ ലൈംഗികതൊഴിലിലുമാണ് എത്തിച്ചേരുന്നത്. അടിച്ചമർത്തപ്പെടുന്ന ലെസ്ബിയൻ ബന്ധങ്ങളുടെ പരിണതഫലങ്ങൾ എന്തൊക്കെയാണെന്ന് 'ദുഷ്യന്തനും ഭീമനുമില്ലാത്ത ലോക'ത്തിലൂടെ പി വത്സല ആവിഷ്കരി ക്കുന്നു.

സ്വപ്നാടനത്തിനിടയിൽ

ശ്രീകുമാരി രാമചന്ദ്രന്റെ സ്വപ്നാടനത്തിനിടയിൽ ഹോസ്റ്റൽ വാർഡ നായ, ഒരു വിധവയുടെ അടങ്ങാത്ത ലൈംഗികാസക്തികളെ അവതരി പ്പിക്കുന്നു. ഭർത്താവു മരിച്ച, മക്കളെ വിവാഹം കഴിച്ചയച്ച സ്ത്രീ തന്റെ ഏകാന്തതയ്ക്കുള്ള പരിഹാരമായാണ് ലേഡീസ് ഹോസ്റ്റലിലെ വാർഡൻ ജോലി ഏറ്റെടുത്തു നടത്തുന്നത്. ഭർത്താവിന്റെ മരണശേഷം ഭർത്താവു മൊത്തുള്ള ലൈംഗികതയെക്കുറിച്ചുള്ള ഓർമ്മകൾ അയവിറക്കുന്ന അവർ തന്റെ ശാരീരിക ചോദനകളെ ലെസ്ബിയൻ ബന്ധത്തിലൂടെ മറികടക്കു

ന്നതായി ശ്രീകുമാരി രാമചന്ദ്രൻ അവതരിപ്പിച്ചിരിക്കുന്നു. ഒരുവേള ഹോസ്റ്റലിലെ ശാലിനിയും- ഡയാനയും തമ്മിലുള്ള സ്വവർഗ്ഗരതി ബന്ധത്തെ കണ്ടറിയുന്ന വാർഡന്റെ സ്വപ്നങ്ങളിൽ ശാലിനിയുമായുള്ള ബന്ധം തെളിയുന്നതാകാം. ലേഡീസ് ഹോസ്റ്റലുകൾ സ്ത്രീ സ്വവർഗ്ഗരതിയുടെ ഇടങ്ങളായിരിക്കുമെന്ന പൊതുസമൂഹത്തിന്റെ ധാരണകളെ, ആക്ഷേപങ്ങളെ ഏറ്റെടുക്കുവാൻ അമിത ഉത്സാഹം കാട്ടുന്ന സ്വപ്നാടനത്തിനിടയിൽ ഇതൊരു ലെസ്ബിയൻ കഥയാണ് എന്ന ലേബൽ ആദ്യമേ സ്വയമങ്ങ് പതിപ്പിക്കുന്നുണ്ട്. അതോടൊപ്പം മലയാളത്തിലെ ആദ്യ ലെസ്ബിയൻ നോവലായ വി ടി നന്ദകുമാറിന്റെ രണ്ടു പെൺകുട്ടികൾ എന്ന നോവൽ കഥാനായിക വായിച്ചതായുള്ള അവകാശവാദങ്ങളും കഥയിൽ സ്ഥാപിതമാകുന്നുണ്ട്. ലൈംഗികാസക്തികളാൽ വീർപ്പുമുട്ടുന്ന വനിതാ വാർഡൻ രണ്ടു പെൺകുട്ടികളുടെ സ്വവർഗ്ഗരതിവേഴ്ചയിൽ ഉത്തേജിതയാകുന്നത് ആ വ്യവസ്ഥിതിയിൽ പങ്കാളിയായി മാറുവാനുള്ള ത്വര വെളിപ്പെടുത്തുന്നു.

ആൺ അധികാര മേല്ക്കോയ്മകളെ നിരാകരിച്ച് സ്ത്രീകളുടേതായ ഇടമൊരുക്കി പുതുവ്യക്തിത്വങ്ങളുടെ നിർമ്മിതികളെ ലക്ഷ്യമിടുന്ന ലെസ്ബിയനിസം പലപ്പോഴും അതിന്റെ നിലപാടുകളിൽനിന്നും വ്യതിചലിച്ചായിരിക്കും സഞ്ചരിച്ചു മുന്നേറുക. അധികാര മേല്ക്കോയ്മ പുലർത്തുന്ന പുരുഷന്റെ അടിച്ചമർത്തൽ സംവിധാനങ്ങളോടുള്ള പ്രതികരണമെന്ന നിലയിൽ ലെസ്ബിയനിസം രൂപപ്പെടുന്നുവെങ്കിൽ സ്വപ്നാടനത്തിനിടയിലും പുരുഷാധികാരത്തിന്റെ അഭാവങ്ങളാണ് ലെസ്ബിയൻ ബന്ധം രൂപീകരിക്കുന്നതും അതിനെ വളർച്ചയിലേക്കു നയിക്കുന്നതും. മധ്യവയസ്സിലെ ലൈംഗിക അസംതൃപ്തികളും ഒറ്റപ്പെടലുകളും അമിത ലൈംഗികാസക്തികളുമാണ് ഹോസ്റ്റൽ വാർഡന്റെയുള്ളിലെ സ്വവർഗ്ഗരതി സ്വപ്നങ്ങൾക്കടിസ്ഥാനമെന്നു വരുമ്പോൾ ലെസ്ബിയൻ സൈദ്ധാന്തികർ പറഞ്ഞുവെച്ച ആശയങ്ങളിൽനിന്നുള്ള പിന്മാറ്റമായും ലൈംഗികതയെന്ന ചുരുങ്ങിയ മണ്ഡലത്തിൽ ലെസ്ബിയനിസത്തെ പ്രതിഷ്ഠിക്കാനുള്ള അമിത വ്യഗ്രതയായും 'സ്വപ്നാടനത്തിനിടയിൽ' എന്ന കഥ പരിമിതപ്പെട്ടിരിക്കുന്നു.

വെള്ളത്തണ്ട്, പിണഞ്ഞവൾ, വിമത ലൈംഗികം

വി ആർ സുധീഷിന്റെ ലെസ്ബിയൻ കഥകളാണ് 'വെള്ളത്തണ്ട്', 'പിണഞ്ഞവൾ', 'വിമത ലൈംഗികം' എന്നിവ. വനജയുടേയും അവളുടെ സുഹൃത്തായ പെൺകുട്ടിയുടേയും ആത്മബന്ധത്തിന്റെ കഥയാണ് വെള്ളത്തണ്ട്. പ്രീഡിഗ്രി പഠനകാലത്തു കാമ്പസിൽ വെച്ചു പരിചയത്തിലാകുന്ന വനജയും മറ്റൊരു പെൺകുട്ടിയും തമ്മിൽ ശാരീരികവും വൈകാരികവുമായ അടുപ്പമുണ്ടാകുകയും ആ ബന്ധം വളർന്നു പന്തലിക്കുകയും ചെയ്യുന്നു. ഇവരുടെയും തീവ്രമായ പ്രണയംമൂലം പ്രീഡിഗ്രി പരാജയപ്പെടുമ്പോൾ പഠിപ്പുമതിയാക്കി ഒരാൾ ബുക്ക് ബൈൻഡിങ് സെന്ററിലും

മറ്റേയാൾ ടെയ്‌ലറിങ് ഷോപ്പിലും ജോലിക്കു കയറുന്നു. പെൺകുട്ടികളുടെ വീട്ടുകാർ വിവാഹാലോചനകൾ നടത്തുമ്പോൾ തങ്ങളുടെ പ്രണയത്തെ പരസ്യപ്പെടുത്തുകയും ഒരുമിച്ചു ജീവിക്കുവാൻ തീരുമാനിക്കുകയും ചെയ്യുന്നു. രണ്ടു പെൺകുട്ടികൾക്ക്, തനിച്ച് ഒരു ഗ്രാമത്തിലെ ജീവിതം സാദ്ധ്യമല്ലെന്നു വരുമ്പോൾ നഗരത്തിൽ ടെയ്‌ലറിങ് ഷോപ്പ് തുടങ്ങാനായി ബാങ്ക് വായ്പ അന്വേഷിച്ച് ഇരുവരും യാത്രചെയ്യുകയും ബസ് ആക്സിഡന്റിൽ വനജ കൊല്ലപ്പെടുകയും ചെയ്യുന്നു.

കേരളീയ സമൂഹത്തിൽ ലെസ്ബിയൻ ബന്ധങ്ങൾക്കു സാദ്ധ്യതയില്ലായെന്ന നിലപാട് അവതരിപ്പിക്കുന്ന വി ആർ സുധീഷിന്റെ 'വെള്ളത്തണ്ട്' ലെസ്ബിയനിസമെന്നാൽ കുത്തഴിഞ്ഞ സ്ത്രീ ലൈംഗികത എന്ന തലത്തിൽ മാത്രമായി പരുവപ്പെടുത്തിയിരിക്കുന്നു. സ്വവർഗ്ഗരതിക്കാരുടെ മാനസികാവസ്ഥകളെ അവതരിപ്പിക്കുന്നതിനോടൊപ്പം ഇവരെ പൊതുസമൂഹം വിലയിരുത്തുന്നതെങ്ങനെയാണെന്നുള്ള കാഴ്ചപ്പാടുകളും പങ്കുവെക്കുന്ന വെള്ളത്തണ്ട് യഥാർത്ഥത്തിൽ ലെസ്ബിയനുകളോട് അനുഭാവം പ്രകടിപ്പിച്ചുകൊണ്ട് എഴുതപ്പെട്ട രചനയല്ല. ഒരു എഴുത്തുകാരന്റെ ലെസ്ബിയനിസത്തെക്കുറിച്ചുള്ള കൗതുകങ്ങളാണ് വെള്ളത്തണ്ടിൽ ആവിഷ്കരിക്കപ്പെട്ടിരിക്കുന്നത്. സ്ത്രീയുടെ വാക്കുകളിലൂടെയുള്ള ആഖ്യാനരീതി സ്വീകരിച്ചിരിക്കുന്ന വെള്ളത്തണ്ട് ഭാഷയെ കൂടുതൽ സ്ത്രൈണവല്ക്കരിക്കുവാനുള്ള ശ്രമങ്ങൾ നടത്തുന്നതും പ്രകടമാണ്. വനജയുടെ കൂട്ടുകാരി എന്നതിനപ്പുറം കഥാകൃത്ത് പെൺകുട്ടിക്ക് ഒരു പേര് നല്കിയിട്ടില്ല. വനജയുമായുള്ള പ്രണയം കൂട്ടുകാരിയിൽ ഉണ്ടാവുന്നതിനുള്ള കാരണം കാമുകന്റെ മരണത്തിലൂടെ സൃഷ്ടിക്കപ്പെട്ട വീർപ്പുമുട്ടലുകളാണ്. പുരുഷന്റെ അസാന്നിദ്ധ്യത്തിൽ/അഭാവത്തിൽ കൂടുതൽ സ്വാധീനം ചെലുത്തി പെൺ പ്രണയത്തിലേക്കു നയിച്ചതുകൊണ്ടുമാത്രം ലെസ്ബിയനിസത്തിലേർപ്പെട്ട പെൺകുട്ടി തന്റെ പങ്കാളിയുടെ മരണത്തിലൂടെ സ്വതന്ത്രമാക്കപ്പെടുന്നു. പ്രകൃതിദത്ത പ്രണയം അഥവാ സ്ത്രീപുരുഷ പ്രണയ/രതി ബന്ധത്തെ തകർക്കുന്ന, അതിനെ പൊളിച്ചെഴുതുവാൻ ശ്രമിക്കുന്ന ഒന്നായി സ്വവർഗ്ഗരതി മാറുന്നു എന്ന നിലപാട് അവതരിപ്പിക്കുന്ന വെള്ളത്തണ്ട് ലൈംഗികതയിലെ വിമതസ്വരങ്ങളെ പുറംതള്ളുവാനുത്സാഹിക്കുന്നതിലൂടെ ഭാരതീയ പാരമ്പര്യ ജാതി, മതവിശ്വാസങ്ങളെ മുറുകെ പിടിക്കുന്നു. ഇതിന്റെയൊരു തുടർച്ചയാണ് സുധീഷിന്റെ മറ്റൊരു കഥയായ വിമതലൈംഗികത്തിലുമുള്ളത്.

വെള്ളത്തണ്ടിൽ ലെസ്ബിയനിസത്തെ സംബന്ധിച്ചുള്ള പുരുഷ കൗതുകങ്ങളായിരുന്നുവെങ്കിൽ 'വിമത ലൈംഗികം' പുരുഷ സമൂഹത്തിന്റെ നിലപാടുകൾ, ആശങ്കകൾ എന്നിവയെ തുറന്ന ചർച്ചകൾക്കു വിധേയമാക്കുന്നു. ലൈംഗികതയെ വിമതവല്ക്കരിക്കുന്ന റോസിലിറ്റിയും ശ്രീദിവ്യയും പൊതുസമൂഹത്തിന്റെ പാരമ്പര്യശീലങ്ങളെ അട്ടിമറിച്ചുകൊണ്ട് ഒരുമിച്ചു താമസിക്കുകയും ലെസ്ബിയനുകളുടെ പുതിയ സ്വാതന്ത്ര്യലോകങ്ങൾ തീർക്കുകയും ചെയ്യുന്നു. ആദർശാത്മകമായ സ്ത്രൈണ വ്യക്തിത്വത്തിന് അനുരൂപമായ വിധത്തിൽ സ്ത്രീകളെ പുനർരൂപവല്ക്ക

രിക്കണമെന്ന് ആഗ്രഹിച്ച് അതിനുവേണ്ടി പ്രവർത്തിക്കുകയും സ്ത്രീ-പുരുഷ ബന്ധങ്ങളിലെ അധികാര സമവാക്യങ്ങളെ അപനിർമ്മിക്കുവാൻ ശ്രമിക്കുകയും ചെയ്യുന്ന റോസിലിറ്റി സ്വന്തം ജീവിതത്തിൽ അവ പ്രാവർത്തികമാക്കുന്നതിനു വേണ്ടിയാണ് ശ്രീദിവ്യയുമൊത്ത് ജീവിക്കുന്നത്. റോസിലിറ്റിയും ശ്രീദിവ്യയും തമ്മിലുള്ള ബന്ധം ശക്തിപ്പെടുമ്പോൾ അവിടെ ശ്രീദിവ്യയുടെ പൂർവ്വകാമുകനായ സന്തോഷ് രാമൻ പുറന്തള്ളപ്പെടുന്നു. സന്തോഷ് രാമനും റോസിലിറ്റിയും ശ്രീദിവ്യയും തമ്മിലുള്ള കത്തുകളിലൂടെ വികസിക്കുന്ന വിമതലൈംഗികം ഒരേ സമയം പുരുഷന്റെ വീക്ഷണങ്ങളെയും അതിനു ബദലായുള്ള സ്ത്രീയുടെ നിലപാടുകളെയും അവതരിപ്പിച്ചുകൊണ്ട് വിമതലൈംഗികതയുടെ യഥാർത്ഥ പൊരുൾ തേടുന്നു.

സ്ത്രീ പുരുഷബന്ധം സ്വാഭാവികമെന്നു വിശ്വസിക്കുന്ന സന്തോഷ് രാമൻ 'വഴിതെറ്റിപ്പോയ' ശ്രീദിവ്യയെ ലെസ്ബിയൻ ബന്ധത്തിൽ നിന്നു തിരിച്ചു പിടിച്ച് ഭിന്നവർഗ്ഗ ലൈംഗികതയുടെ ഭാഗമാക്കുവാൻ ശ്രമിക്കുന്നയാളും ലെസ്ബിയനിസത്തെ അപഹസിക്കുവാൻ ശ്രമിക്കുന്ന വ്യക്തിയുമാണ്. യാഥാസ്ഥിതിക സ്വത്വത്തിന്റെ ഭാഗമായി നില്ക്കുന്ന പുരുഷന്മാർ പ്രതിലോമവാദികളായതുകൊണ്ടുതന്നെ സ്ത്രീ പുരുഷബന്ധമാണ് സ്വാഭാവികമെന്ന് സമർത്ഥിച്ചുകൊണ്ട് ലെസ്ബിയൻ ബന്ധങ്ങളെ അടിച്ചമർത്തി പുരുഷാധികാര മേല്ക്കോയ്മകളെ സൃഷ്ടിക്കുമെന്നു വിശ്വസിക്കുന്ന റോസിലിറ്റി അതിനു ബദലായി ലെസ്ബിയൻ ബന്ധത്തെ, ലെസ്ബിയൻ സമൂഹത്തെ സൃഷ്ടിക്കുവാൻ ശ്രമിക്കുന്നു. സന്തോഷ് രാമന്റെ കാഴ്ചപ്പാടിൽ റോസിലിറ്റി-ശ്രീദിവ്യ ബന്ധം ഗ്രാമീണ സംസ്കൃതിയുടെമേൽ ആഗോളവല്ക്കരണത്തിന്റെ കടന്നു കയറ്റമാണ്. ലൈംഗികതയിലെ രുചിഭേദങ്ങൾ തേടുന്ന പാശ്ചാത്യരുടെ കുത്തഴിഞ്ഞ ലൈംഗിക ശീലങ്ങളിലൊന്നായി ലെസ്ബിയനിസത്തെ വിലയിരുത്തുന്ന സന്തോഷ് രാമൻ ഹൈന്ദവ പാരമ്പര്യത്തിന്റെ പ്രയോക്താവായി മാറിക്കൊണ്ട് സങ്കുചിത നിലപാടുകളിലേക്ക് ഒതുങ്ങുന്നു. സ്ത്രീപക്ഷവാദിയായ റോസിലിറ്റി ലെസ്ബിയനിസത്തിന്റെ ചരിത്രപരവും സൈദ്ധാന്തികവുമായ നിലപാടുകളെ അടുത്തറിഞ്ഞ വ്യക്തിയായതുകൊണ്ട് ലെസ്ബിയൻ സാമൂഹ്യ പ്രവർത്തനങ്ങൾ നടത്തി ലെസ്ബിയൻ സമൂഹത്തിനു പുതിയ വഴികൾ തുറന്നുകൊടുക്കുന്നു.

സന്തോഷ് രാമനും റോസ്‌ലിറ്റിയും തമ്മിലുള്ള വാദങ്ങൾക്കിടയിൽ ശ്രീദിവ്യ നടത്തുന്ന വെളിപ്പെടുത്തലുകൾ വിമതലൈംഗികത്തിന്റെ സ്വഭാവത്തെത്തന്നെ മാറ്റി മറിക്കുന്നു. റോസിലിറ്റി ലിംഗമാറ്റ ശസ്ത്രക്രിയ നടത്തുന്നതിനായി ബോംബെയിൽ പോകുന്നുവെന്നു പറയുന്ന ശ്രീദിവ്യയിലൂടെ ലെസ്ബിയൻ ബന്ധം ഭിന്നവർഗ്ഗലൈംഗികതയുടെ തലത്തിലേക്കു പരിവർത്തിക്കപ്പെടുന്നു. ലെസ്ബിയൻ ആണെന്നു വീരവാദം മുഴക്കുകയും അതേസമയം ലിംഗമാറ്റ ശസ്ത്രക്രിയ നടത്തി പുരുഷനായി മാറുകയും ചെയ്യുന്നതിലൂടെ റോസിലിറ്റി ഭിന്നവർഗ്ഗലൈംഗികബന്ധത്തെ സാധൂക

രിക്കുന്ന നിലപാടാണ് സ്വീകരിക്കുന്നത്. ലെസ്ബിയനിസത്തെക്കുറിച്ചുള്ള കഥയാണ് വിമതലൈംഗികം എന്ന ധാരണ ജനിപ്പിച്ചുകൊണ്ട് ലെസ്ബിയനിസത്തെ പൊളിച്ചെഴുതുന്നു ഈ കഥ. ലെസ്ബിയൻ ബന്ധത്തിലുള്ളവരെക്കൊണ്ടുതന്നെ ഭിന്നവർഗ്ഗ ലൈംഗികതയുടെ ബന്ധങ്ങളെ അംഗീകരിപ്പിക്കുകയും പ്രോത്സാഹിപ്പിക്കുകയും ചെയ്യുകയാണ് കഥാകൃത്ത്.

വി ആർ സുധീഷിന്റെ 'പിണഞ്ഞവൾ' ഒരു പുസ്തകശാല ഉടമസ്ഥയും അവിടെ എത്തിച്ചേരുന്ന ദിയയും തമ്മിലുള്ള ബന്ധത്തെ ആവിഷ്കരിച്ചുകൊണ്ട് ലെസ്ബിയൻ ബന്ധത്തിന്റെ സാദ്ധ്യതകളെ തേടുന്നു. പിണഞ്ഞവളിലെ ലെസ്ബിയൻ ബന്ധത്തിലേർപ്പെടുന്ന സ്ത്രീകൾ ലെസ്ബിയനിസത്തിന്റെ രാഷ്ട്രീയ പരിസരങ്ങളെ അടുത്തറിയുകയോ തേടുകയോ ചെയ്യുന്നവരായിരുന്നില്ല. പരസ്പരം തോന്നിയ ശാരീരികാകർഷണം ഒന്നുകൊണ്ടുമാത്രം ലെസ്ബിയനുകളായി മാറുന്നവരാണ് ദിയയും പുസ്തകക്കടയിലെ ചേച്ചിയും. പുരുഷന്റെ ലൈംഗികതയെയും അധികാരത്തെയും സ്വീകരിക്കുകയും അംഗീകരിക്കുകയും ചെയ്യുന്ന ചേച്ചി ഭിന്നവർഗ്ഗ ലൈംഗികതയേയും സ്വവർഗ്ഗരതിയേയും ഒരേസമയം സ്വീകരിക്കുന്നവളാണ്. പൈങ്കിളി പുസ്തകങ്ങൾ വായിക്കുകയും വില്ക്കുകയും ചെയ്യുന്ന ചേച്ചിയുടെ ലൈംഗിക വൈവിദ്ധ്യങ്ങൾ തേടുന്ന താല്പര്യങ്ങളാണ് ദിയയോട് അടുപ്പിക്കുന്നത്. കുടുംബം എന്ന സാമൂഹ്യസ്ഥാപനത്തിനകത്തു നില്ക്കുന്ന ദിയ-ചേച്ചി ബന്ധം അതിനു ഭീഷണിയാകുന്നില്ലെങ്കിൽത്തന്നെയും ചേച്ചി ദിയയെ പുറന്തള്ളി വാഹിദുമായുള്ള വിവാഹബന്ധത്തിലേക്കു മാറുന്നു. വിവാഹത്തിനുശേഷം ദിയയെ കണ്ടുമുട്ടുമ്പോൾ പഴയ സ്വവർഗ്ഗരതിതാല്പര്യം ചേച്ചി പ്രകടിപ്പിക്കുമ്പോൾ "കുടുംബം കലക്കി. എനിക്കു തന്ത ഒന്നേയുള്ളു"എന്നുപറഞ്ഞ് ചേച്ചിയെ ആക്രമിച്ച് ദിയ രക്ഷപ്പെടുന്നു. ലെസ്ബിയനിസമെന്നാൽ കുടുംബസാമൂഹ്യ ബന്ധങ്ങളെ തകർക്കുന്ന വികൃതമായ ഒന്നാണ് എന്നു സ്ഥാപിച്ചെടുക്കുവാൻ ഉത്സാഹിക്കുന്ന പിണഞ്ഞവൾ ഇത്തരം ബന്ധങ്ങൾക്ക് സ്ഥിരത, സ്വീകാര്യത എന്നിവ കുറവായിരിക്കുമെന്നു വിലയിരുത്തുന്നു. ലെസ്ബിയനിസമുൾപ്പെടെയുള്ള സ്വവർഗ്ഗരതി ബന്ധങ്ങൾ കുടുംബബന്ധങ്ങൾക്ക് ഭീഷണിയാണെന്ന ക്രൈസ്തവ മതവിശ്വാസത്തിന്റെ നിലപാടുകളെ പിണഞ്ഞവൾ പിന്തുടരുന്നുണ്ട്.

ഹരിതവൈശികം, ലെസ്സി, മഞ്ജുള

ബി മുരളിയുടെ 'ഹരിതവൈശികം', 'ലെസ്സി', 'മഞ്ജുള' എന്നീ കഥകൾ വ്യത്യസ്ത തലങ്ങളിൽ ലെസ്ബിയനിസത്തെ അവതരിപ്പിക്കുന്നു. സുന്ദരികളായ രണ്ടു വേശ്യകൾ ഉപ്പിടാംമൂട് പാലത്തിനു സമീപം കസ്റ്റമേഴ്സിനെ കാത്തിരിക്കുന്നതും അവരുടെ അഭാവത്തിൽ ഇരുവരും ഒന്നിച്ച് താമസസ്ഥലത്തേക്കു യാത്ര ചെയ്യുന്നതുമാണ് 'ഹരിതവൈശിക'ത്തിലുള്ളത്. ഉപ്പിടാംമൂട് പാലത്തിനു സമീപം പൊലീസ് വണ്ടി എത്തുമ്പോഴുള്ള വെപ്രാളത്തിലാണ് രണ്ടുവേശ്യകളും തമ്മിൽ പരിചയപ്പെടുന്നത്. പരിചയപ്പെടുന്നതിൽ ആദ്യത്തെ സ്ത്രീക്കു നിർവ്വാഹക സ്ഥാനം ലഭിക്കുകയും

താരതമ്യേന ഫീൽഡിൽ പുതിയ ആളായ രണ്ടാമത്തെ സ്ത്രീയുടെ കാര്യങ്ങൾ തിരക്കുകയും ചെയ്യുന്നു. കസ്റ്റമേഴ്സ് ആരും വരാത്ത സാഹചര്യത്തിൽ രാത്രിയിലെ ശബ്ദങ്ങളിൽ ഭയക്കുന്ന സ്ത്രീയെ ആശ്വസിപ്പിച്ച് തന്റെ താവളത്തിലേക്കു കൂട്ടിക്കൊണ്ടുപോകുന്ന ആദ്യത്തെ സ്ത്രീ പുതിയൊരു ബന്ധത്തിന്റെ കർത്തൃത്വമാണ് നിർവ്വഹിക്കുന്നത്. ലെസ്ബിയനിസമെന്നാൽ ലൈംഗികത എന്ന പൊതു ബോധത്തിൽ നിന്നും മാറി നില്ക്കുന്ന കഥയായ 'ഹരിതവൈശികം' രണ്ടു സ്ത്രീകളുടെ പ്രത്യേകിച്ച് മുഖ്യധാരാ സമൂഹത്തിനു സ്വീകാര്യരല്ലാത്ത രണ്ടു വേശ്യകളുടെ ആർദ്രമായ ബന്ധത്തെ ലൈംഗികതയുടെ പരിവേഷങ്ങളില്ലാതെ അവതരിപ്പിക്കുന്നു.

മുരളിയുടെ മറ്റൊരു കഥയായ 'ലെസ്സി' പുരുഷാധിപത്യ മേല്ക്കോയ്മാ സമൂഹം സ്ത്രീകളുടെ ബന്ധമായ ലെസ്ബിയനിസത്തെ എപ്രകാരമാണ് വീക്ഷിക്കുന്നതെന്ന് അവതരിപ്പിക്കുന്നു. സാധാരണ സർക്കാർ ജോലിക്കാരനായ ശങ്കരൻകുട്ടി ലൈംഗികകാര്യങ്ങളിൽ ഉത്സാഹിയും ഗൂഢബുദ്ധിക്കാരനുമായിരുന്നെങ്കിലും മനസ്സിനിണങ്ങിയ പെണ്ണിനെ ലഭിക്കാതെ വന്നപ്പോൾ സ്വയം പ്രഖ്യാപിത ഫെമിനിസ്റ്റായി മാറിക്കൊണ്ട് തന്റെ ലക്ഷ്യം നേടുവാൻ ശ്രമിക്കുന്നു.

'മഞ്ജുള', ഒളിച്ചുവയ്ക്കപ്പെടേണ്ടിവന്ന ലെസ്ബിയൻ അഭിനിവേശത്തെ വർഷങ്ങൾക്കിപ്പുറം വെളിപ്പെടുത്തുന്ന മഞ്ജുളയുടെ കഥയാണ്. ട്രെയിനിങ് ക്ലാസിൽ ഒരുമിച്ചുണ്ടായിരുന്ന മഞ്ജുളയെ വർഷങ്ങൾക്കു ശേഷം മുകുന്ദൻ നഗരത്തിൽ വെച്ചു കണ്ടുമുട്ടുമ്പോൾ സ്വാഭാവികമായും ഇരുവരും പഴയലോകത്തേക്ക് സഞ്ചരിക്കുന്നു. യാദൃച്ഛികമായി സുഹൃത്തായി മാറിയ മഞ്ജുളയെ പ്രണയിക്കാൻ ശ്രമിക്കുന്ന മുകുന്ദനെ അവൾ നിരുത്സാഹപ്പെടുത്തുന്നു. ഫ്ളാഷ്ബാക്കിലെ ഓർമ്മകൾക്കൊടുവിൽ മുകുന്ദൻ പഴയക്ലാസിലെ, മഞ്ജുളയുടെ സുഹൃത്തായ വന്ദനയെ വിവാഹം കഴിക്കുവാൻ തീരുമാനിച്ചത് പ്രഖ്യാപിക്കുമ്പോഴാണ് ഹോസ്റ്റൽ റൂംമേറ്റായിരുന്ന വന്ദനയോട് തനിക്കുണ്ടായിരുന്ന ലെസ്ബിയൻ അഭിനിവേശത്തെ മഞ്ജുള വെളിപ്പെടുത്തുന്നത്. വന്ദനയുടെ സൗന്ദര്യത്തോടുള്ള പ്രണയമായിരുന്നു മഞ്ജുളയ്ക്കുണ്ടായിരുന്നത്. ഒരുവേള അത്തരമൊരു അഭിനിവേശം നിലനിന്നിരുന്നതുകൊണ്ടാണ് മഞ്ജുള മുകുന്ദന്റെ പ്രണയാഭ്യർത്ഥന ആ സമയത്ത് നിരാകരിച്ചതും. പ്രണയത്തിൽ വ്യത്യസ്തതകൾ ഉണ്ടാകുമെന്നു ബോദ്ധ്യപ്പെടുത്തുന്ന മഞ്ജുള ലെസ്ബിയൻ അഭിനിവേശങ്ങൾ ഉള്ള സ്ത്രീകൾ അത് ഏതെങ്കിലുമൊരു സമയത്ത് വെളിപ്പെടുത്തുമെന്നുള്ള സൂചനകൾ കൂടി നല്കുന്നുണ്ട്. മലയാള സാഹിത്യത്തിലെഴുതപ്പെട്ട ലെസ്ബിയൻ കഥകളിൽനിന്നും മഞ്ജുള വേറിട്ടു നില്ക്കുന്നത് ഈ കഥയിലെ ലെസ്ബിയൻ സ്ത്രീ പുരുഷബന്ധത്തിനോ സ്ത്രീസമൂഹത്തിനോ പ്രശ്നങ്ങൾ സൃഷ്ടിക്കുന്നില്ലായെന്നതുകൊണ്ടാണ്.

പെൺമാറാട്ടം

ബെന്യാമിന്റെ 'പെൺമാറാട്ടം' തലസ്ഥാനത്തെ ലേഡീസ് ഹോസ്റ്റ

ലിലെ അന്തേവാസികളായ പ്രേമയുടേയും വിമലയുടേയും ഗാഢാനുരാ
ഗത്തെ അവതരിപ്പിക്കുന്നു. ജേർണലിസം വിദ്യാർത്ഥിനിയായ പ്രേമ,
വിമെൻസ് കോളേജിലെ മലയാളം ജൂനിയർ ലക്ചററായ വിമല എന്നി
വർ തങ്ങളുടെ ലെസ്ബിയൻ ബന്ധത്തിലൂടെ സ്ത്രീസ്വാതന്ത്ര്യത്തിന്റെ
പുതുലോകങ്ങൾ തേടുകയും പുരുഷാധികാരരൂപങ്ങളെ നിഷ്ക്രിയമാ
ക്കുകയും ചെയ്യുന്നു. ഇരുവരുടെയും പുരുഷ വിരോധങ്ങളാണ് അവർ
തമ്മിലുള്ള ബന്ധത്തിന്റെ അടിസ്ഥാനകാരണം. രാത്രിയുടെ മറവിൽ വേല
ക്കാരിയെ ഭോഗിക്കുന്ന സഹോദരൻ, അമിത ലൈംഗികാസക്തിയാൽ
അമ്മയെ പീഡിപ്പിക്കുന്ന അച്ഛൻ, അവധിക്കാലത്ത് എത്തുന്ന കസിൻസ്
നടത്തുന്ന ലൈംഗികാതിക്രമങ്ങൾ എന്നിത്യാദി കാരണങ്ങൾ വിമലയിൽ
പുരുഷ വിരോധങ്ങൾ സൃഷ്ടിക്കുമ്പോൾ കാമുകന്റെ വഞ്ചന പ്രേമയെ
പുരുഷനിരാകരണത്തിനു പ്രേരിപ്പിക്കുന്നു.

ലെസ്ബിയൻ ബന്ധം പ്രേമ - വിമലമാരിൽ പ്രകടമായ വ്യത്യാസ
ങ്ങളാണ് വരുത്തുന്നത്. നാട്ടിൻപുറത്തുകാരിയുടെ ഭീരുത്വത്തിൽനിന്നും
പ്രതികരണബോധമുള്ള ധൈര്യവതിയായ പെൺകുട്ടിയായി പ്രേമ പരി
വർത്തിക്കപ്പെടുന്നു. വിമല രതിയുടെ പുതിയ പാഠങ്ങൾ പ്രേമയുടെ ശരീര
ത്തിൽ കണ്ടെത്തുന്നു. മലയാളത്തിലെഴുതപ്പെട്ട മറ്റു പല ലെസ്ബിയൻ
കഥകളുടേയും പശ്ചാത്തലം പോലെ ലേഡീസ് ഹോസ്റ്റൽ സ്ത്രീ സ്വവർഗ്ഗ
രതിയുടെ ഇടമായും പുരുഷ വിരോധങ്ങൾ സ്ത്രീകളെ ലെസ്ബിയ
നുകളാക്കുന്നുവെന്നുമുള്ള സാമാന്യതത്വത്തെ പിൻപറ്റിയുമാണ് ബെന്യാ
മിന്റെ പെൺമാറാട്ടം എഴുതപ്പെട്ടിരിക്കുന്നത്. സ്ത്രീകളുടെ രതിയിലധി
ഷ്ഠിതമായ ബന്ധം മാത്രമാണ് ലെസ്ബിയനിസം എന്ന പൊതു ധാര
ണയേയും ബെന്യാമിന്റെ പെൺമാറാട്ടം മാറ്റിനിർത്തുന്നില്ല. അതേസമയം
മറ്റു ലെസ്ബിയൻ കഥകളിൽനിന്നു വ്യത്യസ്തമായി ലെസ്ബിയൻ
സാഹിത്യത്തിന്റെ സാദ്ധ്യതകളെ തേടുകയും പരമ്പരാഗത സാഹിത്യരൂ
പങ്ങളെയും, പഴഞ്ചൻ നിരൂപണ സമ്പ്രദായങ്ങൾ പിന്തുടരുന്ന നിരൂപ
കരെയും പരിഹാസവിധേയമാക്കുകയും ചെയ്യുന്നുണ്ട് 'പെൺമാറാട്ടം'.

ശ്രീഹവ്യയും ചില അക്കാദമിക് പ്രശ്നങ്ങളും

ചന്ദ്രമതിയുടെ 'ശ്രീഹവ്യയും ചില അക്കാദമിക് പ്രശ്നങ്ങളു'മെന്ന
കഥ ലെസ്ബിയനിസമെന്ന വിഷയത്തെ സ്ത്രീ സമൂഹം ഏതെല്ലാം വിധ
ത്തിൽ സമീപിക്കുന്നുവെന്നതിനെ അവതരിപ്പിക്കുന്നു. ലെസ്ബിയൻ വിഷ
യത്തിൽ ഗവേഷണം ചെയ്യുവാനാഗ്രഹിക്കുന്ന അദ്ധ്യാപിക സൗമ്യ, പെൺ
സുഹൃത്തിനൊപ്പം സന്തോഷം കണ്ടെത്തുവാൻ ആഗ്രഹിച്ചിരുന്ന ശ്രീഹ
വ്യ, സ്ത്രീ- പുരുഷ ബന്ധത്തിനപ്പുറത്തുള്ള ബന്ധങ്ങളെ അംഗീകരി
ക്കാത്ത പാരമ്പര്യവാദിയായ അദ്ധ്യാപിക ലക്ഷ്മി എന്നീ മൂന്ന്
സ്ത്രീകളുടെ കാഴ്ചകളിലൂടെ ലെസ്ബിയൻ ബന്ധത്തിന്റെ വിശകലന
ങ്ങൾ നിർവ്വഹിക്കുന്ന ചന്ദ്രമതി പരമ്പരാഗത ലെസ്ബിയൻ കഥാവഴിക
ളിൽനിന്നും വഴിമാറി സഞ്ചരിക്കുന്നു. ലെസ്ബിയനിസമെന്നാൽ ലൈംഗി
കതയുടെ ധാരാളിത്തമുള്ള കഥയെന്ന പതിവ് ചട്ടക്കൂട്ടിനെ മാറ്റിനിർത്തുന്ന

എഴുത്തുകാരി ലെസ്ബിയനിസത്തിനു ഒരു മിത്തിക്കൽ പരിവേഷം നല്കുന്നു.

കഥയാരംഭിക്കുന്നത് ലെസ്ബിയൻ വിഷയത്തിൽ ഗവേഷണം നടത്തുവാൻ താല്പര്യപ്പെടുന്ന സൗമ്യയുടെ അന്വേഷണങ്ങളും റിസർച്ച് ഗൈഡിന്റെ നിരുത്സാഹപ്പെടുത്തലുകളിലൂടെയുമാണ്. ടീച്ചേഴ്സ് റൂമിൽ വെച്ച് പഴയ വിദ്യാർത്ഥിനി ശ്രീഹവ്യ കുട്ടിയുമായി വന്നു കണ്ട് സംസാരിക്കുമ്പോൾ ശ്രീഹവ്യയുടെ കഴിഞ്ഞകാല ജീവിതം സൗമ്യ ഓർത്തെടുക്കുന്നു. കാമ്പസിനു പുറത്തുള്ള പെൺ സുഹൃത്തുമായി ആത്മബന്ധം പുലർത്തിയിരുന്ന ശ്രീഹവ്യയെ ആ 'അസാധാരണ' ബന്ധത്തിൽ നിന്നു മോചിപ്പിച്ച് പാരമ്പര്യ കുടുംബ സംവിധാനങ്ങളുടെ ഭാഗമാക്കി മാറ്റുന്നത് ലക്ഷ്മി ടീച്ചറാണ്. ശ്രീഹവ്യ തന്റെ ലെസ്ബിയൻ സുഹൃത്തിനെ ഉപേക്ഷിച്ചതിന്റെ പേരിൽ സൗമ്യ പൊട്ടിത്തെറിക്കുമ്പോൾ 'മേമ' ഇപ്പോൾ കൂടെയുണ്ടെന്ന് ശ്രീഹവ്യ സാക്ഷ്യപ്പെടുത്തി. കുട്ടികളെ തിയറി പഠിപ്പിക്കുവാൻ സൗമ്യ പറഞ്ഞ ഗ്രീക്ക് പുരാവൃത്തത്തെ ന്യായീകരിച്ചുകൊണ്ട് ശ്രീഹവ്യ തന്റെ നിലപാട് വ്യക്തമാക്കുന്നു. ഭൂമിക്ക് അവകാശികളായ സ്ത്രീ, പുരുഷൻ, ഉഭയലിംഗി എന്നിവരെ സൃഷ്ടിച്ച സീയൂസ് ദേവൻ അസൂയകൊണ്ട് അവരെ രണ്ടായി പിളർത്തുന്നു. പുരുഷനിൽനിന്നും വേർപെട്ട പകുതിക്ക് പുരുഷനോടും സ്ത്രീയിൽനിന്നു വേർപെട്ട പകുതിക്ക് സ്ത്രീയോടും മാത്രമേ ചേരുവാൻ കഴിയൂ എന്ന വിധി വാചകത്തെ സ്വീകരിച്ചുകൊണ്ട് പരാജയദാമ്പത്യത്തിൽനിന്നും പുറത്തുകടന്ന ശ്രീഹവ്യ തന്റെ മറുപാതിയായ മേമയുടെ അടുത്ത് എത്തി സ്വതന്ത്രമായ ജീവിതം നയിക്കുന്നു. എഴുത്തുകാരികൾ ലൈംഗികതയുടെ പരിവേഷമുള്ള ലെസ്ബിയൻ കഥകളെഴുതുന്നുവെന്ന ആക്ഷേപത്തിനു മറുപടിയെന്നോണം ചന്ദ്രമതിയുടെ കഥ, കഥയുടെ പാരമ്പര്യ ആഖ്യാന രൂപങ്ങളെ മാറ്റിമറിക്കുന്നു. ലെസ്ബിയൻ രാഷ്ട്രീയം, ലെസ്ബിയൻ ഗ്രൂപ്പുകൾ, സംഘടനകൾ എന്നിവയുടെ താല്പര്യങ്ങളുമായി ചേർന്നു നിന്നുകൊണ്ട് രചിക്കപ്പെട്ട ലെസ്ബിയൻ കഥകളിൽനിന്നും ബോധപൂർവ്വം അകന്നു നില്ക്കുന്ന 'ശ്രീഹവ്യയും ചില അക്കാദമിക് പ്രശ്നങ്ങളു'മെന്ന കഥ വിപ്ലവകരമായ ആഹ്വാനങ്ങൾക്കൊന്നും നില്ക്കാതെ സമൂഹത്തിൽ ഇത്തരം ബന്ധങ്ങൾ യാഥാർത്ഥ്യമാണെന്നു ബോദ്ധ്യപ്പെടുത്തുന്നു. അത്തരമൊരു നിലപാടിനു പിൻബലമായി ചരിത്ര പുരാണങ്ങളിലെ ലെസ്ബിയൻ ബന്ധങ്ങളുടെ സൂചനകളെക്കൂടി അവതരിപ്പിക്കുന്നുണ്ട്. സ്ത്രീ ജീവിതത്തിൽ ഒളിനോട്ടങ്ങൾ നടത്തുവാനുത്സാഹിക്കുന്ന പുരുഷന്മാരെ ഒഴിവാക്കിയുള്ള കഥാഖ്യാനത്തിൽ ലെസ്ബിയൻ ബന്ധത്തിന്റെ ആധികാരികതയെ സ്ത്രീപക്ഷനിലപാടുകളിലൂടെ സമർത്ഥിക്കുന്ന ചന്ദ്രമതിയുടെ കഥ ഓരോ സമൂഹത്തിന്റെയും പ്രതിനിധാനങ്ങളെയും അക്കാദമിക് ഗവേഷണരംഗത്തെ വരേണ്യബോധങ്ങളെയും പരിഹസിക്കുന്നുണ്ട്. ലെസ്ബിയനിസം പോലുള്ള പാരമ്പര്യേതര വിഷയങ്ങളിൽ പെൺകുട്ടികൾ ഗവേഷണം നടത്തുവാൻ പാടില്ലായെന്ന അക്കാദമിക് സമൂഹത്തിന്റെ സങ്കുചിത ചിന്താഗതികളെയും മുൻവിധികളെയും ഒരു ലെസ്ബിയൻ കഥയ്ക്കു

ള്ളിൽത്തന്നെ വിമർശനവിധേയമാക്കുവാൻ ചന്ദ്രമതിയെന്ന എഴുത്തുകാ
രിക്കു കഴിഞ്ഞു. കൂടാതെ ഇത്തരം വിഷയങ്ങൾ ചർച്ചചെയ്യുകയും എഴു
തുകയും ഗവേഷണം നടത്തുകയും ചെയ്യുന്ന പെൺകുട്ടികളെ സമൂഹ
ത്തിനും വീട്ടുകാർക്കും അംഗീകരിക്കാൻ മടിയാണെന്ന യാഥാർത്ഥ്യ
ത്തെയും എഴുത്തുകാരി കഥയിൽ കൊണ്ടുവരുന്നു.

എത്ര പുരോഗമനം പറഞ്ഞാലും സ്ത്രീയെന്നാൽ സമൂഹത്തിന്റെ
നടപ്പുസദാചാരമര്യാദകൾ പാലിച്ച് തിരിച്ചൊന്നും പറയാത്ത നാവടക്കിയ
ഒരു പാവ (frame) ആയി നില്ക്കണമെന്ന പൊതുബോധത്തെ ചിന്ത
കളിലൂടെ തള്ളിക്കളയുകയാണ് സൗമ്യയും ശ്രീഹവ്യയും. തന്റെ
സ്വത്വത്തെ തിരിച്ചറിഞ്ഞ് സ്വന്തം വഴി തെരഞ്ഞെടുക്കുന്ന ശ്രീഹവ്യ,
തെറ്റും ശരിയും നിർവ്വചിക്കാനാവാതെ ചിന്തകളിൽ ചലനങ്ങൾ സൃഷ്ടി
ക്കാൻ ശ്രമിക്കുന്ന അദ്ധ്യാപിക; ഇവരിലൂടെ ആധുനിക സ്ത്രീത്വത്തിന്റെ
ചിന്തകളെ എഴുത്തുകാരി സമൂഹത്തിനു നല്കുന്നു.

ലെസ്ബിയൻ കഥകൾ- സാഹിത്യ ചരിത്രത്തിലെ അടയാളപ്പെ
ടുത്തലുകൾ

മലയാള സാഹിത്യ മണ്ഡലത്തിൽ അവതരിപ്പിക്കപ്പെട്ട ലെസ്ബിയൻ
കഥകൾ പ്രമേയപരമായ പുതുമയ്ക്കപ്പുറം ചരിത്രപരമായ ഇടപെടലു
കളും നിർവ്വഹിച്ചു. ആദ്യത്തെ ലെസ്ബിയൻ കഥ പ്രസിദ്ധീകരിക്കപ്പെടു
ന്നത് 1947 ജൂൺ 22 ന് ആണ്. (ഇന്ത്യക്ക് സ്വാതന്ത്ര്യം ലഭിക്കുന്നതിനും
മുമ്പ് തുടങ്ങുന്ന ചരിത്രം) 1947 മുതൽ 2015 വരെയുള്ള ചെറുകഥകളിൽ
അത്ര ചെറുതല്ലാത്ത ചലനങ്ങൾ സൃഷ്ടിച്ച ലെസ്ബിയൻ കഥകൾ എണ്ണം
കൊണ്ട് തുലോം വിരളമാണെങ്കിൽത്തന്നെയും സാഹിത്യ-സാംസ്കാരിക
മണ്ഡലങ്ങളിലെ കപടസദാചാരബോധത്തെ, വരേണ്യബോധങ്ങളെ
പൊളിച്ചെഴുതുകയുണ്ടായി. മലയാള ചെറുകഥ അതിന്റെ പ്രാരംഭകാലം
തൊട്ടേ ഭിന്നവർഗ്ഗലൈംഗിക ജീവിതക്രമത്തെ അടിസ്ഥാനപ്പെടുത്തി ജീവി
ക്കുന്ന സ്ത്രീ- പുരുഷന്മാരുടെ ജീവിതാവസ്ഥകളെയാണ് ആവിഷ്കരി
ച്ചുകൊണ്ടിരിക്കുന്നത്. ഗേ-ലെസ്ബിയൻ ബന്ധങ്ങൾ അതേ പേരിൽ
ആയിരുന്നില്ലെങ്കിലും സ്വവർഗ്ഗ ബന്ധങ്ങൾ സ്വാഭാവികമായി ആദികാലം
മുതല്ക്കേ ഭൂമിയിലുണ്ടായിരുന്നു. ആ ഒരു വിഷയത്തെ സാഹിത്യം ഏറ്റെ
ടുക്കുവാൻ കുറച്ചു വൈകിപ്പോയി എന്നുമാത്രം.

ഇന്ത്യൻ സാമൂഹ്യാവസ്ഥയിൽ ലെസ്ബിയനിസം ഒരു യാഥാർത്ഥ്യ
മായിരിക്കുമ്പോഴും അതിനെ അംഗീകരിക്കുവാൻ ഭരണകൂടത്തിനോ
സാമൂഹ്യ സാംസ്കാരിക രാഷ്ട്രീയ മണ്ഡലങ്ങൾക്കോ കഴിയുന്നില്ല.
പുരോഹിതവർഗ്ഗത്തിന്റെ യാഥാസ്ഥിതിക നിലപാടുകളും ലൈംഗികതയെ
സംബന്ധിച്ചുള്ള അജ്ഞതകളും ലെസ്ബിയനുകളെ അടിച്ചമർത്തുവാനും
അദൃശ്യരാക്കി നിർത്തുവാനുമുള്ള നിലപാടുകളെ ബലപ്പെടുത്തുന്നു.
ഏറെ പുരോഗമിച്ചു എന്നു പറയുന്ന കേരളീയ സമൂഹത്തിനു പോലും
ലെസ്ബിയനുകളെ അംഗീകരിക്കുവാൻ വൈമനസ്യമുള്ളപ്പോൾ പ്രമേ
യതലത്തിൽ ലെസ്ബിയൻ ജീവിതങ്ങൾ എത്തിയത് യാഥാസ്ഥിതിക

വർഗ്ഗത്തിന്റെ പൊതുബോധങ്ങളെ പ്രകോപിപ്പിച്ചു. ലെസ്ബിയൻ കഥ
കൾ രണ്ടു തലത്തിലാണ് ആസ്വാദകരോട് ഇടപെടുന്നത്. ഒന്ന് ലൈംഗിക
ന്യൂനപക്ഷവിഭാഗങ്ങളിലൊന്നായ ലെസ്ബിയനുകളുടെ സങ്കീർണ്ണമായ
മാനസികാവസ്ഥകളെ വെളിപ്പെടുത്തുവാൻ ശ്രമിച്ചുകൊണ്ട് അവർ
അനുഭവിക്കുന്ന സ്വത്വപ്രതിസന്ധികളെ ആവിഷ്കരിച്ചു. രണ്ടാമത്
പൊതുസമൂഹം ലെസ്ബിയനുകളെക്കുറിച്ചു പുലർത്തുന്ന ധാരണകളും
അവരോടു പുലർത്തുന്ന വിവേചനങ്ങളും അവതരിപ്പിച്ചുകൊണ്ട് പാർശ്വ
വല്ക്കരിക്കപ്പെട്ടവരുടെ അവസ്ഥകളോട് അനുഭാവ പൂർണ്ണമായ നിലപാ
ടുകൾ സ്വീകരിക്കണമെന്ന ചിന്തകൂടി പങ്കുവെയ്ക്കുന്നു.

ലെസ്ബിയൻ കഥകൾ പ്രമേയപരമായ വഴിത്തിരിവ്, ഭിന്നവർഗ്ഗ
ലൈംഗികതയോടുള്ള പ്രതിഷേധങ്ങൾ, പുരുഷാധിപത്യ നിരാകരണങ്ങൾ,
സദാചാരമൂല്യങ്ങളോടുള്ള വെല്ലുവിളികൾ എന്നിങ്ങനെ വിവിധരീതിക
ളിൽ വിലയിരുത്തപ്പെട്ടെങ്കിലും മുഖ്യധാരാ നിരൂപകർ അതിനർഹമായ
പരിഗണനകൾ നല്കാതെ തമസ്കരിക്കുകയാണുണ്ടായത്. സാഹിത്യമ
ണ്ഡലം സുതാര്യം, പുരോഗമനാത്മകം, ജനാധിപത്യപരം എന്നിത്യാദി
സംബോധനകളിൽ അറിയപ്പെടുമ്പോഴും സങ്കുചിതമായ, യാഥാസ്ഥിതി
കമായ നിലപാടുകളെയാണ് സാഹിത്യലോകം പിന്തുടരുന്നത് എന്നതു
കൊണ്ടു തന്നെ സാഹിത്യചരിത്രങ്ങളിൽ നിന്നുപോലും ലെസ്ബിയൻ
കഥകൾ - ലെസ്ബിയൻ സാഹിത്യം ഒഴിവാക്കപ്പെട്ടു.

1947 ൽനിന്നു തുടങ്ങുന്ന മലയാള ലെസ്ബിയൻ ചെറുകഥാചരിത്ര
ത്തിൽ പാശ്ചാത്യ നാട്ടിലെ ലെസ്ബിയൻ രാഷ്ട്രീയത്തെ ഭാഗികമായി
ട്ടെങ്കിലും അവതരിപ്പിക്കുവാൻ ശ്രമിച്ചു. സിതാരയുടെ സ്പർശം, സി എ
സ് ചന്ദ്രികയുടെ കാഞ്ചീപുരം തുടങ്ങിയ കഥകൾ അതിനുദാഹരണങ്ങ
ളാണ്. കഥാപ്രമേയങ്ങളിലെ പ്രതിപാദ്യവിഷയങ്ങളെ പ്രശ്നവല്ക്കരിച്ച്
അവ എഴുത്തുകാരിയിലാരോപിച്ച് സ്വകാര്യ ആഹ്ലാദങ്ങൾ കണ്ടെത്തുന്ന
മലയാളിയുടെ കാപട്യത്തിനും ധാർഷ്ട്യങ്ങൾക്കും മുമ്പിൽ ധൈര്യപൂർവ്വം
നിന്നുകൊണ്ടാണ് സിതാര, ഇന്ദുമേനോൻ, സി എസ് ചന്ദ്രിക തുടങ്ങിയ
എഴുത്തുകാരികൾ ലെസ്ബിയൻ കഥകളെഴുതിയത്. ഒരു സ്ത്രീ എങ്ങനെ
ലെസ്ബിയനായി പരുവപ്പെടുന്നു എന്നുള്ള അന്വേഷണം സത്യസന്ധ
മായി നടത്തുവാൻ എഴുത്തുകാരികൾ ശ്രമിച്ചപ്പോൾ ലെസ്ബിയൻ കഥ
കളെഴുതിയ വി ആർ സുധീഷ്, ബി മുരളി, ബെന്യാമിൻ തുടങ്ങിയവ
രെല്ലാം ലെസ്ബിയൻ കഥകളിലെ ആൺ കൗതുകങ്ങളെ അവതരിപ്പി
ക്കുകയാണുണ്ടായത്. ആൺകൗതുകങ്ങൾ കേവലം രതിയിലധിഷ്ഠിത
മായ ബന്ധം മാത്രമായി ലെസ്ബിയനിസത്തെ പരുവപ്പെടുത്തിയെടു
ക്കുന്നു. ലെസ്ബിയനിസത്തിന്റെ സൈദ്ധാന്തിക രാഷ്ട്രീയതലങ്ങളെ തമ
സ്കരിക്കുന്ന ഇവരുടെ കഥകൾ ഭിന്നവർഗ്ഗലൈംഗികതയുടെ അധീശത്വ
രാഷ്ട്രീയങ്ങളെ വ്യക്തമായ രീതിയിൽ പ്രതിഫലിപ്പിക്കുന്നുണ്ട്. സ്ത്രീ-
സ്ത്രീ ബന്ധം പ്രാവർത്തികമാകുമ്പോൾ അവിടെ സ്വാഭാവികമായി
സ്ത്രീ- പുരുഷബന്ധത്തിനു സാദ്ധ്യതകളില്ലാതെയാകുന്നു. സ്ത്രീ- പുരു
ഷബന്ധം എക്കാലവും നിലനിന്നു കാണണമെന്നാഗ്രിക്കുന്നവർ

പുലർത്തുന്ന ഹോമോഫോബിയ മുരളിയുടെ 'ഹരിതവൈശികം', വി ആർ സുധീഷിന്റെ 'വിമതലൈംഗികം' എന്നീ കഥകളിൽ നിറഞ്ഞു നില്ക്കുന്നു. അതേസമയം ഇന്ദുമേനോന്റെ 'ജലത്തിലൂടെ നടക്കുന്ന കന്യകമാർ', സിതാരയുടെ 'സ്പർശം' സി എസ് ചന്ദ്രികയുടെ 'കാഞ്ചീപുരം' എന്നീ കഥകൾ ലെസ്ബിയനുകളുടെ സ്വത്വപ്രതിസന്ധികൾ സത്യസന്ധമായി അവതരിപ്പിക്കുന്നുണ്ട്.

സ്ത്രീവാദത്തിന്റെ വളർച്ചയോടുകൂടി പാശ്ചാത്യനാടുകളിൽ ലെസ്ബിയനിസത്തിനു വ്യക്തമായ പ്രത്യക്ഷ രാഷ്ട്രീയ തലങ്ങളുണ്ടാ വുകയും കലാസാഹിത്യാദി വിഷയങ്ങളിൽ അവ പ്രതിഫലിക്കുകയും ചെയ്തു. പാശ്ചാത്യ ലെസ്ബിയൻ രാഷ്ട്രീയം അതേപടി പിന്തുടർന്ന് ആവിഷ്കരിക്കുവാൻ മലയാള സാഹിത്യത്തിനു കഴിഞ്ഞില്ല. സാമൂഹ്യ വ്യവസ്ഥയിൽ ആൺ അധികാരങ്ങൾ ചിട്ടപ്പെടുത്തിയ കുടുംബ ദാമ്പത്യ പ്രത്യുല്പാദന സമ്പ്രദായങ്ങൾക്ക് വെല്ലുവിളികൾ സൃഷ്ടിക്കുവാൻ മാധവിക്കുട്ടി മുതൽ സി എസ് ചന്ദ്രികവരെയുള്ള എഴുത്തുകാരികൾക്കു കഴിഞ്ഞിട്ടുണ്ട്. കേരളീയ സാമൂഹ്യ പശ്ചാത്തലത്തിൽ സ്ത്രീ സ്വവർഗ്ഗാ നുരാഗത്തിന്റെ നിലപാടുതറകളിൽ ഉള്ള വ്യത്യാസങ്ങളാണ് പാശ്ചാത്യ ലെസ്ബിയൻ രചനകളിൽനിന്നും മലയാള സാഹിത്യത്തിലെ ലെസ്ബി യൻ രചനകളെ മാറ്റി നിർത്തുന്നത്.

സാഹിത്യമണ്ഡലം സൃഷ്ടിച്ച ആദർശ സ്ത്രീബിംബങ്ങളായ പതി വ്രത, ക്ഷമാമൂർത്തി, വിനയാന്വിത, ദാസി, നമ്രമുഖി, കുലീന, ഉത്തമകുടും ബിനി എന്നിവയെ ലെസ്ബിയൻ കഥകൾ നിരാകരിക്കുന്നു. അതുവഴി പ്രണയം, ലൈംഗികത, സ്വാതന്ത്ര്യം എന്നിവയുടെ കർത്തൃത്വ, അധികാര സ്ഥാനങ്ങൾ സ്ത്രീകൾ തന്നെ ഏറ്റെടുക്കുന്നു. വ്യവസ്ഥാപിതമായ സാഹിത്യ രചനാപഥങ്ങളിൽനിന്നും ചില കുതറി മാറലുകൾ നടത്തുന്ന ലെസ്ബിയൻ കഥകൾ ഭാഷയിലും ആവിഷ്കരണത്തിലും നൂതനത്വങ്ങൾ കൊണ്ടുവരുവാൻ ശ്രമിക്കുന്നുണ്ട്. കാവ്യാത്മകമായ ഭാഷയിലൂടെ ചന്ദ നമരങ്ങളിൽ ലെസ്ബിയൻ ബന്ധത്തെ മാധവിക്കുട്ടി അവതരിപ്പിക്കു മ്പോൾ പുതിയകാലഘട്ടത്തിന്റെ അധികാരരൂപങ്ങളെ യുക്തിഭദ്രമായി പ്രതിരോധിക്കുന്ന ലെസ്ബിയനുകളെയവതരിപ്പിച്ച സി എസ് ചന്ദ്രികയും ഇന്ദുമേനോനും ഭാഷയെ പരുക്കൻ പ്രതലത്തിൽ ആവിഷ്കരിച്ചു. വി ആർ സുധീഷിനെപ്പോലെയുള്ള എഴുത്തുകാർ ഭാഷയെ കൂടുതൽ സ്ത്രൈണ വല്ക്കരിക്കുവാനുള്ള ശ്രമങ്ങൾ നടത്തുന്നു.

മലയാള സാഹിത്യമണ്ഡലത്തിൽ സ്ത്രീ, ദളിത്, പരിസ്ഥിതി, സൈബർ എന്നിങ്ങനെ നിരവധി ഉപസാഹിത്യശാഖകൾ സൃഷ്ടിക്കപ്പെ ട്ടതിന്റെ തുടർച്ചതന്നെയാണ് ലെസ്ബിയൻ സാഹിത്യത്തിനുമുള്ളത്. പക്ഷേ, അവയേക്കാൾ തീവ്രമായ രാഷ്ട്രീയ തലങ്ങളെ, നിലപാടുകളെ, പ്രതിഫലിപ്പിക്കുവാൻ ലെസ്ബിയൻ കഥകൾക്കു കഴിഞ്ഞു. മലയാളിയുടെ (കപട) സദാചാര നിഷ്ഠമായ പൊതുബോധങ്ങളെ പിളർത്തുവാൻ ലെസ്ബിയൻ കഥകൾക്കു സാധിച്ചു.

(ഒന്നാം പതിപ്പിന് എഴുതിയത്)

9 789386 637208